AF748623

ഗ്രീൻ ബുക്സ്

വി.ബി. ജ്യോതിരാജിന്റെ കഥകൾ

വി.ബി. ജ്യോതിരാജ്

എഴുത്തുകാരൻ,
സോഷ്യൽ ആക്ടിവിസ്റ്റ്.
തൃശൂർ ജില്ലയിലെ ചാവക്കാട് ജനനം.
ബാല്യകാലചാപല്യങ്ങൾ,
വെളിച്ചം അകലെയാണോ,
ക്രൂശ്, മഴനൃത്തം
എന്നീ കഥാസമാഹാരങ്ങൾ
പ്രസിദ്ധീകരിച്ചിട്ടുണ്ട്.

കഥ

വി.ബി. ജ്യോതിരാജിന്റെ കഥകൾ

വി.ബി. ജ്യോതിരാജ്

ഗ്രീൻ ബുക്സ്

green books private limited
gb building, civil lane road, ayyanthole,
thrissur- 680 003, kerala, ph: +91 487-2381066, 2381039
website: www.greenbooksindia.com
e-mail: info@greenbooksindia.com

malayalam
v.b. jyothirajinte kathakal
story
by
v.b. jyothiraj

first published august 2017

cover design : rajesh chalode
cover photo : junrong/shutterstock

branches:
thrissur 0487-2422515
thiruvananthapuram 0471-2335301
calicut 0495 4854662
ernakulam 8589095302

isbn : 978-93-86440-69-3

GBPL/940/2017

മുഖക്കുറി

മലയാള കഥാസാഹിത്യത്തിൽ മൂന്നാം തലമുറയ്ക്കു ശേഷമുള്ള കഥാകാരന്മാരുടെ നിരയിലെ ശ്രദ്ധേയനായ എഴുത്തുകാരനാണ് വി.ബി. ജ്യോതിരാജ്. കാലഘട്ടത്തിന്റെ വേവലാതികളും അസ്വസ്ഥതകളും ഉന്മാദവും ഗൃഹാതുരതയും നിറഞ്ഞ കഥകളാൽ സമ്പന്നമായ ഒരു എഴുത്തുകാലത്തെ ഈ കഥകൾ ഓർമ്മിപ്പിക്കുന്നു. വ്യതിരക്തമായ ഒരു ശൈലികൊണ്ട് അദ്ദേഹം അത് അടയാളപ്പെടുത്തുകയും ചെയ്തു. വിപ്ലവത്തിന്റെ തകർച്ച ഒരു വേവലാതിയായി ഈ കഥകളിലെമ്പാടും വീണു കിടക്കുന്നു.

കൃഷ്ണദാസ്
മാനേജിങ് എഡിറ്റർ

എനിക്ക് എന്നോടുതന്നെ പാവം തോന്നുന്നു. കാലങ്ങൾക്കുശേഷം ഈ കഥകളൊക്കെ ഒന്നിച്ചെടുത്ത് എനിക്ക് വായിക്കേണ്ടിവന്നപ്പോൾ, "രാജാവ് നഗ്നനാണ്" എന്ന് വിളിച്ചുപറഞ്ഞ കുട്ടിയെ ഓർത്തുപോയി. എല്ലാ കഥകളിലും എന്റെ ജീവിതഘട്ടങ്ങളുടെ നാഴികക്കല്ലുകൾ ഉണ്ട്. പലയിടത്തും ഉന്മാദം തിളച്ചുമറിയുകയാണ്. കാലത്തിന്റെ സഞ്ചാരപഥങ്ങളിൽ നഷ്ടപ്പെട്ടത്, എനിക്ക് എന്നെത്തന്നെയായിരുന്നു. എനിക്ക് ചിരിക്കാനും കരയാനും തോന്നുന്നു.

വി.ബി. ജ്യോതിരാജ്

ഉള്ളടക്കം

കാല്പനിക ദേശവൽക്കരണം നടന്ന കഥകൾ

വി.ബി.ജ്യോതിരാജിനെ നാം മറന്നുപോയിരിക്കുന്നു. ഈ കഥാകാരൻ 'അവഗണിക്ക'പ്പെട്ടു എന്ന സ്വരത്തിലല്ല ഈ പ്രയോഗം. നമ്മുടെ കഥാചർച്ചകളിലൊന്നും ഈ കഥാകാരൻ പരാമർശിക്കപ്പെടാറില്ല എന്നതാണ് വാസ്തവം. രണ്ടു തല മുറയെങ്കിലും മലയാളകഥയിൽ ഇവരുടെ തലമുറയ്ക്കുശേഷം പിറന്നു എന്ന സത്യവും ഇവിടെ വിസ്മരിക്കുന്നില്ല. പുതിയവർ വരുമ്പോൾ മുൻതലമുറഎഴുത്തുകാരെ പതുക്കെ അരികിലേക്കു മാറ്റുന്ന ഒരു രീതി നമ്മുടെ സാഹിത്യനിരൂ പണവും പുലർത്തിപ്പോരുന്നുണ്ട്. അതൊന്നും വി.ബി.ജ്യോതി രാജിനെ തീർത്തും മാറ്റിനിർത്താനുള്ള കാരണങ്ങളാവണമെ ന്നില്ല. എന്നാൽ എഴുത്തുജീവിതത്തിൽ ഇടയ്ക്കിടെ ഇടവേള കൾ സൃഷ്ടിക്കുന്നതിൽ ഈ കഥാകാരൻ മുമ്പിലാണ് എന്ന് എനിക്ക് അനുഭവപ്പെട്ടിട്ടുണ്ട്.

കഥാരചനയിലെ 'മുറിഞ്ഞുപോക്കു'കളെ സംബന്ധിച്ച് ചില കഥകളിൽ വേവലാതിയോടെ എഴുതുന്നതും എന്റെ ശ്രദ്ധ യിൽ വന്ന കാര്യമാണ്. ഇടയ്ക്കിടെ മരിക്കുകയും ഇടയ്ക്കിടെ പുനർജനിക്കുകയും ചെയ്യുക എന്നത് സർഗാത്മകതയുടെ ഒരു സ്വഭാവമാണ് എന്ന് എനിക്കു തോന്നുന്നു. ഇത് ഒരു റൈറ്റേഴ്സ് ബ്ലോക്കല്ല. മറിച്ച് സർഗാത്മകത സ്വയം അതിന്റെ വിപുലീകരണം ഏറ്റെടുക്കുന്ന പ്രതീതിയാണ് ആ ഇടവേള കൾ എന്നെ അനുഭവിപ്പിച്ചത്. താൻ സൂക്ഷിച്ചു കൊണ്ടുനട ക്കുന്ന രാഷ്ട്രീയ മനോഭാവങ്ങൾ തകിടം മറിയുന്നതും ജീവിതകാലുഷ്യങ്ങൾ ഇടയ്ക്കിടെ അലട്ടുന്നതും ജീവിതത്തെ മാത്രമല്ല എഴുത്തിനേയും ബാധിക്കാവുന്ന പ്രശ്നങ്ങളാണ്. ജ്യോതിരാജിന്റെ എഴുത്തുജീവിതത്തിൽ ആ അന്തരീക്ഷ മാണ് രചനയിലെ 'മുറിഞ്ഞുപോക്കുകൾ' സൃഷ്ടിച്ചത് എന്ന് നമുക്കു കാണാം. കഥയും ജീവിതവും വ്യത്യസ്തമല്ല എന്ന് നമ്മെ ബോധ്യപ്പെടുത്തിയ കഥാകാരനാണ് വി.ബി. ജ്യോതിരാജ്.

എന്നുവെച്ച് തന്റെ രചനാ ജീവിതത്തിൽ സംഭവിച്ച ഈ ഇട വേളകളെ മുൻനിർത്തി എഴുത്തുകാരനെ ഒറ്റപ്പെടുത്തുന്ന തിലെ സാംഗത്യം പരിശോധിക്കപ്പെടാതിരിക്കരുത്. കഥയുടെ ചരിത്രചിന്തയിൽ നിന്ന് മാറ്റിനിർത്താൻ കഴിയാത്ത എഴു ത്തുകാരൻ കൂടിയാണ് വി.ബി. ജ്യോതിരാജ്.

സത്യസന്ധമല്ലാത്ത ഒരു നീതിബോധം സംവേദനലോക ത്തിന് നൽകാൻ കഴിയില്ല. അതിനാലാണ് എൺപതുകളുടെ കഥയെക്കുറിച്ചെഴുതിയ അവസരത്തിൽ - എന്റെ ചെറുകഥയെ പ്പറ്റിയുള്ള ആദ്യലേഖനം - ഈ കഥാകാരന്റെ രചനയ്ക്ക് പ്രാധാന്യം നൽകിയത്. 'ബസ് എപ്പോഴാണ് വരുന്നത്' എന്ന കഥ ഉദാഹരിച്ചതായി ഞാൻ ഓർക്കുന്നു. വി.പി.ശിവകുമാർ, ടി.വി.കൊച്ചുബാവ എന്നിവരോടൊപ്പമാണ് ഈ കഥാകാരനെ വിലയിരുത്തിയത്. ആധുനികതയ്ക്കുശേഷം മലയാളകഥ യിൽ ഒരു പുതിയ തലമുറ വരുന്നു എന്ന് വിളിച്ചുപറഞ്ഞ കാഥികരായിരുന്നു ഇക്കൂട്ടർ.

പരീക്ഷണാത്മകമായി ചെറുകഥയെ സമീപിച്ച എഴുത്തുകാരാ യിരുന്നു വി.പി.ശിവകുമാറും ടി.വി.കൊച്ചുബാവയും വി.ബി. ജ്യോതിരാജും. എന്നാൽ ഇവർ വ്യത്യസ്തമായ ആഖ്യാന സമ്പ്രദായങ്ങൾ സ്വീകരിച്ച കഥാകാരന്മാരുമാണ്. വി.പി. ശിവകുമാർ ഭാഷയെ ധൂർത്തടിച്ചുകൊണ്ടാണ് എഴുതിയത്. ജീവിതത്തെ വക്രിച്ച രീതിയിൽ നോക്കിക്കാണുകയും ആത്മപരിഹാസത്തോടെ നേരിടുകയും ചെയ്തു ടി.വി. കൊച്ചുബാവ. ജ്യോതിരാജാകട്ടെ ജീവിതത്തെ നേരിട്ടത് ആത്മ നിന്ദയുടെ ലളിതമായ ശൈലിയിലാണ്. ആ ചെറുകഥാ പ്രബന്ധത്തിൽ ഞാൻ ഇപ്രകാരമെഴുതി: "ദുഷിച്ചു നാറിയ മനോഭാവത്തിന്റെ ചലം പൊട്ടിയൊലിക്കുന്ന സമൂഹത്തിന്റെ നേർക്കുള്ള പ്രതിഷേധം വായനക്കാരന്റെ ഭാഗത്ത് ചേർന്ന് പ്രകടിപ്പിക്കുന്നു.

ജീവിതത്തിന്റെ നിർവികാരമായ ഒരു ചലനമാക്കി അതിനെ മാറ്റിയെടുക്കുന്നു. അതൊരുക്കുന്ന തീവ്രനിരതമായ വേദന യോട് കൂറുപുലർത്താനും കലാസൃഷ്ടിയെ അത്തരമൊരു വേദനയാക്കി മാറ്റാനും ഈ എഴുത്തുകാരന് സാധ്യമാവുന്നു." ഒരു കഥയെക്കുറിച്ച് മാത്രമുള്ള വായനയായി ഈ വിശദീക രണത്തെ കാണേണ്ടതില്ല. വി.ബി. ജ്യോതിരാജിന്റെ കഥകളി ലുടനീളം നീറിപ്പടരുന്ന ആത്മാംശം കലർന്ന ഭാവം ആത്മ നിന്ദയുടേതുമാണ്. ഒരു തിക്ത വികാരത്തിന്റെ അനുഭൂതിയും രചനാപരമായ വേദനയും കൂടിക്കലർന്ന് ഒരു ആഖ്യാനതന്ത്രം ഈ കഥാകാരൻ പരീക്ഷിച്ചറിയുന്നു. തന്റെ ആദ്യകാലകഥകൾ

സമാഹരിച്ചപ്പോൾ ആ പുസ്തകത്തിന് നൽകിയ നാമധേയം 'ക്രൂശ്' എന്നാണെന്നും ഓർമ്മിക്കുക. തന്നിലെ ആത്മരോഷത്തിന്റെ ഒരു അടയാളപ്പെടുത്തൽകൂടിയാണത്. ഈ സമാഹാരത്തിന് എഴുതിയ അവതാരികയിൽ ഞാൻ ഇങ്ങനെയെഴുതി: "പീഡിതമായ മനുഷ്യസഹജവും വേരറ്റു തുടങ്ങിയ സ്വപ്നജീവിതവും ഒരുക്കൂട്ടുന്ന ഒരു ചിന്തയും ഏകാഗ്രമായ ദാർശനികഭാവവും ഈ കൃതിയുടെ പ്രത്യേകതയാണ്." ഇതൊക്കെ ഇവിടെ ഓർത്തെടുക്കുന്നത് ജ്യോതിരാജിന്റെ കഥകളിലൂടെ ഈ കാലത്ത് നിന്ന് പിന്തിരിഞ്ഞുനോക്കാൻ ഒരു വഴി തുറന്നന്വേഷിക്കുന്നതിന്റെ ഭാഗമായാണ്. കലയിൽ അതത് കാലഘട്ടത്തിൽ വന്നിട്ടുള്ള ആഖ്യാന വ്യതിയാനങ്ങളും പരിശോധിക്കപ്പെടേണ്ടതാണ്.

വി.ബി.ജ്യോതിരാജ് എഴുതിത്തുടങ്ങുന്നത് എഴുപതുകളിലാണ്. റിയലിസത്തിനെതിരായ ഒരു നിലപാട് സ്വീകരിച്ച ഒരു പറ്റം എഴുത്തുകാർ കഥയിലും കവിതയിലുമായി പ്രത്യക്ഷപ്പെട്ടുകഴിഞ്ഞിരുന്നു. അവരാണ് പിൽക്കാലത്ത് ആധുനികർ എന്നറിയപ്പെടാൻ തുടങ്ങിയത്. എന്നാൽ എം.ടിയുടേയും ഇതരകാലത്തെ കലാകാരന്മാരുടെയും സ്വാധീനം മലയാളത്തിൽനിന്ന് കുറഞ്ഞുതുടങ്ങിയിട്ടുമില്ല. ഈയൊരു പരിണാമസന്ധിയിൽ നിന്ന് ഒരു പുതിയ തലമുറ ആകൃതിപ്പെട്ട് തുടങ്ങിയിരുന്നു. വി.ബി. ജ്യോതിരാജ് വാസ്തവത്തിൽ അടയാളപ്പെടുത്തിയത് ഈയൊരു പ്രതിസന്ധിയെയാണ്. കാല്പനികതയിൽ ഒതുങ്ങുമെന്നോ അസ്തിത്വത്തിന്റെ സ്വാധീനതാംശങ്ങളിലേക്ക് പരിണമിക്കുമെന്നോ ഉള്ള ഒരു സന്ദേശം സൃഷ്ടിച്ചതാണ് ഈ പ്രതിസന്ധി. അത് ഭംഗിയായി ഉൾക്കൊണ്ട ഒരു കഥാകാരനായിട്ടാണ് ഞാൻ വി.ബി. ജ്യോതിരാജിനെ വായിക്കുന്നത്.

ക്രൂശ് എന്ന സമാഹാരത്തിന്റെ ആദ്യത്തെ താളുകളിലൊന്നിൽ ഇപ്രകാരം കാണുന്നു. "തന്റെ മുൻതലമുറയിലെ എഴുത്തുകാരിൽ ഈ എഴുത്തുകാരനെ ഏറെ സ്വാധീനിച്ചിട്ടുള്ളത് എം.ടി. വാസുദേവൻനായരാണ്." കഥാകാരനുവേണ്ടി പ്രസാധകർ നൽകുന്ന ഒരു സത്യവാങ്മൂലമാണിത്. എഴുത്തിന്റെ ആദ്യഘട്ടങ്ങളിൽ കഥാകാരന് കാല്പനികതയോടുള്ള അടുപ്പം അത് വെളിപ്പെടുത്തുന്നു. വി.ബി. ജ്യോതിരാജിന് കാല്പനികതയോടൊപ്പം വിപ്ലവാഭിമുഖ്യവും ഉണ്ട് എന്ന് കഥകൾ എടുത്തുപറയുന്നു. ആഖ്യാനതലത്തിൽ കാല്പനികതയും ആശയതലത്തിൽ വിപ്ലവവും എന്നത് ഒരു ചേരുവയായി മാറുന്ന തന്ത്രമാണ് രചനയിൽ കാണുക. സൂക്ഷ്മമായി

ചിന്തിച്ചാൽ വിപ്ലവവും ഒരു കാല്പനിക ആശയമാകുന്നു. മലയാളത്തിലെ മിക്കവാറും റൊമാന്റിക്കുകൾ കമ്മ്യൂണിസ്റ്റുകളോട് പ്രകടിപ്പിച്ച പ്രണയം ആ തലത്തിൽ വിലയിരുത്തപ്പെടേണ്ടതുമാണ്.

"ചരിത്രം ആവർത്തിക്കുന്നു" എന്ന പേരിൽ ഒരു കഥയുണ്ട് ജ്യോതിരാജിന്റേതായി. വിപ്ലവം ആശയമാവും എന്ന് പ്രത്യാശിക്കുന്ന ഈ കഥ, എഴുത്തുകാരനും ക്രിമിനൽ വക്കീലുമായ 'ബാലേട്ടനു'മായി കഥാകാരൻ ചില ഓർമ്മകൾ പങ്കുവെക്കുന്നതാണ്. പ്രമേയം കമ്യൂണിസം തന്നെ. കമ്യൂണിസ്റ്റ് നിലാവ് എന്ന ഒരു പ്രയോഗം നാം വായിക്കുന്നു. ഫ്രഞ്ച് വിപ്ലവത്തിനിടയിൽ ഗില്ലറ്റിൻകൊണ്ട് കഴുത്ത് ഛേദിച്ച് മരിച്ച ഒരു പെൺകുട്ടിയുടെ "കേക്ക് തിന്നുകൂടെ" എന്ന ഭാവി വാങ്മയം നാം വായിക്കുന്നു. വായനക്കാരനെ ഇങ്ങനെ വിപ്ലവ മനോഭാവത്തിലേക്ക് കൂട്ടിക്കൊണ്ടുപോകുന്ന കഥാകാരൻ ഇത്രയുമെഴുതി: "ഞാൻ വലിയ ആളാകുമ്പോഴേക്കും വിപ്ലവം വരുമെന്ന് അച്ഛൻ പറയാറുണ്ടായിരുന്നു. വിപ്ലവം എന്ന വാക്ക് കേൾക്കുമ്പോഴേ എനിക്കിപ്പോഴും ഓർമ്മ വരിക പിയേഴ്സ് സോപ്പിന്റെ വാസനയാകുന്നു. വിപ്ലവം കിനാവ് കണ്ടുകൊണ്ടാണ് ബാലപംക്തിയിൽ ഞാൻ കഥകളെഴുതിയിരുന്നത്." എത്ര ഭംഗിയായി എഴുപതുകളിലെ യൗവനം ഇവിടെ സംസാരിക്കുന്നു എന്നു നോക്കുക.

കമ്യൂണിസത്തിന്റെ ആവിർഭാവത്തോടെ മലയാളി യുവത്വം 'വിപ്ലവം' സ്വപ്നം കണ്ടുണർന്ന കാലത്തിന്റെ സ്മരണയിലാണ് കഥാകാരൻ. അക്കാലത്ത് വളരെ പ്രചരിച്ച വിലയുള്ള സോപ്പായിരുന്നല്ലോ പിയേഴ്സ്. അതിന്റെ വാസനയോടായിരുന്നു താത്പര്യം. പൂനിലാവുപോലെ ആകാശത്ത് ഉദിച്ചുനിന്നിരുന്ന കമ്യൂണിസ്റ്റ നിലാവിനെ താരതമ്യം ചെയ്യാൻ ഈ ഉത്പന്നത്തെ കണ്ടെടുത്ത് ഉപയോഗിച്ചതിലെ മനോവികാരം എന്തുമാകാം. ഒരുപക്ഷേ അത് യാദൃച്ഛികമാവാം. മറ്റൊരർത്ഥത്തിൽ കാല്പനികതയോടുള്ള അതിരറ്റ വാത്സല്യംകൊണ്ടായിരിക്കാം. അതുമല്ലെങ്കിൽ ഭാവിയിൽ കാല്പനികതയ്ക്ക് വന്നുചേരാനിടയുള്ള ദുരന്തം കമ്യൂണിസത്തിന് വരുമെന്ന് കാഥികമനസ്സ് സവിശേഷമായി പറഞ്ഞുവെച്ചതുമാകാം. അതെന്തായാലും കമ്യൂണിസ്റ്റിനോടുള്ള ആഭിമുഖ്യം, ഒരുതരം ലാളന ജ്യോതിരാജിന്റെ കഥകളിൽ നാം അനുഭവിക്കുന്നു. "ക്രൂശ്" എന്ന കഥയിലേക്കു വരിക. നഷ്ടപ്പെടാൻ ഒന്നുമില്ലെന്നും പൊട്ടിച്ചെറിയാനുള്ള വിലങ്ങ് തന്റെ ശരീരമാണെന്നും വിളിച്ചു പറയുന്ന ഒരു യുവാവാണ് ഈ കഥയിലെ കഥാപാത്രം. തീവ്രവിഭ്രാന്തിയിൽ പെട്ടുപോയ ഒരു യുവത്വം! "പൊട്ടിച്ചെറിയാൻ വിലങ്ങുകൾ' മാത്രം എന്ന മുദ്രാവാക്യം രചനയെ

സ്വാധീനിച്ചുനില്പുണ്ട്. ഒരു മാറ്റത്തിനുവേണ്ടി പോരാടുന്നവരെ രാജ്യദ്രോഹികളും കൊലപാതകികളുമാക്കി മാറ്റുന്ന വ്യവസ്ഥ തിരിച്ചറിയുന്നു. കഥാകാരൻ ആ വ്യവസ്ഥയെ മറികടന്ന് ഒളിവിൽ പോകേണ്ടിവന്ന ആ വികൃതിച്ചെക്കനെ അവന്റെ ടീച്ചർ സ്നേഹിച്ചുപോവുന്നു. അവരുടെ വിഹ്വലതകളും കഥയിൽ നാം വായിക്കുന്നു. ഈ കഥയിലെ ഒരു വാക്യം എടുത്തെഴുതട്ടെ: "അവൻ തന്റെ വിധിവാക്യവുമായി മലകൾ ചവിട്ടിയിറങ്ങുകയായിരിക്കാം." ടീച്ചറുടെ ഒരു ഓർമ്മപ്പെടുത്തലാണ്. തന്റെ കഥകളിൽ വിപ്ലവബോധവുമായി ബന്ധപ്പെടുത്തി ഒരു രാഷ്ട്രീയമനസ്സ് രൂപപ്പെടുത്തുന്ന കഥാകാരൻ എന്തുകൊണ്ട് 'വിധി'യാൽ പ്രവേശിക്കുന്നു. തീർച്ചയായും ദർശനസാമീപ്യമുള്ള ഒരു അന്വേഷണവിഷയവുമാണ് ഈ പ്രയോഗം തേടുന്ന സാധ്യതകൾ. വി.ബി. ജ്യോതിരാജിന്റെ തുടക്കക്കാലത്തെ രചനകളിൽ വിധിയുമായി ബന്ധപ്പെട്ട നിരവധി പ്രയോഗങ്ങൾ കടന്നുവരുന്നതു കാണാം. കഥയുടെ മനസ്സുമായി നമുക്കതിനെ ചേർത്തുവായിക്കണം. 'ദുരന്ത നാടകം' എന്ന കഥയിൽ അജിത്ത് കമലത്തിനോട് ചോദിക്കുന്നു, വിധിവാക്യം എന്നാലെന്താണെന്നറിയുമോ? കമലം ഇരുട്ടിലായിരുന്നതിനാൽ ഉത്തരം പറഞ്ഞില്ല. എത്രയെത്ര അറിയപ്പെടാത്തവർ എന്ന കഥ ഇങ്ങനെ അവസാനിക്കുന്നു: "ജോസഫ് തന്റെ വിധിവാക്യത്തിനായി കാത്തുകൊണ്ട് മലർന്നുകിടന്നു." "വിശദാംശങ്ങൾകൊണ്ട് ശൂന്യതയെ മറികടക്കുന്നതെങ്ങനെ" എന്ന കഥയിൽ ഇങ്ങനെ കാണുന്നു. "ന്യായങ്ങൾ വിധിക്കുന്ന മനുഷ്യർ ആർത്തുചിരിച്ചുകൊണ്ട് എത്ര നിസ്സാരമായാണ് അവിഹിതബന്ധങ്ങൾ എന്ന് വിളിച്ചു കൂവുന്നത്." ജീവിതം ഒരു വിധിക്കൂടാണ് എന്ന സങ്കല്പത്തിൽ നിന്ന് ഈ കഥാകാരൻ ഒരിക്കലും പിറകോട്ട് പോകുന്നില്ല.

ഓരോ മനുഷ്യനും ഓരോ വിധിയുടെ ഇരകളാണ്. മനുഷ്യചാപല്യങ്ങളോടാണ് കഥകൾ സംവദിക്കുന്നത്. ജീവിതയാഥാർത്ഥ്യങ്ങളെ അവഗണിച്ച് വ്യക്തിനിഷ്ഠ മനോഭാവങ്ങളെ സ്വീകരിക്കാനും അയഥാർത്ഥ കല്പനകളെ മനുഷ്യസന്ദർഭങ്ങളുമായി ഇണക്കി വായിക്കാനും സാധ്യമല്ല. അതിനാൽ ഓരോ വ്യക്തിയും തങ്ങളുടെ ജീവിതത്തിൽ ചില വിധിന്യായങ്ങളെ ആലിംഗനം ചെയ്യുന്നതുപോലെ, കമ്യൂണിസത്തിൽ ചെറുപ്പത്തിലെ ആകൃഷ്ടനായ ഒരു കഥാകാരൻ, എങ്ങനെ വിധിയെ ന്യായീകരിക്കുന്നു? ഇത് വി.ബി. ജ്യോതിരാജിന്റെ കഥയിലെ ഒരു പദപ്രശ്നമാണ്. വിധി വിശ്വാസമാണ് ഈ കഥകൾക്ക് അടിസ്ഥാനമെന്ന് ഒരു വായനക്കാരൻ

വിശ്വസിച്ചുപോയിക്കൂടെന്നുമില്ല. അത്രമാത്രം വിധിയും യാഥാർത്ഥ്യവും തമ്മിലുള്ള ഒരു സംഘർഷം നേരിടുന്ന ജീവിതമാണ് വി.ബി. ജ്യോതിരാജിന്റെ ആഖ്യാനവസ്തു. അങ്ങനെ ഓരോ രചനകളും ഓരോ വിധിവാക്യങ്ങളാകുന്നു. 'യാഥാർത്ഥ്യമില്ലാത്ത ഒരു കഥയായി നീ മാറിയിരിക്കുന്നു വെന്ന ക്രൂശ് എന്ന കഥയിലെ ടീച്ചറുടെ മനോഗതം സ്നേഹാധിഷ്ഠിതം കൂടിയാണ്. സ്നേഹത്തിന്റെ ആധാരം പരസ്പരം ആശ്രയിക്കലല്ല; അത് ലൈംഗികമോ ബുദ്ധിപരമോ ആവാമെന്ന് സുരേഷ് മറുപടി നൽകുന്നു. അത് ജീവശാസ്ത്രപരവും സൗന്ദര്യാത്മകവുമാണ്. വിധി വിശ്വാസം ജീവിതത്തിന്റെ ഒരു സുന്ദര ദർശനമാണ്. ഈ സന്ദർഭത്തിൽ നിന്നുകൊണ്ടു വേണം നാം ഈ കഥാകാരനെ വായിക്കേണ്ടത് എന്നു തോന്നിപ്പോകുന്നു.

വിശ്വാസവും ദേശവും തമ്മിലുള്ള ബന്ധം ഈ കഥകളിലെ ഒരു പ്രമേയമായി മാറുന്നുണ്ട് ചില ഘട്ടങ്ങളിൽ. ഭാവനയോട് കടപ്പെട്ടിരിക്കുന്നതുപോലെ ഒരു ദേശത്തോടും ഒരു കലാകാരൻ വിധേയനായിരിക്കും. ദേശത്തിന്റെ നന്മകളും വികല്പങ്ങളും ആഖ്യാനവിഷയമായി മാറും. മന്ത്രവാദിനികൾ തുള്ളിച്ചാടി ചിരിക്കുന്ന ഒരു അന്തരീക്ഷം 'ദുരന്തനാടകം' എന്ന കഥയിൽ കാണുന്നു. വിധിയും മനസ്സും എന്ന കഥയിൽ ജിന്നുകളാണ് പെരുത്ത് നിൽക്കുകയാണ്. ജിന്നുകൾ ചേക്കേറുക ശരീരത്തിലാണ്. ഒരു മുന്നറിയിപ്പുമില്ലാതെ ജിന്നുകൾ ശരീരത്തിൽനിന്ന് വിട്ടുപിരിയുകയും ചെയ്യും. അസാധാരണ സംത്രാസത്തിൽപ്പെട്ട ഒരു കഥാപാത്രം ക്രെംലിൻ കൊട്ടാരത്തിൽ സ്റ്റാലിന്റെ ആഫീസുമുറിയിലിരുന്ന് സ്റ്റാലിനോട് സംസാരിക്കുന്ന ചിത്രം കണ്ടുകൊണ്ടാണ് കഥയുടെ അനുഭൂതി മണ്ഡലത്തിലേക്ക് വായനക്കാരെ കൊണ്ടുപോകുന്നത്. പെടുന്നനെ മറ്റൊരു ഭ്രമാത്മക കാഴ്ചയിലേക്ക് കഥാകാരൻ നമ്മെ കൊണ്ടുപോയിരിക്കുന്നു.

ഒച്ചയുയർത്തി സംസാരിക്കുന്നു. കമ്യൂണിസത്തിന്റേയും ഫാഷിസത്തിന്റേയും ഓർമ്മയുണർത്തി, വ്യത്യസ്തമായ അറിവുകൾ പങ്കുവെക്കുന്നു ഈ കഥയിൽ. ഓരോ ജിന്നും ഓരോ അറിവുകളാണത്രെ പകർന്നുനൽകുക. അവ ലോകത്തെ രണ്ടായി പിളർത്തുകയും ഒരു ശൂന്യതയിലെത്തിക്കുകയും ചെയ്യും. മസ്തിഷ്കത്തിലെ നമ്മുടെ കോശങ്ങളെ അത് മായ്ക്കും. അങ്ങനെ ജിന്നുകൾ നമ്മെ തട്ടിക്കളിക്കാൻ തുടങ്ങുമ്പോൾ ഏകാന്തതയായിരിക്കും കടന്നുവരിക. ആ ഏകാന്തതയിലിരുന്നാണ് 'വിധിയും മനസ്സും' എന്ന കഥയിലെ

കഥാപാത്രം സ്റ്റാലിനുമായി സംഭാഷണത്തിലേർപ്പെടുന്നത്. പാർട്ടി ഒരു ഡിബേറ്റിങ്ങ് സൊസൈറ്റിയല്ല എന്ന് അയാൾ അറിഞ്ഞു. ഇടതുകൈ നിയന്ത്രണം വിട്ട് ചലിപ്പിച്ച് ഹിറ്റ്ലർ പറഞ്ഞു. "അസ്തിത്വത്തിന്റെ ഏറ്റവും യോഗ്യമായ സാധ്യത മരണം മാത്രം." വിപ്ലവബോധത്തിൽ നിന്ന് പതുക്കെ സംത്രാസത്തിലേക്കും അസ്തിത്വത്തിലേക്കും ശൂന്യതയിലേക്കും ചുവടുമാറുകയാണ് കഥാകാരൻ. ഈ കഥയുടെത്തന്നെ ഒടുവിൽ കഥാകാരൻ എത്തിച്ചേരുന്നിടം നോക്കുക. നായ്ക്കരിമ്പുകളും ചുള്ളിപ്പൊന്തകളും നിറഞ്ഞ ചാവക്കാട് കടപ്പുറത്ത് ജിന്നുകൾ എന്നെയും തൂക്കിയെടുത്ത് ഏതോ ഇടവഴിയിലൂടെ എങ്ങോട്ടോ ഊളിയിടുകയാണ് എന്ന് കഥാകൃത്ത്. ഇതൊരു സ്വയം വിശദീകരണമാണ്. ഒരു സ്വത്വനിർമ്മിതിയുമാണ്. ക്രെംലിനിൽ നിന്നാരംഭിച്ച ഭൂമിക്കടിയിലുള്ള നിലവറയിലൂടെ അവനവന്റെ ദേശത്ത് എത്തിച്ചേരുന്നത് അയഥാർത്ഥമായ, ക്രിയാത്മകമായ അനുഭവങ്ങളിലൂടെയാണ്. ഈ സഞ്ചാരത്തിനിടയിൽ അസ്തിത്വനിരീക്ഷണം നടത്തുന്നു. ശൂന്യതയെക്കുറിച്ച് ഓർമ്മിപ്പിക്കുന്നു. സംത്രാസം അനുഭവിക്കുന്നു. ഇതൊക്കെ ആധുനികതയുടെ ആശയകല്പനകളുമാണ്. കഥയുടെ ഒടുവിൽ കഥാപാത്രം ഒരു കുട്ടിയെപ്പോലെ നിദ്രയിലേക്കു വീഴുന്നു. ചെറുശ്ശേരിയുടെ ഓർമ്മ വീണ്ടെടുക്കുന്ന ഉറക്കപ്പാട്ടിലൂടെ ജിന്നുകളുടെ ചിരിയും കേൾക്കുന്നതായി സൂചിപ്പിക്കുന്നു.

വിഭ്രമാത്മകമായ അനുഭൂതി ചിത്രണങ്ങളിലൂടെ ജീവിതത്തിന്റെ യാഥാർത്ഥ്യത്തെ പുണരുക എന്ന ലക്ഷ്യമാണ് കഥാകാരന്റേത് എന്ന് തോന്നിപ്പോകുന്നു. വിധിബോധവും വ്യക്തിമനസ്സും സദാ ഒരു തർക്കത്തിലാണ് എന്ന വിശ്വാസം ഒരു സത്യസ്ഥിതിയുടെ രേഖപ്പെടുത്തൽ കൂടിയാണ്. വിശ്വസനീയമായ ഒരു ഭാവക്രമം രൂപപ്പെടുത്താൻ സർഗാത്മകമായ ഒരു കലാകാരൻ രചനയിൽ ദീക്ഷിക്കുന്ന നിലപാടുകൊണ്ട് ശ്രദ്ധേയമാവുന്ന കഥയാണ് 'വിധിയും മനസ്സും'. ഇതിന്റെ രചനാപശ്ചാത്തലമായി ഒരു സാമൂഹികഘടന നിലനിർത്തിയിരിക്കുന്നു.

ദേശവും ദേശത്തിലെ വിശ്വാസങ്ങളും രാഷ്ട്രീയവും എല്ലാം കൂടിച്ചേർന്ന ഒന്നാണത്. കഥ വളരെ സങ്കീർണമായിത്തോന്നാം അതിന്റെ ലളിതവായനയിൽ. അത് ഒരു കൗശലംകൊണ്ടാണ് എന്ന് തിരിച്ചറിയാനും പ്രയാസമില്ല. വാസ്തവത്തിൽ ജ്യോതിരാജിന്റെ കഥകളെ വ്യത്യസ്തമാക്കുന്ന ഘടകം ഈ കൗശലമാണ്. ഈ പ്രകരണത്തിൽ ഉദാഹരിക്കാവുന്ന മറ്റൊരു കഥയുണ്ട്. "ആരൊക്കെയോ ജീവിച്ചുകൊണ്ടിരിക്കുകയാണ്."

ഒരു സുഹൃത്തിൽനിന്ന് ഏകാന്തതടവറയിലെ ബീഭത്സയുടെ കഥകൾ കേൾക്കുന്നു. തടവറയിലാക്കപ്പെട്ട ഒരാൾക്ക് തന്റെ ഓമനമകന്റെ ഇറച്ചി വിളമ്പിയ കഥയും അയാൾ കേൾക്കുന്നു. അഷറഫ് പറഞ്ഞതെല്ലാം സാമ്രാജ്യത്വത്തിന്റെ തടവറയെക്കുറിച്ചായിരുന്നോ എന്നയാൾക്കു തോന്നി. മറ്റൊരു സന്ദർഭത്തിൽ ഫാസിസ്റ്റ് കാലത്തെ 'ഭൂമിക്കടിയിലുള്ള സ്വീകരണമുറി'യെക്കുറിച്ച് ഈ കഥാകാരൻ പറഞ്ഞത് ഇവിടെ ഓർത്തുപോകുന്നു! ഒടുവിൽ കഥാകാരൻ ചെന്നുചേരുന്നത് വലിയൊരു പള്ളിയുടെ അകംപോലെ വിസ്താരമുള്ള ഒരു സ്ഥലത്താണ്. പഴയ സോവിയറ്റ് റഷ്യയിലെ മനുഷ്യാത്മാക്കൾ അവിടെ കൂടിയിരിക്കുന്നു. അയാളുടെ സാന്നിധ്യം ആ ക്യാമ്പിൽ നിശ്ശബ്ദത വിളയിച്ചു. കഥയിൽ ഇങ്ങനെ: "ഞാനൊരു സ്റ്റാലിനാണ്. സ്റ്റാലിനെ എനിക്കിഷ്ടമാണ്." ഏതു നിമിഷവും നിസ്സഹായതയും സർവ്വനാശവുമായി പരിണമിച്ചേക്കാവുന്ന അവസ്ഥയിലെത്തിയിരുന്ന ഒരു സ്ഥലത്ത് സ്റ്റാലിനെത്തുമെന്ന് അച്ഛാച്ഛൻ പറഞ്ഞുകൊടുത്തത് ഓർമ്മിച്ചു. ലെനിനും സ്മരണയിലെത്തി. സോവിയറ്റ് യൂണിയന്റെ തകർച്ചയും അദ്ദേഹം ഓർത്തിരിക്കണം. പഴയ സോവിയറ്റ് റഷ്യയിലെ മനുഷ്യാത്മാക്കളാണ് നിറയെ.... ഒരു പരാജയത്തിനു ശേഷമുള്ളവർ. അവർ ഒരു പരിചിതനെപ്പോലെയാണ് നോക്കിയത്. തുടർന്ന് സവിശേഷമായ ഒരു കാഴ്ചയിലേക്ക് കഥാകാരൻ നമ്മെ കൊണ്ടെത്തിക്കുന്നു.

"എന്റെ മുന്നിൽ നടന്നു പോകുന്നത് ലെനിൻ ആണെന്ന് അപ്പോഴാണ് ഞാനറിയുന്നത്. അവർ കൈവീശുന്നതും അയാൾക്കാണോ? അതോ അതിനു മുമ്പ് നടന്നുപോകുന്ന അഡോൾഫ് ഹിറ്റ്ലർക്കോ? ആർക്കറിയാം?

ഒരു സന്ദേഹിയുടെ പിരിമുറുക്കമില്ലായ്മ ഭാഷയ്ക്ക് നൽകിക്കൊണ്ടാണ് കഥാകാരൻ തന്റെ മാനസികാവസ്ഥയെ പരിശോധിക്കുന്നത്. ഇത് കലാകാരന്റെ മാത്രം പ്രശ്നമല്ല. പഴയ കിനാവിന്റെ പ്രതീക്ഷയാൽ കാലത്തെ അതിജീവിച്ച ഒരു ജനതയുടെ സന്ദേഹം കൂടിയാണ് ഈ വരികൾക്കിടയിൽ നിറഞ്ഞുനിൽക്കുന്നത്. സ്വപ്നങ്ങളുടെ തകർച്ചയാണ് കഥയിലെ ആന്തരിക പ്രമേയം. ഹിറ്റ്ലറിസത്തിലേക്ക് മനുഷ്യൻ സഞ്ചരിച്ചെത്തുന്നു. സ്വാതന്ത്ര്യവും നിലനില്പും പരിമിതപ്പെടുന്നു. ഇന്ത്യയിലെ ആശയവാദികളും നേരിടുന്ന പ്രധാന പ്രതിസന്ധി മറ്റൊന്നുമല്ല. ഫാസിസം നമ്മുടെ ചുറ്റുപാടുകളിൽ പിടിമുറുക്കി ഒരു വികാരമായി മാറുമ്പോൾ ആശയവാദികൾക്കും പറയേണ്ടിവന്നു ഈയിടെ: "ഈ മണ്ണിൽ ഇനി വിപ്ലവമുണ്ടാകില്ല." ഒരു വിപ്ലവകാരിയുടെ അന്തിമമായ വേഷം

കാവി പുതച്ച സന്ന്യാസത്തിന്റേതാണെന്ന് 'അകലെയൊരിടത്ത് തനിച്ചൊരാൾ' എന്ന കഥയിലെ ഒരു കഥാപാത്രം പറഞ്ഞത് വൈകാരികമായിട്ടാകാം. പക്ഷേ അതിന് വ്യാപകമായ ഒരു പ്രവചനസ്വരം കൈവന്നിരിക്കുന്നു. കാവി ഇന്ന് വെറുക്കപ്പെട്ട ഒരു പ്രത്യയശാസ്ത്ര ബിംബമാണ്.

എന്തിനാണ് സാഹിത്യം? സ്വപ്നങ്ങളെ ഉണർത്താനും ഭാവിയെ മുന്നോട്ടുവെക്കാനുമാണ് സാഹിത്യം ഉദ്യമിക്കേണ്ടത് എന്ന് 'ഇരുട്ടിൽനിന്ന്' എന്ന കഥയിൽ കാണുന്നു. സ്വപ്നങ്ങൾ തകർന്നുതുടങ്ങിയപ്പോൾ ജീവിതത്തെ ലാവണ്യാത്മകമാക്കി അന്വേഷണവിധേയമാക്കിയ കഥാകാരനാണ് ജ്യോതിരാജ്. രണ്ടു ഭാവങ്ങൾ അദ്ദേഹം കൊണ്ടുവരുന്നു. വെളിച്ചം/ഇരുൾ എന്ന ദ്വന്ദ്വം പ്രധാനപ്പെട്ട ചില കഥകളിൽ ആവർത്തിക്കപ്പെടുന്നു. ഇരുളിൽ മറഞ്ഞുപോയവർ, ഇരുട്ടിൽനിന്ന്, ഇരുൾ ശരീരങ്ങൾ, വെളിച്ചം കാത്തിരിക്കുന്നവർ എന്നീ കഥകളിൽ ഇരുളും വെളിച്ചവുമായി ബന്ധപ്പെട്ട ബിംബങ്ങൾ ആവിഷ്കരിക്കുന്നതു കാണാം. ഒരു പ്രവചന സ്വഭാവം കൈവരുന്ന കഥകളാണ് മിക്കതും. ഇതിലെല്ലാം ജീവിതത്തിലെ വിഷമതകൾക്കും വിധിനാടകങ്ങൾക്കും മുമ്പിൽ അകപ്പെട്ടുപോവുന്നതിൽ, കഥാകാരൻ പ്രതികരിക്കുന്നു. ആരുമില്ലെന്ന ബോധം ഒരു വേദനയായി ഞരമ്പുകളിലൂടെ നീറിപ്പിടിക്കുന്നത് എഴുത്തുകാരൻ യാഥാർത്ഥ്യമായി സ്വീകരിക്കുന്നു. ജനിക്കുക എന്നത് ഒരു കുറ്റകൃത്യമാണ് എന്നും അതിന് കിട്ടുന്ന ഒരു ശിക്ഷയാണ് ജീവിതമെന്നും തങ്ങൾക്ക് കിട്ടുന്ന ബന്ധങ്ങളെന്നും ഓർക്കുന്ന ഒട്ടനവധി മനുഷ്യർ നമുക്കു ചുറ്റുമുണ്ട്. അവർ ഇരുട്ടിൽ തപ്പുന്നു. വെളിച്ചത്തിന് വേണ്ടി കേഴുന്നു. പക്ഷേ ഇരുട്ടിൽ നിന്ന് മോചനമില്ലെന്നറിയുന്ന അവരുടെ കരച്ചിൽ ശ്രദ്ധിക്കുന്ന എഴുത്തുകാരനാണ് വി.ബി. ജ്യോതിരാജ്. അതുകൊണ്ട് ഒരിക്കൽ ഞാൻ എഴുതി: "ഇരുട്ടിൽനിന്ന് രക്ഷപ്പെടുകയില്ലെന്നറിഞ്ഞ് വെറുതെ വെളിച്ചത്തിന് വേണ്ടി കരയുകയും ചെയ്യുന്ന ഒരു ശിശുവിനെപ്പോലെയാണ് ജ്യോതിയുടെ കഥാലോകം."

'ജീവിതം' എന്ന കഥയിലെ ഏതാനും വരികൾ കേൾക്കുക: "ജീവിതം ജീവിക്കാൻ കൊള്ളാത്തതാണെന്ന് വിധിയെഴുതരുത്. ഇവിടെ ഈ മുറിയിലും ഈ വീട്ടിലും ഈ പരിസരത്തും നമുക്ക് ആശ്ചര്യത്തോടെ, കൗതുകത്തോടെ, വിസ്മയത്തോടെ, അതിശയത്തോടെ, ജീവിക്കാൻ കഴിയുന്നില്ലെങ്കിൽ നമുക്ക് ലോകത്തെവിടെച്ചെന്നാലും ഒരു വികാരവും ഉണ്ടാവുകയില്ല. ഈ നിമിഷവും ഈ മുഹൂർത്തവും ജീവിതത്തിന്റെ ധന്യമായ ഹൃദയത്തുടിപ്പുകളാണ്. ഒരു പാട്ടു പാടൂ, ഒരു ചിത്രം

വരയ്ക്കൂ, ഒരു ശില്പം ചെത്തിമിനുക്കൂ. എന്തെങ്കിലും ചെയ്യൂ. പൂക്കളെയും കിളികളെയും നിങ്ങൾ കാണാത്തതെന്ത്? ഗാലക്സികൾക്കപ്പുറത്ത് നക്ഷത്രങ്ങളും തമോനക്ഷത്രങ്ങളും മന്ത്രങ്ങളുരുവിടുന്നത് അറിയാത്തതെന്ത്? പൂനിലാവിന്റെ താരാട്ട്, മഴമേഘങ്ങളുടെ ലാസ്യഭാവങ്ങൾ, ഒരു കുഞ്ഞിത്തെന്നലിന്റെ മൃദുസ്പർശങ്ങൾ... ഒന്നും നിങ്ങൾ അറിയാത്തതെന്ത്?"

എഴുത്തിന് ഒരു സാക്ഷ്യപത്രം വായനക്കാർക്കായി സമർപ്പിക്കുകയാണ് കഥാകാരൻ. അത് എഴുത്തിലെ കഥാകാരന്റെ നിലപാടുകൂടിയാണ്. ആത്മഹത്യയോ മരണമോ മാത്രമല്ല വിഷയം. ജീവിതം എഴുതാൻ ആഗ്രഹിക്കുന്ന ഒരാൾ, ഇത്തരം പ്രവണതകളോടൊപ്പം കിളികളെയും പൂക്കളെയും കാണണം. കിളികൾക്കും പൂക്കൾക്കും ചിത്രശലഭങ്ങൾക്കും നേരെ എന്ന ആ പ്രയോഗം ജ്യോതിരാജിന്റെ സമകാലികനായ ടി.വി. കൊച്ചുബാവയുടെതായുണ്ട്. ആത്യന്തികമായി പ്രകൃതിയെ കാണുന്നവൻ കൂടിയാണ് എഴുത്തുകാരൻ. എന്തിനുകൊള്ളും തന്റെ ശരീരമെന്ന് വിചാരിച്ച് ആത്മഹത്യ ചെയ്ത മകളുണ്ടാക്കിയ വ്യസനത്തിൽ നിന്ന് എഴുത്തുമുറിയിലെത്തിയപ്പോഴാണ് അച്ഛന് ചിന്തകളുണ്ടായത്. അയാൾ എഴുതിവെച്ച അയാളുടെ ഒരു ചിന്തയാണ് മുകളിൽ കുറിച്ചത്. ജീവിതത്തെ ജീവിക്കാൻ ഉതകുന്നതാക്കുന്ന എല്ലാ നല്ല സങ്കല്പങ്ങളും നമ്മളിൽനിന്ന് ചോർന്നുപോയിരിക്കുന്നു. ഇത് വ്യക്തിജീവിതത്തിന്റെ മൗലികപ്രശ്നമല്ല.

ജീവിതത്തിന് ഒരു ജീവിതമുണ്ട് എന്നും ആ ജീവിതമാണ് എഴുത്തുകാരന് പറയാനുള്ളത് എന്നും തിരിച്ചറിയാൻ കഥാകാരന്മാർക്ക് കഴിയണം. ആ തിരിച്ചറിവ് രചനാപരമായി നിറവേറ്റിയവരാണ് ജ്യോതിരാജിന്റെ തലമുറയിലെ ആഖ്യാനകാരന്മാർ. ആധുനികതയിൽ നിന്ന് തുടങ്ങി, പൊടുന്നനെ ആധുനികതയിൽനിന്ന് വിച്ഛേദിച്ചവരാണ്. ജീവിതത്തിന്റെ വിജയം അവർ പ്രമേയമാക്കി. എഴുത്തിനെ കൊഞ്ഞനംകുത്തിയോ ഭയപ്പെടുത്തിയോ ജീവിതം വായിക്കാൻ ശ്രമിച്ചവരായിരുന്നില്ല ഈ കഥാകാരന്മാർ. ജീവിതത്തിൽ നിന്ന് എഴുത്തിനെ വേർപ്പെടുത്താതെ വ്യാഖ്യാനിച്ചു. മനുഷ്യബന്ധങ്ങളും ബന്ധശൈഥില്യങ്ങളും ആഖ്യാനത്തിൽ കൊണ്ടുവന്ന് കഥയെഴുതാൻ അവർ ശ്രദ്ധിച്ചു. കഥയെഴുത്ത് ബന്ധങ്ങളുടെ നിരീക്ഷണമാണ് എന്നു പ്രസ്താവിച്ചവരുമുണ്ട്. വികാരവും വെറുപ്പും ലൈംഗികതയും ചലനാത്മകമായി ആവിഷ്കരിച്ചു. 'ലൈംഗിക അരാജകത്വ'ത്തിന്റെ പേരിൽ അധിക്ഷേപിക്കപ്പെട്ടതിന്റെ കഥയും നമുക്ക് ചൂണ്ടിക്കാണിക്കാൻ ഉണ്ടാകും.

വിചിത്ര സ്വഭാവഘടനയുള്ള മനുഷ്യബന്ധങ്ങളെക്കുറിച്ചാണ് ജ്യോതിരാജ് പറയുന്നത്. ആ വിചിത്രത ഒരു സ്വാതന്ത്ര്യത്തിന്റെ തേടലാണ്. അതുകൊണ്ടുതന്നെ ജ്യോതിരാജിന്റെ കഥകളിലെ സ്ത്രീ-പുരുഷബന്ധം പ്രത്യേകം വിലയിരുത്തേണ്ടതാണ്. "മനുഷ്യാസ്തിത്വത്തിന്റെ ജീവധാര" എന്ന നിലയിൽ ആ ബന്ധങ്ങളെ മുമ്പേ ഞാൻ പരിശോധിച്ചിട്ടുണ്ട്. (ക്രൂശ് സമാഹാരത്തിന്റെ അവതാരിക) അപൂർവ്വമായ സ്ത്രീ-പുരുഷജോടികൾ ശ്രദ്ധയിൽപ്പെട്ടതും ഞാൻ ഓർക്കുന്നു. ജോസഫ്-രാധ (എത്രയെത്ര അറിയപ്പെടാത്തവർ), ഹിരണ്യൻ -അപർണ (ചിറകുകൾ), അജിത്-കമലം (ദുരന്തനാടകം), സുരേഷ്-ടീച്ചർ (ക്രൂശ്), രാമേട്ടൻ-രമ (അകലെയൊരിടത്ത് തനിച്ചൊരാൾ) എന്നീ ജോടികളും 'അയാൾ', 'ഞാൻ' എന്നിങ്ങനെയുള്ള കഥാപാത്രങ്ങളും. ഇവ ഒരു വിമർശകന് അവഗണിക്കാനാവാത്ത ആഖ്യാനഘടകങ്ങളാണ്. ഒരു മര്യാദയുമില്ലാതെ സ്ത്രീകളെ ആക്രമിച്ച് കീഴടക്കുന്നവരല്ല ഈ കഥകളിലെ പുരുഷന്മാർ. അവർ സ്ത്രീകളുമായി ചില കരാറുകളിൽ ഏർപ്പെട്ടുകൊണ്ട് തീരുമാനങ്ങളിൽ എത്തിച്ചേരുന്നു. സ്നേഹത്തോടും വാത്സല്യത്തോടുംകൂടി സ്ത്രീയെ കൊല്ലുന്ന ഒരു കഥാപാത്രമുണ്ട്, ഒരു കഥയിൽ. പുരുഷന്റെ ചരിത്രം എന്നത് വഞ്ചിച്ച സ്ത്രീയുടെ ചരിത്രമാണ് എന്ന് വ്യാഖ്യാനിക്കപ്പെടുന്നു.

പ്രണയത്തിന്റെയും തിരിച്ചുപോക്കുകളുടെയും അശാന്തിയുടെയും അക്രമത്തിന്റെയും അനുഭവങ്ങൾ പങ്കുവെച്ച്, ലൈംഗികമായി സന്ധിക്കുന്നതിൽ ആനന്ദം കാണുന്നവരാണ് മറ്റു ചില കഥാപാത്രങ്ങൾ. ഒരു നായാടിപ്പെണ്ണിനോളം ഭോഗസുഖം മറ്റൊന്നിനുമില്ല എന്നാണ് ഒരു പരാമർശവാശി. പുരുഷനും സ്ത്രീയും കാലവും ചരിത്രവുമെല്ലാം ഒന്നായിത്തീരുന്ന ഒരവസ്ഥയിൽ നമ്മെ കൊണ്ടെത്തിച്ചു. മാംസവേഴ്ചയേക്കാൾ ആശയവേഴ്ചയെ ആഖ്യാനത്തിന്റെ തന്ത്രമാക്കുകയാണ് കഥാകാരൻ. പുരുഷനിർമ്മിതിക്കുള്ളിൽ ഒരു സ്ത്രീകഥാപാത്രത്തെയും കൊണ്ടുനിർത്തുന്നില്ല. ഒരു കഥയിലെ ഒരു വാക്യം ഉദ്ധരിച്ചുപറഞ്ഞാൽ, മൊത്തം സമൂഹവുമായി ബന്ധമില്ലാത്ത ഒരു സ്ത്രീസഞ്ചയത്തെ വിഭാവനം ചെയ്യുന്നതിനെതിരെയുള്ള ഒരു കലാപമാണ് തനിക്ക് കഥാരചനയെന്ന് വി.ബി. ജ്യോതിരാജ് പ്രഖ്യാപിക്കുന്നു.

നാം നിത്യേന നേരിടുന്ന സാമൂഹികഘടനകളെ അഭിസംബോധന ചെയ്യുന്ന കഥകൾ ജ്യോതിരാജിന്റേതായുണ്ട്. നേരത്തെ സൂചിപ്പിച്ചതുപോലെ, തന്റെ ജന്മദേശം അനുവദിച്ചു നൽകിയ ചില സാമൂഹികസ്വഭാവങ്ങൾ സ്വാതന്ത്ര്യത്തോടെ

പ്രയോജനപ്പെടുത്തുന്നതു കാണാം. മന്ത്രവാദം അതിലൊന്നാണ്. ദുർമന്ത്രവാദിയായ കേരക്കുട്ട്യമ്മാവന്റെ ആനപ്പാറയിലെ പൊളിഞ്ഞുവീഴാറായ വീടിനുള്ളിലിരുന്ന് മന്ത്രവാദനോവലിന്റെ രചനയിൽ ഏർപ്പെട്ട ഒരു കാലത്തിന്റെ നടുക്കമുണർത്തുന്ന സംഭവങ്ങളാണ് 'ഇരുളിൽനിന്ന്' എന്ന കഥയിൽ അടുക്കിവെച്ചിരിക്കുന്നത്. സാഹിത്യ താത്പര്യം മാറ്റിവെച്ച് കൈവിഷത്തെക്കുറിച്ച് പറയേണ്ടിവരുന്നതിലെ ഒരു യുക്തിയില്ലായ്മ ഈ രചന നമ്മെ അനുഭവപ്പെടുത്തുന്നു. ഭ്രാന്തിപ്പെണ്ണും കൈവിഷത്തിന്റെ ചേരുവകളും ബാധതുള്ളിക്കൊണ്ടുള്ള കൊലപാതകവും ഒത്തുചേർന്ന് ഒരു വിചിത്രാന്തരീക്ഷം കഥയിൽ രൂപപ്പെടുത്തിയിരിക്കുന്നു. കൊല്ലിന്റെയും കൊലയുടെയും കഥ, അടികരിഞ്ഞ സ്വാദുള്ള പായസം കഴിച്ച് പ്രൊമോഷൻ നഷ്ടപ്പെട്ട കഥ, സംഭ്രാന്തിയോടെ ബീഭത്സമായ ഒരു രതിവേഴ്ച കണ്ട കഥ, മൗനത്തെ ഭേദിക്കുന്ന വാക്കുകൾകൊണ്ടല്ലാതെ എഴുതാനൊക്കുമോ? മന്ത്രവാദം ചെയ്ത് കുട്ടിയുടെ കഴുത്തറത്തുകൊന്നത് മനശ്ശാസ്ത്രജ്ഞനല്ലാത്ത ഒരാൾക്ക് എങ്ങനെ വ്യാഖ്യാനിക്കാനാകും?

ഒരു എഴുത്തുകാരൻ നേരിടുന്ന യഥാർത്ഥ മറ്റൊരു പ്രതിസന്ധിയാണിത്. പാരമ്പര്യത്തിന്റെ ഇരുളിൽനിന്ന് അയാൾ പുറത്തുവരാതെ വയ്യ. പക്ഷേ ദേശം, അതിന്റെ വിധിസ്വത്വം അയാളെ വിലക്കുകയാണോ? ഈ വിഷമാവസ്ഥ എഴുത്തുകാരന്റെ നിലനില്പിന്റേതുതന്നെയാണ്. സ്വകാര്യങ്ങളെ അറിയാനും ദേശാവസ്ഥകളെ നിർവചിക്കാനും എഴുത്തുകാരൻ സന്നദ്ധനാകുന്നതിലെ പൊരുളും അതാണ്. ഒരു ദേശത്ത് ഒരു ഭ്രാന്തനെങ്കിലുമുണ്ടാകും എന്നത് ഒരു നാട്ടുചൊല്ലാണ്. ഭ്രാന്തൻ ശങ്കുണ്ണിയുടെ ഏതോ ഓർമ്മ ലക്ഷണക്കേടുപോലെയാണ് ഉള്ളിലേക്കിറങ്ങി വരുന്നതെന്ന് കഥാകാരനെഴുതുമ്പോൾ, മറ്റു ചില ഓർമ്മകൾകൂടി ഭ്രാന്തൻ കാറ്റുപോലെ ഓടിവരുന്നു എന്ന് നാം മനസ്സിലാക്കണം. ശങ്കുണ്ണിയുടെ ഭ്രാന്തിന്റെ രഹസ്യം അയാളുടെ ഭാര്യയുടെ ജാരബന്ധമാണ് എന്ന ഒരു സൂചനയുണ്ട്.

ഭ്രാന്തിന് ഒരു നിർവചനവും കൊടുക്കുന്നു. അബോധമനസ്സ് പോയ കാലത്തിന്റെ പൊട്ടും തരിയും കൊണ്ട് കളിക്കുകയാണ്. പോയകാലങ്ങൾ തിരിച്ചുവരില്ലെന്നറിയാം. എന്നിട്ടും ആ പഴയ കാലത്തിലേക്ക് തിരിച്ചുപോകാനുള്ള കലശമായ ആഗ്രഹവും ഇതുമായി ബന്ധപ്പെട്ടുകിടക്കുന്നു. ഭ്രാന്തിൽ ഒരു ഗൃഹാതുരത്വമുണ്ട് എന്ന് തിരിച്ചറിയുന്ന അനവധി സംഭവങ്ങൾ തന്റെ ദേശത്തുനിന്ന് കഥാകാരൻ കണ്ടെടുക്കുന്നു. വിചിത്രമായ മാനസികാവസ്ഥയിലൂടെ ജീവിതത്തിന്റെ

യാഥാർത്ഥ്യത്തിലെത്തുക എന്ന ഒരു അന്വേഷണം ആഖ്യാന പരീക്ഷണമായി മാറുന്നു. മറ്റൊരു കഥയിൽ ഭ്രാന്തൻ രാമേട്ടനെ നാം പരിചയപ്പെടുന്നു. ഭ്രാന്ത് മാറ്റാനായി വിവാഹം ചെയ്തെങ്കിലും വിവാഹശേഷം ഭ്രാന്ത് മൂത്ത് കയറിയ കഥ, 'അകലെയൊരിടത്ത് തനിച്ചൊരാളിൽ' നാം വായിക്കുന്നു. ഈ അനുഭവങ്ങളിലൂടെ കടന്നുചെന്ന് വിപ്ലവത്തിന്റെ ഭാവിദുരന്തങ്ങളും മൂന്നാം മഹായുദ്ധത്തിന്റെ വികാരക്ഷോഭവും നോവൽ രചനയിലെ പ്രശ്നങ്ങളും ചർച്ചയ്ക്കെടുക്കുന്ന ആഖ്യാനകാരൻ, ജീവിതത്തിന്റെ അർത്ഥശൂന്യതയിൽ വേവലാതികൊള്ളുന്നു. ആ അർത്ഥശൂന്യതയെ മറികടക്കുക ഓരോ മനുഷ്യരുടെയും ലക്ഷ്യവും ധർമ്മവുമാകുന്നു. അതിന് ജീവിതത്തെ ഹിംസാത്മകമാക്കിയതുകൊണ്ട് കാര്യമില്ല. പ്രണയത്തേയും സ്നേഹത്തേയും സവിശേഷമായ ഒരു ഭാവപ്പകർച്ചയ്ക്ക് വിധേയമാക്കുകയാണ് ആവശ്യം. അതിനായി പൈതൃകത്തെ ഓമനിച്ചുണർത്തുന്നു.

അകലെയൊരിടത്ത് തനിച്ചൊരാൾ, എവിടെയോവെച്ച് മുറിഞ്ഞുപോയത് എന്നീ കഥകളിൽ കഥാരചന ഒരനുഭവ പശ്ചാത്തലമായി വരുന്നതു കാണാം.

എഴുത്ത് ജ്യോതിരാജിനൊരു അതിജീവനപ്രവർത്തനമായി മാറിയ കാലത്തിന്റെ രചനകളാകാം ഈ കഥകൾ. ജീവിതാനുഭവങ്ങളാണ് സാഹിത്യകാരന്റെ വഴികാട്ടിയെന്ന വിശ്വാസം, ശുദ്ധ അസംബന്ധമാണ് എന്ന് മറ്റൊരു ഘട്ടത്തിൽ തുറന്നെഴുതുകയാണ്. ജീവിതവ്യഥയിൽ നിന്ന് അപൂർവമായി ചിലർക്ക് മഹത്തായ രചനകൾ സൃഷ്ടിക്കാൻ കഴിഞ്ഞേക്കും. പക്ഷേ താൻ ജീവനുള്ള ശവമായി മാറുന്നുവെന്നാണ് കണ്ടെത്തൽ. മാത്രവുമല്ല ഓർമ്മകൾ മറവിയാകുന്നിടത്ത് എഴുത്ത് സംഭവിക്കാനും പ്രയാസം. ഈയൊരു വ്യതിയാനമാണ് 'അമ്മ'യെ എഴുതാൻ കഥാകാരനെ പ്രചോദിപ്പിക്കുന്ന ഘടകം എന്ന് കരുതാം. 'അമ്മ'യെ എഴുത്തുമുറിയിലേക്ക് കൊണ്ടുവരുന്നു. "പൊടുന്നനെ വികല്പം ബാധിച്ചതുപോലെ എന്റെ എഴുത്ത് നിലച്ചു. വിലപ്പെട്ട എന്തോ ഒന്ന് വീണുപോയെന്നു തോന്നി. അമ്മയായിരുന്നു അത്." കഥാകാരൻ ഒരു ഗൃഹാതുരത്വ മനുഷ്യനായി മാറുന്നത് നാമറിയുന്നു. തന്റെ എഴുത്തിൽ ഇടയ്ക്കിടെ സംഭവിക്കുന്ന ഒരു പ്രശ്നം അവതരിപ്പിക്കുകയാണ്, തന്റെ രചനയിൽ ഇടയ്ക്കിടെ വിടപറച്ചിൽ സംഭവിക്കുന്നു. എഴുതിക്കൊണ്ടിരിക്കുന്ന പകുതിയിലെവിടെയോ വെച്ച് കഥ മുറിഞ്ഞുപോകുന്നു. പൂർത്തിയാക്കാനാവാറില്ല. മാത്രവുമല്ല, എഴുതിവെച്ച ഒരു കഥയും സാമാന്യബുദ്ധിക്ക് യോജിച്ചവിധം ഒരു പര്യവസാനം നല്കാൻ കഴിയാത്തതും ഓർമ്മിക്കുന്നു.

ഇത് എഴുത്തുകാരൻ നേരിടുന്ന പ്രതിസന്ധി മാത്രമല്ല, സർഗാത്മകത നേരിടാനിടയുള്ള പ്രതിസന്ധികൂടിയാണ്. തന്റെ കഥാജീവിതം എത്രമാത്രം പ്രതിസന്ധിയിലൂടെയാണ് കടന്നുപോയത് എന്ന് ധ്വനിപ്പിക്കാനാകാം 'എവിടെയോ വെച്ച് മുറിഞ്ഞുപോയത്' എന്ന കഥയെഴുതിയത്. എന്നാലതിൽ അമ്മ കഥാപാത്രമായി വരുന്നു. മറ്റു ചില കഥകളിലും അമ്മ കഥാപാത്രമായിട്ടുണ്ട്. അഥവാ കഥകളുടെ അനുഭവഘടനയിൽ അമ്മയുടെ സാന്നിധ്യം നിർണയിക്കുന്നതിൽ എഴുത്തുകാരൻ ശ്രദ്ധിച്ചിരുന്നു. അമ്മയോടൊപ്പമുള്ള ക്ഷേത്രസഞ്ചാരത്തിനിടയിൽ ആണ് അയാൾ ഒരു ഭ്രാന്തിപ്പെണ്ണിനെ കണ്ടുമുട്ടിയത്. അമ്മ മരിച്ചുപോയാലും ആ യാഥാർത്ഥ്യത്തെ വിസ്മരിക്കാനാവില്ല എന്നു തുറന്നു സമ്മതിക്കുന്ന കഥയാണ് 'ജീർണതയുടെ അവശിഷ്ടങ്ങൾ'. ഇപ്രകാരം അമ്മ ഒരനിവാര്യതയായി മാറുന്നതിലാകാം രചനയിലെ മുറിഞ്ഞുപോക്ക് അമ്മയെ ഓർമ്മിക്കുന്നതിനോടൊപ്പമായത്. ഇത് ഒരു രചനാദിശയാണ്. എഴുത്തുകാരനെ സംബന്ധിച്ചിടത്തോളം അമ്മ ഒരു ഗൃഹാതുര ഓർമ്മയും രാഷ്ട്രീയവും കഥയുമാണ്. കഥ ഏതുകാലത്തും നൊസ്റ്റാൾജിക്കാണ്. നഷ്ടത്തിന്റെയും വ്യതിചലനത്തിന്റെയും മനോവികാരമാണ് നൊസ്റ്റാൾജിയ എങ്കിൽ, ആ പ്രവണത നിറഞ്ഞുകിടക്കുന്നുണ്ട് വി.ബി. ജ്യോതിരാജിന്റെ കഥകളിൽ. ശൂന്യതയും വിപ്ലവരാഷ്ട്രീയവും അസ്തിത്വവും ഒക്കെ പ്രമേയമാകുമ്പോഴും ദേശവും ഭ്രാന്തും അശാന്തിയും വികാരങ്ങളും സങ്കടങ്ങളും ലൈംഗികതയും ഏകാന്തതയും ശരീരവും അരാജകത്വവും കൈവിടാതെ ആഖ്യാനവൽക്കരിക്കുന്നു. ഇതെല്ലാം കൂടിച്ചേർന്ന് ഒരുങ്ങുന്ന ഒരു വിഭ്രാന്തിയാണ് സർഗാത്മകതയെന്ന് ഈ കഥകൾ വിളിച്ചുപറയുന്നു. രാഷ്ട്രീയസംസ്കാരം കലർന്ന ഒരു ഗൃഹാതുരതയാണ് ഈ കഥകൾ അനുഭവിപ്പിക്കുന്നത്. കാല്പനിക ദേശവൽക്കരണം നടന്ന കഥകൾ എന്നുകൂടി വിശേഷിപ്പിക്കാൻ എന്നെ അനുവദിക്കുക.

ബാലചന്ദ്രൻ വടക്കേടത്ത്

ജീവിതം

കത്തുകയാണ്. നിനക്കറിയാമോ ഹൃദയങ്ങൾ കത്തിക്കാളുകയാണ്. ഈ നിമിഷത്തെക്കുറിച്ച് ഒന്നു ചിന്തിച്ചുനോക്കൂ. ഈശ്വരൻ നിശ്ശബ്ദതയാണെന്ന് നിനക്ക് മനസ്സിലാകും. ഹോർമോണുകളുടെ സംഗീതം, മസ്കുലർ എക്സ്പാൻഷൻ, ഈസ്ട്രസ് സൈക്കിൾ...

അടച്ചിട്ട ജനാലയുടെ ഒരു പൊളി മാത്രം തുറന്നിട്ടുകൊണ്ട് നീയാർക്കുവേണ്ടിയോ കാതോർത്തുനിൽക്കുകയാണ്. പൊടുന്നനെ ഒരാവേശത്തോടെ ജനാലയും വാതിലും മുഴുവനായും തുറന്നിടുകയാണ്. ഭിത്തികൾപോലും അപ്രത്യക്ഷമാകുന്ന നിശ്ശബ്ദതയുടെ നിമിഷങ്ങളിൽ കനത്തുവരുന്ന കാലൊച്ചകൾ പ്രതീക്ഷിച്ചുകൊണ്ട്, ആർക്കുവേണ്ടിയോ കാതോർത്തുകൊണ്ട്...

അവൾ പോയി, എന്നെന്നേക്കുമായി...

ഓർമ്മയുടെ അപാരതയിലെവിടെയോ പൊടുന്നനെ ഒരു നിലവിളിയൊച്ച മുഴങ്ങുന്നു. മേൽക്കീഴില്ലാത്ത ഏതോ അപാരതയിൽനിന്ന് നിലവിളിയൊച്ച ചിന്നംചിന്നമായി താഴോട്ട് ഭൂമിയിൽ വീണുചിതറുന്നു. മഴ പെയ്യുന്നു. ഇടിവെട്ടുന്നു. പതുക്കെപ്പതുക്കെ ഏതോ സുഗന്ധം മുറിയിൽ നിറഞ്ഞുവരുന്നു. മനസ്സിലേക്ക് ആത്മഹത്യ ചെയ്ത പെൺകുട്ടിയുടെ മുഖം തീക്ഷ്ണമായി ജ്വലിച്ചുകൊണ്ട് കടന്നുവരുന്നു.

അവൾ എന്താണോ, എന്തായിരുന്നോ, അത് എപ്പോഴും അവളുടെ കൂടെയുണ്ട്. ഏത് നിമിഷവും ആർക്കും അത് കണ്ടെത്താനാവും. അത്രയേറെ സുതാര്യമായ ഒന്ന്... രഹസ്യവും നിഗൂഢവുമല്ലാത്ത ഒന്ന്...

(1) വിവാഹത്തിനുമുമ്പ് പലതും കാത്തുസൂക്ഷിക്കാനാഗ്രഹിച്ചിരുന്ന ഒരു പെൺകുട്ടിയായിരുന്നു ഞാൻ. എവിടെയാണെന്നറിയാത്ത ഒരു പുരുഷൻ ഒരുനാൾ എന്നെ സ്വന്തമാക്കും. എന്നെന്നേക്കുമായി ഞാനയാളുടേതായി മാറും. അയാളുടെ സങ്കല്പങ്ങളെക്കുറിച്ച് വിവാഹത്തിനു മുമ്പേതന്നെ എനിക്കു പരിഗണിക്കേണ്ടതുണ്ട്.

(2) വൈരൂപ്യമാർന്ന യാഥാർത്ഥ്യങ്ങൾ മനോഹരമായ വാക്കുകൾകൊണ്ട് മറയ്ക്കുകയാണ്. ആരുടെയും നേരായ മുഖമല്ല പുറമെ കാണുന്നത്. ഉള്ളിലെ ചീത്തകൾ മറച്ചുവെച്ചുകൊണ്ട് മറ്റുള്ളവരെ

കാണിക്കാൻ ആകർഷകമായ മുഖാവരണങ്ങൾ ധരിച്ചിരിക്കുന്നു. അഹങ്കാരം മൂത്ത് അന്യരുടെ അധീനപ്രദേശത്ത് അതിലംഘിച്ചുകയറുന്നു. അപ്പാച്ചി സ്റ്റൈലിൽ മുടിയും വെട്ടിക്കൊണ്ട് ജീൻസും മണ്ണാങ്കട്ടയുമൊക്കെ ധരിച്ചുകൊണ്ട് അപ്പാച്ചിത്തരങ്ങൾ കാണിക്കുന്നു. സ്നേഹത്തെക്കുറിച്ച് ഒരു മണ്ണാങ്കട്ടയുമറിയില്ല നിങ്ങൾക്ക്...

(3) കാട്ടിക്കൂട്ടലുകൾക്കും പൊങ്ങച്ചങ്ങൾക്കുമിടയിൽ ഞെരുങ്ങിച്ചതഞ്ഞുകൊണ്ട് പ്രേമസ്രോതസ്സുകൾ മരിച്ചുപോകുന്നു. കപടനാട്യങ്ങൾക്കു മുന്നിൽ, ഉറവ് വറ്റിയ സ്നേഹത്തിന്റെ അടഞ്ഞ ഹൃദയങ്ങൾക്ക് സ്നേഹവും സൗഹൃദവും എങ്ങനെയാണ് പങ്ക് വെക്കാനാവുക? ജീവിതവിരുദ്ധമായതിന്റെ മുന്നിൽ വിധിയുടെ ഒരാന്തരികനിയമം പൊടുന്നനെ പിടിമുറുക്കുകയാകും. സ്വയം തീക്കൊളുത്തിച്ചാവുന്നതും ഞെക്കിക്കൊന്ന് കെട്ടിത്തൂക്കിയിടുന്നതും കിണറ്റിൽച്ചാടി ചാവുന്നതും ജീവിതവിരുദ്ധമായതിന്റെ മൊത്തം പ്രത്യാഘാതങ്ങളാണ്.

(4) പ്രേമസ്രോതസ്സുകൾ വറ്റിവരണ്ട് ദുഃഖിതരും വെറുക്കപ്പെട്ടവരുമായി, ജീവിതത്തിന്റെ ഉടഞ്ഞ പുറന്തോടുകളായി നമ്മൾ പുറന്തള്ളപ്പെടുന്നു. പരസ്പരം പങ്കിടാനായി ശൂന്യതയല്ലാതെ ഒന്നുമില്ല. വിരസതയല്ലാതെ, പുറംനാട്യങ്ങളല്ലാതെ മറ്റൊന്നും തന്നെയില്ല. പൊള്ളത്തരങ്ങളെ മൂടിവെക്കാൻ സ്വാർത്ഥതയോടെ ഉടമസ്ഥതാഭാവത്തോടെ.. സ്നേഹത്തെ സമീപിക്കുന്നു. സ്നേഹത്തിനിതൊന്നുമാകാനാവില്ല! ഇതൊന്നുമല്ല സ്നേഹം!

(5) ബലാൽസംഗത്തിന്റെ ആക്രമണസ്വഭാവമുള്ള പല്ലുകൾ വായിലുള്ള നിങ്ങൾ അടിച്ചമർത്തിയ ആഗ്രഹങ്ങളും വികാരങ്ങളുമായി ആക്രമണദാഹത്തിന്റെ കൂർത്ത നഖങ്ങൾ നീട്ടിക്കൊണ്ട് ഒരലർച്ചയോടെ ഇരയുടെമേൽ ചാടുകയാണ്. പുറംതൊലിയുടെ മിനുസങ്ങളിലുള്ള സ്നേഹപാരമ്യങ്ങൾ എത്ര കാലമുണ്ടാകും? വേഗം മടുത്തുപോകും. പരസ്പരം കൈമാറാൻ ശൂന്യത മാത്രമാകുമ്പോൾ വേഗം മടുത്തുപോകും.

(6) അതുകൊണ്ട് നിങ്ങൾ വിചാരിക്കുന്ന അർത്ഥത്തിലുള്ള ഒരു പെണ്ണല്ല ഞാൻ. തീർച്ചയായും പഴമയെ എനിക്കിഷ്ടമാണ്. എല്ലാ പുതുമകളെയും ആവാഹിച്ചുകൊണ്ടുതന്നെ പഴമയെ സ്നേഹിക്കുന്നു. ആസകലത്തിൽ സ്വർണത്തിൽ മുങ്ങി വിവാഹമാല്യം ചാർത്തുന്ന ഒരു തേവിടിശ്ശിയാകാൻ എന്നെ കിട്ടില്ല. ഞാനും ഒരു മോഡൽ പെണ്ണ് തന്നെ....

അവളുടെ ചിന്തകൾ ഇവ്വിധം കൂട്ടി വായിക്കുമ്പോൾ നിനക്ക് കരച്ചിൽ വരുന്നുണ്ടാകും. പൊട്ടിച്ചിരിക്കുന്നത് ഇപ്പോൾ അവളുടെ ആത്മാവാണ്... അരൂപിയായ അവൾ ഈ മുറിയിലുണ്ട്. കനത്ത നിശ്ശബ്ദതയിൽ ഒരു ശിശുവിന്റെ വിശുദ്ധമുഖത്തോടെ തലയും താഴ്ത്തിയിരിക്കുന്ന നിന്നോട് ഒരു വെല്ലുവിളിയുടെ ഭാവത്തിലാണ് അവൾ പറയുന്നത്. ഹും! വിവരദോഷിയായ നിനക്കത് കണ്ടെത്താനാവില്ല. തീർച്ച!

കാണാനാവില്ലെന്ന് പറയുന്നത് അത്ര ശരിയല്ല. ഒരു ബലാത്സംഗത്തിൽ സംഭവിക്കുന്ന കാര്യങ്ങൾ തീർച്ചയായും നിനക്ക് കണ്ടെത്താനാകും. പൂമൊട്ട് ഇതളുകളായി വിരിയും. ഹോർമോണുകളുടെ സംഗീതം പൊഴിയും. മസ്കുലർ എക്സ്പാൻഷൻ... ഈസ്ട്രസ് സൈക്കിൾ...

പൊടുന്നനെയാകും വിഷാദം പിടിമുറുക്കുന്നത്. എന്തിനുകൊള്ളും ഈ ശരീരം? ഈ ദുഷിച്ചുനാറുന്ന ശരീരം! തനിക്കു ഭർത്താവാകാൻ വരുന്ന എവിടെയോ കിടക്കുന്ന ഒരു പുരുഷനെ ഓർത്തുകൊണ്ട്, കാത്തുസൂക്ഷിച്ച വിശുദ്ധിയുടെ കീറിപ്പോയ കന്യകാത്വത്തെക്കുറിച്ച് ഓർത്തുകൊണ്ട് അവൾ ഒരുപാട് കരഞ്ഞിട്ടുണ്ടാകും. ഈ വക ചിന്തയിൽ മരണദാഹം അവളുടെ തകർന്ന ഹൃദയത്തിൽ നുരഞ്ഞുപതഞ്ഞിട്ടുണ്ടാകും. അയാൾക്കുവേണ്ടി മാത്രമായിരുന്നു അവൾ ചുരിദാറിനും മിഡിക്കും ജീൻസിനും ടൈറ്റ്സിനും മുന്നിൽ, പാവാടയും ധാവിണിയും ധരിച്ചത്. തുമ്പുകെട്ടിയിട്ട ചുരുൾമുടിയിൽ പൂവ് ചൂടിയത്. ആരുടെയും മോട്ടോർ സൈക്കിളിനു പിന്നിലിരിക്കാനോ റെസ്റ്റോറന്റുകളിലെ തീൻമേശയ്ക്കു മുന്നിലിരുന്ന് പ്രേമത്തെ പൊലിപ്പിക്കാനോ ഒരിക്കലും അവൾ തയ്യാറായില്ല. പഴയ പാട്ടുകളോട് അവൾക്ക് വലിയ കമ്പമായിരുന്നു. എങ്ങനെയോ അങ്ങനെയൊക്കെ സംഭവിച്ചു. വിവാഹിതയാകുന്നതുവരെ വെർജിനായി ജീവിക്കുക എന്ന കാര്യത്തിലുള്ള അവളുടെ നിർബന്ധമപ്പാടെ തകർന്നുപോയി. കമ്പികൾ പൊട്ടിയ ഗിത്താറുപോലെ ജീവിതത്തിന്റെ സംഗീതം അവൾ അവസാനിപ്പിച്ചു. അവസാനമായി അവളെഴുതി, "എനിക്ക് മാപ്പ് തരൂ അച്ഛാ." ഒരേയൊരു വരി. പാവമായിരുന്നു അവളുടെയച്ഛൻ, മൃദുലമനസ്സുള്ള ഒരു പാവം മനുഷ്യനായിരുന്നു അയാൾ.

മകൾ മരിക്കുന്നതിനുമുമ്പ് ഇവ്വിധം ഗഹനമായ ചിന്തകളോടുകൂടിയായിരുന്നു അയാൾ എഴുത്തുമുറിയിൽ കഴിച്ചുകൂട്ടിയിരുന്നത്.:

വാഗ്ദാനങ്ങളുടെ പ്രകടനപത്രികകൾ വായിച്ചുകൊണ്ട് അയാൾ ഇവ്വിധം ചിന്തിച്ചു.

1) തീവണ്ടികളിൽ ബോംബുകൾ പൊട്ടുന്നു. മാർക്കറ്റുകളിൽ തീബോംബുകൾ കുമിഞ്ഞുപൊട്ടുന്നു. ഭയം ഉള്ളിലെ ഇരുട്ടായി കുമിഞ്ഞുകൂടുമ്പോൾ, നിരപരാധികൾ വെന്തുകരിയുമ്പോൾ പിന്നെയെന്തെളുപ്പം! കരിനിയമങ്ങൾ ഒന്നിനൊന്നായി കടന്നുവരും. ചതിയോടെ ആസൂത്രണം ചെയ്യുന്നത് മറ നീക്കിയെടുക്കാൻ പ്രയാസമായിരിക്കും. ഇരുമ്പുകൈകൾ എതിരാളികളെ മുച്ചൂടും പിഴുതുമാറ്റും. "ദേശദ്രോഹികൾ നശിക്കട്ടെ" ആൾക്കൂട്ടം നേരറിയാതെ വിളിച്ചുകൂവുമ്പോൾ പിന്നെയെന്തെളുപ്പം! റിമോട്ട് കൺട്രോളറിന്റെ സിഗ്നലിനൊത്ത് ജനക്കൂട്ടങ്ങൾ ചലിച്ചുതുടങ്ങുകയായി. ഹെയിൽ ഹിറ്റ്ലർ! നന്ദി, തേനും പാലുമൊഴുക്കുന്ന പ്രകടനപത്രികയ്ക്ക് നന്ദി!

2) ആത്മസത്ത നിശ്ശേഷം ചോർന്നുപോയിടത്ത് 'ഞാൻഭാവ'ങ്ങളുടെ വീർത്തുകെട്ടിയ പൊങ്ങച്ചഭാവങ്ങൾ ചോര നുണയുന്ന സ്വസ്തിക

ചിഹ്നങ്ങളായി മാറുകയാണ്. ലോകം കനത്തുകൂടുന്ന പകയുടെയും ഭയത്തിന്റെയും തുരുത്തുകളായി ഛേദിക്കപ്പെടുന്നു. ആളുകൾ ഭയമുള്ളവരും സംശയമുള്ളവരും വിറകൊള്ളുന്നവരും ഞരമ്പുരോഗമുള്ളവരുമായി മാറ്റപ്പെടുന്നു. ലോകം ഒരു നുണയായി മാറുന്നു. കാപട്യങ്ങൾ നുരകുത്തിയൊലിക്കുന്നു. പറയുന്ന വാക്കുമായി പ്രവൃത്തിയെ ബന്ധപ്പെടുത്തി കാണാനുള്ള ആത്മാർത്ഥത ഇല്ലാതാകുന്നു.

3) ജീവിതത്തെ ജീവിക്കാൻ ഉതകുന്നതാക്കുന്ന മനോഹരങ്ങളായ സങ്കല്പങ്ങളെല്ലാം നമ്മളിൽനിന്ന് ചോർന്നുപോയിരിക്കുന്നു. കടുത്ത അന്ധകാരത്തിന്റെ വിമൂഢതയിൽ ഒരു ചുംബനത്തിന്റെ ആർദ്രതയോ, കനിവോ നറുംചൂടോ അറിയാതെ, മരിച്ചവരെപ്പോലെ ജീവിക്കുന്നു നമ്മൾ...

മകൾക്കുവേണ്ടി അയാളിങ്ങനെ ഒരു ചരമക്കുറിപ്പെഴുതിവെച്ചു.

In memoriam Sunitha-

"I cannot say, and I will not say,
That she is dead. She is just away,
With a cherry smile, and a wave of the hand,
She has wandered into an unknown land."

ദുഃഖപൂരിതമായ അയാളുടെ ചിന്തകൾ മകളുടെ മരണശേഷം ഇവ്വിധവും.

1) ജീവിതത്തിൽനിന്ന് കണ്ണീരോട വിട പറയുന്ന സഹജീവിയുടെ നൊമ്പരങ്ങൾ മറ്റൊരാൾ അറിയുന്നേയില്ല. ദീനമായ നിലവിളിയൊച്ചകൾ ഒരു ചെവിയിലും വന്നലയ്ക്കാതെ ശൂന്യതയിൽ പ്രതിധ്വനിച്ച് മുഴങ്ങുന്നു. ഓരോ വീടും ഏതോ ദുരൂഹതയിലേക്കും നിഗൂഢതയിലേക്കും മുങ്ങിത്താഴുന്നു. ദുരൂഹതയുടെ വൻമതിലുകൾ ഓരോ വീടിനുചുറ്റും ഉയർന്നുവരുന്നു. അങ്ങേയറ്റം വികലമാക്കപ്പെട്ട കുടുംബസങ്കല്പങ്ങൾ ഛിദ്രവാസനകളുടെ പ്രേതകുടീരങ്ങളായി മാറുന്നു.

2) പ്രേമത്തെ ഒഴിവാക്കിക്കൊണ്ടുള്ള ജീവിതംകൊണ്ട് ജീവിതത്തെയാണ് ഒഴിവാക്കിയിരിക്കുന്നത്. ആത്മാവിൽ ദരിദ്രരായ നമ്മൾ ആത്മാവിന്റെ ആഹാരമില്ലാതെ വരണ്ടുണങ്ങുന്നു. കിടപ്പറയുടെ ഇരുട്ടിൽ പൊയ്മുഖങ്ങളുടെയുള്ളിലുള്ള ക്രൂരജന്തുവിന്റെ കണ്ണുകൾ ഏതു നിമിഷവും വായുവിൽ ഒരഗ്നിപ്രവാഹം ഉയർത്തിയേക്കും. മാംസം വെന്തുരുകുമ്പോഴുള്ള പ്രാണവേദന അറിയുന്നവർ മാത്രം അറിയുന്നു.

3) ഈ മുറിയും ഈ വീടും ഈ പരിസരങ്ങളും ജീവിക്കാൻ കൊള്ളാത്തതാണെന്ന് വിധിയെഴുതുക! ജീവിതം അകലെയെവിടെയോ ആണെന്ന് കരുതുക! ജീവിതത്തിന്റെ ചേതോഹാരിത, ചാരുത, നിഷ്കളങ്കത എല്ലാം പിച്ചിച്ചീന്തി നശിപ്പിച്ചുകൊണ്ട് ഏതോ ഒരു നല്ല നാളെയുടെ കാല്പെരുമാറ്റം ചെവിയോർത്തുകൊണ്ട് ഇന്നിന്റെ ഈ ശുഭമുഹൂർത്തങ്ങളെ

തള്ളിക്കളയുക! ആശ്ചര്യകരമായ ഒന്നുംതന്നെ ഈ ഭൂമിയിലില്ലെന്ന് വിധിയെഴുതുക! പിന്നെയെന്തെളുപ്പം! ഒരാത്മഹത്യയിൽ പ്രാണനൊടുക്കാൻ എന്തെളുപ്പം!

ചാരുകസേരയിലുള്ള നടുവൊടിഞ്ഞ മട്ടിലുള്ള അയാളുടെ ഇരുത്തം ശ്രദ്ധിക്കുക. പാവം! അയാളാകെ തകർന്നുപോയി. മുട്ടുകാലിലെ വേദന മുട്ടുകാലാണോ അനുഭവിക്കുന്നത്? അതോ, ശരീരത്തിന്റെയുള്ളിലെ ജീവനാണോ അനുഭവിക്കുന്നത്? അയാൾ വിളിക്കുകയാണ്, ഈശ്വരാ...

നെഞ്ചുരുകിയുള്ള പ്രാർത്ഥനയാണ്.

ചേതനയാർന്ന പ്രകൃതിയുടെ ശക്തിസ്രോതസ്സിലേക്കുള്ള ഒരു അലിഞ്ഞുചേരലാണ് പ്രാർത്ഥന. തുടിച്ചുകൊണ്ടിരിക്കുന്ന ഭൂമിചൈതന്യത്തിന്റെ അവിഭാജ്യഘടകമാണ് തന്റെയും ഈ ജീവശ്വാസമെന്ന തിരിച്ചറിവ് പ്രപഞ്ചത്തിന്റെ ഹൃദയസ്പന്ദനവുമായി കണ്ണിചേർക്കുകയാണ്. ജീവനുള്ള സ്രോതസ്സുകളുമായി സമ്പർക്കം പുലർത്താൻ കഴിയുമെന്നുള്ള വിശ്വാസമാണ് അസ്തിത്വത്തിനുള്ള അർത്ഥം.

ജീവിതം ജീവിക്കാൻ കൊള്ളാത്തതാണെന്ന് വിധിയെഴുതരുത്. ഇവിടെ ഈ മുറിയിലും ഈ വീട്ടിലും ഈ പരിസരത്തിലും നമുക്ക് ആശ്ചര്യത്തോടെ, കൗതുകത്തോടെ വിസ്മയത്തോടെ അതിശയത്തോടെ ജീവിക്കാൻ കഴിയുന്നില്ലെങ്കിൽ, നമുക്ക് ലോകത്തിലെവിടെച്ചെന്നാലും ഒരു വികാരവും ഉണ്ടാവുകയില്ല. ഈ നിമിഷവും ഈ മുഹൂർത്തവും ജീവിതത്തിന്റെ ധന്യമായ ഹൃദയത്തുടിപ്പുകളാണ്. ഒരു പാട്ട് പാടൂ. ഒരു ചിത്രം വരയ്ക്കൂ. ഒരു ശില്പം ചെത്തിമിനുക്കൂ. എന്തെങ്കിലും ചെയ്യൂ. പൂക്കളെയും കിളികളെയും നിങ്ങൾ കാണാത്തതെന്ത്? ഗാലക്സികൾക്കുമപ്പുറത്ത് നക്ഷത്രങ്ങളും തമോനക്ഷത്രങ്ങളും മന്ത്രങ്ങളുരുവിടുന്നത് നിങ്ങൾ അറിയാത്തതെന്ത്? പൂനിലാവിന്റെ താരാട്ട്, മഴമേഘങ്ങളുടെ ലാസ്യഭാവങ്ങൾ, ഒരു കുഞ്ഞിത്തെന്നലിന്റെ മൃദുസ്പർശങ്ങൾ... ഒന്നും നിങ്ങൾ അറിയാത്തതെന്ത്?

എല്ലാം തകർക്കുന്ന കൊടുങ്കാറ്റ് ഭൂമിയിലെവിടെയോ പതിഞ്ഞിരിക്കുന്നുണ്ട്. ഉഗ്രതാണ്ഡവമാടുന്ന പേമാരി ഒളിച്ചിരിക്കുന്നുണ്ട്. ഭൂമിയൊന്നിളകിയാൽ മതി കെട്ടിടങ്ങൾ പൊടിഞ്ഞുവീഴും.

ഒരു പാട്ട് പാടൂ. ഒരു ചിത്രം വരയ്ക്കൂ... ഒരു ശില്പം ചെത്തിമിനുക്കൂ....

അരുത്!

ആത്മഹത്യയുടെ കൊടിയ പാതകംകൊണ്ട് ജീവിതത്തിനൊരു ഉത്തരം കണ്ടെത്തുന്നില്ല. കുട്ടികളേ, ജീവിതത്തിന്റെ ഉത്സവങ്ങൾ നമ്മുടെയുള്ളിലാണുള്ളത്. അത് പുറത്തെവിടെയുമല്ല ഉള്ളത്. ഉടലും മാംസവും ചില സമസ്യകളെ ഒളിപ്പിക്കുന്നുണ്ട്. അതൊരു ഉൾവിളിയല്ല, അറിവ് തന്നെയാണ്. കണ്ണീരോടെയുള്ള ഒരു ചുംബനത്തിന്റെ മാധുര്യത്തേക്കാൾ മഹത്തരമായി ഈ ജീവിതത്തിൽ മറ്റൊന്നുമില്ല.

സുനിതാ, ആത്മഹത്യയെക്കുറിച്ച് മാത്രം ചിന്തിച്ച ഒരു യുവത്വമുണ്ടായിരുന്നു എനിക്ക്. എവിടെവെച്ചോ ആത്മാവിന്റെ കിളി എന്നിൽനിന്ന് പറന്നുപോയി. അവശേഷിച്ച ഞാൻ ഞാനല്ല... തകർച്ചയുടെ അതിജീവിക്കാനാവാത്ത ഗർത്തങ്ങൾ ഞാനെങ്ങനെയൊക്കെയോ തരണം ചെയ്തു. സ്വബോധത്തെ ഒരു തരിശുഭൂമിയാക്കി മാറ്റി, ഉന്മാദത്തിന്റെ ചിറകുകളിൽ പറന്നുനടന്നു. ഒരു പരിഹാസപാത്രമായും കോമാളിയായും ജീവിച്ചു. വിശ്വാസരാഹിത്യത്തിന്റെ തടവറയിൽ ജീവിച്ച നിന്റെ അച്ഛൻ പശ്ചാത്താപത്തിന്റേയും വേദനയുടെയും മുൾക്കാടുകളിൽ വഴിയറിയാതെ അലയുന്നവരെക്കുറിച്ച് കഥകളെഴുതിയവൻ. നിനക്കറിയില്ല, അകലെ മരുപ്പച്ചതേടി യാത്രയായവരുടെ കദനകഥകൾ...

കുട്ടികളേ, സ്വപ്നവും പ്രത്യാശയും എന്നെന്നേക്കുമായി കാത്തുസൂക്ഷിക്കൂ. കെട്ടുപോകുന്ന പ്രത്യാശയുടെ മുന്നിൽ ഇരുട്ട് കനത്തുവരുമ്പോഴാണ് വാതിൽക്കൽ ഭയങ്കരമായ ഒരു മുട്ട് കേൾക്കുക! ധും ധും ധും...

പിന്നെ, അപാരതയിലെവിടെയോ ഒരു നിലവിളിയൊച്ച പൊടുന്നനെ നിന്റെ ചെവിയിൽ മുഴങ്ങുന്നു. മേൽക്കീഴില്ലാത്ത ഏതോ അപാരതയിൽനിന്ന് നിലവിളിയൊച്ച ചിന്നംചിന്നമായി താഴോട്ട് ഭൂമിയിൽ വീണുചിതറുന്നു...

ഇപ്പോൾ തുറന്നിട്ട ജനാലയും വാതിലും ഭയപ്പാടോടെ നീയടച്ചിടുകയാണ്. കനത്തുവരുന്ന ഭിത്തികൾക്കപ്പുറത്ത് കാലൊച്ചകൾ കേൾക്കാതിരിക്കാൻ കണ്ണീരോടെ പ്രാർത്ഥിച്ചുകൊണ്ട്...

എന്ന്, ആത്മഹത്യ ചെയ്ത പെൺകുട്ടിയുടെ അച്ഛൻ (ഒപ്പ്).

■

ഇരുട്ടിൽനിന്ന്

ചാവക്കാട്ടുനിന്നും താമസം മാറിപ്പോയ കേരക്കുട്ട്യമ്മാനെ വളരെ യാദൃച്ഛികമായാണ് കൂട്ടുങ്ങലങ്ങാടിയിലെ ചന്തമുക്കിൽ വച്ച് കണ്ടുമുട്ടിയത്. ആനപ്പാറയിലെ സവിശേഷതകളെക്കുറിച്ച് കേരക്കുട്ട്യമ്മാൻ വിസ്തരിച്ചു പറഞ്ഞുതന്നത് അത്രയ്ക്ക് നല്ല ഉദ്ദേശ്യത്തോടെയാവില്ല. ആനപ്പാറ വാറ്റുചാരായത്തിന്റെയും വെടിയിറച്ചിയുടെയും കേന്ദ്രമാണ്. അന്തസ്സുള്ള ഒരുത്തനും അങ്ങോട്ടു പോകാനാവില്ല. ചുകന്ന കുന്നിൽ ബസ്സിറങ്ങി ഇത്തിരി ദുർഘടം പിടിച്ച ഒറ്റയടിപ്പാതയിലൂടെ കുണ്ടും കുഴിയുമൊക്കെ കടന്നിട്ടുവേണം അങ്ങോട്ടു ചെല്ലാൻ. ആനപ്പാറയിലെ ലക്ഷംവീട് കോളനിയിലാണ് കേരക്കുട്ട്യമ്മാൻ താമസിക്കുന്നത്. വിണ്ടു പൊളിഞ്ഞുനിൽക്കുന്ന ചെത്തിത്തേക്കാത്ത വൃത്തികെട്ട ഒരു വീട്.

ഓർമ്മയിലുള്ള കേരക്കുട്ട്യമ്മാൻ ഒരു തരികിടയാണ്. ദുർമന്ത്രവാദിയാണെന്നാണ് ചാവക്കാട്ടെ പുളിച്ചിറക്കെട്ട് പരിസരവാസികൾ പറയുന്നത്. ശരിക്കും പറഞ്ഞാൽ ഞങ്ങളുടെ കുടുംബശത്രു എന്നുതന്നെ പറയണം. അമ്മ ഇടതുപക്ഷ മഹിളാസമാജത്തിന്റെ സെക്രട്ടറിയായിരുന്ന കാലത്ത് പുളിച്ചിറക്കെട്ട് പരിസരത്ത് നടന്ന ഒരു വാർഷിക സമ്മേളനത്തോടെയാണ് മായാത്ത ഒരോർമ്മയായി കേരക്കുട്ട്യമ്മാൻ എന്റെയുള്ളിൽ സ്ഥാനം പിടിച്ചത്. സ്റ്റേജിൽ ഭംഗിയായി ഉടുത്തൊരുങ്ങി നിൽക്കുന്ന അമ്മയുടെ പ്രസംഗത്തിനുശേഷം മാഷ്ടെ മകൾ വിജയച്ചേച്ചിയുടെ നാടോടിനൃത്തമായിരുന്നു. “മുത്തിന്റെ മണിപോലെ പിടയ്ക്കും മത്തീ... താനന്ന തനതന്ന തനതന്നന്നാ...” എന്ന പാട്ടുമായി വിജയച്ചേച്ചി അരങ്ങ് കുലുക്കി നിൽക്കുമ്പോഴുണ്ട് പെട്ടെന്നൊരു ചാറ്റൽമഴ. പിന്നാലെയതാ ഒരു പന്തംകൊളുത്തിപ്പട. ആളുകളുടെ ഉന്തും തള്ളും ബഹളവും! കേരക്കുട്ട്യമ്മാനും അനുയായികളും പന്തങ്ങൾ കൊണ്ട്, കസർത്തുകൾ കാണിച്ചുകൊണ്ട്. തെറിപ്പാട്ടുകൾ പാടിയാണ് പാടവരമ്പത്തിരിക്കുന്ന ആൾക്കൂട്ടത്തിലേക്കിറങ്ങിവരുന്നത്. തുള്ളിക്കൊരു കുടം വച്ച് മഴയും നിൽക്കാതെ പെയ്യാൻ തുടങ്ങി. അതോടെ അമ്മയുടെ മഹിളാസമാജം വാർഷികപരിപാടി പൊളിഞ്ഞുപാളീസായി. കാലത്തിന്റെ ഒരു പോക്കേ! അന്നത്തെ കേരക്കുട്ട്യമ്മാന്റെ മകൾ വനജാക്ഷിയാണ് ഇന്ന് പുളിച്ചിറക്കെട്ടിലെ ഇടതുപക്ഷ മഹിളാനായിക. ആനപ്പാറയിലേക്ക്

താമസം മാറിയ കേരക്കുട്ട്യമ്മാന്റെ രൂപഭാവങ്ങളിലും ഏതോ പാർട്ടിയിലെ നിന്റെ മട്ട്. സഖാവ് കേരക്കുട്ട്യമ്മാൻ എന്നാണ് ആനപ്പാറയിലുള്ളവർ അദ്ദേഹത്തെ വിളിക്കുന്നത്. ഞാനുമൊരു കൊച്ചുസഖാവായതുകൊണ്ട് ആനപ്പാറ സന്ദർശനം ഒരു സൗഹൃദസന്ദർശനമായി മാത്രമേ വിലയിരുത്താനാകൂ എന്ന് സാരം.

ഈയിടെയായി എനിക്കെന്തോ തകരാറുണ്ട്. അവ്യക്തമായ ചിന്തകളും വിഭ്രാന്തികളുംകൊണ്ട് തലതിരിഞ്ഞവനെപ്പോലെയാണ് ഞാൻ സംസാരിക്കുന്നത്. ഉറ്റസുഹൃത്ത് വിപിൻദാസ് പോലും എന്നോട് മിണ്ടാതായി. സ്വപ്നങ്ങളെ ഉണർത്താനും ഭാവിയെ മുന്നോട്ടുവയ്ക്കാനുമാണ് സാഹിത്യം ഉദ്യമിക്കേണ്ടത് എന്ന് പറയുന്നതിനിടയിൽ സാഹിത്യമെല്ലാം മാറ്റിവച്ച് കൈവിഷത്തെക്കുറിച്ച് പറയുക! മാത്രമല്ല, ഒരു യുക്തിവാദിയുടെ കുപ്പായമിട്ടുകൊണ്ട് അമ്മയുടെകൂടെ ഗുരുവായൂരിലും ചോറ്റാനിക്കരയിലുമൊക്കെ പോകാനും തുടങ്ങിയിരുന്നു. ചോറ്റാനിക്കര ക്ഷേത്രനടയിൽ ഉറക്കെ ഭജന ചൊല്ലിയിരിക്കുന്ന ഒരു ഭ്രാന്തിപ്പെണ്ണ് ഓടിവന്നെന്റെ കാൽക്കൽവീണ് “നാഥാ, പ്രാണനാഥാ” എന്നൊക്കെ വിളിച്ചു. അന്നുതൊട്ട് സമനിലയപ്പാടെ തെറ്റിയവനെപ്പോലെയായി ഞാൻ. ആരോ മന്ത്രക്കരുക്കളിൽ എന്നെ ആവാഹിച്ചിരുത്തിയതുപോലെയുള്ള അനുഭവം!

അച്ഛൻ ചോര ഛർദ്ദിച്ചു മരിക്കുന്നതിനുമുമ്പ് വീട്ടുമുറ്റത്തുനിന്ന് നായ മാന്തിയെടുത്ത ഒരു വിചിത്രവസ്തുവിനെക്കുറിച്ച് എനിക്ക് ഓർമ്മ വന്നു. തേങ്ങാപ്പൊളിയുടെയുള്ളിൽ ചത്തുകിടക്കുന്ന ഒരു പോക്കാച്ചിത്തവള. തൊണ്ട് നിറയെ മന്ത്രംചൊല്ലിയടിച്ച ആണികൾ... ഇതിൽ ദുരൂഹമായ ഏതോ ശാസ്ത്രമുണ്ട്. ഇത്തരം ദുഷ്പ്രവൃത്തികളുടെ നാട്ടുനടപ്പിന്റെ പാരമ്പര്യങ്ങളെക്കുറിച്ച് ഒരു തിസീസ് എഴുതിയാലോ എന്നായി പിന്നീടുള്ള എന്റെ ചിന്ത. കൈവിഷത്തിന്റെ ചേരുവകൾ ഞാൻ തേടിപ്പിടിച്ച് കണ്ടെത്തി. ആർത്തവരക്തം പുരണ്ട തുണി കരിച്ചെടുത്തത്, ചെമ്പരത്തിയിലയിൽ വീഴ്ത്തിയ ശുക്ലം, കള്ളിപ്പാലിൽ ചാലിച്ച കുന്തിരിക്കം, പൂച്ചത്തല. അങ്ങനെ പലതുമുണ്ടതിൽ. ആവാടുംതുറയിലെ രാജേന്ദ്രന്റെ ഭാര്യ അടി കരിഞ്ഞ സ്വാദുള്ള പായസം തന്നത് എനിക്കോർമ്മ വന്നു. ജോലിക്ക് പ്രമോഷൻ സാധ്യതയുള്ള ഒരു സമയമായിരുന്നു എനിക്കപ്പോൾ. പ്രമോഷനും പോയി. ജോലിയും പോയി. അന്നുതൊട്ടിന്നുവരെ പെണ്ണിനെച്ചൊല്ലിയുള്ള ഒരേയൊരു ആധിപിടിച്ച ചിന്ത മാത്രമേ ഉണ്ടായിരുന്നുള്ളൂ. രാത്രിയോട് പണ്ടെങ്ങുമില്ലാത്ത സ്നേഹാധിക്യം തുടങ്ങി. “ഓം കാളി, ഭദ്രകാളി” എന്നുള്ള നാമജപം മുറ തെറ്റാതെ തുടങ്ങി. മനസ്സിൽ തീക്കാളികളുടെ ഉഗ്രരൂപങ്ങളെ മാത്രം പ്രതിഷ്ഠിച്ചുവച്ചു. രാത്രിക്കറുപ്പിനോട് എന്തെന്നില്ലാത്ത ഒരഭിനിവേശവും.

തീട്ടവും കഫവും മറ്റു വൃത്തികേടുകളും വിഴുങ്ങുന്ന കാക്കയെ പക്ഷിവർഗത്തിലെ സുന്ദരിയായി സങ്കല്പിക്കാൻ തുടങ്ങി. കൂമന്റെ കണ്ണുകളുടെ നിശ്ശബ്ദമായ തുറിച്ചുനോട്ടം ഒരു ലഹരിയായി മാറി. ഗാഢമായ നിദ്രയിൽ പരിസരമാകെ ലയിച്ചുനിൽക്കുമ്പോഴാകും ഒരു

പ്രേതാത്മാവിനെപ്പോലെ രാത്രിസുന്ദരിയെ ആശ്ലേഷിച്ചുകൊണ്ടങ്ങനെ ഞാൻ നടന്നുപോകുന്നത്. എന്തോ മണത്തുകിട്ടിയതുപോലെ ഭയം കൊണ്ട് നായ്ക്കൾ കൂട്ടത്തോടെ ഓളിയിടുന്നുണ്ടാകും. നായ്ക്കൾ പൊടുന്നനെ ഒരടി കൊണ്ടതുപോലെ നിശ്ശബ്ദമാവുകയും ചെയ്യും. വാലുകൾ കൊണ്ട് കോണകമുടുത്ത് നായ്ക്കൾ നാലുപാടും വിരണ്ടോടുകയും ചെയ്യും. മനസ്സിന്റെ സമനില തെറ്റിയോ എന്നെനിക്കറിയില്ല. ആനപ്പാറയിലെ കേരക്കുട്ട്യമ്മാന്റെ പൊളിഞ്ഞുവീഴാറായ വീടിനുള്ളിൽ താമസം തുടങ്ങിയപ്പോഴുള്ള സാഹചര്യങ്ങൾ ഇങ്ങനെയൊക്കെയാണ്. എന്തിന്റെയൊക്കെയോ ഒരു പിരിയിളക്കം! അന്നവിടെ ഒരു മന്ത്രവാദനോവലിന്റെ പണിപ്പുരയിൽ മുഴുകിയിരുന്നതുകൊണ്ട് കൂടുതൽ പിരിയിളക്കത്തിനുള്ള വകുപ്പുണ്ട്. കാട്ടുകുറത്തിയാണ് ഭൂമിയിലെ സുന്ദരിയെന്നായിരുന്നു അപ്പോഴത്തെ ഒരു വെളിപാട്. നായാടിപ്പെണ്ണിനോളം ഭോഗസുഖം മറ്റൊന്നിനുമില്ല എന്നൊക്കെ...

തലതിരിഞ്ഞ ചിന്തകൾകൊണ്ട് മന്ത്രവാദനോവലിന്റെ താളുകൾ നിറഞ്ഞു. പരിസരത്ത് കള്ളച്ചാരായം സുലഭമാണ്. തീക്കാളികളുടെ പുലയാട്ടുകേന്ദ്രങ്ങളും ഉണ്ട്. മൂക്കറ്റം ചാരായം മോന്തിവന്ന് ചത്തതു പോലെയാണ് കേരക്കുട്ട്യമ്മാൻ രാത്രിയിൽ കിടക്കുന്നത്. ചിമ്മിണി വിളക്കിന്റെ അരണ്ട പ്രകാശത്തിൽ ഒരു കീറപ്പായിലിരുന്നുകൊണ്ടാണെന്റെ എഴുത്ത്.

ഒരിക്കൽ ഒരു വിശിഷ്ടവസ്തുവാണെന്ന് പറഞ്ഞുകൊണ്ട് ഒരു തേങ്ങാപ്പൊളിയുമായാണ് കേരക്കുട്ട്യമ്മാൻ വന്നത്. ചത്ത പച്ചിലപ്പാമ്പിനെ ചുരുട്ടിവച്ച് മാസങ്ങളായി വെയിലത്തുണക്കിയ പച്ചനിറത്തിലുള്ള കാമ്പുള്ള തേങ്ങാപ്പൊളി. പച്ചിലപ്പാമ്പ് ചീഞ്ഞഴുകി തേങ്ങയിൽ കാണാത്തവിധം മറഞ്ഞുപോയിരുന്നു. തേങ്ങയിൽ തിരി കത്തിച്ചുവച്ച് "ഓം ഹ്രീം ഹ്രീം" എന്നു പറഞ്ഞാൽ അദ്ഭുതങ്ങൾ സംഭവിക്കുമെന്നാണ് കേരക്കുട്ട്യമ്മാൻ പറയുന്നത്. പറഞ്ഞതുപോലെ തേങ്ങയിൽ തിരിയിട്ടു കത്തിച്ചു. മുറിയടച്ചിരുന്ന് ഏകാഗ്രമായി മന്ത്രം ജപിച്ചു. മുറിയിൽ കുമിഞ്ഞുനിറയുന്നത് ദുർഗന്ധവും ഒപ്പം അസാധാരണമായ ഒരു പ്രകാശവും. പിന്നെക്കണ്ടത് ഭയങ്കരമായൊരു കാഴ്ചയാണ്. നിലത്തും ചുമരിലും വായുവിലുമൊക്കെ പാമ്പുകൾ തിമർത്തുപുളയുകയാണ്. അന്തരീക്ഷത്തിൽനിന്ന് തുരുതുരാ മുളച്ചുപൊന്തുകയാണ് പാമ്പുകൾ. വായിലേക്ക് ഇരച്ചുവന്ന നിലവിളി കടിച്ചമർത്തിക്കൊണ്ട് അമർന്നിരുന്നു. പിന്നെക്കണ്ടത് മുടിയഴിച്ചിട്ടുകൊണ്ട് മുലയിളക്കിക്കൊണ്ട് ഒരുത്തിയുണ്ട് ഒരട്ടഹാസച്ചിരിയോടെ നിന്നുതുള്ളുന്നു. വിചിത്രമായ കുറേ വാക്കുകൾ എന്റെ വായിൽനിന്ന് പുറത്തേക്ക് തെറിച്ചുവീഴാൻ തുടങ്ങി. ചോറ്... മോറ്... മാറ്... കീറ്... താറ്... കൂറ്... ചാറ്... പൂ...

അന്ന് പാതിരാത്രിയിലെങ്ങോട്ടോ ഇറങ്ങിനടന്നു. രാത്രിയാണെങ്കിൽ പതിവില്ലാത്തവിധം - എന്നെ മാത്രം പ്രതീക്ഷിച്ചുകൊണ്ട് - കൂർപ്പിച്ച മൂകതയും നിശ്ചലതയും കൊണ്ട് വളരാൻ തുടങ്ങിയിരുന്നു. ഓളിയിടാൻ തുടങ്ങിയ നായ്ക്കൾ പൊടുന്നനെ ഭയംകൊണ്ടെന്നപോലെ പമ്മിക്കിടന്നു.

കാറ്റിനെ വകഞ്ഞുമാറ്റിക്കൊണ്ട് കുന്നിൻചെരിവിലെ തട്ടുകൾ കയറി മുകളിലേക്കു ചെന്നു. ചെന്നുനിൽക്കുന്നത് ഒരു വീടിന്റെ പിന്നറ്റത്താണെന്ന് അരണ്ട വെളിച്ചത്തിൽ തിരിച്ചറിഞ്ഞു. ഇരുട്ടിൽ മുരണ്ടുനിൽക്കുന്ന ഒരു ഭീകരജന്തുവിന്റെ ആകൃതിയുള്ള വീട്. കരി പിടിച്ച മൺകലങ്ങൾ കമിഴ്ത്തിവച്ച അടുക്കളമുറ്റത്ത്, മൂത്രവാടയുള്ള കുളിപ്പുരയുടെ ചെറ്റ മറയ്ക്കുമീതെ ചുക്കിച്ചുളിഞ്ഞ വിഴുപ്പുവസ്ത്രങ്ങൾ സ്ഥാനത്തും അസ്ഥാനത്തും തൂങ്ങിക്കിടക്കുന്നതു കണ്ടു. അസഹ്യമായ വിയർപ്പുനാറ്റമുള്ള അടിപ്പാവാടകളും മുലക്കച്ചകളും വീടിനകത്ത് ഒരു തീക്കാളിയുടെ സാന്നിധ്യമാണുള്ളതെന്ന് വിളിച്ചറിയിച്ചു. അകത്തുനിന്ന് ഒരു പ്രത്യേക തരത്തിലുള്ള ഒച്ചകളെനിക്ക് കേൾക്കാമായിരുന്നു. മണ്ണെണ്ണ വിളക്കിന്റെ അരണ്ട പ്രകാശം ജന്നൽപ്പഴുതിലൂടെ കാണാമായിരുന്നു. പതുങ്ങിച്ചെന്ന് അടച്ചുറപ്പില്ലാത്ത ജന്നൽപ്പാളി തുറന്ന് ഞാനകത്തേക്ക് എത്തിനോക്കിനിന്നു.

കാതിൽ വന്നലയ്ക്കുന്നത് ഒരു സ്ത്രീയുടെ പ്രത്യേകതയുള്ള ശബ്ദമാണ് - “കൂത്തിച്ചിമോനേ ചവച്ചുതിന്നും നിന്നെ ഞാൻ... ഞാനാരാണെന്നാ... കാർത്തുവിനെ മറക്കണ്ടാ... മരിച്ചുപോയ നിന്റെ കാർത്തുവാണ് ഞാനെന്ന് മറക്കണ്ടാ...” ജന്നലഴികളിൽ കണ്ണുപറിച്ചുവച്ച് ഞാനിളകാതെ നിന്നു. കലികൊണ്ടു തുള്ളുന്ന വെളിച്ചപ്പാടിന്റേതുപോലെയുള്ള ശബ്ദങ്ങൾ പിന്നെയും കാതിൽ വന്നലച്ചു. “നിന്നെ വിടില്ല്യാ... നിന്നെ വിടില്ല്യാ... ആരാ ജയിക്ക്യാ? ആരാ തോൽക്കാ... ഹഹ... ഹഹ...”

ഞാനത് കണ്ടു.

അരയോളം മുടിയുള്ള ഒരു പെണ്ണ് നിലത്തിരുന്നാടുന്നു. മുടിയഴിച്ചാടുന്നു. ശരീരത്തിന്റെ മറയ്ക്കപ്പെട്ട ഭാഗങ്ങൾ കുത്തഴിഞ്ഞു വെളിയിലാണ്. നഗ്നമായ അരക്കെട്ട് ചടുലമായി ചലിപ്പിച്ചുകൊണ്ട് നാക്കു തുറിപ്പിച്ചും സീൽക്കാരങ്ങളുതിർത്തും ആഭാസമായ ഭാവങ്ങളോടെ ‘വാ വാ വാ’ വിളിച്ചുകൊണ്ട് എന്തെല്ലാമോ അവൾ കാണിച്ചുകൂട്ടുന്നു. അവളുടെ മുന്നിൽ ഒരാൾ സാഷ്ടാംഗം നമസ്കരിച്ചുകിടക്കുന്നുണ്ട്. അയാളുടെ ഉടുമുണ്ട് പറിച്ചെടുത്ത് അരിശത്തോടെ അവൾ വലിച്ചെറിഞ്ഞു. ബാധാവേശത്തോടെ അയാളുടെ ബലിഷ്ഠമായ ശരീരത്തിലേക്ക് അവൾ പടർന്നു. സർപ്പങ്ങൾ കെട്ടിപ്പുളയുന്നതുപോലെ വെറുംനിലത്ത് അവരുരുണ്ടു.

ന്റമ്മോ! കനത്ത നെഞ്ചിടിപ്പിന്റെ തളർച്ചയിൽ നോക്കിനിൽക്കാനുള്ള സഹനശക്തിയില്ലാതെ കിതച്ചുകൊണ്ട് ഞാനവിടെനിന്ന് പിന്മാറി.

പിറ്റേന്ന് കേരക്കുട്ട്യമ്മാൻ എന്നോട് കലഹിക്കാൻ തുടങ്ങി. എന്റെ മട്ടും മാതിരിയും കേരക്കുട്ട്യമ്മാന് അത്രയ്ക്ക് പിടിക്കുന്നില്ലേ.... യുക്തിവാദിയായ അച്ഛന്റെ മകന്റെ ഏർപ്പാടുകളാണോ ഇതെന്ന് അയാൾ ചോദിച്ചു. യുക്തിവാദം നല്ലതുതന്നെയാണെന്ന് ഞാൻ തറപ്പിച്ചുപറഞ്ഞു.

“കരിനീലിയും കരിഞ്ചാത്തനും മാടനും കോന്തനും ആളുകളുടെ തലയിൽനിന്ന് നീങ്ങിക്കിട്ടണ്ടെ? എത്തിച്ചേരേണ്ടത് നമ്മുടെ നല്ല പാരമ്പര്യങ്ങളിലേക്കാണ്. ഉപനിഷത്തുക്കൾ വലിയൊരറിവാണ്. അത്

ആർക്കും നിഷേധിക്കാനാവില്ല. നല്ല പാരമ്പര്യങ്ങൾ എവിടെയൊക്കെയോ നമ്മൾ കളഞ്ഞുപോയി." ഞാനെന്റെ വിടുവായിത്തരങ്ങൾ വിളിച്ചു പറയാൻ തുടങ്ങി.

അപ്പോഴത്തെ മാനസികാവസ്ഥയിൽ അങ്ങനെ ചിലത് പറയാനേ തോന്നിയുള്ളൂ. ഒരു രഹസ്യതാവളത്തിലേക്കാണ് അന്നു വൈകീട്ട് കേരക്കുട്ട്യമ്മാൻ എന്നെ കൊണ്ടുപോയത്. കാടുപിടിച്ച പൊന്തപ്പടർപ്പുകൾക്കിടയിലൂടെ ഒരു ഒറ്റയടിപ്പാത. അതവസാനിക്കുന്നിടത്ത് ചെത്തിത്തേക്കാത്ത ഒരു വീട്. ഒരു തടിച്ചിപ്പെണ്ണ് മാത്രമേ അവിടെ അപ്പോഴുണ്ടായിരുന്നുള്ളൂ. ആനപ്പാറയിലെ ഒരു പ്രത്യേകതയാണെന്ന് തോന്നുന്നു. സ്ത്രീകളുടെ വശ്യചലനങ്ങൾ ഹൃദയാഘാതമുണ്ടാക്കുന്നത്ര ശക്തിയുള്ളതാണ്. കേളികൊട്ട് നടത്തുന്ന ഹൃദയവും അമക്കിപ്പിടിച്ചുകൊണ്ട് മുറ്റത്തെ ചെറ്റമറയുടെ മറവിൽ ഞാൻ ഇരുന്നു. അവൾ അകത്തുപോയി കുപ്പിയും ഗ്ലാസുമായി വന്നു. കേരക്കുട്ട്യമ്മാൻ ഒരൊറ്റ വലിക്ക് സാധനം ഉള്ളിലാക്കി, ഒരേമ്പക്കമിട്ടു.

തൊണ്ടയിലൂടെ പൊള്ളുന്ന തീഗോളങ്ങൾ ഇറങ്ങുന്നതുപോലെയായിരുന്നു എനിക്ക്. ഇരുന്നുവേവുന്ന എന്റെ മട്ടും മാതിരിയും കണ്ടിട്ടാകും നാഭിക്കുതാഴെ കൈയമർത്തിപ്പിടിച്ചുകൊണ്ടുള്ള ഒരു നില്പിൽ ഏറുകണ്ണിട്ടുകൊണ്ട് അവളൊരു ചോദ്യം, "ഈ ചരക്കെങ്ങനെണ്ട്?" ഊറിയൊലിക്കുന്ന തേൻ അവളുടെയൊച്ചയിൽ. പച്ചയായ വാക്കുകളും തുറന്ന ഇംഗിതപ്രകടനങ്ങളും എനിക്കപരിചിതമായതുകൊണ്ട് ഒരു ജാള്യതയോടെ ഞാനിരുന്നു. തെറിപ്പാട്ടുകൾകൊണ്ട് അവളെ അഭിഷേകം ചെയ്യുന്ന നിത്യസന്ദർശകരുടെ പരിചയംവെച്ചാണ് ഒരു പൂച്ചയെപ്പോലെ തൊട്ടും മുട്ടിയുമൊക്കെ അവൾ നിൽക്കുന്നത്. ഞാനാണെങ്കിൽ കാര്യങ്ങൾക്കെല്ലാം അതീവരഹസ്യസ്വഭാവം വേണമെന്ന് നിർബന്ധമുള്ളവനും.

എന്തുചെയ്യണമെന്നറിയാതെ ഞാൻ പകച്ചിരിക്കുമ്പോഴാണ് പെട്ടെന്ന് ഒരു ഹാലിളക്കത്തോടെ തടിച്ചിപ്പെണ്ണ് മുറ്റത്തെ ഇറക്കിലേക്കിറങ്ങിച്ചെല്ലുന്നത്. ആരെയോ നോക്കിക്കൊണ്ട് ഒരു കാർക്കിച്ചുതുപ്പൽ. മുണ്ട് കയറ്റിക്കുത്തിവച്ച്, ഒന്നരയുടെ നീളൻതുമ്പും കാണിച്ച്, ഒരു കുലുക്കൽ. ഹും! അമ്പടി കൂത്തിച്ചീ... എന്നിങ്ങനെ എന്തൊക്കെയോ പുലഭ്യം പറച്ചിൽ! ഇടവഴിയും വേലിയുമില്ലാത്ത ആനപ്പാറ കോളനിയിൽ മറ്റുള്ളവരുടെ വീട്ടുമുറ്റത്തുകൂടിയല്ലാതെ വഴിനടക്കാനാവില്ല. കൈയും വീശി ഒരു കൂസലുമില്ലാതെ നടന്നുപോകുന്ന കക്ഷിയെ എനിക്ക് പിടികിട്ടി. ഇന്നലത്തെ രാത്രിയിലെ അതേ തീക്കാളി! കെട്ടിപ്പുളഞ്ഞുരുണ്ടിരുന്ന അതേ തീക്കാളിതന്നെ! മുഖത്തിപ്പോൾ എന്തൊരു സൗമ്യഭാവമാണ്! ഒതുക്കവും വിനയവും നിറഞ്ഞ ഒരു പാവം പെണ്ണിന്റെ മുഖഭാവം! അവളുടെ പിന്നാലെ അഞ്ചാറു വയസ്സുള്ള ഓമനത്തമുള്ള ഒരു കുട്ടിയെയും കണ്ടു. ഒരു പകച്ചുനോട്ടമുണ്ട്. അവന്റെ കണ്ണുകൾക്ക്. മുഖത്ത് സംശയവും വിഷാദവുമാണെങ്കിലും കാണാൻ നല്ല ഭംഗിയുള്ള മുഖം. അവന്റെ മനസ്സു നിറയെ നേഴ്സറിപ്പാട്ടുകളാണെന്ന് എനിക്കു തോന്നിപ്പോയി. ഒരുപക്ഷേ അവൻ നല്ലവണ്ണം പാടുമായിരിക്കും... പോകുന്ന

പോക്കിൽ തീക്കാളിയും തിരികെ നോക്കി ഉശിരോടെ ഒരു കുര കുരച്ചു, "പോ പെലയാട്ച്ചീ..."

"ഈ കക്ഷികളേതാ കേരക്കുട്ട്യമ്മാനേ..."

"പറഞ്ഞാൽ നീയറിയില്ല്യ. കൂലിത്തല്ലിന് പോകുന്ന ഒരുത്തനുണ്ട്. ആനപ്പാറയിൽ... മഹാപെഴയാ... അവന്റെ വകയിലുള്ള ഒരു പെങ്ങളാണ് അപ്പോയത്. കുഞ്ഞ് അവന്റേതുതന്നെ. തള്ളയെ ചവിട്ടിക്കൊന്നതാണ്..."

കൊല്ലിന്റെയും കൊലയുടെയും നാട്ടുവിശേഷങ്ങൾ പറഞ്ഞിരിക്കുന്ന തിനിടയിലാണ് കാക്കിട്രൗസറിട്ട ചട്ടമ്പി അതിലേ കടന്നുപോയത്. ക്ഷൗരം ചെയ്യാത്തതുകൊണ്ടാകും സമനില തെറ്റിയ മുഖഭാവം. കാൽവയ്പുകളിൽ ആകാംക്ഷ നിറഞ്ഞ ഒരു ധൃതിവയ്ക്കൽ. എന്റെ യുള്ളിൽ എന്തായിരിക്കും ഇന്നു രാത്രിയിൽ അവിടെ സംഭവിക്കുന്നത് എന്നറിയാനുള്ള ജിജ്ഞാസ തുടികൊട്ടിക്കൊണ്ടിരുന്നു. എണീറ്റുനടക്കാ നാവാത്തവിധം അവശനായ കേരക്കുട്ട്യമ്മാനെ തീക്കാളിയുടെ ഉമ്മറത്ത് ഭദ്രമായി കിടത്തിക്കൊണ്ട് ധൃതിവച്ച് ഞാനിറങ്ങി നടന്നു. തീക്കാളിയോട്, മുഖം കറുപ്പിച്ചു നിൽക്കേണ്ട എന്നും പിന്നെക്കാണാമെന്നും പറഞ്ഞ തായോർക്കുന്നു.

മന്ത്രവാദനോവലിന്റെ അവശേഷിച്ച അധ്യായത്തിൽ അവിചാരിത മായി വീണുകിട്ടിയ ചില ആശയങ്ങൾ കുത്തിത്തിരുകിക്കയറ്റിയ പ്പോഴേക്കും കുറ്റിച്ചൂട്യാൻ മോങ്ങുന്ന ഒരു ഭീകരരാത്രി 'വായോ' എന്നു ക്ഷണിച്ചുകൊണ്ട്, വളരെ വേഗം വന്നു. ലഹരിയുടെ ചൂടുനീറ്റമുള്ള കലങ്ങിയ കണ്ണുകളോടെ കഴിഞ്ഞ രാത്രിയിലെ ഓർമ്മയുടെ നെരിപ്പോടു മായി കറുത്ത രാത്രിയിലേക്ക് ഊളിയിട്ടിറങ്ങി. വിചിത്രമായ പലതരം ശബ്ദങ്ങൾകൊണ്ട് രാത്രി പൊടുന്നനെ സജീവമായിത്തുടങ്ങി. നായ്ക്ക ളുടെ ഓളിയിടൽ നേർത്തുനേർത്ത് ഒടുങ്ങി. കുന്നിൻചെരിവിലെ തട്ടുകൾ കയറിച്ചെന്നപ്പോൾ കണ്ടു, ജന്നൽപ്പാളിയിലെ വെളിച്ചം പിശാചിന്റെ തീക്കണ്ണുകളായി മാറിയിരിക്കുന്നു! മുറ്റത്തെ മൂത്രഗന്ധം ശ്വസിച്ചുകൊണ്ട് ഇരുട്ടത്ത് ഞാൻ ചെവിയോർത്തുനിന്നു. ഓരോ ശ്വാസത്തിലും പേറാനാ കാത്ത കനത്ത ഭാരം ശ്വാസകോശങ്ങളിൽ താങ്ങിക്കൊണ്ട്, ഞാനങ്ങനെ കിതച്ചുകൊണ്ട്...

സംഭ്രാന്തിയോടെ ഞാനത് കണ്ടു. വേർപെടാനാഗ്രഹിക്കാത്ത രണ്ടുടലുകൾ! ഒരൊറ്റ ശരീരമായിരിക്കുന്നു! നഗ്നമായ രണ്ടുടലുകൾ! വേർപ്പെടുത്താനാകാത്തവിധം കൊളുത്തിക്കിടക്കുന്നു! ബീഭത്സമായ ഒരു രതിവേഴ്ചയുടെ - ഏറ്റവും ഉച്ചത്തിൽ മുറുകുന്ന താളമേളത്തിൽ - കടലു മറിയുന്നപോലെ രണ്ടുടലുകൾ...

ഒരു നിലവിളി എന്റെ വായിലേക്ക് ഇരച്ചുവന്നെങ്കിലും ഞാനതടക്കി. അവിടെ വെറും നിലത്ത് ചോരച്ചാലുകൾ കൊണ്ട്, ഛേദിക്കപ്പെട്ട ഒരു കുഞ്ഞിന്റെ തല...

സ്വപ്നങ്ങളുടെ കണ്ണുകൾ തുറന്നുവച്ചുകൊണ്ട് ഒരു തല...

തല മാത്രം!

ഭയന്നുവിറച്ചുകൊണ്ടുള്ള ഓട്ടത്തിനിടയ്ക്ക്, കാലുതെറ്റി എവിടെ യെല്ലാമോ വീണിരുന്നു ഞാൻ.

ബോധം തെളിയുമ്പോൾ നേരം പരപരാ വെളുത്തിരുന്നു. എല്ലാം ഏതോ ദുഃസ്വപ്നങ്ങളാണെന്നേ ഞാൻ കരുതിയിരുന്നുള്ളൂ. മ്ലാനഭാവ ങ്ങളോടെ തൊടിയിലും മറ്റും ആളുകൾ കൂടിനിൽക്കുന്നതിന്റെ കാര്യ മൊന്നും ആദ്യം പിടികിട്ടിയില്ല. ന്റമ്മോ! നെഞ്ചിടിപ്പിന്റെ ഊക്കോടെ ഞാൻ കണ്ടു, പൊലീസുകാരുടെ തലകൾ താഴത്തെ ചെരിവിൽനിന്ന് ഉയർന്നു വരുന്നത്.

ഭയം എന്റെ മനസ്സിലേക്ക് ഇരച്ചുകയറി.

കടലാസുകളും പേനയും വസ്ത്രങ്ങളുമെല്ലാം തൂക്കുസഞ്ചിയിലിട്ട് അപ്പോൾതന്നെ മടങ്ങി. മനസ്സിന്റെ സമനില ഇപ്പോൾ തീർത്തും കുത്തനെയായിട്ടുണ്ട്. അമ്മയ്ക്കെന്റെ മട്ടും മാതിരിയും കണ്ടപ്പോഴേ പരിഭ്രാന്തിയായി.

രണ്ടുപേരിൽ ആരായിരിക്കും കുഞ്ഞിന്റെ കഴുത്തറുത്തത്? ബാധ തുള്ളിക്കൊണ്ട് അവൾ ആജ്ഞാപിച്ചുകാണും. വെട്ടിയത് അയാളുടെ അബോധമനസ്സിന്റെ കൈകൾ കൊണ്ടാകും.

മനഃശാസ്ത്രജ്ഞനാകാൻ എനിക്കാവില്ലെന്നറിയാം. എങ്കിലും മൗനത്തെ ഭേദിക്കുന്ന വാക്കുകൾ പേനത്തുമ്പുകൊണ്ട് ഞാനെഴുതി ക്കൊണ്ടിരുന്നു. വ്യാഖ്യാനിക്കാനാകാത്ത ഏതോ ദുരൂഹതയിലേക്ക് ചെന്നകപ്പെടുകയല്ലാതെ പേനകൊണ്ട് കാര്യമായ ഉപയോഗമുണ്ടായില്ല. ഒരു കൊലയിലേക്ക് നയിക്കപ്പെട്ട ഉറവിടങ്ങളെക്കുറിച്ച് ഞാനെന്താണ് എഴുതുക? പ്രലോഭനം... പ്രകോപനം... അടിച്ചമർത്തപ്പെട്ട രതിയുടെ ഭീകരരൂപം പൂണ്ട ബഹിർഗമനം...

മൂന്നാംദിവസമാണ് പത്രവാർത്ത വന്നത്. 'മന്ത്രവാദം ചെയ്ത് കുട്ടിയുടെ കഴുത്തറുത്തു കൊന്നു' എന്നാണ് തലക്കെട്ട്. പൊലീസ് ചോദ്യം ചെയ്തപ്പോഴുള്ള സ്ത്രീയുടെ കുറ്റബോധം തീണ്ടിയിട്ടില്ലാത്ത മൊഴി. "ആ കുട്ടിക്ക് എന്നെ കളിയാക്കലാണ് പണി" എന്ന്! പലവിധ ത്തിലുള്ള വ്യാഖ്യാനങ്ങൾക്കും അർത്ഥങ്ങൾക്കും ഇടവരുത്തുന്ന ഒരു പ്രസ്താവന- കളിയാക്കലാണ് പണി എന്ന്!

വെളിപാടുപോലെ ഞാനൊരു സത്യം തിരിച്ചറിഞ്ഞു, അമ്മയില്ലാത്ത ആ മകൻ... ആ മകനതറിയാമായിരുന്നു! അവനത് നേരിൽ കാണുക യായിരുന്നു! അവന്റെ അച്ഛനും ആ പൊട്ട സ്ത്രീയും!!... ഊഊഊ... ന്റമ്മോ! ■

ഒ. ചന്തുമേനോന്റെ ഇന്ദുലേഖ എന്ന നോവൽപ്പുസ്തകം
പന്ത്രണ്ടാം അധ്യായം, പുതുപ്പകർപ്പ്

ഫസ്റ്റ് പബ്ലിഷ്ഡ് ഡിസംബർ 1889
പുതുപ്പകർപ്പ് - 1983 മെയ്

"ഈ കടന്നുപോയ സ്ത്രീ ഏതാണ് കറുത്തേടം?"

നമ്പൂതിരിപ്പാടിന്റെ ചോദ്യം കേട്ടു കറുത്തേടം നമ്പൂതിരിക്ക് ഭയം തോന്നി. ലക്ഷ്മിക്കുട്ടിഅമ്മ തന്റെ പ്രിയപ്പെട്ട ഭാര്യയാണ് - "ഇന്ദുലേഖയുടെ അമ്മയാണ്," കറുത്തേടം സങ്കടപ്പെട്ട് പറഞ്ഞു.

"ഓഹോ! കറുത്തേടത്തിന്റെ പരിഗ്രഹം അല്ലേ?" - നാലുകെട്ടിലെ കസാലമേൽ നമ്പൂതിരിപ്പാട് ഗമയിലിരുന്ന് കല്പന കൊടുത്തു: "ഇങ്ങട്ട് വിളിക്കൂ. എനിക്ക് കണ്ടു സംസാരിക്കണം."

കറുത്തേടം വിളറിവെളുത്തു.

"നമുക്ക് അകത്തുപോവാം അല്ലേ? എന്താ കറുത്തേടം മിണ്ടാത്തത്?"

-നമ്പൂതിരിപ്പാട് ചോദിച്ചു.

"പൊവ്വാം. അതിനെന്താ സംശയം?"

കറുത്തേടം വിഷാദിച്ചുകൊണ്ട് അകത്തേക്കു പോവുകയാണ്. നമ്പൂതിരിപ്പാട് പിറകെയും. ലക്ഷ്മിക്കുട്ടിഅമ്മയെ അറയിലെങ്ങും കണ്ടില്ല. ഇന്ദുലേഖയുടെ ദാസി അമ്മു അടയ്ക്കയുടെ മൊരി കളഞ്ഞു മുറുക്കാൻ ചെല്ലത്തിൽ കഷ്ണിച്ചിടുകയാണ്. നമ്പൂതിരിപ്പാട് അകത്തുകടന്ന ഉടനെ നിലത്ത് ചമ്രംപടിഞ്ഞിരിക്കുന്ന അമ്മുവിനെയാണ് കണ്ടത്. അമ്മു പരിഭ്രമിച്ച് എണീറ്റുനിന്നു.

"ഏതാ കറുത്തേടം ഈ പെണ്ണ്?

-നമ്പൂതിരിപ്പാട് ചോദിച്ചു.

"ഇന്ദുലേഖയുടെ ദാസിയാണ്.'

"ഓ നമ്മൾ അന്ധാളിച്ചു. കറുത്തേടം പോയി ഇന്ദുലേഖയുടെ അമ്മയെ വിളിച്ചുകൊണ്ടുവരൂ." - നമ്പൂതിരിപ്പാട് കല്പിച്ചതുകേട്ട്

ലക്ഷ്മിക്കുട്ടി അമ്മയെ വിളിക്കാനായി കറുത്തേടം പുറത്തുപോയി. പിന്നാലെ ദാസി അമ്മു പുറത്തുകടക്കുകയായിരുന്നു.

"അവിടെ നിക്കൂ." നമ്പൂതിരിപ്പാട് അമ്മുവിനെ ആംഗ്യം കാണിച്ച് തടഞ്ഞു.

"ഇന്ദുലേഖയുടെ വിഷളിയാണ്, അല്ലേ? പോകാൻ വരട്ടെ. നിക്കൂ. നിക്കൂ."

അമ്മു ചുരുങ്ങിക്കൂടി നിന്നു. അവൾ പുറംതിരിഞ്ഞ് ചുമരുനോക്കി നിൽക്കുകയാണ്. "ഹായ്, രസികത്തിയാണ് നീയ്യ്. എന്താ നിന്റെ പേര്?" നമ്പൂതിരിപ്പാട് ചോദിച്ചു.

"അമ്മു." കൈ രണ്ടും മാറിലമർത്തിവെച്ച് അമ്മു പറഞ്ഞു.

"നിക്ക് സംബന്ധം ആരെങ്കിലും ഉണ്ടോ?" നമ്പൂതിരിപ്പാട് അവളുടെ അടുത്തുചെന്നു. "ഇല്ല." - അമ്മു വാതിൽക്കൽ തന്റെ മുലകളമർത്തി നിന്നു.

"കഷ്ടം! ഈ വീട്ടിലെ പ്രവൃത്തികളെല്ലാം ചെയ്ത് ദേഹത്തെ ദുഃഖി പ്പിച്ച് കഴിയേണ്ടവളല്ലാ നീയ്. ബഹുമിടുക്കത്തിയാണ് നീയ്യ്!"

നമ്പൂതിരിപ്പാട് അമ്മുവെ തൊട്ടുതടവുകയാണ്. അമ്മു സങ്കടപ്പെട്ട് ചുരുങ്ങിക്കൂടിനിന്നു.

"രസികത്തീ! എന്താണ് കൈയിൽ, മുറുക്കാനോ?" നമ്പൂതിരിപ്പാട് അമ്മുവിന്റെ കൈ നോക്കുന്ന ഭാവേന അവടെ തുടയുടെ മാർദ്ദവങ്ങളി ലമർത്തിത്തടവിക്കൊണ്ട് പറഞ്ഞു. "ഇന്ദുലേഖയെ ഞാൻ കൂട്ടിക്കൊണ്ടു പോകുമ്പോ നിയ്യ് വര്വോന്റെ കൂടെ?"

"വരാം." അമ്മു കിതച്ചു. "അടിയന് മോളില് പോവാൻ വഴുകി."

"നിക്കൂ. സ്വകാര്യായിട്ട് പറയ് ഇന്ദുലേഖയ്ക്ക് ആരെങ്കിലും ചുറ്റം ഉണ്ടോ?" അമ്മുവെ അമർത്തിപ്പിടിച്ച്, അവളുടെ മുടിക്കെട്ടിലമർത്തി മൂക്കുരുമ്മിക്കൊണ്ട് നമ്പൂതിരിപ്പാട് ചോദിച്ചു.

"മനസ്സിലായില്ലേ? ഒളിസേവ, ഒളിസേവ..."

അമ്മു ആകപ്പാടെ ഉള്ളിളകി നിന്നു.

"അയ്യോ!"

കറുത്തേടം അകത്ത് വരുന്നതുകണ്ട് അമ്മു നിലവിളിച്ചു.

"ഹെയ്യ്യേ. രസം കളഞ്ഞല്ലോ ദുഷ്ടൻ! പൊയ്ക്കോ." അമ്മു പൊയ്ക്കോ."

-നമ്പൂതിരിപ്പാട് അമ്മുവിന്റെ പിടുത്തം വിട്ടു.

അകത്ത് കയറുന്ന ലക്ഷ്മിക്കുട്ടിഅമ്മ ആകപ്പാടെ ഇളകിത്തെറിച്ച് നടക്കുന്ന അമ്മുവെയാണ് കണ്ടത്."

"എന്താ വന്നില്ലേ?" നമ്പൂതിരിപ്പാട് ചോദിച്ചു.

"വന്നു. ഇവ്ളെ നിൽക്കുന്നുണ്ട്." കറുത്തേടം ഒച്ച തളർന്നുപറഞ്ഞു.

"ഇങ്ങട്ട് കടക്കാം. ധാരാളായിട്ട് ഇങ്ങട്ട് കടക്കാമല്ലോ." – നമ്പൂതിരിപ്പാട് അറയിലെ കട്ടിലിൽ ഇരുപ്പുറപ്പിച്ച് പറഞ്ഞു: "ഇന്ദുലേഖയെ ഞാൻ കണ്ടു. ഇന്ദുലേഖയുടെ അമ്മയെയും കാണണമെന്ന് ആഗ്രഹം. ഇങ്ങട്ട് കടക്കാം, ഇങ്ങട്ട് കടക്കാം."

ലക്ഷ്മിക്കുട്ടിഅമ്മ അറയ്ക്കകത്ത് കയറിച്ചെന്നു. ലക്ഷ്മിക്കുട്ടിഅമ്മ മുണ്ടിൻതലപ്പ് പൊക്കിക്കുത്തിയാണ് നിൽക്കുന്നത്. നല്ല വെള്ളമുണ്ടുകൊണ്ട് വെടിപ്പായി ഉടുത്തിരിക്കുന്ന അടിമുണ്ട് തുടകൾക്കുകീഴെ നീണ്ടു കാണാമായിരുന്നു.

"എന്താ കറുത്തേടം വിളക്ക് വെയ്ക്കാത്തത്? വിളക്ക് കൊണ്ടുവരൂ."

നമ്പൂതിരിപ്പാടിന്റെ കല്പനകേട്ട് കറുത്തേടം ഉമ്മറം കടന്നുപോയി.

നമ്പൂതിരിപ്പാട് നേരെയും ചെരിഞ്ഞും ലക്ഷ്മിക്കുട്ടിഅമ്മയെ നോക്കിക്കൊണ്ട് പറഞ്ഞു.

"ഇത്ര ചെറുപ്പമാണോ കറുത്തേടത്തിന്റെ പരിഗ്രഹം? കറുത്തേടം മഹാഭാഗ്യവാൻതന്നെ. ഇങ്ങട്ട് അടുത്തുവരൂ. മകൾക്ക് ഇത്ര ലജ്ജ കണ്ടില്ലല്ലോ." ഇങ്ങട്ട് വരൂ."

കറുത്തേടം വിളക്ക് കത്തിച്ചു വെച്ചു. അയാൾ തന്റെ ഭാര്യയുടെ നില്പ് കണ്ട് ചങ്ക് വിങ്ങിയാണ് നിൽക്കുന്നത്. എന്താണ് ഇനി നമ്പൂതിരിപ്പാടിന്റെ ഭാവം?

"കറുത്തേടത്തിന്റെ ഭാഗ്യം! മഹാഭാഗ്യം." നമ്പൂതിരിപ്പാട് ലക്ഷ്മിക്കുട്ടി അമ്മയെ കണ്ണുനിറച്ച് നോക്കി:

"ഇന്ദുലേഖയേക്കാൾ സുന്ദരി എന്ന് പറയാൻ പാടില്ലല്ലോ. ലക്ഷ്മിക്കുട്ടി എന്നല്ലേ പേര്?"

"അതെ." ലക്ഷ്മിക്കുട്ടിഅമ്മ ഉച്ചത്തിൽ ശ്വാസം കഴിച്ചുനിന്നു. നമ്പൂതിരിപ്പാട് സ്വയം തുടകൾക്കിടയിൽ കൈയിട്ട് തടവിയിരുന്നു:- "എന്താണ് കറുത്തേടം മിണ്ടാത്തത്? തന്റെ ഭാര്യ ലക്ഷ്മീദേവി തന്നെയാണ്." നമ്പൂതിരിപ്പാട് പറഞ്ഞു.

കറുത്തേടം ശരീരമാസകലം ഒരു വിറയലോടുകൂടി നിന്നു. നമ്പൂതിരിപ്പാട് പറഞ്ഞുതുടങ്ങി: "ഇത്ര ഒക്കെ ദ്രവ്യസ്ഥനും ശക്തനും ആയ എനിക്ക് കറുത്തേടത്തിന്റെ ഭാഗ്യം ഉണ്ടായില്ലല്ലോ. കറുത്തേടം മഹാഭാഗ്യവാൻതന്നെ."

കറുത്തേടം കരഞ്ഞു, "ഊക്ക് കഴിക്കാൻ നേരായെന്ന്..."

"ലക്ഷ്മിക്കുട്ടി ആ വിളക്ക് അസാരം ഇങ്ങട്ട് കാണിക്കൂ. ഞാൻ ഗഡിയാൾ നോക്കട്ടെ."

ലക്ഷ്മിക്കുട്ടി അമ്മ നമ്പൂതിരിപ്പാടിന് വിളക്കെടുത്തുകാട്ടി. ലക്ഷ്മിക്കുട്ടിഅമ്മയുടെ കെട്ടിവെച്ച മുലകളുടെ വിഷയഗന്ധം മണത്തുകൊണ്ട്

നമ്പൂതിരിപ്പാട് ഗഡിയാൾ മടിയിൽനിന്ന് എടുത്തുനോക്കി: "ആറരമണി യായിട്ടേയുള്ളൂ."

കറുത്തേടത്തിന്റെ സ്ഥിതി വല്ലാതെയായി. അയാൾ വാതിൽക്കൽ ഒരു വിഡ്ഢിയെപ്പോലെ നിശ്ശബ്ദനായി എല്ലാം കാണുകയാണ്. നമ്പൂതിരിപ്പാട് ലക്ഷ്മിക്കുട്ടിഅമ്മയുടെ കരം ഗ്രഹിച്ചുകൊണ്ട് പറഞ്ഞു. "വിളക്ക് താഴെവച്ച് ഇങ്ങട്ട് ഇരിക്കൂ ലക്ഷ്മി."

ലക്ഷ്മിക്കുട്ടിഅമ്മയെ തന്റെ മടിയിലാണ് നമ്പൂതിരിപ്പാട് ഇരുത്തിയത്. ലക്ഷ്മിക്കുട്ടിഅമ്മ കാലുകളകത്തിവെച്ച് ഇരുന്നു. കറുത്തേടം ശവം മാതിരി വെളുത്തു. ഈശ്വരാ തന്റെ ഭാര്യയെ ഈ അസത്ത് തട്ടിപ്പറിക്കുമോ?

"ലക്ഷ്മിക്കുട്ട്യെ മുമ്പെ സംബന്ധം കിളിമാനൂർ രാജാവായിരുന്നു അല്ലേ?"

-നമ്പൂതിരിപ്പാട് ലക്ഷ്മിക്കുട്ടിഅമ്മയുടെ മുണ്ടിൻകുത്ത് അഴിച്ചു കൊണ്ട് ചോദിച്ചു.

"പിന്നെ തങ്കുശ്ശേരി അപ്പൻ നമ്പൂതിരിയായിരുന്നു, ല്ല്യേ?"

"പിന്നെ മാങ്ങോട്ടയിലെ ഇട്ട്യാൻ നമ്പൂതിരി..."

"പിന്നെയാണ് കറുത്തേടത്തിന് ശുക്രദശ വന്നത്, അല്ലേ? എങ്ങനെ കറുത്തേടം യോഗ്യനാണോ ലക്ഷ്മീ?"

-ലക്ഷ്മിക്കുട്ടിഅമ്മ മുഖംതാഴ്ത്തി പറഞ്ഞു, "മഹായോഗ്യനാണ്."

"അമ്പട! കറുത്തേടം ആള് കേമനാണല്ലോ." നമ്പൂതിരിപ്പാട് പറഞ്ഞു. "ലക്ഷ്മിയെപ്പോലെ കേമിയെ നോമും ഇതുവരെ കണ്ടിട്ടില്ല. എന്താ കറുത്തേടം മിണ്ടാത്തത്?"

-ലക്ഷ്മിക്കുട്ടിഅമ്മ വായ പൊത്തിച്ചിരിച്ചു. ലക്ഷ്മിക്കുട്ടിഅമ്മയുടെ മുണ്ടുരിഞ്ഞുനീക്കിയ ശരീരം കണ്ട് കറുത്തേടം പകച്ചുനിൽക്കുകയാണ്! നമ്പൂതിരിപ്പാടിന് ഇന്ദുലേഖയെയോ അവളുടെ അമ്മയെയോ, ആരെയാണ് സംബന്ധം വേണ്ടത്?"

(അമ്മുവിനെയും ലക്ഷ്മിക്കുട്ടിഅമ്മയെയും കണ്ടുമുട്ടുന്നതിനു മുമ്പ്, നമ്പൂതിരിപ്പാട് ഇന്ദുലേഖയുമായി സന്ധിച്ചത്;-)

കുപ്പായവും തുപ്പട്ടയും മോതിരങ്ങളും സ്വർണക്കുമിഴുമെതിയടിയും ഇട്ടു കൊണ്ട് നമ്പൂതിരിപ്പാട് ഇന്ദുലേഖയുടെ മാളികമുറിയിലേക്ക് എഴുന്നെള്ളുകയാണ്. നമ്പൂതിരിപ്പാടിന്റെ ആഗമനവിവരം ഇന്ദുലേഖയെ തെര്യപ്പെടുത്തിക്കൊണ്ട് കറുത്തേടം താഴത്തുവന്ന് നിൽക്കുകയായിരുന്നു - "ഇന്ദുലേഖ ഇങ്കിരീസ്സിലാണ് ആചാരം പറയുന്നത്, അല്ലേ കറുത്തേടം?" നമ്പൂതിരിപ്പാട് ചോദിച്ചു. "ഇങ്കിരീസ്സിലെ ആചാരം കേമം തന്ന്യാണ് അല്ലേ?"

ഇന്ദുലേഖ ജന്നലഴികളിൽ മുഖം ചേർത്ത് പുറത്തെവിടെയോ നോക്കി നിൽക്കുകയായിരുന്നു. നേർത്ത പട്ടുപാവാടയും ബ്ലൗസുമാണ് ഇന്ദുലേഖ യുടെ വേഷം! നമ്പൂതിരിപ്പാടിന്റെ ശബ്ദം കേട്ടിട്ടും ഇന്ദുലേഖ മുഖം തിരിക്കാതെയാണ് നിൽക്കുന്നത്.

ഇന്ദുലേഖയുടെ സുന്ദരമായ ഉടല് കണ്ട് നമ്പൂതിരിപ്പാട് കണ്ണുമിഴിച്ചു നിന്നു. സമൃദ്ധമായ മുടി അവൾ വാരികുത്തിയിരിക്കുന്നു.

കറുത്തേടം ഒരു കസാല നീക്കിവെച്ച് നമ്പൂതിരിപ്പാടിനെ ഇരുത്തി ക്കൊണ്ട് താഴത്തിറങ്ങിപ്പോയി. “ഇതാണോ ഇങ്കിരീസ്സിലെ ആചാരം?” – നമ്പൂതിരിപ്പാട് ചോദിച്ചതുകേട്ട് ഇന്ദുലേഖ തിരിഞ്ഞുനിന്നു. ഇന്ദുലേഖ യുടെ മുഖത്ത് ഒരു ഭാവഭേദവുമില്ല. നമ്പൂതിരിപ്പാടിന്റെ ഉള്ളിലെവിടെയോ തീയെരിയുന്നുണ്ടായിരുന്നു.

ഇന്ദുലേഖ നമ്പൂതിരിപ്പാടിനെ സൂക്ഷ്മം നോക്കിക്കൊണ്ട് പറഞ്ഞു.

“എനിക്കു സുഖമില്ല. എന്നെ ബുദ്ധിമുട്ടിക്കരുത്.”

“എനിക്ക്” എന്ന വാക്ക് കേട്ടു. ബുദ്ധിമുട്ടിക്കരുതെന്ന അഭ്യർത്ഥന കേട്ട് നമ്പൂതിരിപ്പാട് ഞെട്ടിപ്പോയി. അടിയനെന്നാണ് ശൂദ്രസ്ത്രീകൾ ഇത്രയുംകാലം പറഞ്ഞിട്ടുള്ളത്. ഓഹോ ഇന്ദുലേഖ ഇങ്കിരീസ് പറയുക യാണോ?”

“ഇന്ദുലേഖയുടെ സൗന്ദര്യത്തെക്കുറിച്ച് കേട്ടുകേട്ട് എനിക്ക് നിവൃ ത്തിയില്ലാതായി.”

നമ്പൂതിരിപ്പാട് തന്റെ ഉള്ളിലിരുപ്പ് തുറന്നുവെച്ചു.

“ഇന്ദുലേഖ മാധവന്റേതാണെന്ന് എനിക്ക് അസ്സലായറിയാം. എനിക്ക് ഇന്ദുലേഖയെ – നന്നായിട്ട് – മനസ്സിലായില്ല്യേ ഇന്ദുലേഖയ്ക്ക്? നന്നാ യിട്ട് – കാണണം! നീയ്യ് മാധവന്റെ കൂടെ പൊയ്ക്കൊ. എനിക്ക് ഒരു വിരോധോം ഇല്ല്യാ.”

ഇന്ദുലേഖ ലക്ഷ്മിക്കുട്ടിഅമ്മയുടെ ഉപദേശം ഓർക്കുകയാണ്: “ഈ നമ്പൂതിരിമാരെല്ലാം ഒരു പ്രത്യേകജാതി മനുഷ്യരാണ് മകളേ. കുറെ യെല്ലാം നാമറിഞ്ഞ് പെരുമാറണം.”

പെൺവിഷയം എന്ന ഒരൊറ്റ വിചാരം ഒഴിച്ച് നമ്പൂതിരിപ്പാടിന് മറ്റൊരു ചിന്തയില്ല. സകലമാതിരിയുള്ള പെണ്ണുങ്ങളുടെ വീടുകളിലും കടന്നുപോകുന്ന ഏഭ്യനാണ് ഈയാൾ. പെണ്ണുങ്ങളെക്കൊണ്ട് അറു വഷളനായിരിക്കുന്ന നമ്പൂതിരിപ്പാടിന്റെ വഷളത്തരത്തെക്കുറിച്ച് ഓർത്തു കൊണ്ട് ഇന്ദുലേഖ മടിച്ചുകൊണ്ട് അവളുടെ പാവാടയുടെ കെട്ടഴിക്കുക യാണ്. “കണ്ടാൽ മാത്രം മത്യോ?” അവൾ ചോദിച്ചു.

“മതി! ധാരാളം മതി!” തുപ്പലം ഒലിപ്പിച്ച് നമ്പൂതിരിപ്പാട് ഒരു വിഷയ ച്ചിരി ചിരിച്ചു. വലിയ പ്രഭുവല്ലേ, കൊല്ലും കൊലയും അധികാരവുമുള്ള ആളല്ലേ? വല്ലാത്ത വിഡ്ഢ്യാസുരൻതന്നെ ഇയാൾ. നമ്പൂതിരിപ്പാടിന്റെ മോന്ത വിഷയരസംനിറഞ്ഞ് വലിഞ്ഞുനീളുകയാണ്.

ഇന്ദുലേഖ നമ്പൂതിരിപ്പാടിനെ നാക്കുതുറുപ്പിച്ചുകാണിച്ചു.

ഇങ്കിരീസ് പഠിച്ച പെണ്ണല്ലേ! രസികത്തിയാണ്. എന്തൊരു രസം പിടിച്ച നില്പ്! ചിത്രം വരച്ചതുപോലിരിക്കുന്നു...

"അഴിക്കട്ടെ, ആ കുന്ത്രാണ്ടം അങ്ങനെ അഴിച്ചുകാണട്ടെ" - നമ്പൂതിരിപ്പാട് ഇംഗ്ലീഷ് പഠിച്ച പെണ്ണൊരുത്തിയുടെ അടിവസ്ത്രം അഴിച്ചെടുക്കുകയാണ്.

വൃത്തികേട്, അല്ലേ?

കഥ ഞാനിവിടെ നിറുത്താം.

ഇന്ദുലേഖയുടെ പന്ത്രണ്ടാം അധ്യായം പ്രത്യേകം തെരഞ്ഞെടുത്ത് അവതരിപ്പിച്ചത് വേണ്ടപ്പെട്ടവർക്കെല്ലാം മനസ്സിലായിരിക്കുമെന്നാണെന്റെ വിശ്വാസം. ഇന്ദുലേഖ പരിശുദ്ധിയുടെ പ്രതിരൂപമാണെന്ന വിശ്വാസമാണ് ചന്തുമേനോന്റെ നോവൽപ്പുസ്തകം നമുക്കു നൽകുന്നത്. നമ്പൂതിരിപ്പാട് വെറും ഒരു വിഡ്ഢ്യാസുരനാണെന്ന് ചന്തുമേനോൻ പറയുകയും ചെയ്യുന്നു. ചരിത്രപരമായ സാഹചര്യങ്ങൾവെച്ച് വിലയിരുത്തുമ്പോൾ അത്രയും ശരിയല്ലെന്ന് വിലയിരുത്താനാണ് എനിക്കു താത്പര്യം തോന്നിയത്. സത്യത്തിൽ നടന്നിരിക്കാവുന്ന സംഭവം ഞാനെഴുതിയ കഥയിലൂടെ മേലെഴുതിച്ചേർത്തതുതന്നെയാവും. ചന്തുമേനോൻ തന്റെ കഥാപാത്രങ്ങളെ അസാമാന്യമായി ആദർശവത്കരിച്ചിരിക്കുകയാണ്. നമ്പൂതിരിപ്പാട് എന്ന കഥാപാത്രം നമ്മൾ കരുതുന്നതുപോലെ ഒരു വിഷയലമ്പടനായ പരിഹാസപാത്രമല്ല; നമ്മുടെയുള്ളിന്റെയുള്ളിലെ...

■

ചരിത്രം ആവർത്തിക്കുന്നു

അവധിക്കാലത്തെ ബാലേട്ടന്റെ കൂടെയുള്ള പതിവുയാത്ര. പുരുഷാർത്ഥത്തിലെ ലൊക്കേഷനെക്കുറിച്ച് ബാലേട്ടൻ പറഞ്ഞുതുടങ്ങിയതേയുള്ളൂ. ബാലേട്ടന്റെ കഥയാണ് മോഹനേട്ടൻ സിനിമയാക്കുന്നത്. ഇടയ്ക്കെപ്പോഴോ ചുള്ളിക്കാടിന്റെ ചിദംബരസ്മരണകളെക്കുറിച്ച് പ്രഭു എന്തോ പറഞ്ഞു. “ഒലയ്ക്ക!” എനിക്ക് ദേഷ്യം വന്നു. പ്രഭു ഒരർത്ഥവുമില്ലാതെ എന്തെങ്കിലുമൊക്കെ പറയാൻ തുടങ്ങും.

മിണ്ടാതിരിക്കാൻ അവനാവില്ല. തണുപ്പ് വാഹനത്തിന്റെ വശങ്ങളിലേക്കു ചീറിയടിച്ചുകേറുന്നു. വഴിവിളക്കുകൾ ഓടിമറയുന്നു. അകാരണമായ ഒരുത്സാഹത്തിമിർപ്പിലായിരുന്നു ഞാൻ.

വണ്ടിയോടിച്ചുകൊണ്ടിരിക്കുന്ന സുലൈമാന്റെ അരികെ മുൻസീറ്റിലാണ് ബാലേട്ടൻ...

ഇപ്പോൾ നിശ്ശബ്ദനാണു ബാലേട്ടൻ....

വളഞ്ഞുപുളഞ്ഞുപോകുന്ന റോഡിന്റെ ഓരങ്ങളിൽ നിലാവ് മിന്നിത്തിളങ്ങുന്നു. പൂത്തുനിൽക്കുന്ന നിലാവിന്റെ പരിമളം ശ്വസിച്ചുകൊണ്ട്. ഏതോ ഓർമ്മയിലേക്ക് ഞാൻ കാലിടറി വീഴുകയായിരുന്നു. സുഖകരമായ ഒരാലസ്യമാണ് തലയിൽ പെരുത്തുവരുന്നത്.

സുലൈമാന്റെ പാട്ടുപെട്ടിയിൽനിന്ന് പഴയ ഓർമ്മകളുടെ മധുരമാണ് ഉതിർന്നുവീഴുന്നത്. നാക്കത്ത് ഒരുപിടി പഞ്ചസാരയാണ് കുതിരുന്നത്. “തുമ്പപ്പൂ പെയ്യണ പൂനിലാവേ, ഏന് നെഞ്ച് നിറയണ് പൂങ്കിനാവേ...’

എന്തെങ്കിലുമൊക്കെ വിളിച്ചുപറയാനുള്ള ഉത്സാഹത്തിൽ ഉറക്കെ കൂവിവിളിച്ചാലോ എന്നു ചിന്തിച്ചുപോയി: “ഹായി, കമ്മ്യൂണിസ്റ്റ് നിലാവ്...” ബാലേട്ടനാണ് അതുകേട്ട് അന്ധാളിച്ചുപോയത്.

“നന്ദൂ, എന്താദ്?”

“പിയേഴ്സ് സോപ്പിന്റെ ഗന്ധം വരുന്നു ബാലേട്ടാ...” വിചിത്രമായിരുന്നു എന്റെ മറുപടി.

-മനോഹരമായ ഒരു സ്വപ്നത്തിലാണു ലയിച്ചിരിക്കുന്നതെന്ന് എനിക്കു പറയാമായിരുന്നു ഇനിയീ മനസ്സിൽ കിനാക്കളും പൂക്കളും... കവിത വരുന്നു. കവിത വരുന്നു...

പ്രഭുവിന്റെ മുഖം ഇരുണ്ടു.

ആരും മിണ്ടുന്നില്ല. ശ്രീകുമാർ മിണ്ടുന്നില്ല. സുലൈമാനും മിണ്ടുന്നില്ല. കുഞ്ഞുനാളിലെ സുഖകരമായ ഓർമ്മകളിൽ ലയിച്ച് തൂമന്ദഹാസം പൊഴിച്ചുകൊണ്ട് ഞാനങ്ങനെ...

ഒരു ഭയപ്പാടിലായിരുന്നു പ്രഭു. ഞൊടിയിടകൊണ്ട് നിലതെറ്റി ഞാനൊരു പൊട്ടിക്കരച്ചിലായി മാറുമോ എന്ന ഭയപ്പാടിലായിരുന്നു പ്രഭു. "തൊട്ടാവാടി" എന്ന് പണ്ടുമുതലേ അവൻ എന്നെ വിളിക്കാറുണ്ടായിരുന്നു.

"റൊട്ടിയില്ലെങ്കിൽ കേക്ക് തിന്നുകൂടേ?"

ആ ഡയലോഗ് പൊടുന്നനെയാണു മനസ്സിലേക്കു കടന്നുവന്നത്. ഫ്രഞ്ച് വിപ്ലവത്തിന്റെ ചോരപ്രളയത്തിൽ നീന്തിക്കൊണ്ട് ഒരു പാവം പെൺകുഞ്ഞ് ചോദിക്കുകയാണ്: കേക്ക് തിന്നുകൂടേ? രാജകുമാരിയായിരുന്നു അവൾ. ഗില്ലറ്റിൻകൊണ്ട് കഴുത്തു ഛേദിച്ചു കൊന്നു അവളെ.

അക്കഥ ബാലേട്ടൻ ബാറിൽവച്ച് വിശദമായി പറഞ്ഞുതന്നിരുന്നു. ഫ്രഞ്ച് വിപ്ലവത്തിന്റെ ചോരകൊണ്ടെഴുതിയ അധ്യായങ്ങളെല്ലാം ബാലേട്ടനു കാണാപ്പാഠമാണ്.

പൊടുന്നനെ, വർഷങ്ങളുടെ പിന്നിലേക്ക്, അടുക്കളമുറ്റത്തെ മുരിങ്ങമരച്ചോട്ടിലേക്കു തെന്നിവീഴുകയാണ് ഓർമ്മകൾ...

അടുക്കളമുറ്റത്തെ മുരിങ്ങമരച്ചോട്ടിലാണ് ചങ്ങമ്പുഴക്കവിത ആലപിച്ചുകൊണ്ട് രാത്രിയിൽ അച്ഛനും അമ്മയും പ്രേമനാടകം കളിക്കുന്നത്. എവിടെനിന്നോ സ്വപ്നങ്ങൾ വിതറുന്ന കാറ്റു കടന്നുവരും. അച്ഛനേയും അമ്മയേയും ഇക്കിളിയാക്കിക്കൊണ്ട് കാറ്റ് കടന്നുപോകും. കാറ്റിന്റെ ഗന്ധം പിയേഴ്സ് സോപ്പിന്റെ ഗന്ധമാണ്. എവിടേക്കെങ്കിലും വിരുന്നുപോകുമ്പോഴോ ഓണത്തിനോ ഒക്കെയാണ് അമ്മ പിയേഴ്സ് സോപ്പ് തേപ്പിച്ച് എന്നെയും സുഗന്ധിയെയും കുളിപ്പിക്കുക. അപ്പോഴൊക്കെ അമ്മയ്ക്കൊരു പാട്ടുണ്ടായിരുന്നു: "പണ്ടുപണ്ട് പണ്ട് നിന്നെ കണ്ട നാളയാ... പാട്ടുപാടാനറിയാത്ത താമരക്കിളി നീ..."

പിന്നീട് പിയേഴ്സ് സോപ്പിന്റെ വാസന എന്നെന്നേക്കുമായി അപ്രത്യക്ഷമായി. ചോര ഛർദ്ദിച്ചുകൊണ്ട് അച്ഛൻ ചത്തുപോവുകയും ചെയ്തു.

ഞാൻ വലിയ ആളാകുമ്പോഴേക്കും വിപ്ലവം വരുമെന്ന് അച്ഛൻ പറയാറുണ്ടായിരുന്നു. വിപ്ലവം എന്ന വാക്കു കേൾക്കുമ്പോഴേ എനിക്കിപ്പോഴും ഓർമ്മ വരിക, പിയേഴ്സ് സോപ്പിന്റെ നല്ല വാസനയാണ്. വിപ്ലവം കിനാവുകണ്ടുകൊണ്ടാണ് ബാലപംക്തികളിൽ ഞാൻ കഥകളെഴുതിയിരുന്നത്.

നിന്റെ അമ്മയെക്കുറിച്ച് എഴുതാത്തതെന്താണ്? സുഹൃത്തുക്കൾ എന്നോടു ചോദിച്ചിരുന്നു. അമ്മയെക്കുറിച്ച് എഴുതുമ്പോഴൊക്കെ ചോര വായിലേക്ക് ഒലിച്ചിറങ്ങുകയാണ്. അമ്മയുടെ നെഞ്ചത്ത് ഒട്ടിക്കിടക്കുന്ന

നിസ്സഹായനായ ചോരപ്പൈതലിനെ എനിക്ക് ഓർമ്മവരും. കോരിച്ചൊരിയുന്ന മഴയത്ത് ഒരു ഒറ്റക്കുടയുടെ കീഴിൽ അച്ഛനും അമ്മയും നടന്നു പോകുന്നു. അമ്മ അരുമയോടെ എന്നെ മാറത്തടക്കിപ്പിടിച്ചിരിക്കുന്നു. ഒരു ചോരപ്പൈതലിനെപ്പോലെ കൈയും കാലുമിട്ടടിച്ചുകൊണ്ട് 'കീ കീ' ഒച്ചയിൽ ഞാൻ വാവിട്ടുകരയുന്നു.. അ... മ്മ... അ... മ്മ....

"നന്ദൂ, എന്താദ്? ഈ കമ്മ്യൂണിസ്റ്റ് നിലാവെന്നു പറഞ്ഞാല്?" ...ഓ, ബാലേട്ടൻ ഇപ്പോഴാണതു ചോദിക്കുന്നത്. ഒരു നിഘണ്ടുവിലുമില്ലല്ലോ കമ്മ്യൂണിസ്റ്റ് നിലാവ് എന്ന വാക്ക്. ഒ.എൻ.വിയുടെ "എവിടെയോ കളഞ്ഞുപോയ കൗമാരം" എന്ന പാട്ടിന്റെ ചുവടൊപ്പിച്ചുകൊണ്ട് മൂങ്ങ മൂളുന്നതുപോലെ മൂളുകയല്ലാതെ അതൊന്നും വ്യാഖ്യാനിക്കാൻ വയ്യല്ലോ ബാലേട്ടാ... അറുപതുകൾക്കു മുമ്പ് ആകാശത്ത് ഒരു പൂനിലാവ് ഉദിച്ചുനിന്നിരുന്നില്ലേ? ആരേയും പ്രലോഭിപ്പിക്കുന്ന ഒരു സ്വപ്നനിലാവായിരുന്നു. അത് കമ്മ്യൂണിസ്റ്റ് നിലാവ്...

ഇപ്പോൾ നിലാവു കാണുമ്പോൾ ആശയറ്റ് തൂങ്ങിമരിച്ചവരുടെ നിഴലുകൾ നിലാവിന്റെ ഇരുൾപ്പടർപ്പുകളിൽ തൂങ്ങിനിൽക്കുന്നുണ്ടെന്നു തോന്നും. ഇരുട്ടത്ത് കടിച്ചുകീറി ചോര കുടിക്കാനായി മനുഷ്യർ പാത്തും പതുങ്ങിയും ഒളിഞ്ഞിരിക്കുകയാണെന്നു തോന്നും. കമ്മ്യൂണിസ്റ്റ് നിലാവ് എന്നോ ചത്തുമണ്ണടിഞ്ഞുപോയി... ബാലേട്ടാ...

ഓ, നന്ദു... മൗനത്തിന്റെ അസഹ്യതയിൽ ആശ്ചര്യത്തോടെ തല തിരിച്ചുനോക്കിക്കൊണ്ട് ബാലേട്ടൻ വിളിക്കുന്നു. ശ്രീകുമാറിന്റെ തോളത്തു തലചായ്ച്ച് സുഖകരമായ ഒരാലസ്യത്തിൽ ഞാൻ മൗനമന്ദഹാസം പൊഴിക്കുന്നു. ബാലേട്ടാ, നല്ല രസമാണ്. ഈ മൗനത്തിലിങ്ങനെ ലയിച്ചിരിക്കാൻ...

ബാറിൽനിന്നിറങ്ങുമ്പോൾ ബാലേട്ടൻ നല്ല ഉഷാറിലായിരുന്നു. ഇപ്പോൾ വാടിത്തളർന്നതുപോലെയുള്ള ഒച്ചയാണ്. ആരോ ഒരാൾ തെമ്മാടിയെപ്പോലെ ബാറിലേക്ക് ഒച്ചയുണ്ടാക്കിവന്നപ്പോഴാണ് ബാലേട്ടൻ പറഞ്ഞത്: "നമുക്ക് പുവ്വാം."

പ്രഭുവിന്റെ അട്ടഹാസച്ചിരി ബാറിൽ നിലയ്ക്കാതെ മുഴങ്ങിക്കൊണ്ടിരിക്കുകയായിരുന്നു. വിമലടീച്ചർ ആത്മഹത്യ ചെയ്തുവെന്ന് ബാലേട്ടൻ പറഞ്ഞപ്പോഴും പ്രഭു പൊട്ടിച്ചിരിക്കുകയായിരുന്നു. "അങ്ങനെ പറയരുത്" ചിരിച്ചുകൊണ്ടിരിക്കെത്തന്നെ പ്രഭു നിശിതമായി ബാലേട്ടനെ വിമർശിച്ചു. മാനസികാസ്വാസ്ഥ്യം കൊണ്ടാണ് ടീച്ചർ ആത്മഹത്യ ചെയ്തത് എന്നായിരുന്നു ബാലേട്ടന്റെ പ്രസ്താവന.

പ്രഭുവിന്റെ ഒച്ച ഉയർന്നു.

"മനോവിഭ്രാന്തിക്ക് ചികിത്സയിലാണ് എന്ന ഒരൊറ്റത്തെളിവിന്റെ ബലത്തിൽ എല്ലാ നീതിയും നഷ്ടമാവുകയാണ്. സൂത്രശാലിയായ കൊലയാളിയുടെ ഇരയായി ഒടുങ്ങാൻ വളരെയെളുപ്പമായി..."

സംവാദത്തിന്റെ രസച്ചരടുകളെല്ലാം പൊടുന്നനെയാണ് അറ്റുവീണത്.

ധൃതിപിടിച്ചു ഞങ്ങൾ തെരുവിലേക്കിറങ്ങി. സുലൈമാന്റെ കാറിലിരുന്ന് ഫാസിസം വരുന്ന വഴികളെക്കുറിച്ചായിരുന്നു പിന്നീടുള്ള ചർച്ച.

വാക്കുകളെക്കൊണ്ട് ആത്മവഞ്ചന നടത്തുന്ന സ്വഭാവം നന്നല്ലെന്ന റിയാതെയല്ല. മദ്യലഹരിയുടെ ഓളത്തിൽ നീന്തുമ്പോൾ നിലാവ് സ്വച്ഛന്ദമായ ഒരനുഭൂതിയാണ്. പൂത്തുനിൽക്കുന്ന നിലാവിന്റെ പരിമളം എന്ന വാക്ക്... ഛെ! പൈങ്കിളിത്തരങ്ങളാണ് ഒഴിയാബാധയായി മനസ്സിലൂറിക്കിടക്കുന്നത്. ഇരുട്ടിന്റെ ദുരൂഹതയിലേക്ക് കണ്ണുനട്ടിരിക്കുമ്പോൾ നിസ്സഹായരായ മനുഷ്യരുടെ നിലവിളിയൊച്ചകളല്ലേ കേൾക്കാൻ കഴിയുക?

വെളിച്ചങ്ങളുടെ പലമാതിരിയുള്ള നിറങ്ങളുടെ ജാലകങ്ങൾ അകന്നകന്നു പോകുന്നു.

മുമ്പ് ഇവിടെയെല്ലാം ചെറ്റവീടുകളായിരുന്നു. വർഷങ്ങൾക്കു മുമ്പ് കണ്ടുപരിചയമുള്ള വസ്തുക്കളൊന്നും ഇപ്പോൾ ഒരിടത്തും കാൺമാനില്ല. നായ്ക്കരിമ്പുകൾക്കു പകരം വേലിത്തറിയായി പൂത്തുനിൽക്കുന്ന ബോഗൻവില്ലകളാണ്.

നെഞ്ചത്ത് ഭാരം കെട്ടിവച്ചതുപോലെ ശ്വാസംമുട്ടുന്നു....

വീടിനോടടുത്തുവരുമ്പോൾ എനിക്കെപ്പോഴും ഇങ്ങനെ ആധിയും പരിഭ്രമവും തോന്നാറുണ്ട്. ശപിക്കപ്പെട്ട തടവറയാണ് വീട് എന്ന തോന്നലാണ്. നാടു വിട്ടകലുമ്പോഴാണ് ഒരു വ്യക്തിയുടെ സ്വാതന്ത്ര്യം എന്താണെന്നു ഞാനറിയുന്നതുതന്നെ.

വീടുകൾ ചിലത് കടുത്ത ചായങ്ങളുടെ രൗദ്രത്തോടെ തുറിച്ചു നോക്കുന്നു. ചിലത് പ്രേതനിലയങ്ങൾ. ദുരന്തങ്ങളുടെ മൂകസാക്ഷികൾ. ശവകുടീരങ്ങൾ. മരണവിലാപങ്ങളുടെ ദൈന്യത്തോടെ മഞ്ഞളിച്ചു നിൽക്കുകയാണ് ഗൾഫ് പ്രതാപങ്ങളുടെ മണിമന്ദിരങ്ങൾ. പ്രേതനിലയങ്ങൾ, ശവകുടീരങ്ങൾ...

"നന്ദൂ..." എന്തോ പറയാനായി ഭാവിച്ചുകൊണ്ട് ബാലേട്ടൻ വിളിക്കുകയായിരുന്നു. "അമ്പ്ര എന്നു പറയുന്നത് ഒരു കടത്തുകടവല്ലേ? പുഴയാണോ കടലാണോ അത്?"

ശൂ....

ബ്രേക്കു ചവിട്ടിക്കൊണ്ട് സുലൈമാൻ വിചിത്രമായ ഒരു ശബ്ദം പുറപ്പെടുവിച്ചു. സങ്കടത്തോടെ മുഖം പൊത്തിക്കൊണ്ട് സുലൈമാൻ പറഞ്ഞു. "ചത്തുപോയി."

ആരാണു ചത്തുപോയത്? റോഡിന്റെ വശങ്ങളിൽ കരിങ്കൽച്ചീളുകൾ കൂട്ടിയിട്ടിട്ടുണ്ട്. മറുവശത്ത് കാനയും കീറിയിട്ടിരിക്കുന്നു. ഞങ്ങൾ കണ്ടു - ചിന്നിച്ചിതറിയ ചോരയിൽ ഒരു മനുഷ്യശരീരം ചതഞ്ഞുകിടക്കുന്നു. പകുതി ശരീരം കാനയിലാണ് ഒടിഞ്ഞുകിടക്കുന്നത്. പുരുഷശരീരമാണ്. അപ്പുറത്ത് പൊലീസുകാരും നാട്ടുകാരും കൂട്ടംകൂടി നിൽക്കുന്നുണ്ട്.

എപ്പോൾ വന്നാലും നാട്ടിൽ ഈ കാനകീറലും കുന്നുകൂട്ടിയ കരിങ്കൽച്ചീളുകളുമാണ് കാണാൻ കഴിയുക. ദുബായിലായിരുന്നെങ്കിൽ...

സുലൈമാൻ ആക്സിലറേറ്ററിൽ കാലമർത്തി ശരംപോലെ വിട്ടു. വിഷാദമൗനം... നിശ്ശബ്ദത...

“ഊംഠം....”

ബാലേട്ടൻ അർദ്ധമയക്കത്തോടെ നീട്ടിമൂളി.

ശ്വസിക്കാൻ വിമ്മിട്ടപ്പെട്ടുകൊണ്ട് ഒരു വേട്ടമൃഗത്തിന്റെ നിസ്സഹായതയോടെ വേദനിക്കുന്ന ഒരോർമ്മയിൽ...

രണ്ടും നാലും വയസ്സായ പെൺകുഞ്ഞുങ്ങളുടെ അമ്മയാണ്. അനാഥരായ ആ കുഞ്ഞുങ്ങൾ ഇപ്പോൾ എവിടെയാണാവോ.. ഷാർജയിലെ ഇന്ത്യൻ നാടകവേദിയുടെ റിഹേഴ്സലിനിടയ്ക്കാണ് ഉഷാനായരെ കണ്ടുമുട്ടുന്നത്. “നന്നായില്ല, ഈ ഭൂമിയിൽ വന്നുപിറന്നത്. തീരെ നന്നായില്ല...” അവൾ കരഞ്ഞുകലങ്ങിയ കണ്ണുകളോടെയാണ് അതു പറഞ്ഞത്. ദിവസങ്ങൾക്കുശേഷം ആരോ കുത്തി കുടലെടുത്ത് മലർത്തിക്കിടത്തിയിരിക്കുന്നു ഉഷാനായരെ..

വേണ്ട. ഇപ്പോൾ ഗൾഫിനെക്കുറിച്ച് ഒന്നും ഓർക്കേണ്ട.

“കടലിന്റെ ഒരു ചെറിയ ചിന്ത് പുഴപോലെ കരയിലേക്ക് ഉന്തിനിൽക്കുകയാണ്. അമ്പ്ര അതിലെ കടത്തുകടവാണ്.”

ബാലേട്ടൻ എന്തോ പറയാനായി ഭാവിച്ചതാണ്. അപ്പോഴേക്കും സുലൈമാന്റെ പാട്ടുപെട്ടിയുടെ സാന്നിധ്യം – “ഗായകാ നിൻ വിപഞ്ചികയിലെ ഗാനമായിരുന്നെങ്കിൽ ഞാൻ..” കേട്ടുമറന്ന ഈണങ്ങൾ കാതുകളിൽ അലയടിക്കുകയാണ്. ശ്രീകുമാർ ഒരു കള്ളച്ചിരിയോടെ പാട്ടിന്റെ ഈണത്തിനൊത്ത് തലയിളക്കുന്നു. കണ്ണുകൾ പകുതിയടച്ച് ഏതോ അതീന്ദ്രിയ ലോകത്തിന്റെ ചിന്തകളുമായി പ്രഭു ഇരിക്കുന്നു. ഗോപ്യമായി കൈയിലേന്തിയിരിക്കുന്നു പ്രഭു എരിയുന്ന ഒരു തീക്കണ്ണിന്റെ സ്റ്റിക്ക്. പണ്ട് കടപ്പുറത്തുവച്ച് ക്രിസ്തുവിനെ വിളിച്ചുകൊണ്ട് അലറിക്കരഞ്ഞതിന്റെ ഓർമ്മകളോടെ.. ഉൾഭയത്തോടെ തീക്കണ്ണ് ഞാനേറ്റുവാങ്ങി. ഒരു കവിൾ പുക ആഞ്ഞുവലിച്ചു.

നാരായണ! നാരായണ...!

ശ്രീകുമാർ കണ്ണടച്ചു പ്രാർത്ഥിച്ചു.

ഒരു വിഷാദനൊമ്പരം പൊടുന്നനെയാണ് എന്നെ ഗ്രസിച്ചത്. രണ്ടു കവിൾ തീപ്പുക ഉള്ളിലേക്കു ചെന്നപ്പോഴേക്കും ശൈശവത്തിന്റെ ഒരോർമ്മയിലേക്ക് ഞാൻ കൂപ്പുകുത്തുകയാണ്. “എനിക്ക് പെൺകുട്ടിയാകാനാ ഇഷ്ടം...” അതുകേട്ടപ്പോൾ അമ്മയ്ക്കു ചിരിയാണു വന്നത്. അമ്മ കുളിച്ചുവന്ന് സ്കൂളിലേക്കു പോകാനുള്ള പുറപ്പാടിലാണ്. കൗതുകത്തോടെയാണ് അവൻ അമ്മയെ നോക്കിനിൽക്കുക. ഒരു രഹസ്യവും

അമ്മ മകന്റെ മുന്നിൽ സൂക്ഷിക്കാറില്ലായിരുന്നു. നനഞ്ഞ അടിവസ്ത്ര ങ്ങൾ മാറ്റി അമ്മ സാരിയുടുക്കുകയാണ്. "എനിക്ക് പെൺകുട്ടിയാകാനാ ഇഷ്ടം..." അതുകേട്ടപ്പോൾ ചിരിച്ചുകൊണ്ട്, ചൂടുള്ള ഒരുമ്മ തന്നുകൊണ്ട്. അമ്മ പറഞ്ഞു, "അമ്മയ്ക്ക് ഒരാങ്കുട്ട്യാവാനാ ഇഷ്ടം. കൂടുവിട്ട് കൂ കൂ വിളിച്ച് തോന്നിയിടത്തൊക്കെ പറന്നുനടക്കാല്ലോ..."

എന്നിട്ട്... എന്നിട്ട്....

ഞാനെന്തൊക്കെയാണോർക്കുന്നത്? ഒരു വിഡ്ഢിയെപ്പോലെ എന്തെ ല്ലാമോ വിചാരിക്കുന്നു. പതിനാറ് വയസ്സിന്റെ പ്രായമാണ് അമ്മയും ഞാനുമായുള്ള വ്യത്യാസം. അതെ, എട്ടും പൊട്ടും അറിയാത്ത ഒരു പാവം പെൺകുട്ടിയായിരുന്നു അമ്മ...

ഓർമ്മകളെ തല്ലിയോടിക്കാനായി പുറത്തേക്കു തലയിട്ടുനോക്കിയ പ്പോൾ കണ്ണിന്റെ കൃഷ്ണമണിയുടെ തിളങ്ങുന്ന ഗോളമായി ചന്ദ്രൻ ദേഷ്യ ത്തിൽ തുറിച്ചുനോക്കുന്നുണ്ട് ആകാശത്തിൽ. ഈശ്വരൻ ഒറ്റക്കണ്ണു കൊണ്ട് തുറിച്ചുനോക്കുന്നതുപോലെ...

സുലൈമാൻ ഇടയ്ക്കുകയറി ഒരു വെടിപൊട്ടിച്ചതാണ് ആകെ കുഴപ്പ ത്തിലായത്. സുമനയെക്കുറിച്ച് ഇങ്ങനെ മോശമായ ഒരഭിപ്രായം സുലൈമാൻ പറയാൻ പാടില്ലാത്തതായിരുന്നു. "നന്ദുവിന്റെ വീട്ടിൽ ചെന്നാൽ ഈ രാത്രി..." ഇത്രയേ സുലൈമാൻ പറഞ്ഞുള്ളൂ. എടുത്ത ടിച്ചതുപോലെ പ്രഭു ചോദിച്ചു. "സുമന ചൂലെടുക്കുമോ?"

"അതുവ്വോ? നന്ദുവിന് പേടിയാ സുമനയെ?" ബാലേട്ടൻ ആശ്ചര്യ പ്പെടുകയാണ്. ഓ, ബാലേട്ടന്റെ ഒടുക്കത്തെ ഒരു ആശ്ചര്യഭാവം! ഒലക്ക! അസമയത്ത് കൂട്ടുകാരുമായി മുന്നറിയിപ്പില്ലാതെ കയറിച്ചെന്നാൽ ഏതു ഭാര്യയ്ക്കാണ് അതു സഹിക്കുക? ചെന്നുകയറുമ്പോൾ ഉറക്കച്ചടവോടെ യാകും അവൾ വാതിൽ തുറക്കുക. കൂട്ടത്തിൽ അന്യരെ കാണുമ്പോൾ അവൾക്കു കലിയിളകിയേക്കും. ജീവിതം തമാശക്കളിയല്ലെന്ന് അവൾ പലപ്പോഴും പറയാറുള്ളതാണ്. വാളെടുത്തു തുള്ളുമ്പോൾ അവൾക്ക് ഒരു പതിവു പല്ലവിയുണ്ട്. "എല്ലാം സഹിക്കുന്നതിനൊരു പരിധിയൊക്കെ യുണ്ട്... ങാ..."

ശ്രീകുമാർ സുമനയോട് നാലു വർത്തമാനം പറയാനാണ് ആകാംക്ഷ യോടെ കാത്തിരിക്കുന്നത്. അവളുടെ വായിൽനിന്ന് വാക്കുകൾകൊണ്ട് നല്ല കൊട്ടുതന്നെ കിട്ടും ശ്രീകുമാറിന്റെ മണ്ടയ്ക്ക്. അതു തീർച്ച. എന്നെ ക്കുറിച്ചുള്ള പഴയ ബാംഗ്ലൂർകഥകൾ പുറത്തുപറയുമെന്നാണ് അവന്റെ ഭീഷണി.

ബാലാപെട്ടിലെ വ്യഭിചാരശാലയിൽ പോയി തല്ലുവാങ്ങിയ കഥ പോലും ഞാൻ ഭാര്യയോടു പറഞ്ഞിരിക്കുന്നു! ശ്രീകുമാർ ഭാവന കാണു ന്നതുപോലെയല്ല അവൾ... എന്റെ സങ്കടങ്ങളുടെ പാനപാത്രമാണ്...

ബാലേട്ടനെക്കുറിച്ച് സുമനയ്ക്കറിയാം. എഴുത്തുകാരനും ക്രിമിനൽ വക്കീലാണെന്നുമറിയാം. പ്രഭു അയൽവാസിയാണ്. അവൾ മുഖം കറുപ്പിക്കില്ല. സുലൈമാനെക്കുറിച്ച് 'ഒരു പെൺകോന്തനാണ് അയാൾ' എന്നാണു പറയുന്നത്. അവൾ ബഹളം വയ്ക്കാനുള്ള സാധ്യത തള്ളിക്കളയാനാവില്ല. "നന്ദേട്ടനെ ചീത്തയാക്കുന്നത് നിങ്ങളൊക്കെ കൂട്യാണ്" എന്നൊക്കെ അവൾ വിളിച്ചുകൂവിയാലുള്ള പൂരം പിന്നെ പറയാനുണ്ടോ? ബഹളംമൂത്ത് ഞാൻ തലതല്ലാനും ആധിമൂത്ത് അവൾ ദിവസങ്ങളോളം പട്ടിണികിടക്കാനും അതൊരു വഴിയാകും. ഒരു കാര്യം ശരിയാണ്. സുമനയെപ്പോലെ ഇങ്ങനെ എടുത്തുചാടുന്നവരല്ല രേവതിടീച്ചറും ആമിനയും സുലുവും.

പാതിരാത്രിയിലും രേവതിടീച്ചർ സ്നേഹപൂർവ്വമാണ് ബാലേട്ടന്റെ വീട്ടിൽ ചെന്നാൽ ഞങ്ങളെ സ്വീകരിക്കുക. ഒരു പ്രേതനിലയമാണ് ബാലേട്ടന്റെ മാളിക. പാവം ടീച്ചർ! ബാലേട്ടൻ വരുന്നതുവരെ രാത്രിയിലൊറ്റയ്ക്കാണ് അവിടെ കഴിഞ്ഞുകൂടുന്നത്. "രേവോ" ബാലേട്ടൻ വിളിച്ചാൽ ടീച്ചർ ചിരിക്കുന്ന മുഖത്തോടെയാണ് വാതിൽ തുറക്കുന്നത്. വാതിൽപ്പൊളി വലിച്ചുതുറക്കുമ്പോൾ ഭയങ്കരമായ ഒരു 'കരകര' ശബ്ദം ഉയരും. മച്ചിൽനിന്ന് വവ്വാലുകൾ ചിറകിട്ടടിച്ചുകൊണ്ട് തലങ്ങും വിലങ്ങും പറന്നുപോകും. ടീച്ചർക്ക് പരിഭവമില്ല. നേരം വെളിച്ചമാകുന്നതുവരെ ചിരിയും ബഹളവുമായി ബാലേട്ടൻ കൂട്ടുകാരോട് സൊള്ളിയിരുന്നാലും ടീച്ചർക്ക് പരിഭവമില്ല. മദ്യപാനംകൊണ്ട് ഒരിക്കലും ബാലേട്ടന്റെ സമനില തെറ്റിക്കണ്ടിട്ടില്ല. ഞങ്ങളാവും ബാലേട്ടനുമുമ്പേ തളർന്നവശരായിപ്പോകുന്നത്. അന്നേരം മുറുമുറുപ്പൊന്നുമില്ലാതെ ടീച്ചർ ഞങ്ങൾക്ക് പുറത്തെ വരാന്തയിൽ കിടക്ക വിരിച്ചുതരും. സുകുമാർ അഴീക്കോടിന്റെയും ജി. കുമാരപിള്ളയുടെയും പേരുകൾ പറഞ്ഞ് ഞങ്ങളെ ഭയപ്പെടുത്തുക ടീച്ചർക്ക് ഇടയ്ക്കൊരു തമാശയാണെന്നു മാത്രം.

സുലൈമാന്റെ പുത്തൻവീട്ടിലും മോശമല്ലാത്ത സ്വീകരണമാണ്. ആമിന സുലൈമാനോട് തട്ടിക്കയറുമെങ്കിലും ആഗതരോട് ഒരിക്കലും മോശമായി പെരുമാറിയിട്ടില്ല. നിസ്കാരക്കുപ്പായമിട്ടുനിൽക്കുമ്പോഴാകും ഞങ്ങളങ്ങോട്ടു ചെല്ലുന്നത്. പ്രാർത്ഥനയ്ക്കുശേഷം പ്രശാന്തമായ മുഖത്തോടെ ചിരിച്ചുകൊണ്ടാണ് ആമിന കടന്നുവരിക. എപ്പോൾച്ചെന്നാലും ഈത്തപ്പഴവും അലുവയും ഞങ്ങളെ തീറ്റും. തലയ്ക്കു പിമ്പിരിയായിക്കൊണ്ടാകും ഞങ്ങൾ ആമിനയോടു യാത്ര പറഞ്ഞിറങ്ങുക...

പ്രഭുവിന്റെ ഭാര്യ സുലുവിന് അകത്തെവിടെയെങ്കിലും ഒളിച്ചിരിക്കുന്ന സ്വഭാവമാണ്. പുറത്തേക്കു വരുന്ന പതിവില്ല. പ്രഭുവിന്റെ മകൾ ചിന്നുമോൾ ഞങ്ങൾക്ക് ഗ്ലാസുകൾ കൊണ്ടുതരും. ഐസ്കട്ടകൾ തരും. പ്രഭു പറയുന്നത് തന്റെ മകൾക്കു നൽകുന്നത് ശരിയായ ഒരു പരിശീലനമാണ് എന്നാണ്. എയർഹോസ്റ്റസ് ആകണമെന്നാണവളുടെ മോഹം. സുലുവിന് ചിലപ്പോൾ ദേഷ്യം വരും. പാതിരാത്രിയിലും ഞങ്ങൾ കടമ്മനിട്ടയിലും പട്ടത്തുവിളയിലും കുത്തിയിരിക്കാനാണു ഭാവമെങ്കിൽ അകത്തിരുന്ന്

സുലു ഒച്ചയുണ്ടാക്കും. അവൾ വിളിച്ചുപറയുന്ന സങ്കടങ്ങളുടെ ഭാഷ പ്രഭുവിനു മാത്രമേ മനസ്സിലാവുകയുള്ളൂ. "ഈ മനുഷ്യേനോട് പറഞ്ഞിട്ടെന്താ കാര്യം. പുലർച്ചയ്ക്ക് ഏങ്ങണ്ടിയൂർ ചെല്ലാന്ന് പറഞ്ഞിട്ട്... ഇനിയിപ്പോളെപ്പഴാ ഉറങ്ങ്യാലെണീക്ക്യാ ഈ നാശങ്ങള്..."

സുമനയ്ക്ക് രാത്രിയാകുമ്പോൾ എപ്പോഴും ഞാനവളുടെ കൂടെ വേണം. ഉഷ്ണിച്ചിട്ട് കിടക്ക മാറിക്കിടന്നാൽ അവൾക്കു ദേഷ്യം വരും. കെട്ടിപ്പിടിച്ചു കിടക്കണം. വിരലിലെണ്ണാവുന്ന ദിവസങ്ങളേ ഇനി നാട്ടിലുണ്ടാവുകയുള്ളൂ ഞാൻ. അതോർക്കുമ്പോഴാണ് അവൾക്കു സങ്കടം വരുന്നത്. ഇങ്ങനെ നാലുകാലിൽ ഒരുപറ്റം സുഹൃത്തുക്കളുമായി വീട്ടിലേക്കു കയറിച്ചെന്നാൽ അവൾ സഹിക്കുകയില്ല. എങ്ങനെയാണിതൊക്കെ സഹിക്കുക?

അങ്ങനെ ഓരോന്നു ചിന്തിച്ചിരിക്കുമ്പോഴാണ് വീടിനു മുന്നിൽ സുലൈമാൻ വണ്ടി തിരിച്ചുനിർത്തിയത്. ആധികൊണ്ട് കണ്ണുകളിൽ ഇരുട്ടുകെട്ടിയതുപോലെയാണ് എനിക്കു തോന്നിയത്. കാഴ്ചശക്തി തിരിച്ചുകിട്ടിയപ്പോൾ കണ്ടു. ജന്നലുകളെല്ലാം തുറന്നിട്ടിരിക്കുകയാണ്. മുറികളിലെല്ലാം വെളിച്ചം... അകത്തും പുറത്തുമെല്ലാം നല്ല വെളിച്ചം...

ആരോ വന്നിട്ടുണ്ട്.

സുഗന്ധിയാകും.

സ്വീകരണമുറിയുടെ വാതിലും തുറന്നുകിടക്കുകയാണ്. അച്ഛന്റെ പഴയ ചങ്ങാതിയായതുകൊണ്ട് ബാലേട്ടൻ വലിയ അധികാരഭാവത്തിലാണ് അകത്തേക്കു കടന്നുചെന്നത്. അച്ഛന്റെ പ്രായവുമുണ്ടല്ലോ ബാലേട്ടന്! "സുമനേ" ബാലേട്ടൻ വാത്സല്യത്തോടെ വിളിച്ചു. ചെന്നപാടേ സ്വീകരണമുറിയിലെ അഴുക്കുപുരണ്ട കുഷ്യനിൽ ബാലേട്ടൻ ഇരിപ്പുറപ്പിച്ചു. പാത്തുംപതുങ്ങിയും എല്ലാവരും അകത്തേക്കു കടന്നു.

ടീപ്പോയിൽ പഴയ വാരികകൾ ചിതറിക്കിടക്കുന്നുണ്ടായിരുന്നു.

എല്ലാവരും സുമനയുടെ കാലൊച്ചയ്ക്ക് കാതോർത്തിരിപ്പാണ്. ഇതിനിടെ വാരികയുടെ താളുകൾ മറിച്ചുകൊണ്ടിരിക്കെ പ്രഭുവാണ് അതു കണ്ടെത്തിയത്. 'വല'യാണ്. ബാലേട്ടന്റെ കഥ.

പ്രഭു ശബ്ദമുയർത്തി വായന തുടങ്ങി.

"... അവളുടെ പൊന്നുടൽ ഒരു വലപോലെ തന്റെ ചുറ്റും വിടരുന്നു. താൻ അതിനകത്താണ് രക്ഷപ്പെടാനാകാതെ..."

നിർഭാഗ്യമെന്നു പറയട്ടെ. എന്നെ നോക്കിക്കൊണ്ട് ഒരർത്ഥവുമില്ലാതെ അവരെല്ലാരും ചിരിക്കാനും തുടങ്ങിയിരുന്നു. ബാലേട്ടൻ മാത്രം കനത്ത ഗൗരവത്തിലാണ്.

ബാലേട്ടന്റെ ഏതു കഥയെടുത്താലും സ്ത്രീകഥാപാത്രങ്ങൾ ഏതോ ദുരൂഹതയുടെ പര്യായങ്ങളായി മാറും. കഥയെക്കുറിച്ച് ബാലേട്ടന്റെ വക

എന്തെങ്കിലും വിശദീകരണങ്ങളുണ്ടാകും. "ഞാൻ കൽക്കത്തയിലായിരുന്നപ്പോ..." ബാലേട്ടൻ പറയാൻ തുടങ്ങി. അതു കേൾക്കാനുള്ള ക്ഷമ എനിക്കില്ലായിരുന്നു. എങ്ങനെയാണ് സുമനയുടെ രംഗപ്രവേശനമെന്നറിയാതെ കനത്ത നെഞ്ചിടിപ്പുകൊണ്ടു ഞാൻ തളരുകയാണ്.

രംഗം വെടിഞ്ഞ് അണിയറയിലേക്ക് സൂത്രത്തിൽ ഞാൻ പിൻവലിഞ്ഞു.

അകത്ത് കോഴിമുട്ട അപ്പം പൊരിക്കുന്ന രൂക്ഷമായ മണമാണു നിറഞ്ഞുനിൽക്കുന്നത്.

സുഗന്ധിയുടെ ഒച്ച കേട്ടു. "വേണ്ട, സുമന ഇപ്പോഴങ്ങട്ട് ചെല്ലണ്ടാ...."

സുമനയുടെ കള്ളച്ചിരി.

"ചേച്ചി പൊയ്ക്കോ..."

മനോവിഷമം സഹിക്കാതെയാകും എനിക്കപ്പോൾ കലശലായി തൂറാൻമുട്ടി.

മൂലക്കുരുവിന്റെ വേദനയിൽ കക്കൂസിലിരുന്ന് ഞാൻ തപസ്സു ചെയ്യുമ്പോഴാണ് സുഗന്ധിയുടെ സാരിയും പാവാടയും കുളിമുറിയിൽ തൂക്കിയിട്ടിരിക്കുന്നതു കണ്ടത്. ചുവന്ന പുള്ളിക്കുത്തുകളുള്ള കുഞ്ഞിയുടുപ്പ് കുഞ്ഞിമാളുവിന്റേതാകും. ഓ, കൊച്ചുകുറുമ്പത്തി വന്നിരിക്കുന്നു!....

'മാമാ' എന്ന വിളിയോടെ കൊത്തിപ്പിടിച്ച് അവർ മടിയിൽ കയറിയിരിക്കും. കഥകൾ എത്ര കേട്ടാലും മതിയാകില്ല അവൾക്ക്.

പ്രഭുവിന്റെ അട്ടഹാസച്ചിരി കേൾക്കുന്നുണ്ടല്ലോ... ഓ, കൊച്ചുകുറുമ്പത്തിയുടെ കലാപ്രതിഭ അവിടെ അരങ്ങേറുകയാവും...

സുഗന്ധി ബാലേട്ടനോടു കുശലങ്ങൾ പറഞ്ഞുകൊണ്ട് ഇരിക്കുകയാകും. സ്ത്രീകളുടെ സീറ്റിലിരുന്ന ഏതോ പുരുഷനോടു ശണ്ഠ കൂടി പൊലീസ് സ്റ്റേഷനിലേക്ക് ബസ് ഹൈജാക്ക് ചെയ്തുകൊണ്ടുപോയ ആളാണ്.

ശ്രീകുമാർ അവളോട് എന്തൊക്കെ പൊട്ടത്തരങ്ങളാണാവോ പറയുക?

കാറിന്റെ ഡിക്കി തുറന്ന് സുലൈമാൻ സ്കോച്ച് എടുത്തുവച്ചിട്ടുണ്ടാകും. കൂട്ടുകാർക്കു മുട്ടയപ്പം സൽക്കരിച്ചുകൊണ്ട് ഇത്തവണ തന്നെ ആശ്ചര്യപ്പെടുത്താനാണ് സുമനയുടെ ഭാവമെന്നു തോന്നുന്നു. എന്തൂട്ട് കണ്ടിട്ടാണാവോ ഇന്നവൾ ഒരുമ്പെട്ടിരിക്കുന്നത്? സുഗന്ധി കൂടെയുള്ളതുകൊണ്ടാവാം അവൾക്ക് ഈ പ്രമാണിത്തഭാവം.

ഇതു നല്ല കൂത്ത്... അകത്തേക്കു ചെന്നപ്പോൾ ഇങ്ങനെയൊരാൾ ഇവിടെ നിൽക്കുന്നുണ്ടെന്നു കണ്ട ഭാവമില്ല ആർക്കും. ഇതു വലിയ അഹമ്മതിയായിപ്പോയി. തന്റെ സാന്നിധ്യം തീർത്തും അവഗണിച്ചുകൊണ്ടാണ് എല്ലാവരും സൊറ പറഞ്ഞിരിക്കുന്നത്.

ഐസ് കട്ടകൾ ഗ്ലാസിലേക്കു കോരിയിട്ട് ഒരർദ്ധനിമിഷത്തേക്കു മാത്രം പ്രഭു എന്നെ നോക്കി പുഞ്ചിരിച്ചു. പിന്നെ ഒരു പരിചയവുമില്ലാത്ത മട്ടിൽ മുഖം വീർപ്പിച്ചുകൊണ്ട്...

സുഗന്ധിയെ കണ്ടിട്ടാകും അവരുടെ കണ്ണുകൾ മഞ്ഞളിച്ചുപോയത്. അവൾക്ക് അങ്ങനെ ഒരു പ്രത്യേകതയുണ്ട്. ആണുങ്ങൾ മയങ്ങിയിരുന്നു കൊള്ളും.

നടുമുറിയിലുള്ള ടി.വിയുടെ മുന്നിലാണ് പ്രഭുവും ശ്രീകുമാറും. സുലൈമാനും ഒത്തുകൂടിയിരിക്കുന്നത്. അപ്പുറത്തെ മുറിയിൽ ബാലേട്ടനും സുഗന്ധിയും കൊച്ചു കുറുമ്പത്തിയും....

സുഗന്ധി കമനീയമായ ഒരു ഉല്ലാസച്ചിരിയിലാണ്. എന്നെ കണ്ണു കൊണ്ട് സ്വീകരണമുറിയിലേക്കു വിളിച്ചു. കുഞ്ഞിമാളു ബാലേട്ടന്റെ മടിയിലാണ് കൊത്തിപ്പിടിച്ചിരിക്കുന്നത്. “അങ്കിൾ”, “അങ്കിൾ” എന്ന് ഇടയ്ക്കിടെ തോണ്ടിവിളിക്കുന്നുണ്ട്.

ഹായ് മാമാ...

കുഞ്ഞിമാളു ഒരു കിളിയെപ്പോലെ ചിലച്ചു. ബാലേട്ടനും സുഗന്ധിയും കാര്യമായ ഏതോ വർത്തമാനത്തിലായിരുന്നു. സുഗന്ധി കാലിന്മേൽ കാലുകയറ്റിവച്ചാണ് ബാലേട്ടന്റെ മുന്നിൽ കുഷ്യനിൽ ചാരിയിരിക്കുന്നത്. ഏജീസിലെ ഓഡിറ്ററല്ലേ? അവൾക്കതാവാം. നിയമ ത്തിന്റെ ദയാശൂന്യതയെക്കുറിച്ചായിരുന്നു അവൾ ബാലേട്ടനോടു പറഞ്ഞിരുന്നത്. “ജയിൽശിക്ഷ കുറ്റകൃത്യങ്ങൾക്കു പരിഹാരമാണോ ബാലേട്ടാ? മുമ്പത്തെക്കാൾ മാരകമായ കുറ്റവാസനയോടെയാണ് കുറ്റവാളി പുറത്തുവരുന്നത്. ജയിലിൽനിന്ന്...”

ഊമയും ബധിരയുമായ ഒരു യുവതിയാണ് അവരുടെ വിഷയം. അവളെ പതിനൊന്നു വർഷം തടവിലിട്ടു. തികച്ചും അനാഥയായിരുന്നു അവൾ. ഒരു ചോരക്കുഞ്ഞിനെ സ്വയംഭൂവായി അവൾ ഗർഭം ധരിക്കുമോ? അവൾ കുഞ്ഞിനെ നിഷ്കരുണം ഞെരിച്ചുകൊന്നതു തെറ്റുതന്നെ. പക്ഷേ...

സുഗന്ധിയുടെ വാദം ബാലേട്ടൻ ശ്രദ്ധാപൂർവം കേട്ടിരിക്കുകയാണ്. കുഞ്ഞിമാളുവിന് ഇപ്പോൾ എന്റെ മടിയിലേക്കാണു കയറിയിരിക്കേണ്ടത്. അവൾ ബാലേട്ടന്റെ മടിയിൽനിന്ന് ഇറങ്ങി. പേടിച്ചരണ്ട കണ്ണുകളോടെ അവൾ എന്റെ മടിത്തട്ടിൽ ചൂളിയിരുന്നു. ഒരു നിശ്വാസത്തോടെ ഐസ്കട്ട കൾ പൊന്തിക്കിടക്കുന്ന ഗ്ലാസെടുത്ത് ബാലേട്ടൻ ഒരു കവിൾ മോന്തി ക്കുടിച്ചു. പിന്നെ ഗഹനമായ ഒരു ചിന്തയുടെ ഭാവം. ചുമരിലെ ചില്ലിട്ടു വച്ച അച്ഛന്റെയും അമ്മയുടെയും ഫോട്ടോ നോക്കിയിരുന്ന് സിഗരറ്റും പുകച്ചുവിട്ടുകൊണ്ടിരുന്നു. “സ്വാഭാവികമായി ഞങ്ങൾ എന്തെല്ലാമായി ത്തീരുമോ... അതിനെയെല്ലാം അട്ടിമറിച്ചു അച്ഛന്റെ മരണം...” - ബാല്യ കാലത്തിന്റെ ഏതോ വിഷാദം അതു പറയുമ്പോൾ സുഗന്ധിയുടെ മുഖത്തുനിറഞ്ഞു.

അപ്പോൾ എന്തെങ്കിലുമൊക്കെ എനിക്കു പറയാമായിരുന്നു. മൗന ത്തിന്റെ തൊണ്ടയിലേക്ക് ഞാൻ ചുരുണ്ടുകൂടിയിരുന്നു. സുഗന്ധിയുടെ സാരിഞൊറിവുകളുടെ ഭംഗി ആസ്വദിച്ചുകൊണ്ട്, കുഞ്ഞിമാളുവിനെ അടക്കിപ്പിടിച്ച് തലമുടി തലോടിക്കൊണ്ട്....

അവൾക്കറിയില്ല. വളരെ പണ്ട് ബാലേട്ടൻ അച്ഛനെ കാണാൻ വരാറുണ്ടായിരുന്നു. എല്ലാം എല്ലാം ബാലേട്ടനറിയാമായിരുന്നു. എനിക്കോർമ്മയുണ്ട്. മുറ്റത്ത് ചൂരൽക്കസേരകളിട്ടുകൊണ്ട് അച്ഛന്റെ മുന്നിൽ ബാലേട്ടൻ ചുരുട്ടു വലിച്ചിരിക്കുന്നത്. വിലകൂടിയ തടിച്ച ചുരുട്ടു വലിക്കുന്ന അപൂർവ്വം മനുഷ്യരിൽ ഒരാളായിരുന്നു അന്ന് ബാലേട്ടൻ. ഒരു കഥയെഴുതാനുള്ള വിഷയം കിട്ടിയല്ലോ എന്ന് പൊടുന്നനെ ഞാനോർത്തു പോവുകയും ചെയ്തു. സുമന അപ്പോഴാണ് പെട്ടെന്ന് അങ്ങോട്ടു കടന്നുവന്നത്.

വേദനയുടെ ഒരു കൊളുത്ത് നെഞ്ചിനുള്ളിൽ വീണതുപോലെയായി.

കസവുപുടവയുടുത്ത് മുടി ഉച്ചിയിൽക്കെട്ടി സുമന ഒരു ഉണ്ണിയാർച്ച യായാണ് എഴുന്നള്ളിയിരിക്കുന്നത്. മുട്ടയപ്പം ടീപ്പോയിന്മേൽ ഭവ്യത യോടെ അവൾ കൊണ്ടുവച്ചു. ഞാനുംകൂടി കേൾക്കാനാവണം സുമന പറയുകയായിരുന്നു: "അറിഞ്ഞില്ലേ... കുറുമ്പുട്ട്യമ്മായി തൂങ്ങിമരിച്ചു...

"ങേ..."

"കഷ്ടായിട്ടോ. നോക്കാനാരുംല്ലാഞ്ഞിട്ടാ അവർ തൂങ്ങിമരിച്ചത്. കഞ്ഞി കുടിക്കാൻ ഗതിയില്ലാഞ്ഞിട്ടാ ആ സാധുവിന് ഈ വിധി വന്നത് തലവിധ്യെന്നെ..."

അപ്പോൾ കൊച്ചുകുറുമ്പത്തി അതുകേട്ട് എന്റെ മോന്തയിലാണു മാന്തുന്നത്. കുഞ്ഞിമാളുവിന്റെ ചോദ്യം കേട്ടപ്പോൾ എന്റെ നെഞ്ചി നുള്ളിൽ ഒരു ഇടിമിന്നൽ വെട്ടി.

"മാമാ, കഞ്ഞി കുടിക്കാനില്ലെങ്കിൽ കേക്ക് തിന്നുകൂടെ അവർക്ക്?" സ്വകാര്യമായി എന്റെ ചെവിയിലാണത് കൊച്ചുകുറുമ്പത്തി പറഞ്ഞത്. ദൈവമേ, അവിശ്വസനീയമായ ഒരു ചരിത്രമുഹൂർത്തത്തിലാണ് ഞാനി പ്പോൾ അകപ്പെട്ടിരിക്കുന്നത്.

"ബാലേട്ടാ" ഞാൻ വിളിച്ചു. ഉന്മാദം ബാധിച്ച ഒരു ചിരിയോടെ സംഭവ ത്തെക്കുറിച്ച് ഒരു വിശദീകരണത്തിനു തുനിയുകയായിരുന്നു ഞാൻ. "സുമനയെ നന്ദുവിനു പേടിയാ?" ഇതിനിടെ വെടി പൊട്ടിച്ചതുപോലെ യാണ് ബാലേട്ടൻ ആ ചോദ്യം ചോദിച്ചത്. ഹ ഹ ഹ... ഹി ഹി ഹി... ഹു ഹു ഹു.... ചിരിയുടെ ഒരട്ടഹാസമാണ് അപ്പോൾ എല്ലായിടത്തും മുഴങ്ങിയത്. ടി.വിയുടെ ഒച്ചയെ ഭേദിച്ച് നടുമുറിയിലും ചിരിയുടെ ബഹളം. സുഗന്ധിയും പ്രഭുവും ഏറെനേരം നിർത്താതെ ചിരിച്ചുകൊണ്ടേയിരുന്നു.

"എനിക്ക് മിണ്ടാൻ പാടില്ല. ആരോടും എനിക്കു മിണ്ടാനോ ചിരിക്കാനോ പാടില്ല."

"-നുണക്കുഴി വിരിയുന്ന ചിരിയോടെ സുമന പറയാനും തുടങ്ങിയിരുന്നു: "സംശയമാണു പുള്ളിക്ക്."

എന്റെ തോലുരിഞ്ഞുകൊണ്ടാണ് 'സുശീല' അതു പറഞ്ഞതെങ്കിലും അതിനെക്കുറിച്ചൊന്നുമായിരുന്നില്ല ഞാനപ്പോൾ ചിന്തിച്ചിരുന്നത്. പുറത്ത് മഞ്ഞും നിലാവുമുണ്ടല്ലോ എന്ന് ഓർക്കുകയായിരുന്നു. ഉള്ളിലെവിടെയോ പിയേഴ്സ് സോപ്പിന്റെ സുഗന്ധം പെരുകുന്നു.

ടീപ്പോയിന്മേൽ നിരത്തിയ ഗ്ലാസുകളിലേക്കാണ് പിന്നീട് എന്റെ കൈ നീണ്ടുചെന്നത്. കുടിച്ചുകുടിച്ച് എനിക്കിന്നു മതിമറക്കണം. കൊച്ചുകുറുമ്പത്തി എന്നോടു ചോദിച്ചിരിക്കുകയാണ്. കഞ്ഞി കുടിക്കാനില്ലെങ്കിൽ കേക്ക് തിന്നുകൂടെ എന്ന്! സത്യമാണ് അവൾ പറഞ്ഞത്. കൊച്ചുകുറുമ്പത്തിയുടെ കണ്ണിൽ കഞ്ഞി വിശിഷ്ടവും അത്യപൂർവ്വവുമായ ഒരു ആഹാരസാധനമാണല്ലോ..!

അതെ! സഹജരേ വരിക...

വിപ്ലവത്തിനുള്ള സമയം ആഗതമായിരിക്കുന്നു.

എന്റെയുള്ളിലേക്ക് പൊടുന്നനെ ചില ദൃശ്യശകലങ്ങൾ പാഞ്ഞുവന്നു. ഭ്രാന്തമായ കാൽവെപ്പുകളോടെ നിണമണിഞ്ഞ കാലുകളുടെ സംഹാരതാണ്ഡവം. ഭയങ്കരമായ അലർച്ച അവരുടെ തൊണ്ടയിൽനിന്ന് ഉയർന്നു. "ചോര തരൂ, ചോര തരൂ", ഭീകരമായി അലറിവിളിച്ച് ഭ്രാന്തമായ ആവേശത്തോടെ കൈയിൽകിട്ടിയ മാരകായുധങ്ങളേന്തി അവർ തെരുവിലേക്കിറങ്ങി. അപായമണികൾ മുഴങ്ങി.

■

ഇരുൾശരീരങ്ങൾ

അയാൾ നുരഞ്ഞുപതയുന്ന ബിയർഗ്ലാസിനു മുന്നിൽ ഒരേയിരുപ്പാണ്.

എരിഞ്ഞു കത്തുന്ന ഒരു വിഷാദം അയാളുടെയുള്ളിൽ ഒരു തംബുരുവിന്റെ സാന്ദ്രനാദം പോലെ അലയടിച്ചുയരുന്നത്, അയാൾക്കു മാത്രം കേൾക്കാൻ കഴിയും. നിയന്ത്രിക്കാനാവാത്ത ഒരു കണ്ണീർപ്രവാഹത്തിൽ മുഖം നനഞ്ഞുകുതിരും. എന്തിനാണ് കരയുന്നത് എന്നു മാത്രം അറിയില്ല. മരിച്ചവരുടെ ചിത്രത്തുന്നലിന്റെ അക്ഷരങ്ങൾ നീലാകാശത്തിലേക്ക് പറന്നുപോയി. ശബ്ദങ്ങൾ, ചിരികൾ, പൊട്ടിച്ചിരികൾ, പല കാലങ്ങളിൽ മിശ്രണം ചെയ്തത്.

അടുത്ത നിമിഷങ്ങൾ എന്താണ് സംഭവിക്കുകയെന്ന് ആർക്കും പ്രവചിക്കാനാവില്ലെന്ന് അയാൾ ഓർത്തു. ഒരു നിമിഷം മതി. എന്താണ് സംഭവിച്ചത് എന്ന് ഓർത്തെടുക്കുന്നതിന് മുമ്പ് ചോരച്ചണ്ടിയായി ചതഞ്ഞരഞ്ഞില്ലാതാകാൻ...

ഇത്തിരി സ്നേഹത്തിനുവേണ്ടിയാണ് അയാൾ ദാഹിച്ചത്. കടലിനക്കരെ പുറംകടലിൽ തടവറയിൽ പുറംലോകം കാണാതെ മാസങ്ങളോളം വർഷങ്ങളോളം അയാൾക്ക് കഴിച്ചുകൂട്ടാനുള്ളതാണ്. ഉള്ളിൽ നുരഞ്ഞുപതയുന്ന വികാരത്തെ കാമമെന്നാണോ വിളിക്കേണ്ടതെന്നറിയില്ല... ഒരു സ്ത്രീയുടെ സ്നേഹസാമീപ്യത്തേക്കാൾ വിലപിടിച്ചതൊന്നും അയാളുടെ മുന്നിൽ ഇപ്പോൾ അവശേഷിച്ചിട്ടില്ല; ഞരമ്പുകൾ വലിഞ്ഞുമുറുകുകയാണ്. ഉന്മാദം തിളച്ചുമറിയുന്ന മനസ്സോടെ അയാൾക്ക് ഓഫ്ഷോറിലേക്ക് തിരിച്ചുപോകേണ്ടിവരും. പണിസ്ഥലത്ത് മോശപ്പെട്ട ഒരു ബഹളക്കാരൻ എന്ന ഖ്യാതിയാണ് അയാൾ സൃഷ്ടിക്കാൻ പോകുന്നത്. ചോപ്പറിന്റെ ചാർട്ട് ചെയ്ത സമയത്തുതന്നെ ഓഫ്ഷോറിലേക്ക് തിരിച്ചെത്തേണ്ടതുണ്ട്. ഇല്ലെങ്കിൽ ജോലിയും അയാൾക്കു നഷ്ടപ്പെടുത്തേണ്ടിവരും. നഗരത്തിൽ തങ്ങാൻ കിട്ടുന്നത് ഏറിയാൽ മൂന്നു ദിവസം, മിക്കപ്പോഴും മൂന്നാംദിവസം പുലർച്ചെ ഹെലിപാഡിലെ ഓഫീസിൽ ഹാജരാകേണ്ടിവരും. വിശപ്പ് മുഴുക്കെ കണ്ണുകൾക്കാണ്. പുറംകാഴ്ചകൾ എത്ര കണ്ടാലും മതിയാവില്ല. കാണുന്ന കാഴ്ചകൾ ആർത്തിയോടെ

വെട്ടിവിഴുങ്ങുകയാണ്. ബിയർഗ്ലാസുകൾ കാലിയാകുന്തോറും തലച്ചോറി ലെന്തൊക്കെയോ ചൂളംകുത്തുകയാണ്.

കണ്ണിൽക്കണ്ട മനുഷ്യരെയൊക്കെ കെട്ടിപ്പിടിക്കാനും ഉമ്മവെക്കാനും തോന്നും. മാതൃസ്നേഹമോ പെങ്ങൾ സ്നേഹമോ ഏത് പേരിട്ടു വിളിച്ചാലും... ഇത്തിരി സ്നേഹം... ഇത്തിരി സ്നേഹം... അത് ഒരു കൊച്ചു കുഞ്ഞിന്റേതായാൽപ്പോലും...

സമയം ഉച്ചയോടടുത്തേ ആയിട്ടുള്ളൂ. പുറത്ത് തീയാളുന്ന വെയിൽ. അകത്ത് നീലഗിരി താഴ്വരകളുടെ തണുപ്പ്, ഒഴിഞ്ഞ ഒരു മൂലയിൽ ഏറെ നേരമായി അയാൾ ഒരേയിരിപ്പ് തുടരുകയാണ്. താൽക്കാലിക സന്ദർശന ത്തിന് വന്ന ഏതോ വിദേശിയെന്നാണ് അയാളെക്കുറിച്ച് ആളുകൾ വിചാരിക്കുക. പാലസ്തിനിയാണോ ഇറാനിയാണോ? 'ലാ' 'ലാ' അയാൾ നിഷേധാർത്ഥത്തിൽ തലയിളക്കിക്കൊണ്ട് ചിരിച്ചുകാണിക്കും. കഴിഞ്ഞ തവണ ബാറിൽ വന്നപ്പോൾ പൊലീസിലുള്ള ആരോ ആണ് അയാളുടെ ടേബിളിനുമുന്നിൽ ഇരുന്നിരുന്നത് അറബിവേഷത്തിലാണ്. ഒരു കുടുംബ കലഹത്തിന്റെ മൂർദ്ധന്യത്തിലാണ് അദ്ദേഹം ക്ഷോഭിച്ചു സംസാരിച്ചിരു ന്നത്. പൊടുന്നനെ അദ്ദേഹം മലബാറിപ്പെണ്ണുങ്ങളെക്കുറിച്ച് ഒരുപാട് പുകഴ്ത്തിപ്പറയാൻ തുടങ്ങി. അറബിപ്പെണ്ണുങ്ങളെപ്പോലെ ഭൂമി കുലു ങ്ങുന്ന വണ്ണം അലറിപ്പൊളിക്കുന്നില്ല! അറബിപ്പെണ്ണുങ്ങൾ ഈന്തപ്പഴം പോലെയാണ്. പുറമേ മധുരക്കട്ടി! അകത്ത് ഇരുമ്പുകട്ടി. അയാൾ എന്തോ ഓർത്തു. ദൈവത്തിന്റെ ആളുകളുടെ അധികാരം എങ്ങനെയുള്ളതായി രിക്കും. കെട്ടിവെച്ച നുണകളായിരിക്കും നമ്മുടെ യാഥാർത്ഥ്യങ്ങളായി മാറാൻ പോകുന്നത്. നമുക്കുവേണ്ടി വാദിക്കാൻ ആരുമുണ്ടാകില്ല. നമ്മുടെ തലയ്ക്കു മുകളിൽ അവർ വിധിവാചകങ്ങൾ കെട്ടിത്തൂക്കും.

അറബിയുടെ വർത്തമാനം കേട്ട് അയാളുടെയുള്ളിൽ ഒരു ചിരി പൊട്ടി. ഭാര്യയെക്കുറിച്ചുള്ള ഒരേ ചിന്തയാണ് മനസ്സിന്റെ നെരിപ്പോടിലും കത്തിനീറുന്നത്. ഭാര്യയെയും കുട്ടികളെയും ആശ്രയിക്കാനാരുമില്ലാത്ത ശൂന്യതയിലേക്ക് തള്ളിയിട്ട് നിസ്സഹായതയുടെ പടുകുഴിയിൽനിന്നാണ് ഗൾഫിലേക്ക് ഓടിപ്പോന്നത്. അവളുടെ ഇഷ്ടങ്ങളോട് ഒരു ചേർച്ചയു മില്ലെങ്കിലും അയാൾക്കവളെ ഇഷ്ടമായിരുന്നു. വീടിനെക്കുറിച്ച് ഓർക്കു മ്പോഴേക്കും ഹൃദയമിടിപ്പ് ടിക് ടിക് എന്ന് ഉച്ചത്തിലുയരും. അവളുടെ കത്തുകൾ വായിച്ചാൽ ഒരു സമാധാനവുമുണ്ടാകില്ല. ശ്വാസംമുട്ടും. ടെലി ഫോണിന്റെ കാശ് വെറുതെ കളയുന്നത് മിച്ചം. സമാശ്വാസമോ സാന്ത്വനമോ ആത്മധൈര്യമോ പകർന്നുതരുന്ന ഒരു സംസാരവുമില്ല.

എന്തോ ഓർത്തുകൊണ്ട് പെട്ടെന്ന് അറബി സ്ഥലംവിട്ടുപോയി. പോകുന്ന പോക്കിൽ അയാൾക്കുവേണ്ടി രണ്ട് മഗ്ഗ് ബിയർ കൂടി ഷെമീറ യോട് പണം കൊടുത്ത് അറബി ഓർഡർ ചെയ്തിരുന്നു. അറബിയോട് ഉച്ചത്തിലെന്തോ പറഞ്ഞുകൊണ്ട് ഷെമീറ പതിവില്ലാത്തവണ്ണം കുലുങ്ങി ച്ചിരിച്ചു. കറുത്ത കോട്ടിട്ടുനിൽക്കുന്ന ഷെമീറയെ കാണാൻ ഒരു പ്രത്യേക മട്ടിലുള്ള ചന്തമാണ്.

ഷെമീറ പാലസ്തീനിയാണ്, ബാറിൽ വരുന്നവർക്കെല്ലാം തോന്നും. ഷെമീറയ്ക്ക് അവരോട് മാത്രമായി ഒരു പ്രത്യേക ഇഷ്ടമുണ്ടെന്ന്! എവിടെ നോക്കിയാലും ഷെമീറയെ കാണും. പതിവുകാരുടെ പേരുകളൊക്കെ അവൾക്ക് കാണാപ്പാഠമാണ്. ഓരോരുത്തരും ഏതളവ് വരെ മദ്യപിക്കുമെന്നും ലഹരിയുടെ ഉന്മാദത്തിൽ ഏതറ്റംവരെ പോകുമെന്നും അവൾക്ക് നല്ല തിട്ടമാണ്. ചിലരുടെ കൈയിൽനിന്നും കാറിന്റെ താക്കോൽ തട്ടിപ്പറിച്ചെടുത്ത് ടാക്സി പിടിച്ച് പറഞ്ഞുവിടും. അയാൾ അവളരികെ വന്നുനിന്നാൽ കാൽവണ്ണയിലെ മസിലുകളാകും നോക്കിയിരിക്കുക. അയാളെ സ്നേഹപൂർവ്വം തൊട്ടുരുമ്മി നിൽക്കുമെങ്കിലും ഒരിക്കലും മോശപ്പെട്ടവിധം പെരുമാറിയിട്ടില്ല. ചില നേരങ്ങളിൽ അവൾ ഒരു പ്രത്യേകമട്ടിൽ അയാളെ നോക്കിയിരിക്കും. അയാളുടെ മനസ്സ് പിടയ്ക്കുന്നതും ഞെരിപിരി കൊള്ളുന്നതും അവൾക്ക് കാണാൻ കഴിയും. അയാൾ വേറെയാരോ ഒരാളായി മാറും. അയാളുടെ മുഖച്ഛായ പോലും മാറും.

കഴിഞ്ഞ തവണ സിത്തുവിന്റെകൂടെ ഏതോ ഒരു സുഡാനി കോളനിയിലേക്കാണ് പോയത്. നെയ്ഫ് റോഡിനപ്പുറത്ത് ഇടുക്കുപാതിയിലെവിടെയോ നിഗൂഢത പോലെയുള്ള ഒരു മഞ്ഞക്കെട്ടിടം. ഹുക്ക വലിച്ച് ചീർത്ത കണ്ണുകളോടെയിരിക്കുന്ന വലിയ തലേക്കെട്ടുള്ള സുഡാനികൾ... അവിടെയെവിടെയോ കോണിപ്പടികൾ കയറിച്ചെല്ലുന്ന ഒരു മുറിയുടെ വാതിൽക്കൽ സിത്തു ഒരു പ്രത്യേക താളത്തിൽ മുട്ടിവിളിച്ചു. അകത്ത് കടന്നപ്പോൾ കണ്ടത് വിചിത്രമായ കാഴ്ചകൾ. കയറിച്ചെല്ലുന്നിടത്ത് ഒരു ബഞ്ചിന്മേൽ ഒരാൾ അവശതയോടെ ശ്വാസം വലിച്ചു കിടക്കുന്നു! മഞ്ഞച്ചേലയുടുത്ത ഒരു സ്ത്രീയുടെ മടിയിലാണ് അദ്ദേഹം തലചായ്ച്ച് കിടക്കുന്നത്. സ്ത്രീയുടെ കണ്ണുകൾ ചുകന്നു കലങ്ങിയിരിക്കുന്നു. വേറെയും സ്ത്രീകളുണ്ട്. പ്രതിമകണക്കെ ഇരിപ്പാണ്. വെട്ടിത്തിളങ്ങിയ റോസ് സാരിയുടുത്ത ഒരുത്തിക്ക് ഇത്തിരി പ്രാണസഞ്ചാരമുണ്ടെന്ന് തോന്നി. ബഞ്ചിന്മേൽ ശ്വാസം വലിച്ചുകിടക്കുന്നയാളിനോടാണ് സിത്തു വിലപേശലുകൾ നടത്തുന്നത്. മഞ്ഞച്ചേലയുടുത്ത സ്ത്രീയുടെ വിരലുകൾ ഏതുനേരവും അദ്ദേഹത്തിന്റെ മേൽ സാന്ത്വനപൂർവ്വം തടവിക്കൊണ്ടിരിക്കുകയാണ്. അപമാനിക്കപ്പെട്ടവന്റെ പൊരിഞ്ഞ വേദനയും നിസ്സഹായതയും അദ്ദേഹത്തിന്റെ മുഖത്ത് അനുനിമിഷം പിടഞ്ഞുതുള്ളുന്നത് കണ്ടപ്പോൾ എന്താണ് അദ്ദേഹത്തിന് സംഭവിച്ചതെന്ന് എത്ര ചിന്തിച്ചിട്ടും മനസ്സിലായില്ല. സമൃദ്ധമായ മുടി അഴിച്ചുവിടർത്തിയാണ് തീയാളും കണ്ണുകളോടെയുള്ള സ്ത്രീയുടെ ഇരിപ്പ്! അവർക്ക് എന്തോ സംഭവിച്ചിട്ടുണ്ട്. കാലാവധി കഴിഞ്ഞ വിസയോ, അങ്ങനെയെന്തോ. ഒരു പക്ഷേ അതൊരു ഒളിവുജീവിതമായിരിക്കണം. പിന്നീടൊരിക്കൽ കൂടി അവിടെച്ചെന്നപ്പോൾ കണ്ടു. അദ്ദേഹം ആഹ്ലാദത്തിലും ഉന്മേഷത്തിലുമാണ്. അദ്ദേഹത്തിന്റെ ഭാര്യ ഞെക്കിത്തുറുപ്പിച്ചുനിർത്തിയ മദാലസവേഷത്തിലും.

ഒരിക്കൽ ഏതോ ഒരു ഫ്ളാറ്റിലകപ്പെട്ടപ്പോൾ കണ്ടു. ടോയ്‌ലെറ്റിനു പോലും ഒത്ത മുറിയുടെ വലിപ്പം! പൊട്ടിക്കാത്ത വാസനസോപ്പുകൾ, പൊട്ടിക്കാത്ത ടൂത്ത് ബ്രഷുകൾ, മൗത്ത്‌വാഷ്, പെർഫ്യൂംസ് എല്ലാമുണ്ട്. അവൾ പഴയ ലെനിൻഗ്രാഡിലെ ഒരു ഫിലോസഫി പ്രൊഫസറായിരുന്നത്രേ! വികാരതരളിതമായ ഒച്ചയിൽ 'ആഹ് ആഹ്' എന്ന് വെറുതെ അവൾ ശബ്ദിച്ചുകിടക്കും. സിത്തുവാണ് അവളുടെ നമ്പർ അയാൾക്ക് വിളിച്ചുകൊടുത്തത്. സിത്തുവാണ് കാറ് ഡ്രൈവ് ചെയ്തിരുന്നത്. "ക്ലോക്ക് ടവറിന്റെ ബ്രിഡ്ജ് കടന്ന് വലത്തോട്ട്" ...റഷ്യൻ ഉച്ചാരണമുള്ള ഇംഗ്ലീഷ്! ഡ്രാഗൺ ചിഹ്നമുള്ള ചുകപ്പ് റെസ്റ്റോറണ്ടിന്റെ പിറകുവശത്തെ നീല ഗ്ലാസുകൾ പതിച്ച കെട്ടിടം" ...അവളുടെ ശബ്ദം കേൾക്കാൻ നല്ല ഇമ്പമുണ്ട്. 'പന്ത്രണ്ടാംനില' ലിഫ്റ്റിൽ കയറിയപ്പോഴേക്കും കിളിശബ്ദം മൊഴിഞ്ഞു. "നൂറ്റിപതിനൊന്നാം ഡോറിന്റെ കാളിങ് ബെല്ല്."

കഷ്ടം! കര കാണാത്ത നശിച്ച ഓഫ്ഷോറിലെ ജീവിതംകൊണ്ട് അയാൾ ആകപ്പാടെ അളിപിളിയായിട്ടുണ്ട്. മുന്നൂറ്റിയറുപത്തിയഞ്ച് ദിവസങ്ങൾക്കിടയിൽ ഒന്നോ രണ്ടോ തവണ മാത്രമാണ് അയാൾ ഇവ്വിധം ചില ഭ്രാന്തുകൾ കാണിച്ചുകൂട്ടുന്നത്. ആവേശങ്ങൾ തണുത്തുറയുമ്പോൾ കടുത്ത പാപബോധവും കുറ്റബോധവും തോന്നിപ്പോകും. കടലുകൾക്കപ്പുറത്ത് തന്റെ ഭാര്യ പാതിവ്രത്യത്തിന്റെ എരിയുന്ന തപസ്സുമായാണോ കാത്തിരിക്കുന്നത്? ശുദ്ധ അസംബന്ധം? അയാൾ വിവാഹത്തെ പോലും ഒരു തമാശയായാണ് പരിഗണിച്ചത്. ഫലമോ? അക്ഷരത്തെറ്റുകൾ പ്രസവിച്ച് മക്കൾ വളർന്നു വലുതായി. രക്ഷപ്പെടാനാവാത്ത ഒരു തടവറയിൽ അയാൾ എന്നെന്നേക്കുമായി അകപ്പെട്ടു.

ഒരു കരച്ചിൽ... എപ്പോഴും അത് അയാളുടെയുള്ളിലുണ്ട്. ചൂട് പിടിച്ച കരിയെണ്ണയിൽ കുതിർന്ന് നട്ടും ബോൾട്ടും അഴിഞ്ഞുവീഴാറായ... തേയ്മാനം വന്ന യന്ത്രത്തിന്റെ ദീനമായ കരച്ചിൽ... "അരുതേ" എന്ന് അയാളുടെയുള്ളിലാരോ കേണുകരയുന്നുണ്ടാകും. "ഇല്ല! തീരെ ചീത്തയല്ല ഞാൻ!" അയാൾ സ്വയം ആശ്വാസപൂർവ്വം ഉരുവിട്ടുപോകും.

മക്കളെക്കുറിച്ച് ഓർക്കുമ്പോൾ സങ്കടപൂർവം അയാൾ വിചാരിച്ചുപോകും. അവർക്ക് അറിയാനോ കാണാനോ എന്താണ് ഇനി ശേഷിച്ചിട്ടുള്ളത്. ചെയ്യരുതാത്തത് എന്താണുള്ളത്? കുട്ടികളുടെ ബ്രെയ്ൻസിസ്റ്റം ആകപ്പാടെ തകരാറിലാണ്. ആർദ്രത വറ്റി വരണ്ട അവരുടെ ഹൃദയങ്ങളിൽ ഒന്നും മിടിക്കുന്നില്ല. ഭാരിച്ച അറിവുകൾ അവർക്ക് കനത്ത നൈരാശ്യവും മോഹഭംഗവുമല്ലാതെ ഒന്നും നൽകുന്നില്ല. നാലഞ്ച് വയസ്സുള്ള പെൺകുട്ടികളുടെ കണ്ണുകൾ അയാളുടെ കുട്ടിക്കാലത്ത് കണ്ടുപരിചയിച്ച പതിനേഴുകാരികളുടെ കണ്ണുകളാണെന്നു തോന്നും. ആൺമക്കൾക്ക് അമ്മയോട് ഈഡിപ്പസ് പ്രണയമാണെന്ന് തോന്നും. മക്കൾ നിഗൂഢമായി ആഗ്രഹിക്കുന്നത് പിതാവിന്റെ മരണമാണെന്നു തോന്നും...

എല്ലാം തന്റെ വികൃതമനസ്സ് കെട്ടിയുണ്ടാക്കുന്ന കെട്ടുകഥകളാണെന്ന് വിശ്വസിക്കുമ്പോഴൊക്കെയും മനസ്സിന്റെയുള്ളിലിരുന്ന് ആരോ ചെകുത്താൻചിരി ചിരിക്കുന്നത് അയാൾ കേൾക്കും. ബീർഗ്ലാസുകൾ ഒഴിയുന്നതും നിറയുന്നതുമൊന്നും അയാളറിയുന്നില്ല. വലിച്ചുകൂട്ടുന്ന സിഗരറ്റുകൾക്ക് ഒരു കൈയും കണക്കുമുണ്ടാവില്ല. പരോളിലിറങ്ങിയ ഏകാന്തതടവിന്റെ വിഷാദത്തോടെ, സിരാപടലങ്ങളിലേക്ക് അരിച്ചു കേറുന്ന ലഹരി മുഴക്കത്തോടെ, അയാൾ കുഴഞ്ഞുമറിയുന്ന ഓർമ്മകളിലേക്ക് മുങ്ങിത്താഴ്ന്നുപോകും...

എന്റെയൊരു പ്രശ്നം അതായിരുന്നു. എഴുതുമ്പോൾ പഴയതുപോലെയല്ല, അനുയോജ്യമായ വാക്കുകൾ വരുന്നില്ല. അഗാധമായ ഒരു മറവിയിലേക്ക് ഞാൻ തലകുത്തിവീഴുകയായിരുന്നു. ഇപ്പോൾ വാക്കുകൾ ചിറകൊടിഞ്ഞ ചത്ത പക്ഷിയെപ്പോലെ എവിടെയോ ചീഞ്ഞുനാറുന്നു. കാലത്തിന്റെ പ്രയാണത്തിൽ എവിടെവെച്ചോ എനിക്കെന്തോ സംഭവിച്ചിട്ടുണ്ട്. അഗാധമായ ഒരു മറവിയിലേക്ക് ഞാൻ തല കുത്തി വീഴുകയായിരുന്നു. പരിസരങ്ങളുടെ നിഗൂഢതയിലേക്ക് ഞാൻ മുങ്ങിത്താഴ്ന്നു.

Money can buy, even a piece of sky... ഒരു കഷണം ആകാശമെന്നാൽ അതിരുകളില്ലാത്ത ഒരു ലോകം എന്നാണർത്ഥം. ആരെങ്കിലും തനിക്കുവേണ്ടി ചെവിയോർക്കണമെങ്കിൽപോലും കാറ്, ബാങ്ക് ബാലൻസ് എല്ലാം വേണം. കുടുംബത്തിലുള്ളവരുടെ സ്നേഹപരിഗണനകൾക്കുപോലും എവിടെയെങ്കിലും താൻ അംഗീകരിക്കപ്പെടണം. ഒരു ചോക്ലേറ്റ് മിഠായിപോലും സമ്മാനിക്കാൻ കഴിവില്ലാത്ത ഒരാളെ ഒരു പിഞ്ചു കുഞ്ഞിനുപോലും വേണ്ട! വല്യച്ഛനാണത്രേ. ചെറ്യച്ഛനാണത്രേ! തേനേ പാലേ എന്നു വിളിച്ച് ലാളിക്കാൻ അയാൾക്ക് ഒരവകാശവുമുണ്ടാവില്ല. അയാളെ കൊഞ്ഞനം കാട്ടിക്കൊണ്ട് ഒരു പിഞ്ചുകുഞ്ഞ് പോലും "പോടാ" എന്ന് ആട്ടും.

ഓരോ തവണ ലീവിൽ വരുമ്പോഴും ഒരു പ്രഹേളികയിലകപ്പെട്ട് വട്ടം കറങ്ങുന്ന അനുഭവമാണ്. നോക്കുന്നിടത്തെല്ലാം അപരിചിതമായ മുഖങ്ങളാണ്. ആരുടെയും പേരറിയില്ല. ആരെയും മനസ്സിലാവില്ല. തന്റേത് എന്ന് കരുതിയതുപോലും ആരുടെയോ ആണ്. താനാരുടെയോ ശത്രുവും പ്രതിയോഗിയുമാണ്. പ്രത്യേകിച്ച് തനിക്കാരോടും ശത്രുതയുണ്ടായിട്ടല്ല... തന്റെ കൊച്ചു കൊച്ചു മോഹങ്ങൾക്ക് ഒരു വിലയുമില്ല! ഉദ്ദേശ്യപൂർവ്വമല്ലാത്ത നിരുപാധികമായ സ്നേഹം എന്നുണ്ടോ?

പെട്ടെന്ന്, അയാൾക്ക് എം.ടിയുടെ കഥാനായികമാരെ ഓർമ്മ വന്നു. അയാൾ വെറുതെ ഉരുവിട്ടു. "നിലാവത്ത് നോക്കി അവൾക്ക് കരയാനും ചിരിക്കാനും തോന്നി..."

ആങ്ഹ്! മദ്യം കനംവച്ചു വരുന്നുണ്ട് തലയ്ക്ക്! ദാഹിക്കുകയാണ്. ആരുടെയോ സ്നേഹം നിറഞ്ഞ വാക്കുകൾക്കുവേണ്ടി ദാഹിക്കുകയാണ്...

അയാൾ അമ്മയെ ഓർത്തു. നിലാവത്ത് പൂത്തുനിൽക്കുന്ന പാലപ്പൂവിന്റെ സൗരഭ്യമാണ് അയാളുടെ അമ്മ! നിലാവത്ത് മുറ്റത്തെ

ചെടിപ്പടർപ്പുകൾക്കിടയിൽ കള്ളനും പൊലീസും കളിക്കാൻ അമ്മയും വരും. കല്യാണത്തിനോ വിരുന്നിനോ പോകുമ്പോൾ, അമ്മയ്ക്ക് സാരി യുടുത്തു കൊടുക്കുന്നതും മുടി ചീകി മെടഞ്ഞു കെട്ടുന്നതുമൊക്കെ അച്ഛനാണ്. അമ്മയെ ഉമ്മ വയ്ക്കുമ്പോഴും കവിളത്ത് നുള്ളുമ്പോഴും കുട്ടികൾ കാണരുതെന്ന് ഒരു വിചാരവും അച്ഛനില്ല. അനിയത്തിയോ ടൊപ്പം അയാൾ സന്തോഷം കൊണ്ട് ആർത്തുവിളിക്കുമായിരുന്നു. സോവിയറ്റ് നാട് മാസിക, ചുകന്ന ചട്ടയുള്ള പുസ്തകങ്ങൾ, കോൾഗേറ്റ് ഹെയർ ഓയിൽ, ഷേവിങ് ലോഷൻ, പിയേഴ്സ് സോപ്പ്, ലെതർ ബാഗു കൾ, ലെതർ ചെരിപ്പുകൾ, ഈർക്കിലി കരയുള്ള ഡബിൾ, മുണ്ട്, ടെറി ലിൻ ഷർട്ട്, കൂളിങ് ഗ്ലാസ് കണ്ണട... അച്ഛന്റെ ഓർമ്മകൾ അയാൾക്ക് ചില വസ്തുവകയുമായി വേർപിരിയാത്തവണ്ണം ഇണചേർന്നിരിക്കുക യാണ്... കുട്ടിക്കാലത്തെ ഓർക്കുവാൻ അയാൾക്ക് ഭയമായിരുന്നു.

എത്ര വേഗത്തിലാണ് ഏതോ സ്വപ്നംപോലെ അച്ഛനുമമ്മയും ഈ ഭൂമിയിൽനിന്ന് മാഞ്ഞുമറഞ്ഞുപോയത്!

അമ്മയ്ക്ക് കൈനിറച്ച് വളകളുണ്ട്. സ്വർണനിറത്തിലുള്ള റിസ്റ്റ് വാച്ച് ഉണ്ട്. ഒരു ടീച്ചർക്ക് ആവശ്യമില്ലാത്ത ചമയങ്ങളോടുകൂടിയാണ് അമ്മ സ്കൂളിൽ പോയിരുന്നത്. കുഞ്ഞുന്നാളിലേ അവ്യക്തമായ സ്ത്രീരൂപം സ്ലേറ്റിൽ വരച്ച് “അമ്മ... അമ്മ” എന്ന് ഭ്രാന്തമായി വിളിച്ചു പറയുന്നിട ത്തോളം അമ്മയെ അയാൾ സ്നേഹിച്ചു. ഒരിക്കൽ, ഒരു സ്ത്രീയുടെ നഗ്നരൂപം വരച്ചുവച്ചത് അച്ഛൻ കണ്ടുപിടിച്ചു. അച്ഛൻ ശാസിച്ചില്ല. ശരീര ഭാഗങ്ങളുടെ ചേർച്ചയില്ലായ്മയ്ക്കു മുകളിൽ അച്ഛൻ ഭംഗിയുള്ള ഒരു സ്ത്രീരൂപത്തെ വരച്ചു കാണിച്ചുതന്നു.

അച്ഛനെപ്പോലെ ഒരച്ഛനെ കിട്ടാൻ ജന്മങ്ങൾ തപസ്സിരിക്കണം!

ഷെമീറ അയാളുടെ ഭാവപ്പകർച്ചകൾ കണ്ടുകൊണ്ട് എന്തോ ഓർത്ത്, ചിരിക്കാൻ തുടങ്ങിയിട്ടുണ്ട്. അയാളുടെ ശരീരം മാത്രമേ ബാറിലുള്ളൂ. തുറന്നുപിടിച്ച കണ്ണുകൾക്കുമുന്നിൽ അയാൾ ഒന്നും കാണുന്നില്ല... കേൾ ക്കുന്നില്ല... ഷെമീറയ്ക്കറിയാമോ, ചിലരുടെ ഓർമ്മകൾക്ക് സമാനതക ളില്ല. അവർ അനുഭവിച്ച വേദനകൾ വാക്കുകൾകൊണ്ട് വിവരിക്കാനാവില്ല.

വൈകിട്ട് ദുബായിലേക്ക് ചെല്ലാമെന്ന് കുറച്ചു മുമ്പ് സിത്തുവിന്റെ നമ്പറിൽ വിളിച്ചുപറഞ്ഞിരുന്നു. കുഞ്ഞിമോളാണ് ടെലിഫോണെടുത്തത്. “ഹായ് വല്യച്ഛൻ വർണു...” അവൾ തുള്ളിച്ചാടിയാകും വിളിച്ചുപറയുക. അവൾക്ക് പറഞ്ഞുകൊടുക്കാൻ തന്റെ കൈയിൽ ഇനി കഥയൊന്നുമില്ല. ഫ്ളാറ്റിലെ ഏതോ ഒരാളെക്കുറിച്ച് അവൾ പറഞ്ഞത് ഓർത്തു. അവൾ വലുതായാൽ അയാളെ അവൾ വെടിവച്ച് കൊല്ലുമത്രേ. അവളുടെ ദേഹത്ത് അയാൾ തൊട്ടുപോലും! നാട്ടിൽ ചെന്നാൽ വാക്മേൻ ചെവീലും കൈയില് കുടയും ചൂടി. മഴയത്ത് അവൾക്ക് നടക്കണംത്രേ! വെട്ടുകല്ലു കൾകൊണ്ട് പടവുകൾ കെട്ടിയ കുളം പണിയണംത്രേ. നിലാവുള്ള രാത്രി കളിൽ അവൾക്ക് നീരാടാനാണത്രേ!

സങ്കടത്തോടെയാവും സിത്തുവിന്റെ ഫ്ളാറ്റിൽ നിന്ന് യാത്ര ചൊല്ലി പിരിയേണ്ടി വരിക, പാതിരാത്രിയിലുള്ള ഏതെങ്കിലും ടാക്സിയിലാവും അബുദാബിയിൽ തിരിച്ചെത്തുക! വ്യാഴാഴ്ച രാത്രിയിൽ സിത്തുവിനോട് പുലരുവോളം ലോകകാര്യങ്ങൾ പറഞ്ഞിരിക്കുകയാവും ചെയ്യുക. തകർന്നുവീഴുന്ന ട്രേഡ് സെന്റർ കണ്ടപ്പോൾ സിത്തു വിചാരിച്ചത്രേ. അമേരിക്ക അവസാനിച്ചുവെന്ന്! കത്തിച്ചാമ്പലായ കമ്പ്യൂട്ടറുകൾ അമേരിക്കയുടെ ശവക്കുഴി മാന്തിയെന്ന് അവൻ വിചാരിച്ചുപോലും! മൂന്നാമത്തെ വിമാനം വൈറ്റ്ഹൗസിനു മുകളിൽ ശരിക്കും വീണില്ല... കണ്ടതിനേക്കാൾ ഭയങ്കരമായ കാര്യങ്ങൾ വിമാനത്തിനുള്ളിലെ, കാണാത്ത കാര്യങ്ങളിലാണ്. വിമാനത്തിന്റെയുള്ളിൽ എത്ര ഭയങ്കരമായ വടംവലികളാകും നടന്നിട്ടുണ്ടാവുക? പറയാൻ തുടങ്ങിയാൽ സിത്തുവിന് ഒരുപാട് കാര്യങ്ങൾ പറയാനുണ്ടാകും.

അവന്റെ സുഹൃത്തിന്റെ മകൾ മദ്യപിക്കുമത്രെ. ലഹരിവസ്തുക്കൾ ഉപയോഗിക്കുമത്രെ. അവൾ ഏതോ തെരുവുചെക്കന്റെ കൂടെയാണത്രെ. മകളെ വിട്ടുകിട്ടാൻ അച്ഛനുമമ്മയും കേസിലാണ്. സിത്തുവിന്റെ കരച്ചി ലത്രയും മധ്യവർഗത്തിന്റെ പൊല്ലാപ്പുകളോർത്തിട്ടാണ്. മനുഷ്യൻ! ഇര പിടിക്കുന്ന ഒരു ക്രൂര ജന്തു! ചോരപ്പുഴകളുടെ കൂട്ടക്കൊലകൾക്ക് ഗൂഢാ ലോചന നടത്തുമ്പോഴും അതിമനോഹരമായി പുഞ്ചിരിക്കുന്ന മൃഗം...!

കടലിന്റെ നടുവിലുള്ള ഒരു കൊച്ചുദ്വീപിൽ, തന്റെ കൊച്ചുമുറിയിലേക്ക് പകലിന്റെ കടുത്ത ക്ഷീണവുമായി രാത്രിയിലെത്തിയാൽ വന്നപാടെ അയാൾ പേനയും കടലാസുമെടുത്ത് മേശപ്പുറത്ത് തലവച്ചുകിടക്കുക യാണ് പതിവ്. മസ്തിഷ്കം നിറയെ പരസ്പരം ബന്ധമില്ലാത്ത ചിന്തകൾ കുഴഞ്ഞുമറിഞ്ഞുകിടക്കുകയാവും. എത്ര ശ്രമിച്ചാലും തന്റെ ചിന്തകൾക്ക് ഒരു കടലാസുസൃഷ്ടിയുടെ രൂപഭദ്രതയുണ്ടാവില്ല! കൂടിക്കുഴഞ്ഞ ഓർമ്മ കൾക്കുമുന്നിൽ തലച്ചോറിന്റെ കെട്ടുകളൊക്കെ പൊട്ടിപ്പിളരുമെന്ന് തോന്നും. ഒരാശ്വാസത്തിനുവേണ്ടി ബി.ബി.സിയുടെ ചാനൽ തുറന്നാൽ, ഉത്തരം കിട്ടാത്ത ചോദ്യങ്ങൾകൊണ്ട് ഭ്രാന്ത് പിടിക്കുമെന്നു തോന്നും. സദ്ദാമിന്റെ ഇറാക്കിൽ രാസായുധങ്ങളില്ല എന്നാണ് യു.എൻ. രക്ഷാസേന യിലെ ബ്രിട്ടീഷുകാരൻ പറഞ്ഞത്. അയാൾ കൊല്ലപ്പെട്ടതാണോ? അതോ; ആത്മഹത്യയോ?

വർഷങ്ങൾ കഴിയുമ്പോൾ ഒരാൾ മനസ്സിലാക്കുന്നു. ജീവിതമെന്നാൽ ഇങ്ങനെയൊക്കെയാണ്. സ്വാഭാവികമരണത്തിന് കാത്തിരുന്നാൽത്തന്നെ, വരലിലെണ്ണാവുന്ന വർഷങ്ങൾ ബാക്കിയുണ്ട്. അത് ഇതാ എന്നു പറയു മ്പോഴേക്കും കടന്നുപോകും. ഒന്നിനെക്കുറിച്ചുമറിയാതെ ഈ ഭൂമിയിൽ നിന്ന് വിട്ടുപോവുകയാണ്. മരണചിന്തയെ മാറ്റിനിറുത്തിക്കൊണ്ട് ഒരറിവും അറിയാനില്ല. അദൃശ്യസാന്നിധ്യമായി ഏത് നിമിഷവും തന്റെ മേൽ ചാടി വീഴാവുന്ന ഒന്ന്, തന്റെ മരണം...

ജോലിസ്ഥലത്ത് കൗണ്ടറിനു മുന്നിൽ നിൽക്കുക എന്നതു മൂർച്ച യുള്ള കത്തിക്കുമേലെ നിൽക്കുന്ന അനുഭവമാണ്. പാക്കിസ്ഥാനികളും

ഫിലിപ്പിനോകളുമടക്കം പല തരത്തിലുള്ള സ്വഭാവങ്ങളുള്ള മനുഷ്യർ. പരാക്രമത്തോടെ കടന്നുപോകുന്ന മനുഷ്യർക്ക് മുന്നിൽ, തുറിച്ചു നോക്കുന്ന കണ്ണുകൾക്കു മുന്നിൽ ഒരു വിളമ്പുകാരന്റെ കുപ്പായമിട്ട് കൗണ്ടറിൽ നിൽക്കുക എന്നത് തലപെരുക്കുന്ന ഭയങ്കരമായ അനുഭവ മാണ്. മദർഫക്കർ! ഫഹൻചര്യുത്! എവിടെ നിന്നെല്ലാമോ ശബ്ദങ്ങൾ ഉയരും. എത്ര നിയന്ത്രിച്ചാലും അയാളുടെ നിയന്ത്രണം ഒരു ദിവസം കൈവിട്ടുപോവുകതന്നെ ചെയ്യും. ഒരു വിഷസർപ്പത്തെപ്പോലെ പത്തി വിടർത്തിയാടും. ചീറ്റും. പന്നീടുള്ള പ്രത്യാഘാതങ്ങൾ ഭയങ്കരമായിരിക്കും. ആത്മാവിന്റെ ശാന്തിക്കും സുരക്ഷിതത്വത്തിനും രക്ഷയില്ലാതാകും. തന്റെ നിലനില്പിനു തന്നെയും ഭീഷണിയുണ്ടാകും. പ്രത്യാഘാതങ്ങളുടെ അലമാലകൾ അയാളെ വിഴുങ്ങും. തനിക്ക് നേരിടേണ്ടിവരുന്ന പരമമായ നിസ്സഹായതയിൽ സ്വയംപീഡനത്തിന്റെ കത്തിമുന നെഞ്ചിലേക്ക് ആഴത്തിൽ കുത്തിത്താഴ്ത്തിക്കൊണ്ട്, പരിചിതമായ എല്ലാറ്റിൽനിന്നും പൊടുന്നനെ യാത്ര പറഞ്ഞുപോകും. വിധിയുടെ ഈയൊരു നാടകം പലവട്ടമായിങ്ങനെ ആവർത്തിക്കുന്നു...

സുഖകരമായ ഒരു നിദ്ര... ഒരല്ലലും പ്രാരബ്ധവുമറിയാതെയുള്ള സുഖകരമായ നിദ്ര. ഏറെക്കാലമായി മോഹിക്കുകയാണ്. 'മുടിഞ്ഞു പോകട്ടെ' പുലർച്ചെ, നശിച്ച അലാറത്തിന്റെ ശബ്ദം കേട്ടുണരുമ്പോ ഴൊക്കെ ഈ ലോകത്തെയപ്പാടെ ശപിച്ചുപോകും. ചില നേരങ്ങളിൽ ഒരനാഥക്കുഞ്ഞിനെപ്പോലെയാണ് വാതിലടച്ചിരുന്നുകൊണ്ട് കരയുന്നത്. സാന്ത്വനപ്പെടുത്തുന്ന ഒരു ശബ്ദം കേൾക്കാൻ, ആശ്വസിപ്പിക്കുന്ന ഒരു വിളി കേൾക്കാൻ എന്തൊരു കൊതിയാണ്! "ചീത്ത..." ഇല്ല! ചിലതരം പ്രവൃത്തികളുടെ പേരിൽ അത്രയെളുപ്പത്തിൽ കുറ്റപ്പെടുത്തുന്നത് പാപമാണ്...

ഈ പേന... ഈ പേന കൊണ്ടാണ് അയാൾ ജീവിതത്തെ പ്രതി രോധിച്ചു നിർത്തിയത്. ചീത്തയേക്കാൾ കൂടുതലായി പരിഗണിക്കപ്പെടാ വുന്ന ധാരാളം നന്മകൾ അയാളിലുണ്ട്. സ്നേഹിക്കുന്ന ഒരു ഹൃദയ ത്തിനുമുന്നിൽ പാതാളത്തോളം കീഴ്വഴങ്ങാൻ അയാൾ തയ്യാറാണ്. ചിലരോട് അയാൾക്ക് അടക്കാനാവാത്ത സ്നേഹവും വാത്സല്യവും തോന്നും. ചിലരോട് വെറുപ്പ്... ചിലരോട് ആസക്തി...

വിശുദ്ധമായ ഒരു പുണ്യവസ്ത്രമായി ആത്മാവിനെ കഴുകി യെടുക്കാൻ. നെഞ്ചുരുകിക്കൊണ്ട് പ്രാർത്ഥിക്കുകയാണ്. പ്രേമത്തിന്റെ ആർദ്രമായൊരു കൈത്താങ്ങ്... ആത്മാർപ്പണം ചെയ്ത സ്നേഹവിശുദ്ധി യുടെ ഒരു ഗാഢാശ്ലേഷം... ഏറെക്കാലമായി കൊതിക്കുകയാണ്... "ഇല്ല! ഈ ബിയർഗ്ലാസുകളാണേ സത്യം, ഞാനിനി മദ്യപിക്കുകയില്ല..." ശൂന്യത യിലേക്ക് നോക്കി ആരോടെന്നില്ലാതെ എന്തൊക്കെയോ സംസാരിച്ചു. ഇഷ്ടപ്പെട്ട ആരോടോ എന്നതുപോലെ കൈകൾകൊണ്ട് ആംഗ്യങ്ങൾ കാണിച്ച് ശൂന്യതയോട് സംസാരിച്ചു. "മരണം വിളിപ്പാടകലെ കണ്ണു തുറിച്ചു നോക്കുമ്പോഴും ഹാ, അടങ്ങാത്ത തന്റെ മോഹങ്ങൾ...!"

ഹാ, ഈ കുട്ടികൾ.... നാട്ടിൽ തിളച്ചുമറിഞ്ഞു നടക്കുന്ന ഈ കുട്ടികൾ... അവർക്കറിയില്ല, അവരുടെ രക്തത്തിലുള്ളത് ഗൾഫുകാരന്റെ അടിമപ്പണി ചെയ്ത വിയർപ്പാണുള്ളതെന്ന്! അവരുടെ തടിച്ചുവീർത്ത മാംസത്തുടിപ്പുകളുടെ ഓരോ ഇഞ്ചിലും ഗൾഫുകാരന്റെ കണ്ണീരും ചൂടു ചോരയുമാണുള്ളതെന്ന്! പഴയതെല്ലാം ചവിട്ടിയരച്ചുകൊണ്ട് ഈ കുട്ടികൾ സൃഷ്ടിക്കാൻ പോകുന്ന ലോകത്തിന്റെ സ്വഭാവമാണ് എത്ര ചിന്തിച്ചിട്ടും പിടിതരാതെ പോകുന്നത്. കാണരുതാത്തതെല്ലാം അവർ കണ്ടു. കാണാൻ മാത്രം ഇനിയൊന്നും അവർക്ക് ബാക്കിയില്ല. ആഗ്രഹിക്കാൻ അവരുടെയുള്ളിലൊന്നും ബാക്കിയില്ല. നേർക്കാഴ്ചകളുടെ യാഥാർത്ഥ്യങ്ങളെ തുച്ഛവും വിലകെട്ടതുമാക്കുന്ന നീലപ്രസരങ്ങളുടെ ഡിജിറ്റൽ പ്രളയങ്ങൾക്കുമുന്നിൽ, ഏതു പെൺകുട്ടിക്കും തന്റെ കാമുകനെ വിളിക്കാൻ ഇനിയൊരു വാക്കേയുള്ളൂ. “യൂ... മദർ ഫക്കർ...” ആത്മാവിലും ചോരയിലും മാംസത്തിലും തുളച്ചുകയറുന്ന നിഗൂഢ സന്ദേശങ്ങളുടെ ആഘാതങ്ങളിൽ, ഉടൽരൂപങ്ങളിൽ സ്രവിക്കുന്ന ഹോർമോൺ പ്രസരങ്ങളിൽ മനുഷ്യാവസ്ഥയുടെ സന്തുലിതത്വമാണ് തകിടം മറിഞ്ഞുകിടക്കുന്നത്. വായ് പിളർത്തിയിരിക്കുന്ന ഒരു ജന്തുവിനെപ്പോലെ ആത്മാവിലൊരു ജന്തു വായ് പിളർത്തിയിരിക്കുന്നുണ്ടെന്ന് തോന്നും. മനുഷ്യാവയവങ്ങൾക്ക് വേറിട്ട അസ്തിത്വങ്ങളുണ്ടെന്നുപോലും തോന്നിപ്പോകും. സ്ത്രീ ശരീരത്തിന്റെ സ്വകാര്യാവകാശങ്ങൾക്ക് നിലനില്പില്ലാത്തവണ്ണം, അവളെ നിഷ്ഫലവും തുച്ഛവുമായ ഒരു വസ്തു വാക്കിയിരിക്കുകയാണ്. ഏത് പെൺകുട്ടിക്കും തന്റെ കാമുകനെ വിളിക്കാൻ ഇനിയൊരു വാക്കേയുള്ളൂ. “യൂ മദർ ഫക്കർ....” പെൺകുഞ്ഞുമുഖങ്ങളിൽ ഉള്ളറിവിന്റെ രഹസ്യങ്ങളത്രയും അവളറിയാതെയാണ് പ്രതിബിംബിക്കുന്നത്... അവളുടെ ഓരോ ശരീരാവയവത്തിനും വ്യതിരിക്തമായ ഒരസ്തിത്വം ഉള്ളതുപോലെയാണ് നൃത്തച്ചുവടുകളിൽ ഭ്രാന്ത് പിടിച്ച് അവൾ ഉറഞ്ഞുതുള്ളുന്നത്... ഛെ! അന്തമില്ലാത്ത ഈ വൃത്തികെട്ട ചിന്തകൾ....!

നാളെ രാവിലെ കടലിനു നടുവിലുള്ള തന്റെ ഏകാന്ത ദ്വീപിലേക്ക് തിരിച്ചുചെല്ലേണ്ടതാണ്. ഇന്ന് വ്യാഴാഴ്ചയാണ്. പാതിരാത്രിയിലും സുഹൃത്തുക്കളുടെ ഫ്ളാറ്റുകൾ സജീവമായിരിക്കും. മദ്യഗ്ലാസുകൾ സാക്ഷിയാക്കി പൊരിഞ്ഞ സംവാദങ്ങൾ നടക്കുകയാകും.

മരണത്തെക്കുറിച്ച് ഒരു നിമിഷംപോലും ചിന്തിക്കാത്തവർ, ഒരു സുപ്രഭാതത്തിൽ പൊടുന്നനെ അപ്രത്യക്ഷരാവുകയാണ്. ജീവിതമെന്നാൽ ഇങ്ങനെയൊക്കെയാണ്. ഒരു അത്യാഹിത മരണത്തോടെ സർവ്വമോഹങ്ങളും ഒടുങ്ങുന്നു. എന്റെ ഭാര്യ, മകൻ, വീട്...

എഴുത്തിന്റെ ദുരൂഹതയെ ആരാധിക്കുന്നവരാണ് തന്റെ സുഹൃത്തുക്കളത്രയും! ഒരു ഫാഷനുവേണ്ടി ദുരൂഹതയെ ആരാധിക്കുന്നതിനേക്കാൾ വലിയ പൈങ്കിളിത്തരമെന്താണ്? ചൂട് പിടിച്ച തർക്കങ്ങളുടെ അവസാനം അവർക്ക് ബോധ്യപ്പെടുത്താനുള്ളത്, മനുഷ്യന്റെ അസ്തിത്വത്തിന്റെ

നിരർത്ഥകത മാത്രമാകും. മനുഷ്യനെ മനുഷ്യനിൽ നിന്നും ലോകത്തു നിന്നും ചരിത്രത്തിൽനിന്നും അടർത്തിമാറ്റുക, ദുരൂഹതയെ 'ഹാ! എത്ര ഉദാത്തം!' എന്ന് വാഴ്ത്തിപ്പാടുകയും ചെയ്യുക! എത്ര പരിതാപകരമായ ഒരു വഴി തെറ്റിക്കലാണിത്! അപമാനിക്കപ്പെട്ടവന്റെ വേദനയോടെ, അസ്ത്രം തറച്ചതിന്റെ തേങ്ങലോടെ, ബുദ്ധിജീവിനാട്യങ്ങളുടെ ഫ്ളാറ്റുകളിൽനിന്ന് പൊടുന്നനെയുള്ള പ്രകോപനങ്ങളുടെ ഇറങ്ങിപ്പോക്കുകൾക്ക് പകരംവയ്ക്കാൻ... ഇല്ല! പകരം വയ്ക്കാൻ എന്തൂട്ട് ഒലക്കയാണ് ഞാൻ ചെയ്തുവച്ചിട്ടുള്ളത്?

സിത്തു എപ്പോഴും പറയാറുള്ളതാണ്, "നിങ്ങൾ... സർവ്വതും നിങ്ങൾ നഷ്ടപ്പെടുത്തും. ആദരവും വിശ്വാസവും എല്ലാം നിങ്ങൾ നഷ്ടപ്പെടുത്തും. മനുഷ്യനായാൽ നെഞ്ചുറപ്പും വിശ്വാസദാർഢ്യവും വേണം. നിങ്ങൾക്കെന്തെങ്കിലുമാകാമായിരുന്നില്ലേ.... ഒന്നുമായില്ലല്ലോ നിങ്ങൾ! വഞ്ചിച്ചിരിക്കുകയാണ് നിങ്ങൾ! നിങ്ങളെക്കുറിച്ച് പ്രതീക്ഷകളർപ്പിച്ചവരെ വഞ്ചിച്ചിരിക്കുകയാണ് നിങ്ങൾ..."

"നിവർന്നുനടക്കുക മനുഷ്യാ! നിങ്ങളെന്തിനാണ് വളഞ്ഞുനടക്കുന്നത്?" അയാളുടെ ഭാര്യയും ഓർമ്മപ്പെടുത്താറുള്ളതാണ്. നിവർന്നു നടക്കുക... നെഞ്ചുറപ്പോടെ, കരളുറപ്പോടെയങ്ങനെ അങ്ങനെ...

പരിസരം മറന്ന് അയാൾ ഉറക്കെയുറക്കെ പൊട്ടിച്ചിരിച്ചു.

ആരൊക്കെയോ തുറിച്ച കണ്ണുകളോടെ അയാളെ നോക്കി.

"മജ്നു... മജ്നു...' എന്നു വിളിച്ചു പറയുന്നുണ്ട്. ഷെമീറ ദേഹത്തു വന്ന് മുട്ടിക്കൊണ്ട് തുറിച്ചുനോക്കി നിൽക്കുകയാണ്. ഒരു ഇളിഭ്യൻചിരി ചിരിച്ചുകൊണ്ട് എഴുന്നേൽക്കാൻ ശ്രമിച്ചു. കാലുകൾ ഇടറുന്നുണ്ട്. പുറത്തേക്കുള്ള വാതിൽക്കൽ വരെ ഷെമീറ കൈയിൽ പിടിച്ചു. അവളുടെ കൈപ്പത്തിയിൽ ഒരു പുണ്യവതിയോടെന്നവണ്ണം അയാൾ ചുംബിച്ചു.

ബാറിന്റെ ചവിട്ടുപടികളിറങ്ങിയപ്പോൾ മുന്നിൽ അസ്തമയസൂര്യന്റെ സ്വർണം കുമിയുന്ന വെയിലാണ്.

ഉടൽരൂപങ്ങളിലൊട്ടിപ്പിടിച്ച കറുത്ത പർദ്ദയിൽ, ലിപ്സ്റ്റിക് തേച്ച ചുണ്ടുകളും കൂർമ്പിച്ച ഹൈഹീൽ പാദരക്ഷകളും മനംമയക്കുന്ന സുഗന്ധങ്ങളും ഏതോ സ്വപ്നാടനം പോലെ... തലങ്ങും വിലങ്ങും ചലിക്കുന്നു...

തൊട്ടുമുന്നിലുള്ള ഷോപ്പിങ് മാളിന്റെ മുന്നിൽ എന്തോ ഓർത്തുകൊണ്ട് അയാൾ സ്തംഭിച്ചുനിന്നു. ഭാര്യയ്ക്ക് വിലപിടിച്ച അടിവസ്ത്രങ്ങളാണ് അയാൾ വാങ്ങിക്കൊടുക്കുക. നെയിൽപോളിഷുകൾ, പെർഫ്യൂമുകൾ, ആഭരണങ്ങൾ, എല്ലാറ്റിനോടും അയാൾക്കെന്തോ വലിയ ഭ്രമമാണ്. അയാളുടെയുള്ളിലാരോ ഒരാൾ ഒളിച്ചിരിക്കുന്നുണ്ട്. ആരേയും മോഹിപ്പിക്കുന്ന എന്തോ... ഉണ്ട്....

"ടാക്സി... ടാക്സി."

അയാൾ വിളിച്ചുകൂവി.

ടാക്സികൾ നിറുത്താതെ തലങ്ങും വിലങ്ങും പാഞ്ഞുപോകുമ്പോൾ അച്ഛന്റെ പുസ്തകയലമാരയിൽ പണ്ടെങ്ങോ ഒരു ഇംഗ്ലീഷ് പുസ്തകം കണ്ടത് അയാൾ ഓർത്തു. പുസ്തകത്തിന്റെ പുറഞ്ചട്ടയിൽ, സ്വർണ ലോഹത്തകിടുകൊണ്ടുള്ള കൂർമ്പിച്ച മുലക്കിണ്ണം ധരിച്ച്, അരഞ്ഞാണം കൊണ്ട് അരക്കെട്ട് മറച്ച്, ഒരു സ്ത്രീയുടെ സുന്ദരരൂപമാണ് ആനപ്പുറത്ത് കാലുകൾ കവച്ചിരിക്കുന്നത്. എമിലിസോളയുടെ 'നാനാ' എന്ന പുസ്തകം ഓർമ്മയിലെവിടെയോ ഉണ്ട്. ഗോർക്കിയുടെ ചട്ട കീറിപ്പോയ ഏതോ ഒരു പുസ്തകവും ഓർമ്മയിലുണ്ട്.

പുസ്തകത്തിന്റെ കീറിപ്പോകാത്ത ഏതോ ഏടുകൾ തന്റെ മനസ്സി ലെവിടെയോ കൊഴിഞ്ഞുവീണുകിടക്കുന്നുണ്ട്, "നിലത്ത് വീഴുക! നിലത്ത് വീഴുക!" വെടിവച്ചു വീഴ്ത്തപ്പെട്ട മനുഷ്യർക്കിടയിൽ ഒരാൾ ഇടറാത്ത കാലുകളോടെ അപ്പോഴും നിവർന്നുനിൽക്കുകയാണ്. അയാളുടെ നെഞ്ച് തുളച്ചുകൊണ്ട് മൂന്നുതവണ ശത്രുവിന്റെ വെടിയുണ്ട കൾ ചീറിക്കടന്നുപോയി. "നിലത്ത് വീഴുക... നിലത്ത് വീഴുക..." ആരുടെയോ ആക്രോശങ്ങൾക്കുമുന്നിൽ അയാളപ്പോഴും നിവർന്നു നിൽക്കുകയാണ്. നെഞ്ചുറപ്പോടെ, കരളുറപ്പോടെ അങ്ങനെ...

അയാളിപ്പോൾ ദുബായിലേക്കുള്ള ടാക്സിയിലാണ്. തിമർക്കുന്ന നഗരകാഴ്ചകളിൽനിന്ന് മരുഭൂമിയുടെ വിജനതയിലേക്ക്. ഏതോ നാടൻ പാട്ടിന്റെ ഈണങ്ങൾ ശ്രവിച്ച് പഠാണി ഡ്രൈവർ തലയാട്ടുന്നത് കണ്ടപ്പോൾ അയാളും മതിമറന്ന് പാടി: "നിന്നെക്കാണാൻ എന്നെക്കാളും ഭംഗിയുണ്ട് കുഞ്ഞിപ്പെണ്ണേ...."

ചോരച്ചോപ്പിൽ ജ്വലിച്ചുനിൽക്കുന്ന അനന്തമായ മണൽപ്പരപ്പുകൾ... മണൽച്ചിത്രങ്ങൾ...

മദ്യം വല്ലാതെയുണ്ട്, തലയിൽ കൊത്തിക്കീറുന്നു!

"എടാ സുന്ദരവിഡ്ഢീ..."

അയാൾ തന്നോടുതന്നെ പറഞ്ഞുപോവുകയാണ്: "നീയിവിടെ മിസ്ഫിറ്റാണ്."

ഐം നോട്ട് അൻഫിറ്റ് ഹ്യേർ, ബട്ട് മിസ്ഫിറ്റ്.... ■

ഒരു തിയ്യക്കുട്ടിയുടെ ക്രിസ്തുവിചാരം

ഒരു കരിവണ്ട് മുരളുന്നതാണ് ആദ്യം കേട്ടത്. ഒരു വൻമുഴക്കമായി പൊടുന്നനെ അത് ചെവിയിലൂടെ തുളച്ചുകയറി. ചെപ്പിക്കാട്ടം ഇളകിയ താകാം കാരണം, എനിക്ക് ബോധോദയമുണ്ടായി എന്നാണ് പിന്നീട് ഇതിനെക്കുറിച്ച് ഞാൻ ചാവക്കാട്ടെ യോഗങ്ങളിൽ പ്രസംഗിച്ചത്. ഒരു പിന്തിരിപ്പൻ മൂരാച്ചിയായി വളരെവേഗം ഞാൻ മുദ്ര കുത്തപ്പെട്ടു. പിന്നീട് മറ്റൊന്നിനെക്കുറിച്ചും ചിന്തിച്ചില്ല - സന്ന്യാസവേഷമാണ് കൂടുതൽ യോജിച്ചത് എന്ന സത്യം മനസ്സില്ലാമനസ്സോടെ അംഗീകരിച്ചു. പിന്നീടെ ങ്ങനെയോ ഞാനകപ്പെട്ടത്, തെക്കെ മുറിയുടെ ഇരുട്ടിൽ; ഒറ്റപ്പെട്ടവന്റെ ഉന്മാദാവസ്ഥയിലേക്ക്...

ആയിടെ, ദുഃഖിതനായും ഉൾവലിഞ്ഞവനായും മാത്രമേ, നിങ്ങൾക്ക് എന്നെ കാണാൻ കഴിഞ്ഞിരുന്നുള്ളു. ചിട്ടപ്പടിയാണ് ജീവിച്ചത് എന്നാണ് എന്റെയൊരു ധാരണ. പക്ഷേ, നിയന്ത്രണരഹിതമായി പെരുമാറുന്നു എന്ന ആക്ഷേപത്തിനായിരുന്നു മുൻതൂക്കം. എല്ലാം സഹിച്ചുകൊണ്ട് ഞാനെത്രമാത്രം ക്ഷീണിച്ചു! തെക്കേമുറിയുടെ ഏകാന്തവാസത്തിനിട യിലാണ് ബൈബിൾ പതിവായി വായിച്ചുതുടങ്ങിയത്. അവിടെയും ഒരു വൻമുഴക്കം ചെവിയിലൂടെ തുളച്ചുകയറുന്നുണ്ടായിരുന്നു. ആദിയിൽ വചനമുണ്ടായി എന്ന ബൈബിൾ വചനത്തിലേക്ക് ശൂന്യതയിൽനിന്ന് വചനങ്ങൾ പൊഴിഞ്ഞുവീഴുന്ന ആദിയിലേക്ക്, മനസ്സ് കൂട് വിട്ടു പറന്നു തുടങ്ങി. "വഴിയൊരുക്കുവിൻ" എന്ന് ഉറക്കെ വിളിച്ചുപറയുന്നവന്റെ ശബ്ദം മരുഭൂമിയുടെ ശൂന്യതയിൽ മുഴങ്ങുന്നത് ബൈബിൾവായനയുടെ തുടക്കം മുതൽ ശ്രദ്ധിച്ചു. മരുഭൂമിയുടെ പരാപ്പരപ്പിലൂടെ മിന്നൽപ്പിണരു കളായി സഞ്ചരിക്കുന്ന ശബ്ദം വൻമുഴക്കമായി പ്രകമ്പനം കൊള്ളുന്നത് കണ്ടു. യേശുവെ നേർക്കുനേരെ കണ്ടതിനെക്കുറിച്ച് യോഹന്നാൻ പറഞ്ഞത്, "ആത്മാവ് പ്രാവ് പോലെ സ്വർഗത്തിൽ നിന്ന് ഇറങ്ങിവന്നു" എന്ന ഉപമയാണ്. വായുവിലൂടെ ഒരു തൂവൽപക്ഷി ഒഴുകിയിറങ്ങുന്നതു പോലെ എന്ന ഉപമയാണ് യേശുവിനെക്കുറിച്ച് സങ്കല്പിച്ചപ്പോൾ തോന്നി യത്; പോകുന്ന വഴിയിലെമ്പാടും കാറ്റുണർത്തിവിട്ടുകൊണ്ട്, വായുവെ

പിളർത്തിക്കൊണ്ട് യേശു കടന്നുവരികയാണ്. എന്നിൽ വിശ്വസിച്ചവർക്ക് മരണമില്ല എന്ന വിശുദ്ധമന്ത്രമാണ് യേശു ഉയർത്തിപ്പിടിച്ചത്; ഒരുവന്റെ ആത്മാവിന്റെ പ്രകാശം അവന്റെ കണ്ണുകളിലും ശരീരം മുഴുവനും പ്രകാശിക്കുമെന്നാണ് ക്രിസ്തു വിളംബരം ചെയ്തത്... ദൈവമേ, കളങ്കമറിയാത്ത കുഞ്ഞുങ്ങളുടെ കണ്ണുകൾക്ക് എന്തൊരു തീക്ഷ്ണ തയും പ്രകാശവുമാണ്! ശിശുത്വം നിധിപോലെ കാത്തുസൂക്ഷിച്ചവൻ ഭാഗ്യവാൻ! പ്രാവിനെപ്പോലെ, പക്ഷേ പാമ്പിന്റെ ജാഗ്രതയോടെ ജീവിക്കണമെന്നും യേശു സൂചിപ്പിക്കുന്നുണ്ട്. ചില ഘട്ടങ്ങളിൽ ശത്രു വിനോടുകൂടി നിരന്നുകൊൾക എന്നും യേശു രഹസ്യം പറയുന്നുണ്ട്. ആരെയോ യേശു നിരന്തരമായി വെല്ലുവിളിക്കുന്നുണ്ടെന്ന് തീർച്ചയാണ്; വെല്ലുവിളിയിലുള്ള സൂചനകളും പകൽപോലെ വ്യക്തമാണ്. ദേവസ്വം അധികാരികളെ തലങ്ങുംവിലങ്ങും യേശു ചീത്ത പറയുന്നുണ്ട്. കാശിനും സമ്പത്തിനും വേണ്ടി ഏത് പക്ഷത്തും തലചായ്ക്കാൻ മടിക്കാത്ത പുരോഹിതവർഗത്തിന്റെ കപടഭക്തിയെ പുളിച്ച മാവിനോടാണ് താര തമ്യപ്പെടുത്തിയത്. പുഴുക്കൾ തിളയ്ക്കുന്ന കെട്ടുനാറിയ മാവിനോട് ഉപമിച്ചിരിക്കുന്നു എന്നു സാരം. വ്യംഗ്യാർത്ഥം ഇവ പിശാചുക്കളിൽ പിശാചുക്കളാണ് എന്നുമാകാം. നിഷേധിയായ യേശു ആരെയോ വിരൽ ചൂണ്ടി സംസാരിക്കുന്നുണ്ട് – അരുത്, അസത്യങ്ങൾക്ക് വെള്ള പൂശരുത്. നിന്റെ കളവുകളത്രയും ഏതുകാലത്തും മറച്ചുവയ്ക്കാമെന്ന് വിചാരി ക്കരുത്. മൂടിവച്ചത് എപ്പോഴെങ്കിലും വെളിച്ചത്ത് വരാതിരിക്കില്ല. നീയിപ്പോഴറിയാത്തത് എപ്പോഴെങ്കിലും നീയറിയാതിരിക്കില്ല... നീയോർമ്മിക്കുക, ഇരുട്ടത്ത് പറഞ്ഞത് വെളിച്ചം കേൾക്കും. അറയിൽ മന്ത്രിച്ചത് പുരമുകളിലും ഘോഷിക്കപ്പെട്ടേക്കും. യേശു പറഞ്ഞത് സർവതും പരിണാമങ്ങൾക്ക് വിധേയമാണ് എന്നാണ്. നേതി, നേതി എന്നുതന്നെയാണിത്. നിഷേധിയുടെ സ്വരമാണിത്. ക്ഷേത്രത്തിലേക്ക് കടന്നുചെന്ന് ചമ്മട്ടി വീശാനുള്ള ധൈര്യംപോലും യേശു കാണിച്ചില്ലേ? "ഇത് വ്യഭിചാരശാലയല്ല" എന്ന് ആക്രോശിച്ചുകൊണ്ടാണ് അദ്ദേഹം ക്ഷേത്രഭാരവാഹികളെ ബലം പ്രയോഗിച്ച് പുറത്താക്കിയത്. ഇവിടന്ന ങ്ങോട്ട് പ്രശ്നകലുഷിതമായ ഒരു ലോകത്തെയാണ് യേശു സൃഷ്ടിക്കു ന്നത്. വീട് പണിയുന്നവർ തള്ളിക്കളഞ്ഞ കല്ല് മൂലക്കല്ലായിത്തീർന്നു എന്നാണ് ഇതിനെക്കുറിച്ച് യേശു പറഞ്ഞത്. ഉയരത്തിലുള്ളവർ താഴ്ത്ത പ്പെടുമെന്നും താഴത്തുള്ളവർ ഉയർത്തപ്പെടുമെന്നുമല്ലേ യേശു കട്ടായം പറഞ്ഞത്. ഒരർത്ഥത്തിൽ വലിയൊരു ഛിദ്രംതന്നെ യേശു സൃഷ്ടിച്ചു. ദൈവമേ, ദൈവമേ, ഇങ്ങനെയോ എന്റെ ബൈബിൾ വായന!

പറഞ്ഞില്ലേ, എന്റെചെപ്പിക്കാട്ടം ഇളകിയിരിക്കുകയാണ്. ഒരു പിന്തിരി പ്പൻ മൂരാച്ചിയായി വളരെ വേഗം ഞാൻ മുദ്രകുത്തപ്പെട്ടു. കഥയുടെ ബാക്കി ഭാഗം കൂടി പറയട്ടെ –

പട്ടണങ്ങളും ഗ്രാമങ്ങളും പിന്നിട്ട്, അനന്തതയിൽനിന്ന് അവൻ നടന്നുവന്നു. ഏതു തരത്തിലുള്ള ജനാധിപത്യമാണിത്? കഷ്ടം, കഷ്ടം! ഇടയനില്ലാത്ത ആടുകളെപ്പോലെ ആളുകൾ കുഴഞ്ഞവരും

ചിന്നിച്ചിതറിയവരും ആയിക്കണ്ടിട്ട് അവന്റെ മനസ്സലിഞ്ഞു. തോനെയുണ്ട്; കൊയ്തെടുക്കാൻ വേണ്ടതുണ്ട്. പണിയാളരായി ഒരുത്തനേയും എവിടെയും കാണ്മാനില്ല! അയ്യേ്യ, ചുങ്കക്കാരും പാപികളുമായവരേ, കേൾക്കൂ, വികസനത്തിന്റെ പേരിൽ മലിനക്കൂമ്പാരങ്ങളാണെന്നോ കെട്ടിപ്പൊക്കേണ്ടത്? ശവശരീരത്തിനുള്ള വിലപോലും ഇല്ല, ജീവനുള്ള മനുഷ്യന്! കാൽക്കീഴിലെ മണ്ണ് ചോർന്നുപോകുന്നിടത്ത് സംഭവിക്കുന്നതെന്തെന്നറിയാതെ കൊടികളുടെ മറവിൽ പാത്തും പതുങ്ങിയും; ഇക്കൂട്ടർ പരസ്പരം വെട്ടിച്ചാവുകയാണ്. കീഴടക്കാൻ കഴിയാത്തത് സ്നേഹമാണെന്നറിയാതെ....! വെറുതെ! ഒരർത്ഥത്തിനും വേണ്ടിയല്ലാതെ ആളുകൾ പരസ്പരം വെട്ടിച്ചാവുകയാണ്.

അവൻ കണ്ടു, നോക്കുന്നിടത്തെല്ലാം വലിയ വ്യാമോഹങ്ങളുടെ പരസ്യപ്പലകകൾ അവനെ തുറിച്ചുനോക്കുന്നത്... എവിടെപ്പോയാലും പിൻവലിയാനാകാത്തവിധം ദുരന്തങ്ങൾ തൊട്ടുമുമ്പിൽ തുറിച്ചുനോക്കി നിൽക്കുന്നത്... പിന്നാലെ വരുന്നവരിൽ വിശ്വാസമർപ്പിച്ച് "ബൈ ബൈ" ചൊല്ലിക്കൊണ്ട് മറഞ്ഞുപോയവരോട് നീതി പുലർത്തുന്നില്ലെങ്കിൽ, സഖാക്കളേ, വേദനിച്ചു കരയുന്ന മനുഷ്യാത്മാക്കളുടെ സങ്കടങ്ങൾ ഇനിമേൽ ആരറിയാനാണ്? വലിയ വ്യാമോഹങ്ങളോടെ നമ്മൾ കെട്ടിവലിച്ചിഴയ്ക്കപ്പെടുന്നത് ശ്മശാനഭൂമിയുടെ ശൂന്യതയിലേക്കാണ്; സത്യത്തിനുനേരെ മുഖം തിരിച്ച് എവിടെപ്പോയാലാണ് രക്ഷ കിട്ടുക? ജീവന്റെ വീണ്ടെടുപ്പിനെയാണ് നമ്മൾ തകർത്തുകൊണ്ടിരിക്കുന്നത്...

അവൻ പറഞ്ഞത് ചിലതൊക്കെ മനസ്സിലായി. ചിലത് എത്ര ചിന്തിച്ചിട്ടും എനിക്കു മനസ്സിലായില്ല. വർഗീയഭ്രാന്തുകളുടെ കൊലവിളിക്കു മുന്നിൽ മറയത്ത് മറഞ്ഞിരിക്കുന്നവനാണത്രേ നമ്മളറിയാതെ എല്ലാം വെട്ടിപ്പിടിച്ചെടുക്കുന്നത്. എനിക്കു മനസ്സിലായി, അവൻ ആരെയോ ഉദ്ദേശിച്ച് മുന്നറിയിപ്പ് നൽകുകയാണ് എന്ന്!

– പിന്നീട്, എല്ലാം ഏതോ സ്വപ്നംപോലെ.

അവനെ ഓരോ തവണ കണ്ട് മടങ്ങുമ്പോഴും എന്റെയുള്ളിൽ നിശ്ശബ്ദതയാണ് നിറഞ്ഞുപെരുകുന്നത്. ഹൃദയത്തിലേക്ക് ഇടിഞ്ഞു വീഴുന്ന ആഘാതമായി നിശ്ശബ്ദത ഉള്ളിൽക്കിടന്ന് കനത്തുവന്നു. ഈ ലോകത്തിന്റെ വഷളത്തരവും വൈരൂപ്യവുമല്ലാതെ മറ്റൊന്നും എനിക്കു കാണാൻ കഴിയാതെയായി. തീട്ടത്തിലുള്ള ഈച്ചകൾ സ്വകാര്യജീവിതത്തിലേക്ക് ആർത്തു പെരുകി പറന്നുവന്നു...

എനിക്ക് എന്നെ രക്ഷപ്പെടുത്താൻ കഴിയുന്നില്ലെങ്കിൽ, മറ്റുള്ളവർക്ക് എങ്ങനെയാണ് ഞാൻ രക്ഷകനാവുക? പ്രതീക്ഷകളുടെ നേർത്ത പ്രകാശം മേഘക്കീറുകളിലെവിടെയോ ഒളിഞ്ഞിരിക്കുന്നുണ്ടെന്ന് എനിക്കു തോന്നി. എന്റെയുള്ളിൽ എന്തോ ഉണ്ട്. ഒരു തേങ്ങിക്കരച്ചിൽ പോലെ എന്തോ ഉള്ളിലുണ്ട്!

ഞാൻ ഓരോ തവണ കാണുമ്പോഴും അവന്റെ മുഖത്ത് വിഷാദം കൂടുതൽ ഇരുണ്ടുകൂടുന്നതാണ് കണ്ടത്. പക്ഷേ അവന്റെ കണ്ണുകൾ ഏതോ മാസ്മരികപ്രകാശത്തിൽ വെട്ടിത്തിളങ്ങിയിരുന്നു. അവനെ ക്കുറിച്ച് വലുത് പറയുന്നത് വെറുതെയല്ല എന്ന് അനുഭവങ്ങൾ പഠിപ്പിച്ചു. ആത്മാവിനെ സന്നിവഹിപ്പാൻ അവനുള്ള കഴിവ് അസാധാരണമായിരുന്നു.

ചെവിയോർത്തവർക്ക് ആത്മാവിന്റെ വിശുദ്ധി ഉപകാരസ്മരണയോടെ അവൻ ഊതിക്കൊടുത്തു. എല്ലാവരെയും സ്നേഹപൂർവം സ്പർശിച്ചു. ഞാൻ ഭയപ്പെട്ടു. ഏതൊരു യുദ്ധത്തിലും യഥാർത്ഥത്തിൽ സംഭവിച്ചത് എന്താവാം? ചതിയും വഞ്ചനയുമാണെന്ന് സങ്കടപൂർവം ഓർത്തുപോയി.

സഫലമാകാത്ത അഭിലാഷങ്ങൾ, സാക്ഷാത്കരിക്കാത്ത സങ്കല്പങ്ങൾ, നിറവേറാനാകാത്ത പ്രതീക്ഷകൾ... എന്നെ എന്തൊക്കെയോ കാർന്നുതിന്നുകയാണ്. നിരന്തരമുള്ള പരാജയങ്ങളുടെ കാരണങ്ങൾ എന്നെ പഠിപ്പിച്ചു. എന്റെ ആഗ്രഹങ്ങളും ചിന്തകളും പരസ്പരം ശത്രുതയിലാണ് പ്രവർത്തിക്കുന്നത് എന്ന്! എങ്ങനെ; എന്തുകൊണ്ട് എന്നൊക്കെ ചിന്തിച്ച് കൂടുതൽ വലിയ തമസ്സിലേക്ക്...

ഗുരുവചനങ്ങൾ ഹൃദിസ്ഥമാക്കിയിട്ടും വേദാന്തിയാവാനൊന്നും തുനിഞ്ഞില്ല. ഈ ലോകത്തെ മാറ്റിത്തീർക്കാൻ രക്തസാക്ഷിയാവണം. ചോരതന്നെ വീഞ്ഞാവണം. അങ്ങനെ വിചാരിച്ചാലേ ഈ ലോകം മറിച്ച് ഒരനുഭവമാവുകയുള്ളൂ. ബാഹ്യലോകത്തിന്റെ സമ്മർദ്ദങ്ങളിൽനിന്നും സ്വാധീനങ്ങളിൽനിന്നും മാറിനിൽക്കുക എന്നത് ഇക്കാലത്ത് ഏറെക്കുറെ അസാധ്യമാണെന്നറിയുകയായിരുന്നു; മനുഷ്യൻ അറിഞ്ഞും അറിയാതെയും വിതയ്ക്കുന്ന വിനകളിലകപ്പെട്ട് മിണ്ടാപ്രാണികൾവരെ നരകിക്കുന്നു! ഈ ലോകം ഇനി ശേഷിച്ചില്ലെങ്കിലും തനിക്കെന്ത്? ഉള്ളത് പലതും നഷ്ടമാവുകയാണ്. മനുഷ്യത്വം നിലനിർത്തിയാലേ ഒക്കൂ. ചുരുങ്ങിയ പക്ഷം സ്വന്തം പൊങ്ങച്ചസഞ്ചിയെങ്കിലും വലിച്ചെറിഞ്ഞാലേ ഒക്കൂ..

ചോദ്യങ്ങളും സംശയങ്ങളും ഉള്ളിൽ ഉറക്കിക്കിടത്തിയവരുടെ വലിയ ആൾക്കൂട്ടത്തെയാണ് അവൻ ചെല്ലുന്നിടത്തെല്ലാം നേർക്കുനേരെ കണ്ടുകൊണ്ടിരുന്നത്. ഇടയനില്ലാത്ത കാലിക്കൂട്ടങ്ങളെപ്പോലെ മനുഷ്യക്കൂട്ടങ്ങൾ മിണ്ടാപ്രാണികളായി മേയുന്നു! വരാനിരിക്കുന്ന ദുരന്താഘാതങ്ങളെക്കുറിച്ച് അവരിലാർക്കും വീണ്ടുവിചാരമില്ലാതായി.

എല്ലാവർക്കും അച്ചിലിട്ടുവാർത്ത ഒരേ മുഖച്ഛായ! കണ്ണുണ്ടെങ്കിലും കണ്ണ് കാണാത്തവർ - അകമേയുള്ള ശൂന്യതയെ മറച്ചുവെച്ച്, പുറമെ എല്ലാം മനോഹരമാണ് എന്ന് സാക്ഷ്യപ്പെടുത്തുകയാണ്. വെള്ള തേച്ച ശവക്കല്ലറകൾകൊണ്ട് ആർക്കാണ് പ്രയോജനമുള്ളത്? നോക്കിനിൽക്കെ എല്ലാം നഷ്ടപ്പെടുന്ന ലോകമാണ് അവശേഷിച്ചത്. വില്പനയ്ക്ക് വച്ച ലോകം! ഉള്ളവന്റെ ലോകം!

ആകാശത്ത് ഇടിമിന്നലുകൾ ഗർജിക്കുമ്പോഴും അവൻ പതറാതെ വിളിച്ചുകൂവി: "ചെന്നായ്ക്കളുടെ നടുക്കുള്ള ആട്ടിൻകൂട്ടമാണ് നമ്മൾ..."

അവൻ ചെല്ലുന്നിടത്തെല്ലാം പ്രസംഗവേദിക്കുമുന്നിൽ സ്ത്രീകളും കുട്ടികളുമാണ് തടിച്ചുകൂടിനിന്നിരുന്നത്. കുട്ടികളെ വാരിപ്പുണരാനും ഉമ്മ വയ്ക്കാനും അവൻ ഇഷ്ടപ്പെട്ടു. അവന്റെ മധുരഭാഷണം കേൾക്കുന്നതിനിടയിൽ ചിലർ മൂക്കുപിഴിയാനും കരയാനും തുടങ്ങും. മനുഷ്യർ പൊതുവെ പാപികളായിട്ടാണ് ജീവിക്കുന്നത് എന്നതുകൊണ്ട് ആരെയും നേർക്കുനേരെ വിരൽചൂണ്ടി അവൻ കുറ്റപ്പെടുത്തിയില്ല.

അഭിരുചികളെ നിർണയിക്കുന്നത് വേറെ ചിലരുടെ ലാഭമോഹങ്ങളാണ് എന്നതുകൊണ്ട് ആരെയും നേർക്കുനേരെ കുറ്റപ്പെടുത്തിയില്ല. സാധ്യതകളെ തള്ളിക്കളഞ്ഞുകൊണ്ട് മറ്റൊന്നിനുവേണ്ടി കേഴുന്നവൻ അവശേഷിച്ച സാധ്യതകളും നഷ്ടപ്പെടുത്തുന്നു. ഉള്ളിലേക്ക് ചൂഴ്ന്നിറങ്ങിയ സ്വാധീനങ്ങൾക്കു പിന്നിൽ ആരാണ് ഒളിഞ്ഞിരുന്ന് ഇടപെടുന്നത്? ആരാണ് തീരുമാനങ്ങളെ സ്വാധീനിക്കുന്നത്? കൈവിട്ടുപോയ ഞങ്ങളുടെയൊക്കെ ജീവിതം വേറെയാരുടെയോ നിഗൂഢപദ്ധതിയുടെ ഭാഗമായി അടിയറവ് പറയുകയാണോ? എത്ര വലിയ അരാജകവാദികളായിട്ടാണ് ഈ ചുമരുകൾക്കിടയിലെ രഹസ്യജീവിതത്തിൽ നമ്മൾ കൊഴുപ്പിലുരുണ്ട് മരിച്ചുകഴിയുന്നത്! ഓരോ അവനവനും സത്യമറിയാം, അവന്റെ രഹസ്യജീവിതങ്ങൾ... മാറുന്ന സ്വന്തം സ്വകാര്യജീവിതം എല്ലാവരും പരസ്പരം മറച്ചുവയ്ക്കുകയാണ്. നീണ്ടുനീണ്ടുപോകുന്ന ഭീകരദൃശ്യങ്ങളുടെ കിടിലൻരംഗങ്ങൾ എട്ടുംപൊട്ടും അറിയാത്ത കുഞ്ഞുമനസ്സുകളിൽ എത്ര വലിയ ആഘാതമായിരിക്കും ഉണ്ടാക്കുക! കുട്ടികളുടെ കണ്ണുകളിൽ ഭയം അലകടലായി ഇരമ്പുന്നത് അവൻ കണ്ടു. വാത്സല്യപൂർവ്വം അവൻ കുഞ്ഞുങ്ങൾക്കുനേരെ കൈ നീട്ടി കാണിച്ചു. വിണ്ട കണ്ണുകളോടെ മാറത്ത് ഇറുകെ പിടിച്ച് കിടക്കുന്ന ശിശുക്കൾ, സമാശ്വാസത്തിന്റെ തലോടൽ കൊതിച്ച്, അവന്റെ കൈകളിലേക്ക് വീണു. വലിയ അലിവോടെയാണ് അവൻ കുഞ്ഞുങ്ങളുടെ തലയിലും ഹൃദയത്തിലും തടവിയത്. പാപികളല്ലാത്ത ആരുമില്ല ഈ ലോകത്ത്! തെറ്റ് ചെയ്യാത്ത ആരെങ്കിലും ഉണ്ടെങ്കിൽ ജനിച്ചിട്ടില്ലാത്തവരും മരിച്ചവരുമായിരിക്കും. കളങ്കമില്ലാത്ത പ്രാവിനെപ്പോലെയാണ് അവന്റെ നോക്കും ഭാവവും!....

അവന്റെ നെറ്റിയിൽ വീണുകിടക്കുന്ന മുടിച്ചുരുളുകളുടെ ഭംഗിയാണ് ഞാൻ നോക്കിയിരിക്കുക! അവൻ വിളയിച്ച ആശയങ്ങളുടെ ഉള്ളറിവുകളിൽ വലിയ മുന്നറിയിപ്പുകൾ ഉണ്ടായിരുന്നതുകൊണ്ട് ആരും അവനെതിരെ സംസാരിക്കുവാൻ ധൈര്യപ്പെട്ടില്ല. ചെല്ലുന്നിടത്തെല്ലാം ജനക്കൂട്ടം വലിയ ഇഷ്ടത്തോടെയാണ് അവനെ സ്വീകരിച്ചത്. ചെല്ലുന്നിടത്തെല്ലാം അവൻ പത്തിവിടർത്തിയ സർപ്പത്തിന്റെ ജാഗ്രതയാണ് ആവർത്തിച്ച് ആവശ്യപ്പെട്ടത്.

അവൻ പറഞ്ഞു: "എത്ര മറച്ചുവയ്ക്കാൻ ശ്രമിച്ചാലും സത്യം വെളിപ്പെട്ടുവരികതന്നെ ചെയ്യും. ഗൂഢമായതും വെളിവാകും. സത്യമറിയാനുള്ള ഏറ്റവും വലിയ ആവശ്യം ഇക്കാലത്ത് ആർക്കാണ്? സത്യമറിഞ്ഞില്ലെങ്കിൽ തളർന്നുവീഴുവോളം നമ്മൾ നിഴലിനോടാകും യുദ്ധം ചെയ്യുക! സത്യം അറിയേണ്ടത് നമ്മൾ തൊഴിലാളിവർഗത്തിന്റെ ആവശ്യമാണ്. തൊഴിലാളിവർഗത്തിന്റെ മഹാദുരന്തമാകട്ടെ സത്യം അവരറിയാതെ പോകുന്നു എന്നുള്ളതാണ്. ആളുകൾ എന്തു വേണമെങ്കിലും വിചാരിക്കട്ടെ. പറയാനുള്ളത് പറയുകയാണ് വേണ്ടത്... കണ്ടറിയേണ്ടവർ തമ്മിൽ കാണുന്നില്ലെങ്കിൽ, ആശ്ലേഷിക്കേണ്ടവർ തമ്മിൽ ഒത്തുചേരുന്നില്ലെങ്കിൽ ഏതുതരത്തിലുള്ള മനുഷ്യസ്നേഹത്തെക്കുറിച്ചാണ് നമ്മൾ പറഞ്ഞുകൊണ്ടിരിക്കുന്നത്?"

കൂടുതൽ വ്യാഖ്യാനങ്ങളും വിശദീകരണങ്ങളും ആവശ്യമായ പല സന്ദർഭങ്ങളും ചുരുങ്ങിയ വാക്കുകളിലൊതുക്കി അവൻ വിഴുങ്ങി. വിയർപ്പണിഞ്ഞ മുഖം കൈയിലെ തൂവാലകൊണ്ട് അമർത്തിത്തുടച്ചുകൊണ്ട് പറഞ്ഞു: "നിലനില്പിനുവേണ്ടിയുള്ള ഏതൊരു സമരവും മുളയിലേ ചവിട്ടി അരയ്ക്കപ്പെടുകയാണ്. ഓന്തിനെപ്പോലെ നിറം മാറുന്ന വയറ്റുപ്പിഴപ്പുരാഷ്ട്രീയത്തിന്റെ കൗശലങ്ങൾ മാത്രമായി വോട്ടുപെട്ടികളുടെ സമരപ്രഹസനങ്ങൾ മാറുകയാണ്. പ്രിയ സഖാവേ, എത്രകാലമായി നമ്മൾ ഇങ്ങനെ കൊടിപിടിച്ചുനടക്കുന്നു! അലമുറയിടുന്നു! ചരിത്രവഴികളിലേക്ക് തുളച്ചുകയറിയ വെടിയുണ്ടകൾ എത്രയെത്ര മനുഷ്യാത്മാക്കളുടെ പ്രാണനെയാണ് തട്ടിപ്പറിച്ചുകൊണ്ടുപോയത്!.... മറന്നുകളയണമത്രെ. നീറിയൊടുങ്ങുന്ന സാധാരണക്കാരന്റെമേൽ കാറിത്തുപ്പിയിട്ട്, വമ്പൻ കുത്തകകൾക്ക് തുച്ഛലാഭത്തിനുവേണ്ടി നാണം മറയ്ക്കാനുള്ള ഉടുതുണിയടക്കം പണയം വച്ചിട്ട്, ദേശസ്നേഹത്തിന്റെ വായ്ത്താരികൾ വിളമ്പുന്നവരുടെ തൊലിക്കട്ടി എത്ര ഭയങ്കരം!"

അവന്റെ വാക്കുകൾ ഈയുള്ളവന്റെയുള്ളിൽ ഹൃദയമിടിപ്പിന്റെ ദ്രുതതാളത്തിൽ മുഴങ്ങി. ആൾക്കൂട്ടത്തിൽ അകപ്പെട്ട മോശപ്പെട്ട ചില സ്ത്രീകളുടെ മുന്നിലും അപാരമായ കാരുണ്യത്തോടെയാണ് അവൻ കടന്നുചെന്നത്. അവന്റെ ചെയ്തികൾ ചിലർക്ക് വേണ്ടത്ര സുഖിച്ചതായി കണ്ടില്ല. അവന്റെ കണ്ണുകൾ മാംസളതയുടെ വശ്യമായ രൂപവടിവുകളിലേക്ക് തുളച്ചുകയറുന്നുണ്ടെന്ന് അവർ വെറുതെ സംശയിച്ചു. ഇമവെട്ടാതെ എങ്ങോട്ടോ നോക്കിനിന്നുകൊണ്ട് പറഞ്ഞു. ഹൃദയഭേദകമായ ദൈന്യതയുടെ നിലവിളിശബ്ദങ്ങൾ ഭൂമിയെ പൊതിയുന്നത് നമ്മളിലാരും അറിയുന്നില്ല എന്ന്! ചവറുകൂനകൾ വെടുപ്പാക്കുന്നതുപോലെയാണ് പ്രതിഷേധങ്ങളുടെ ആൾക്കൂട്ടങ്ങൾ ഉന്മൂലനം ചെയ്യപ്പെടുന്നത് എന്ന്! കാരുണ്യത്തിന്റെ തലോടലോ, സ്നേഹചുംബനത്തിന്റെ സാന്ത്വനമോ ഇല്ലാതെ, ചെകുത്താന്മാരുടെ കൈകളിലാണ് നമ്മൾ അകപ്പെട്ടുകിടക്കുന്നത് എന്ന്!

നിയന്ത്രണം വിട്ട് പൊട്ടിക്കരയുമ്പോഴാണ് ഏതോ വിസ്മൃതിയിൽ നിന്ന് പരിസരബോധത്തിന്റെ തിരിച്ചറിവിലേക്ക് അവൻ ഉണരുന്നത്.

എനിക്കുവേണ്ടി ആരും കരയേണ്ട! നിങ്ങൾ നിങ്ങൾക്കുവേണ്ടി കരയുവിൻ! "നിങ്ങളിൽ സ്വാർത്ഥരല്ലാത്തവർ എന്നെ കല്ലെറിയട്ടെ" എന്ന് പല തവണ നിറഞ്ഞ കാരുണ്യത്തോടെ ആവർത്തിച്ചു. ഓരോ തവണ കണ്ടു മടങ്ങുമ്പോഴും തന്റെ മനസ്സിൽ തീക്കനലുകൾ കോരിയിട്ട അനുഭവമായിരുന്നു.

വീട്ടിൽ മടങ്ങിയെത്തുമ്പോഴൊക്കെ ദുഃഖകരമായ ഒരു സാഹചര്യത്തെയാണ് അഭിമുഖീകരിക്കേണ്ടിയിരുന്നത്. അവൻ കാരണം, എന്തുകൊണ്ടോ എന്നെച്ചിലർ പാർട്ടിവിരുദ്ധനായാണ് മുദ്ര കുത്തിയത്. അവന്റെ ആത്മാവ് ഒരു നിഴൽപോലെ എന്നിൽ വീണുകിടക്കുന്നത് എല്ലാവർക്കും കാണാമായിരുന്നു. വസ്തുതകൾ ഒളിച്ചുവയ്ക്കരുതെന്ന് കരുതിയാണ് കീഴെത്തട്ടിലുള്ള സഖാക്കളോട് ഞാൻ സത്യം തുറന്നുപറഞ്ഞത്. "സഖാക്കളേ, ക്രിമിനൽ സിൻഡിക്കേറ്റുകൾക്ക് ആഗോളബന്ധങ്ങളുണ്ട്. അവരുടെ സംഘടന ഐക്യരാഷ്ട്രസഭയേക്കാൾ ശക്തമാണ്. ആരേയും അവർക്ക് സ്വാധീനിക്കാൻ കഴിയും. ആരേയും അവർക്ക് വകവരുത്താൻ കഴിയും."

"വിശ്വസിക്കരുത്! നമ്മളിൽ ചിലരുണ്ട്. അവരുടെ പുരോഗമന നാട്യങ്ങളും വാഗ്ധോരണികളും ആളുകളെ വഴിതെറ്റിക്കാനുള്ളതാണ്. അവർ നമ്മെ അന്ധമായ പ്രാകൃതയുക്തിയിലാണ് തളച്ചിട്ടിരിക്കുന്നത്. ഒരു നിലപാടെടുക്കാൻ മടിച്ചുമടിച്ചു നിൽക്കുന്ന കാഴ്ചയാണ് നമ്മൾ കണ്ടുകൊണ്ടിരിക്കുന്നത്. അഹങ്കാരത്തിന്റെ തലക്കനം എത്രത്തോളമായെന്ന് നിങ്ങൾ കണ്ടതല്ലേ? തങ്ങളെ വിജയിപ്പിച്ചവരുടെ മുഖത്തുനോക്കി കൊഞ്ഞനം കാണിക്കുന്നവരുടെ നന്ദികേട് എത്രത്തോളമായെന്ന് നമ്മൾ കണ്ടതല്ലേ? ഞങ്ങളുടെ കൈയിൽ ചെങ്കോലുണ്ട്. ഞങ്ങൾക്കെതിരെ രക്തവും മാംസവും ഉപയോഗിച്ച് സമരം ചെയ്യാൻ ആർക്കും സാധ്യമല്ലെന്നാണ് അവരുടെ വെല്ലുവിളി..."

അവനെക്കുറിച്ച് ഒരു താരതമ്യപഠനത്തിന് മുതിരാൻ ഞാൻ അശക്തനാണ്. പക്ഷേ തള്ളിപ്പറയാനും കഴിയുന്നില്ല. അവൻ ചിന്തിക്കുന്നതുപോലെ ചിന്തിക്കാൻ കഴിയുമോ? അവന്റെ ചെരുപ്പിന്റെ വാറഴിക്കാൻ പോലും ഞാൻ യോഗ്യനല്ല. അവൻ ഉന്നയിച്ച ചില പ്രശ്നങ്ങളിൽനിന്ന് ഒഴിഞ്ഞുമാറുന്നത് നന്ദികേടാണെന്ന് മനസ്സാക്ഷിയോട് സ്വയം പറഞ്ഞുറപ്പിച്ചു. അവന്റെ കൂട്ടത്തിൽ കൂടുന്നത് അപകടം ഉണ്ടാക്കുമെന്ന് വളരെക്കഴിഞ്ഞാണ് അറിഞ്ഞത്. തന്ത്രപൂർവം മറ്റെവിടേക്കോ ശ്രദ്ധ തിരിച്ചുവിട്ടശേഷം പോരാട്ടത്തിലൂടെ നേടിയെടുത്ത അവകാശങ്ങളത്രയും ആരൊക്കെയോ കവർന്നുകൊണ്ട് പോവുകയാണത്രെ! അവൻ ചതിക്കപ്പെടുമെന്ന് നൂറു ശതമാനം എനിക്കുറപ്പായിരുന്നു. പകൽക്കൊള്ളയാണ് നടക്കുന്നതെന്ന് അവനൊരാൾ മാത്രമാണ് വിളിച്ചുപറഞ്ഞത്. അവനെ ഒറ്റുകൊടുക്കുന്ന യൂദാസ് അവന്റെ പിന്നാലെയുണ്ടെന്ന് നൂറു ശതമാനം ഉറപ്പായിരുന്നു. നഷ്ടപ്പെട്ട അവകാശങ്ങളെക്കുറിച്ച് തിരിച്ചറിയുമ്പോഴേക്കും കാലം ഇനിയിങ്ങ് തിരിച്ചുവരാത്തവണ്ണം കടന്നുപോയിട്ടുണ്ടാകും.

പ്രതിരോധത്തിന് വകയില്ലാതെ ഒഴുക്കിലെ ചവറിലകളായി ഒഴുകിപ്പോകുമ്പോഴും ഹായ്, നമ്മൾ വലിയ വലിയ ചർച്ചയിലാണത്രെ! ചിലർ പറയുന്നു, ആഗോളീകരണം പച്ചയായ യാഥാർത്ഥ്യമാണ്. മറ്റു ചിലർ വലിയ വലിയ പൊങ്ങച്ചത്തോടെ സെമിനാറുകൾ നമ്മൾ ആഘോഷിക്കുകയാണ്. ഭരണപക്ഷമെന്ന ഇമ്പാച്ചിയും പ്രതിപക്ഷമെന്ന പ്രഹസനവും.

കുടിയും തീറ്റയും മദനോത്സവങ്ങളും കഴിഞ്ഞ്, വീട്ടിലേക്ക് തിരിച്ചെത്തുമ്പോഴേക്കും സംഭവിക്കേണ്ടതെല്ലാം സംഭവിച്ചുകഴിഞ്ഞിട്ടുണ്ടാകും. അപ്പോൾ, കല്ലുകടിയും കരച്ചിലും സംഭവിക്കുന്നു; എല്ലാറ്റിനെയും സാക്ഷ്യപ്പെടുത്തുന്നവനെ എങ്ങനെയാണ് ഞാൻ തള്ളിപ്പറയുക? ശരിയുടെയോ, തെറ്റിന്റെയോ ഒരു പക്ഷവും നമുക്ക് ഇല്ലാതാവുകയാണ്. വായ്ത്താരികളുടെ ഇടിമുഴക്കങ്ങൾക്ക് ഒരർത്ഥവുമില്ലാതാവുകയാണ്. ആശയലോകമാകെ കുഴഞ്ഞുമറിഞ്ഞുകിടക്കുന്ന സങ്കീർണതയാണ്. ഞാൻ അകപ്പെട്ടത്, മറുപക്ഷം എന്തിനെക്കുറിച്ചാണ് പറയുന്നതെന്നറിയാനാകാത്തവിധം ആകെ ആശയകലുഷിതമായ ലോകത്ത്. എവിടെയും ആശയക്കുഴപ്പത്തിനുമേൽ ആശയക്കുഴപ്പങ്ങളാണ് മൂർച്ഛിച്ചുവരുന്നത്.

അവൻ കടന്നുപോകുമ്പോൾ ആരും പറയാതെയാണ് കുരുടന്മാരുപോലും അവന്റെ സാമീപ്യം അറിയുന്നത്. കാറ്റിന്റെ വിശുദ്ധമായ അലകൾ തൊട്ടുതടവി കടന്നുപോയപ്പോൾ, കുരുടന്മാരുടെ അകക്കണ്ണ് തുറന്നുപോയി. "ഞങ്ങൾ കാണുന്നു" എന്നാണ് കുരുടന്മാർ വിളിച്ചു പറഞ്ഞത്. ഇനിയുള്ള ഭാഗം സുവിശേഷക്കാരൻ പുണ്യഗ്രന്ഥത്തിൽ പറഞ്ഞുവച്ചിട്ടുള്ളതാണ്. പ്രകാശിക്കപ്പെടാത്ത ചില ഗ്രന്ഥവരികളിൽനിന്ന് കണ്ടെടുത്തത്! സദയം പാരായണം ചെയ്യുക!

ഏത് നിറമുള്ള കൊടിയുടെ കീഴിലും ഉറവുകൾ വറ്റിയ ആശയദാരിദ്ര്യത്തിന്റെ കത്തുന്ന വേനൽഭൂമിയാണ്.

അത് സംഭവിച്ചു. വാഗ്ദാനം ചെയ്തതൊന്നും ആരും നടപ്പിലാക്കിയില്ല. പ്രതീക്ഷയോടെ ഉറ്റുനോക്കിനിന്നവർ പെട്ടെന്ന് വിഷാദരോഗികളെപ്പോലെ കാണപ്പെട്ടു. തിരിച്ചറിവ് നഷ്ടപ്പെട്ട ഹൃദയഭേദകമായ അവസ്ഥയിലേക്ക് സഖാക്കൾ മൂക്കുകുത്തിവീണു. പിന്തിരിപ്പൻപാളയത്തിൽ അടിഞ്ഞുകൂടിയ നേതൃത്വം പ്രത്യയശാസ്ത്രത്തിന്റെ ശവക്കല്ലറയിൽ അവസാനത്തെ ആണിയും അടിച്ചുകയറ്റി. അനന്തരം മഹാസമ്മേളനങ്ങളും പ്ലീനങ്ങളും ആഘോഷിച്ചു. ജനക്കൂട്ടം തൊണ്ടയലറിക്കൊണ്ട് മുദ്രാവാക്യങ്ങൾ വിളിച്ചു. കാറ്റു വീശി. മഴ വന്നു. വെയിലുദിച്ചു. ആലംബഹീനരായ ജനക്കൂട്ടം "ദൈവമേ!" എന്ന് വിളിച്ച് ആർത്തുകരയാൻ തുടങ്ങി. എന്താണ് സംഭവിക്കുന്നത് എന്ന് ആർക്കും മനസ്സിലായില്ല.

...അപ്പോൾ അത് സംഭവിച്ചു. നിനച്ചിരിക്കാത്ത നേരം അവൻ വരും എന്ന തിരുവചനപ്രകാരം അത് സംഭവിച്ചു. പൊടുന്നനെ, എവിടെനിന്നോ അവൻ ആൾക്കൂട്ടത്തിലേക്ക് കടന്നുവന്നു. കിഴക്കോട്ട് വിരൽ ചൂണ്ടിയാണ്

അവൻ പറഞ്ഞത്. "എനിക്ക് സഞ്ചരിക്കാനുള്ള വാഹനം അവിടെ ഒരുക്കി വച്ചിട്ടുണ്ട്."

പൂക്കളെക്കൊണ്ട് അലങ്കരിച്ച വാഹനം പുറപ്പെട്ടപ്പോൾ ഗ്രാമവാസികൾ ഒന്നടങ്കം വാഹനത്തിനു പിന്നിൽ അണിനിരന്നു. ഗ്രാമങ്ങളും പട്ടണങ്ങളും പിന്നിട്ടുകൊണ്ട് അവരുടെ വിമൂകയാത്ര ഏതോ ലക്ഷ്യം വെച്ച് നീങ്ങി. വഴിയോരങ്ങളിൽ ആൾക്കൂട്ടം തിക്കിത്തിരക്കി നിൽക്കുന്നുണ്ടായിരുന്നു. അവന്റെ സമാശ്വാസഭാവം മാത്രം മതിയായിരുന്നു അവർക്ക് ഉത്സവാഘോഷത്തിന്റെ പ്രതീതിയുണ്ടാവാൻ! ചിലർ ആവേശംകൊണ്ട് ആർത്തുവിളിക്കാൻ തുടങ്ങി. എല്ലാവരും സർവാംഗം വിശുദ്ധീകരിക്കപ്പെട്ടതുപോലെ കാണപ്പെട്ടു. മദനമോഹിനികളായി ഭൂമികുലുക്കി നടന്നിരുന്ന പെണ്ണുങ്ങൾ സർവാംഗം ദൈവത്തിന്റെ മണവാട്ടികളായി വിശുദ്ധീകരിക്കപ്പെട്ടതുപോലെയാണ് കാണപ്പെട്ടത്. അവരുടെ ശരീരത്തിന്റെ ഒടുങ്ങാത്ത കാമാഭിനിവേശങ്ങളത്രയും മാന്ത്രികവിദ്യകൊണ്ടെന്നപോലെ വായുവിലുള്ള വിരൽചലനങ്ങളിലൂടെ കൈയടക്കിക്കൊണ്ട്, അവൻ തലസ്ഥാനത്തിന്റെ കവാടം കടന്നുചെന്നു.

മുന്നറിയിപ്പില്ലാതിരുന്നിട്ടും തലസ്ഥാനനഗരം അവനെ സ്നേഹപൂർവം സ്വീകരിച്ചു. അവൻ കടന്നുപോകുന്ന വഴിയിൽ എമ്പാടും പൂക്കൾ വിതറിയിട്ടു. കുരുത്തോലകളും മാവിലകളും തോരണങ്ങളായി തൂക്കിയിട്ടു. കാറ്റിന്റെ വിശുദ്ധമായ അലകൾ വിതറിക്കൊണ്ട് ലക്ഷ്യസ്ഥാനത്തേക്ക് നീങ്ങി. കാഴ്ചക്കാരിലൊരാൾ അവനെ കണ്ടപ്പോൾ ചോദിച്ചു: "ദൈവം അമ്പലത്തിലാണോ ഉള്ളത്?" മറ്റൊരു ചോദ്യംകൊണ്ട് അവൻ മറുപടി പറഞ്ഞു. "കള്ളന്മാരുടെ ഗുഹയിൽ എങ്ങനെയാണ് ദൈവമുണ്ടാവുക?" സമുദായഭ്രാന്തനായ ഒരാൾ അവന്റെ മുന്നിലെത്തി വിരൽചൂണ്ടി നിന്നു. "ഇതു പറയാൻ നീയാര്? നിനക്ക് എന്ത് അധികാരമാണുള്ളത്?"

അവന്റെ ശബ്ദം അമ്പലമണികൾ പോലെ മുഴങ്ങി. "സ്വന്തം സഹോദരന്റെ മനസ്സാക്ഷി സൂക്ഷിപ്പുകാരനാകാൻ മനസ്സില്ലാത്ത നിനക്ക് ദൈവത്തിന്റെ പേരിൽ സംസാരിക്കാൻ എന്ത് അധികാരമാണുള്ളത്? ഹേയ്, ചരിത്രം എന്നെയാരും പഠിപ്പിക്കേണ്ട! ചരിത്രത്തിൽ ഇത് കയ്യാങ്കളിയുടെ നാടായിരുന്നു. കയ്യൂക്കുകൊണ്ട് നേരിന്റെ കഴുത്തറുത്തവരുടെ ചരിത്രം ആരും എന്നെ പഠിപ്പിക്കേണ്ട! വേണ്ട! ചോര വേണ്ട!"

-ഇത് സംഭവിക്കരുതേ എന്ന് ഞാനെപ്പോഴും പ്രാർത്ഥിക്കുന്നു. വാള് ഉറയിലിരിക്കട്ടെ. പ്രിയപ്പെട്ടവരേ നോക്കൂ. വെറുതെയെന്തിന് നമ്മൾ വെട്ടി മരിക്കണം?

ഞങ്ങളെ വിട്ടുപിരിയുകയില്ല എന്നാണ് അവൻ ഞങ്ങളെ ബോധ്യപ്പെടുത്തിയിരുന്നത്. ജീവിക്കുന്ന ഒരു സ്വപ്നമാകാനാണ് നിങ്ങൾ ജീവിക്കുന്നത് എന്ന സത്യം അവൻ ഞങ്ങളെ ബോധ്യപ്പെടുത്തി. വരാനിരിക്കുന്ന നല്ലകാലത്തിന്റെ സ്വപ്നങ്ങളെക്കുറിച്ച് ഓർത്തുകൊണ്ട് ഞങ്ങൾ ഇന്നുവരെ ഇങ്ങനെയൊക്കെ ജീവിച്ചു. എന്തു സംഭവിച്ചാലും

ഞങ്ങളവനെ വിട്ടുപിരിയുകയില്ല... തിരുത്താനും മനസ്സിലാക്കാനും മരണത്തിന്റെ അവസാന മണിക്കൂറിലും ഞങ്ങൾ തയ്യാറാണ്...

–ജീവിതത്തിൽ നല്ലതായിട്ടുള്ളതിലേക്ക് എന്താണോ വളരേണ്ടിയും പുഷ്പിക്കേണ്ടിയുമിരിക്കുന്നത് അതിലേക്ക്! സഹനസമരത്തിന്റെ പാതയിലേക്ക്!

എന്റെ നാളുകൾ വിധിക്കപ്പെട്ടു എന്നാണ് അവൻ പറഞ്ഞത്. "ഞാനെപ്പോഴും നിങ്ങളുടെ കൂടെ ഉണ്ടായിരിക്കുകയില്ല; വിധിക്കപ്പെട്ട നാളുകളിൽ നിങ്ങളിലാരും എന്റെ കൂടെയുണ്ടാവില്ല." ഒരു ശരീരംപോലെ അവനെ പിൻപറ്റി വന്ന ഞങ്ങളെ വഴിവക്കിൽ ഉപേക്ഷിച്ച് എങ്ങോട്ടോ രക്ഷപ്പെടാൻ ശ്രമിക്കുന്നതുപോലെയാണ് അവൻ, ഞങ്ങളോട് പെരുമാറിയത്. ഞാൻ സത്യമായും പൊട്ടിക്കരഞ്ഞുപോയി. അവൻ പിന്നെയും താക്കീതുപോലെ ഓർമ്മപ്പെടുത്തി. ഞാൻ ചുമക്കാൻ പോകുന്ന കുരിശ് ഒരു നിമിഷംപോലും നിങ്ങൾക്കു താങ്ങാനാവില്ല എന്ന്! പരപീഡനത്തിൽ ഉള്ളുകൊണ്ട് അവൻ സന്തോഷിക്കുകയാണെന്നുപോലും എനിക്കു തോന്നി. അന്നേദിവസം, തീൻമേശയിൽ ഞങ്ങളോടൊപ്പം ഇരുന്ന്, ഞങ്ങൾക്ക് അപ്പക്കഷണങ്ങൾ വായിൽ വച്ചുതന്നുകൊണ്ട് പറഞ്ഞു. "ഭക്ഷിക്കിൻ! ഇതെന്റെ ശരീരമാണ്." മദ്യം പകർന്നുതന്നുകൊണ്ട് പറഞ്ഞു. "കുടിക്കിൻ! ഇതെന്റെ ചോരയാണ്." നിശ്ശബ്ദയാമങ്ങളുടെ നിഴൽപ്പടർപ്പുകളിലേക്ക് നോക്കി. അവൻ സ്വയം എന്തെല്ലാമോ വിലാപവചനങ്ങൾ ഉരുവിട്ടു.

–എങ്കൽനിന്ന് കണ്ണീരിന്റെ ഈ പാനപാത്രം നീങ്ങിപ്പോകണമേ... എന്റെ വിധിയെ തടുക്കാൻ എനിക്ക് കഴിയില്ലെങ്കിൽ, ആകട്ടെ, നിന്റെ ഇച്ഛ നടക്കട്ടെ... അങ്ങനെയെന്തെല്ലാമോ ആത്മഗതം ഉരുവിട്ടു. ആരാണിവൻ? മനസ്സുറപ്പില്ലാത്ത ചാഞ്ചാട്ടത്തിന്റെ വിലാപസ്വരങ്ങൾ അവന്റെ പ്രതിച്ഛായയ്ക്ക് വലിയ മങ്ങലേല്പിച്ചു എന്നത് സത്യം! അലതല്ലുന്ന വിഷാദം അവനെ എവിടെവച്ചാണ് ബാധിച്ചത്?

നിയന്ത്രിക്കാനാകാത്ത ക്ഷോഭത്തോടെയാണ് തനിക്കുമുന്നിൽ ലോകം രണ്ടായി പിളർന്നുനീങ്ങുന്നത് അവൻ കണ്ടത്. അങ്ങനെയാണ് സഹനസമരത്തിന്റെ കൊടിക്കൂറയേന്തി, ഘോഷയാത്രയുടെ അകമ്പടിയോടെ അവൻ തലസ്ഥാന നഗരത്തിന്റെ തെരുവിൽ പ്രത്യക്ഷപ്പെട്ടത്. രണ്ടറ്റങ്ങളായി പിളരുന്ന ലോകത്തിന്റെ നടുക്ക് അവൻ ഒറ്റയ്ക്ക്...

"ഈ രാത്രി കോഴി കൂവുന്നതിനുമുമ്പ്..." യേശുവിന്റെ പ്രവചനം ഇടിവെട്ട് കൊണ്ടതുപോലെയാണ് ഞങ്ങൾ ഓർത്തുപോയത്.

■

സംത്രാസം

ഒരു സാക്ഷിയെപ്പോലെ എല്ലാം നിർദ്ദയം നോക്കിയിരിക്കുക – ഇപ്പോൾ അതുമാത്രമാണ് ഞാൻ ചെയ്തുകൊണ്ടിരിക്കുന്നത്. പുത്തൻ എടുപ്പുകൾ ചേർത്തുണ്ടാക്കിയ ഒരു പഴയ നാലുകെട്ട്. ഇവിടെ മരക്കോവണിക്കു മുകളിലാണെന്റെ മുറി. ജന്നൽപ്പഴുതിലൂടെ നോക്കിയാൽ താഴെ വിചിത്ര രൂപങ്ങളിലുള്ള കുറെ മനുഷ്യരെ കാണാം. ചിലർ വെറുതെ ശൂന്യതയിലേക്ക് കണ്ണുംനട്ട് പ്രതിമകണക്കെ ഇരിക്കുന്നു. വിഷാദം ഒലിച്ചിറങ്ങുന്ന കണ്ണുകളും വിളറിവെളുത്ത ചുണ്ടുകളുമുള്ള മനുഷ്യക്കോലങ്ങളെ കാണുമ്പോഴൊക്കെ കെട്ടുമുഷിഞ്ഞ നാറ്റമുള്ള പഴന്തുണിക്കെട്ടുകൾ ഓർത്തുപോകും. ചിലർക്ക് പൊടുന്നനെയാണ് ഒരു വാവിട്ടുകരച്ചിൽ തേട്ടി വരിക. അതുമല്ലെങ്കിൽ മുഖമാകെ കോച്ചിവലിച്ചുകൊണ്ടുള്ള ഒരു പൊട്ടിക്കരച്ചിലാണ്. ഒരു വാനിറ്റി ബാഗും കൈയിൽ പിടിച്ച് അക്ഷമയോടെ ആകാശം നോക്കിയാണ് ഏതോ പെൺകുട്ടിയുടെ നില്പ്. എന്തോ കണ്ടെത്തിയപോലെ ഒരു നിമിഷനേരത്തിന്റെ പ്രതീക്ഷയോടെയുള്ള നില്പ്. ഇല്ല! ഫ്ളൈറ്റ് വന്നിട്ടില്ല! പിന്നെ നില്പുറയ്ക്കാതെയുള്ള ചറപറ നടത്തം! അരിശത്തോടെ എന്തൊക്കെയോ പിറുപിറുത്തുകൊണ്ടുള്ള നടത്തം! ഓരോരോ കാഴ്ചകൾ കാണുമ്പോഴൊക്കെയും എനിക്ക് ചിരി വരുന്നുണ്ടായിരുന്നു. ഇല്ല! എത്ര ശ്രമിച്ചിട്ടും എനിക്ക് അത് ഒരു ഹോസ്പിറ്റലാണെന്ന് മനസ്സിലാക്കാൻ കഴിഞ്ഞിരുന്നില്ല. ഞാനെങ്ങോട്ടെങ്കിലും ഇറങ്ങിപ്പോകുമോ എന്നായിരുന്നു എല്ലാവരുടെയും പേടി.

മരിച്ചവരുടെ പ്രേതാത്മാക്കളാണ് എനിക്കു ചുറ്റും വന്നുനിൽക്കുന്നത്. ഇടയ്ക്കിടെ വെള്ളരിപ്രാവുകൾ ചിറകടിച്ചിറങ്ങി പറന്നിറങ്ങും എന്റെ മുറിയിലേക്ക്. “സുഖമാണോ ലിതിഷേ!” അതുകേട്ട് ഒരു വളിച്ച ചിരിയോടെ തലകുലുക്കും. ഒന്നല്ല, മൂന്നുനാല് ഗുളികകൾ ഒന്നിച്ച് വായിലിട്ടു തരും. വെള്ളത്തോടൊപ്പം വയറ്റിലേക്ക് വിഷസർപ്പങ്ങൾ പുളഞ്ഞിളകിയിറങ്ങിപ്പോകും. പിന്നെയൊന്നും ഓർമ്മയുണ്ടാകില്ല! ഭൂമിക്കടിയിലേതോ പാതാളത്തിലാകും ഞാനപ്പോൾ ഇറങ്ങിയിറങ്ങിപ്പോകുന്നത്. ലിതീഷേ...! ഏതോ മുകളിൽ നിന്ന് ആരോ ഉറക്കെയുറക്കെ വിളിക്കുന്നത് കേൾക്കുന്നുണ്ട്! എങ്ങനെയൊക്കെ ശ്രമിച്ചാലും ഒച്ചയുയരുന്നില്ല! എത്രയൊക്കെ ശ്രമിച്ചാലും കണ്ണുകൾ നിവർത്താൻ കഴിയുന്നില്ല! എപ്പോഴോ ഒരിക്കൽ

ഞാൻ വയലന്റായി എന്നാണ് പറയുന്നത്. ജന്നൽച്ചില്ലുകൾ പൊട്ടിത്തകർന്നിട്ടുണ്ട്. മുറിയിലെ ട്യൂബ്ലൈറ്റ് ചിന്നിച്ചിതറി വീണിട്ടുണ്ട്! എന്താണ് സംഭവിച്ചതെന്ന് സത്യമായും എനിക്കോർമ്മയില്ല! മുണ്ടും ഒന്നരയുമുടുത്ത ഒരു പെൺകുട്ടി എന്റെ കാൽക്കൽ വീണ് "പ്രാണേശ്വരാ!" എന്ന് കരയുന്നതാണ് ഓർമ്മയിലുള്ളത്. കാലുകളിൽ പിടിവിടാതെ അവളൊരേ വിളി!

"കൈവിടരുതേ, പ്രാണേശ്വരാ..."

അർദ്ധപ്രജ്ഞയിൽ ഞാനത് കണ്ടു.

ഞാൻ ഭയങ്കരമായി പേടിച്ചുപോയി. പിന്നെയെന്താണ് സംഭവിച്ചതെന്ന് സത്യമായും ഓർമ്മ കിട്ടുന്നില്ല. പിറ്റേന്ന് ഡോക്ടർ വിളിച്ച് ഭാര്യയോട് പറഞ്ഞു. 'തിരൂർക്ക് കൊണ്ടോയ്ക്കോളൂ." തിരൂരിലെന്താണിത്ര വിശേഷം? അതുമെനിക്ക് മനസ്സിലായില്ല. യാത്ര പറഞ്ഞിറങ്ങുമ്പോൾ സുന്ദരിയായ ഒരു പെൺകുട്ടി അടുത്ത മുറിയിൽനിന്ന് ഇറങ്ങിവന്നു. വരച്ചുവെച്ചതുപോലെ നല്ല ഭംഗിയുള്ള ചെവികൾ! സ്നേഹംകൊണ്ട് അവളുടെ ചെവികൾ കടിച്ചുതിന്നാൻ തോന്നി. നാട്ടുകാർക്കെല്ലാം കല്യാണക്കുറി അടിച്ചുകൊടുത്തിട്ട് വിവാഹത്തിനുമുമ്പ് ഏഴാംനാൾ ചെക്കൻ പൊടുന്നനെ കാലുമാറിയതിന്റെ സങ്കടഭാരത്തിലാണത്രേ അവൾക്ക് 'പിരി'യിളകിയത്. സ്വർണവളകൾ അവൾ കിണറ്റിലിട്ടു. അലമാരയിലുള്ള സാരികൾ തീയിലിട്ടു. ഇത് വീട്ടിലേക്കു പോകുന്ന വഴിക്ക് കാറിലിരുന്ന് ഭാര്യ പറഞ്ഞതാണ്. എന്നോടല്ല, അവളുടെ ആങ്ങളയോട് പറഞ്ഞത് ഞാൻ കേട്ടതാണ്. "എനിക്കവളെ കല്യാണം കഴിക്കണം!" ഞാനെന്റെ ഭാര്യയോട് പറഞ്ഞു. അപ്പോൾ കണ്ടു, അവളുടെ കണ്ണിൽ നിന്ന് ഒരു നയാഗ്രാ വെള്ളച്ചാട്ടം വരുന്നത്! പിന്നെന്താണ്ടായേ്യ? ഓർക്കുമ്പോൾ ആകെക്കൂടി ഒരു പുകയാണ്. പ്രേതാത്മാക്കളുടെ ഒരു പടയാണ് ബാംഗ്ലൂരിലെ ഹീമാൻസിലിരിക്കുമ്പോൾ പിന്നെ കണ്ടത്. പേര് രജിസ്റ്റർ ചെയ്യാനും ടോക്കണെടുക്കാനും എന്തൊരു തിരക്ക്! ഡോക്ടറെ കാണാൻ എന്തൊരു അസഹ്യമായ കാത്തിരിപ്പ്! നിൽക്കുമ്പോൾ എനിക്ക് ഇരിക്കണമെന്ന് തോന്നും. ഇരിക്കുമ്പോൾ നിൽക്കണമെന്ന്. നടക്കണമെന്ന് തോന്നും. ആൾത്തിരക്കിനിടയിൽ ചിലത് കണ്ടു. എന്തൊരു ചന്തമുള്ള കുഞ്ഞ്! ഒരു സുന്ദരിക്കുഞ്ഞ്! പൊടുന്നനെ എന്തോ ഓർത്തിട്ട് കൈകാലുകൾ തുള്ളിച്ചുകൊണ്ട് അവൾ ഭയങ്കരമായി ചിരിച്ചുകൊണ്ടേയിരുന്നു. അത്യധികം ആവേശവും സന്തോഷവുമുള്ള എന്തോ നേർക്കുനേരെ കണ്ടതുപോലെ നിർത്താനാവാത്ത ഭയങ്കരമായ ചിരി! മൂക്കുത്തിയും മുത്തുമാലയുമൊക്കെ ധരിച്ച അവളുടെ അമ്മയ്ക്ക് അസാധാരണമായ വലിപ്പമുള്ള കണ്ണുകളുണ്ടായിരുന്നു; വെള്ളിപ്പിഞ്ഞാണത്തിൽ വെച്ച ഞാവൽപ്പഴം പോലെ വെട്ടിത്തിളങ്ങുന്ന കണ്ണുകൾ! വലിഞ്ഞുമുറുകിയ ബ്ലൗസിൽ കിടന്ന് ആത്മാവ് ഇപ്പോൾ പുറത്തേക്ക് ചാടുമെന്നു തോന്നും. നിഗൂഢതയും ദുരൂഹതയും ഒളിപ്പിച്ചുവെച്ച ശരീര

വടിവുകളുള്ള ഒരു സ്ത്രീ! എത്ര ചിരിച്ചാർത്തിട്ടും അവളുടെ സുന്ദരിക്കുഞ്ഞിന് മതി തീരുന്നില്ല! ഏഴെട്ട് വയസ്സുള്ള തടിച്ചിപ്പെൺകുട്ടികൾ ഒന്നും രണ്ടുമല്ല! കുറേയെണ്ണമുണ്ട്! തീപ്പൊരി പാറുന്ന വിഷാദമാണ്. ആ കുഞ്ഞുമുഖങ്ങൾക്കുള്ള ഒരേയൊരു ഭാവം! ഉടൽരൂപങ്ങളുടെ ആകൃതിയാണ് അതിവിശേഷം! ഒരു ചിത്രകാരനു മാത്രം മനസ്സിലാവുന്ന ഉടൽഭാഷ! വളർച്ച മുറ്റിയ ഒത്ത പെണ്ണിനെ മൂന്നു നാലടിയിലേക്ക് ചുരുക്കിയാലുള്ള വികൃതമായ ശരീരരൂപം! നിഷ്കളങ്കമായ കണ്ണുകളും മുഖവും. ഏതു നേരവും വിഷാദവും സങ്കടവും അലയടിക്കുകയാണ് ആ കുഞ്ഞുമുഖങ്ങളിലെമ്പാടും!

"ഇല്ല! എനിക്ക് ഭ്രാന്തില്ല! ഈ ലോകത്തിനാണ് ഭ്രാന്ത്!" ഹീമെൻസിൽനിന്ന് മടങ്ങുമ്പോൾ ഞാൻ നൂറുവട്ടം ഭാര്യയോട് പറഞ്ഞു. എത്ര നിർബന്ധിച്ചിട്ടും മരുന്നു കഴിക്കാൻ അപ്പോഴും തയ്യാറായില്ല! അവസാനം ഭാര്യയുടെ പഞ്ചാരവാക്കിൽ വിശ്വസിച്ച് ഞങ്ങൾ തിരൂരിലേക്കുതന്നെ പുറപ്പെട്ടു. തിരൂരിലും കണ്ടു, എന്തൊരു തിരക്ക്! കറുത്ത പർദ്ദയിട്ട സ്ത്രീകളിലെമ്പാടും നിസ്ക്കാരപ്പായയിലെ പ്രാർത്ഥനാഭാവമാണ്. പലർക്കും ഭർത്താവ് എന്തിനാണ് മൊഴി ചൊല്ലിയതെന്നറിയില്ല! ഓർക്കാപ്പുറത്തുള്ള വേർപിരിയൽ അസഹ്യമായ നൊമ്പരങ്ങളുടെ മുള്ളാണികളാണ് ഹൃദയങ്ങളിൽ നിക്ഷേപിച്ചിരിക്കുന്നത്. പ്രായം തികഞ്ഞ പെൺമക്കളോടൊത്തുവന്ന പിതാക്കന്മാരെ കാണുമ്പോൾ എനിക്കു സംശയം തോന്നും, യഥാർത്ഥത്തിൽ ആർക്കാണ് ഭ്രാന്ത്? പിതാവിനോ, മകൾക്കോ? കുതിർന്നുവീർത്തതുപോലെ സാരിയിൽ വീർപ്പുമുട്ടിയിരിക്കുന്ന ഒരു യുവതിയിലേക്ക് എന്തുകൊണ്ടോ എന്റെ കണ്ണുകൾ പശ തേച്ചതുപോലെ ഒട്ടിപ്പോയി. കണ്ണിമവെട്ടാതെ ഒരേ ദിശയിലേക്ക് അവളങ്ങനെ, മുഖം നിറയെ അരിശവും ക്ഷോഭവും അടക്കിക്കൊണ്ട്, എങ്ങോട്ടോ നോക്കിയിരിക്കുകയാണ്. വിലകുറഞ്ഞ ഒരു കോട്ടൺസാരിയാണവൾ ഉടുത്തിരിക്കുന്നത്. കല്ലുവെച്ച ഒരു കൊച്ചു കമ്മൽ മാത്രമാണവൾക്കുള്ളത്. അവൾ ഈ ലോകത്തിനോടുതന്നെ, പിണങ്ങിയിരിക്കുകയാണ്. അച്ഛനോടും അമ്മയോടും പിണങ്ങിയിരിക്കുന്ന മിണ്ടാട്ടമുള്ള ഒരു കൊച്ചുകുഞ്ഞാണവൾ എന്നു തോന്നിപ്പോകും. സത്യത്തിൽ അവൾക്ക് ഭ്രാന്തുണ്ടോ? പിണങ്ങിയിരിക്കുന്ന അവളുടെ മുഖഭാവം കാണാനെന്തൊരു ചന്തമാണ്! അവളുടെ കൂട്ടുകാരികളൊക്കെ നല്ല നിലയിൽ കല്യാണം കഴിച്ചുപോയിട്ടുണ്ടാകും. അവൾക്ക് അമ്മയുണ്ടോ? മരിച്ചുപോയിരിക്കുമോ? വീട്ടിൽ ആണുങ്ങൾ മാത്രമായിരിക്കുമോ ഉള്ളത്? അച്ഛനും ആങ്ങളയും മദ്യപാനികളായിരിക്കുമോ? മകളുടെ പെണ്ണുടലിന്റെ സങ്കടങ്ങൾ അവളുടെ അമ്മയ്ക്കല്ലാതെ വേറെയാർക്കാണ് മനസ്സിലാവുക? പൊടുന്നനെയാണ് ദേഷ്യപ്പെട്ട് അവളുടെയരികെ വന്നുനിൽക്കുന്ന അവളുടെ തന്തയെ ഞാൻ കണ്ടത്. കുഴിയിലാഴ്ന്ന കണ്ണുകളിൽ ഒരു കുറുക്കന്റെ കൗശലം ഒളിപ്പിച്ചുവെച്ച വൃത്തികെട്ട മനുഷ്യൻ! അമ്പലവും മന്ത്രവാദവും അന്ധവിശ്വാസങ്ങളും പേറി നടക്കുന്ന ഒരു യാഥാസ്ഥിതിക വൃദ്ധരൂപം! അയാളെന്തിനാണ് അവളോട്

ക്ഷോഭിക്കുന്നത്? അപ്പോഴാണ് ഞാൻ ശ്രദ്ധിച്ചത്, ഒരു വിശുദ്ധ മനുഷ്യനെ കണ്ടതുപോലെ അവളെന്നെ നോക്കിച്ചിരിക്കുകയായിരുന്നു എന്ന്! അതു കണ്ടിട്ടാണ് അയാൾ ക്ഷോഭിക്കുന്നത് എന്ന്! ഹൈദരാലി ഡോക്ടർ ആരെയാണ് ചികിത്സിക്കുന്നത്? മകളെയോ, ഈ വൃദ്ധ യാഥാസ്ഥിതികനെയോ?

ഇല്ല! എനിക്ക് ഒരു കുഴപ്പവുമില്ല. എന്റെ ചിന്തകളും വിചാരങ്ങളും തെളിനീര് പോലെ വിശുദ്ധമാണ്. ഇല്ല! എനിക്ക് ഭ്രാന്തില്ല... പറഞ്ഞില്ലേ, എന്താണ് സംഭവിച്ചത് എന്ന് എനിക്കിപ്പോഴും ഒരു പിടി കിട്ടുന്നില്ല! ഞാൻ ക്ഷോഭിച്ചുപോലും! ഏതോ ഒരു കസേര ഞാൻ തല്ലിപ്പൊളിച്ചുപോലും!

ഇടയ്ക്കെപ്പോഴോ ഞാനൊരാളെ കണ്ടിരുന്നു. അവൾ വേശ്യയാണ്. ദുബായിൽ വെച്ച് ഞാനവളെ കണ്ടിട്ടുണ്ട്. ഒരു സുഡാനി കോളനിയിലെ ഏതോ ഒരു കെട്ടിടത്തിന്റെ നിഗൂഢമായൊരു മുറിയിൽവെച്ച് അവളെ കണ്ടിട്ടുണ്ട്! ഒരു ജനുവരി ആദ്യത്തിലാണ് അവളെ കണ്ടത്. പിന്നെ ഡിസംബറിനു ശേഷം വീണ്ടുമൊരു ജനുവരിയിൽ! ഒരു രാത്രിയിൽ പത്തോ പന്ത്രണ്ടോ അതിലധികമോ വിരുന്നുകാർ വന്നുപോകുന്നുണ്ടാകും. വീർത്തുകെട്ടിയ നീരുകെട്ടിയ വീർത്ത വയറുള്ള ഒരു ശരീരഭാരവും ചുമന്നുകൊണ്ട് സമനില തെറ്റിയ അവൾ, വന്നിരിക്കുന്നു! മൂക്കിനു കീഴെ കാക്കപ്പുള്ളിയുള്ള അവളുടെ മുഖം മറന്നിട്ടില്ല! കറുത്തു കരുവാളിച്ച അവളുടെ മുഖത്ത് ഉന്മാദം ഉഗ്രരൂപത്തിൽ തളംകെട്ടി നിൽക്കുന്നു! അവൾക്കെന്നെ മനസ്സിലായോ, എന്തോ? ഞാൻ ക്ഷോഭിച്ചുപോലും! ഏതോ ഒരു കസേര ഞാൻ തല്ലിപ്പൊളിച്ചുപോലും! ഓർമ്മയില്ല...

ഓർമ്മയില്ല... ഒന്നും ഓർമ്മയില്ല... മല്ലന്മാർ എന്നെ പിടിച്ചുകെട്ടിയിട്ടുണ്ടാകും. കണ്ണു തുറക്കുമ്പോൾ ഞാൻ ബെൽട്ടിലാണ്. എണീക്കാനാവാത്തവിധം ബെൽട്ട് കെട്ടിയ നിലയിലാണ്. തീർച്ചയായും ചില അരുതുകൾ, നിരോധനങ്ങൾ അർഹിക്കുന്നുണ്ട്. മരുന്നുകൾ എന്നെ മയക്കിക്കിടത്തിയിരിക്കുകയാണ്. എനിക്കിപ്പോൾ ഈ ലോകത്തിനോട് അത്യധികമായ സ്നേഹം തോന്നുന്നു. ആരുടെയോ കൈപിടിക്കാൻ കെട്ടിപ്പുണരാൻ അത്യധികമായി മോഹിക്കുന്നു. ഒരു മനുഷ്യജീവിയുടെ ശബ്ദം കേൾക്കാൻ, അയാളുടെ മുഖം കാണാൻ എന്തൊരു ദാഹമാണ്! എന്നെ ആരെങ്കിലും ഒന്ന് ഗാഢമായി കെട്ടിപ്പുണർന്നെങ്കിൽ...

■

ആരൊക്കെയോ ജീവിച്ചുകൊണ്ടിരിക്കുകയാണ്

പാതിരാത്രി.

സെക്യൂരിറ്റി ചെക്കപ്പിനും ക്ലിയറൻസിനും ശേഷം സ്യൂട്ട്കേസിന്റെ ഒരറ്റം വലിച്ചുപിടിച്ചുകൊണ്ട്, ഡ്യൂട്ടിഫ്രീ ഷോപ്പിന്റെ വെളിച്ചത്തിലൂടെ, ചലിക്കുന്ന കോണിപ്പടികളിലൂടെ, ടിക്കറ്റ് കൂപ്പണിലുള്ള ഗേറ്റ് നമ്പർ തേടി നടക്കുകയായിരുന്നു ഞാൻ...

മനസ്സ് പതഞ്ഞുപൊങ്ങുന്ന ഒരു ചോരപ്പുഴയിൽ അകപ്പെട്ടതുപോലെ തോന്നി അപ്പോൾ. ഗില്ലറ്റിൻ കൊണ്ട് കഴുത്ത് ഛേദിക്കപ്പെട്ട സിക്കുകാരൻ നിവർന്നുനിന്നതും തലയില്ലാത്ത കഴുത്തിൽനിന്ന് ചോര പൂക്കുറ്റിപോലെ നിമിഷങ്ങളോളം മുകളിലേക്ക് ചീറ്റുന്നതും ബോധഞരമ്പുകളെ കടിച്ചുകീറുന്ന ഒരോർമ്മയായി മനസ്സിന്റെ ആഴങ്ങളിൽ പതിഞ്ഞുകിടക്കുകയാണ്.

അഷറഫ് സൗദിയിൽനിന്നു വന്നിട്ട് കുറച്ചുനാളുകളേ ആയിട്ടുള്ളൂ. ബാറിൽവെച്ച് കണ്ട ഹ്രസ്വനിമിഷങ്ങളിൽ രക്തം തിളയ്ക്കുന്ന ഭീകര കഥകളുടെ വിഴുപ്പുകെട്ടുകളാണ് അവൻ തുറന്നുവച്ചത്. ഏതോ ഏകാന്ത തടവറയിലെ ബീഭത്സതകളിലേക്കായിരുന്നു എന്നെ അവൻ പിടിച്ചു വലിച്ചുകൊണ്ടുപോയത്. വിരലറ്റം മുതൽ ജീവനോടെ കഷണം കഷണം മുറിച്ച് നിസ്സഹായനായ തടവുപുള്ളിയെ ഇഞ്ചിഞ്ചായി കൊല്ലുന്നത് അവൻ നേർക്കുനേരെ കണ്ടതുപോലെയുണ്ട്. തടവറയുടെ ചുമരുകൾ തുളച്ചുകയറുന്ന ഭയങ്കരമായ നിലവിളിയൊച്ചകൾ കേട്ടുകൊണ്ട് തടവറയിലകപ്പെട്ട അയാളുടെ സുഹൃത്ത്, ആഹാരമില്ലാതെ എത്രയോ നാളുകളിലായി കൊടുംപട്ടിണിയിലും! മിക്കവാറും മരണവുമായി മല്ലിട്ടടിച്ചു കിടക്കുമ്പോഴുണ്ട്, അതാവരുന്നു അയാൾക്കുവേണ്ടി പ്രത്യേകമായി തയ്യാറാക്കിയ രുചിയുള്ള ആഹാരവിഭവങ്ങൾ. ആർത്തിപിടിച്ച് അയാൾ എല്ലാം വാരിവിഴുങ്ങിയതിനുശേഷമാണ് തടവറയുടെ കാവൽക്കാരൻ ഒരു പിഞ്ചുകുഞ്ഞിന്റെ അറുത്തെടുത്ത തല അയാളുടെ മുന്നിൽ കാഴ്ച വയ്ക്കുന്നത്. നീ ഭക്ഷിച്ചത് നിന്റെ ഓമനമകന്റെ ഇറച്ചി!

എയർപോർട്ട് വരെ അഷറഫ് എന്റെയൊപ്പമുണ്ടായിരുന്നു. സ്നേഹപൂർവം ശുഭയാത്ര ചൊല്ലിക്കൊണ്ട് അവനപ്പോൾ തന്നെ വിടവാങ്ങുകയും ചെയ്തു. കാലുകൾ നിലത്തുറയ്ക്കാത്ത വിധമാണ് ഞാൻ എയർപോർട്ടിലേക്ക് ചെല്ലുന്നത്. മദ്യത്തിന്റെ ലഹരിയല്ല - എന്റെ ചോര തിളയ്ക്കുകയാണ്. എന്തൂട്ട് വക കഥകളാണ് അഷറഫ് പറഞ്ഞുതന്നിരിക്കുന്നത്. അഷറഫിന് ഏതോ അമേരിക്കൻ തടവറയിലായിരുന്നോ ജോലി? ബിൽ ക്ലിന്റൻ... ബുഷ്... ഒബാമ.... നിക്സൻ....

ഓരോരോ ഗേറ്റ് നമ്പറുകൾക്കു മുന്നിലുള്ള ലോബിയിൽ കാത്തിരിപ്പിന്റെ തളർച്ചയോടെ തൂങ്ങിയിരിക്കുന്ന പല മനുഷ്യരൂപങ്ങളെയും വസ്ത്രാഭാസങ്ങളെയും ശ്രദ്ധിച്ചുകൊണ്ട്, എവിടെയോ തട്ടിയുടക്കി വീണപ്പോഴാണ് കണ്ടത്, കൂപ്പണിലുള്ള എന്റെ ഗേറ്റ് നമ്പർ. അകത്തേക്കു കടന്നപ്പോൾ കണ്ടത് വിശാലമായൊരു ഇടനാഴി. വലിയൊരു പള്ളിയുടെ അകംപോലെ വിസ്താരമുള്ള ഒരു സ്ഥലത്താണ് അത് അവസാനിക്കുന്നത്. കാത്തിരിപ്പിന്റെ വലിയ മുഷിച്ചിലോടെ, ഇരിപ്പിടത്തിലിരുന്നും കിടന്നും ലഗേജിന്മേൽ ചാരിയിരുന്നുറങ്ങിയും പരസ്പരം മുഖാമുഖം നോക്കിയിരുന്നും ഒറ്റക്കാലിലും പലപല പോസുകളിലുള്ള നില്പുകളായുമൊക്കെയുള്ള ഒരാൾക്കൂട്ടത്തിന്റെ ഇടയിലേക്കായിരുന്നു കടന്നുചെന്നത്. ഒറ്റനോട്ടത്തിലേ മനസ്സിലായി. ഏതാണ്ട് മുഴുവനും പഴയ സോവിയറ്റ് റഷ്യയിലുള്ള മനുഷ്യാത്മാക്കളാണ്. ഗേറ്റനമ്പർ തെറ്റിയിരിക്കുമെന്ന് കരുതി, ടിക്കറ്റ് കൂപ്പൺ വീണ്ടും പരിശോധിച്ചു. ഇല്ല, തെറ്റിയിട്ടില്ല!

എന്റെ പെട്ടെന്നുള്ള സാന്നിധ്യം അവരുടെയിടയിൽ ആഴത്തിലുള്ള ഏതോ നിശ്ശബ്ദതയ്ക്ക് ഇടംകൊടുത്തതായി അങ്ങോട്ട് കടന്നുചെന്നപ്പോഴേ അനുഭവപ്പെട്ടു. സ്ഥലകാല വിഭ്രാന്തിയിലകപ്പെട്ടതുപോലെ ഞാൻ എന്നെത്തന്നെ മറന്നുകൊണ്ട് ഏറെനേരം ഒരേ നില്പ് നിന്നുപോയി. സ്മൃതിപഥങ്ങളിലെവിടെയൊക്കെയോ ഇടിമിന്നലുകൾ ആളി. ഉള്ളിന്റെയുള്ളിൽ ഞാനൊരു സ്റ്റാലിനിസ്റ്റാണ്. സ്റ്റാലിനെ ഇഷ്ടമാണ്. എന്റെ അച്ഛാച്ഛൻ എനിക്കു പറഞ്ഞുതരാറുള്ളത് അപ്പോൾ ഓർത്തുപോയി. ഏതുനിമിഷവും നിസ്സഹായതയും സർവനാശവുമായി പരിണമിച്ചേക്കാമെന്ന അവസ്ഥയിലെത്തിയിരുന്ന സ്ഥലത്ത് - അവിടെ സഖാവ് സ്റ്റാലിൻ എത്തിയിരിക്കുമെന്നുറപ്പാണ്. ട്രോട്സ്കിയെ ഓർത്തു. ട്രോട്സ്കി ലെനിനെ പിളർന്ന ആളാണ്. വിപ്ലവത്തിന്റെ മുഹൂർത്തത്തിൽ മാത്രമാണ് ലെനിന്റെയൊപ്പം നിന്നത്.

ഡോൺ ശാന്തമായൊഴുകുന്നു, കാരമസോവ് സഹോദരന്മാർ, ഇഡിയറ്റ്, മരിച്ച വീട്... പുസ്തകതാളുകളിലെവിടെയൊക്കെയോ തപ്പിത്തടഞ്ഞുകൊണ്ടിരുന്നു. ചെക്കോവിനെ ഓർത്തു. ടോൾസ്റ്റോയിയെ ഓർത്തു. വീരയോദ്ധാക്കളായ കൊസ്സാക്കുകളെ ഓർത്തു.

കാൽമുട്ടുവരെയുള്ള തുകൽഷൂസ്, തല മൂടിക്കെട്ടിയ പട്ടുതൂവാല, ഉടയാടകളുടെ കടുത്ത വർണങ്ങളും ചിത്രതുന്നൽ പണികളും... എല്ലാമെല്ലാം എവിടെയൊക്കെയോ കണ്ടുമറന്നതുപോലെ...

നിൽക്കുന്നത് എയർപോർട്ടിലാണ് എന്നതുപോലും ഞാനപ്പാടെ മറന്നുപോയി. ഉരുണ്ടുതടിച്ച ബലിഷ്ഠമായ കാലുകളുള്ള തടിച്ചിപ്പെണ്ണുങ്ങൾക്കിടയിൽ നീണ്ടുമെലിഞ്ഞ റഷ്യക്കാരി വെളുമ്പികൾ ഏതോ യുദ്ധാവശിഷ്ടങ്ങളിൽ നിന്ന് രക്ഷപ്പെട്ടുവരുന്നതുപോലെ... ഒരുപാട് തുകൽഷൂസുകൾ, ഒരുപാട് പട്ടുതൂവാലകൾ, ഒരുപാട് തടിച്ചുരുണ്ട കാലുകൾ... പുരുഷന്മാരുടെ കാലുകൾ ഏതോ ബാലേ നൃത്തത്തിലെന്ന പോലെയാണ് നില്പുറപ്പിച്ചിരിക്കുന്നത്.

ഉസ്ബെക്കിസ്ഥാനിലേക്കോ കസാക്കിസ്ഥാനിലേക്കോ പോകുന്ന അപൂർവപക്ഷികളുടെ കൂട്ടത്തിലുള്ള ഏതോ റഷ്യൻ വിമാനത്തിനു വേണ്ടിയുള്ള കാത്തിരിപ്പാണ്. മണിക്കൂറുകൾ ഒരുപാട് കഴിഞ്ഞിട്ടും ക്ഷമയോടെയുള്ള കാത്തിരിപ്പാണ്. എനിക്കു പോകേണ്ടതും അപൂർവ പക്ഷികളുടെ കൂട്ടത്തിലുള്ള ഒരു വിമാനത്തിലാണ്. ഒരു ബംഗ്ലാദേശി വിമാനം; ബോംബെ വഴി ഡാക്കയിലേക്ക് പോകുന്ന വിമാനം.

ഉള്ളിന്റെയുള്ളിൽ ഖേദപൂർവം-

പൊട്ടിപ്പൊളിഞ്ഞ റഷ്യ!

എത്രയോ ആഗ്രഹിച്ചതായിരുന്നു സോവിയറ്റ് യൂണിയൻ ഒരു നോക്ക് കാണാൻ. അതിശയത്തിൽ അതിശയമെന്നു പറയട്ടെ, ആ റഷ്യൻ ആൾക്കൂട്ടമത്രയും ഇപ്പോൾ എന്നെ പുഞ്ചിരിയോടെ നോക്കുന്നത് എത്രയോ കാലമായി അവർക്ക് ഞാൻ സുപരിചിതനായ ഒരാളാണെന്ന പോലെയാണ്. എല്ലാം തോന്നലുകളാവാം.

ഡാക്കയിലേക്കുള്ള വിമാനത്തിന്റെ അനൗൺസ്മെന്റ് മുഴങ്ങി.

റഷ്യൻ ആൾക്കൂട്ടത്തിന് ഇനിയും കാത്തിരിപ്പ് മാത്രം ബാക്കിയാവുകയാണ്. വിമാനത്തിലേക്ക് നടക്കുമ്പോൾ എന്തുകൊണ്ടോ ഒന്നു പിന്തിരിഞ്ഞുനോക്കി.

ഒരാൾക്കൂട്ടം മുഴുവനും എന്നെ നോക്കിക്കൊണ്ട് കൈകൾ വീശിക്കാണിക്കുന്നു. ഇല്ല, എന്നെയാവില്ല! സംശയപൂർവം ഞാൻ കൈയുയർത്തിക്കാണിച്ചതും ഒരാരവത്തോടെ ഏതാണ്ട് എല്ലാവരും ഒരേ പോലെ ഒരേ താളത്തിലങ്ങനെ കൈകൾ വീശുകയാണ്.

എന്റെ മുമ്പിൽ നടന്നുപോകുന്നത് ലെനിൻ ആണെന്ന് അപ്പോഴാണ് അറിയുന്നത്. അവർ കൈ വീശുന്നതും അയാൾക്കാണോ? അതോ അതിനും മുമ്പ് നടന്നുപോകുന്ന അഡോൾഫ് ഹിറ്റ്ലർക്കോ? ആർക്കറിയാം.

■

എവിടെയോ വെച്ച്
മുറിഞ്ഞുപോയത്

കഥയെഴുതുകയായിരുന്നു. പൊടുന്നനെ ഒരു വികല്പം ബാധിച്ചതു പോലെ എഴുത്ത് നിലച്ചു. വിലപ്പെട്ട എന്തോ ഒന്ന് കൈയിൽനിന്ന് വീണ് പോയെന്ന് തോന്നി. അമ്മയായിരുന്നു അത്? ഒരു നിമിഷത്തേക്ക് അമ്മ മുന്നിൽ വന്നുനിൽക്കുന്നതുപോലെ തോന്നി. പെട്ടെന്ന് മറഞ്ഞു പോവുകയും ചെയ്തു. അമ്മയെക്കുറിച്ച് ഞാനൊരിക്കലും സംശയി ക്കുകയോ ഓർക്കുകയോ ചെയ്തിട്ടില്ലാത്ത കാര്യങ്ങൾ പൊടുന്നനെ വിചാരങ്ങളിലേക്ക് കടന്നുവരാൻ തുടങ്ങി.

മേശപ്പുറത്ത് എഴുതിവെച്ച കടലാസുകളിലേക്ക്, എന്താണ് സംഭവിച്ച തെന്നറിയാതെ ഏറെ നേരം നോക്കിയിരുന്നു. രാത്രിയിൽ ഏറെ വൈകി യിട്ടും എന്തൊക്കെയോ കുത്തിക്കുറിച്ചുകൊണ്ടിരിക്കുകയായിരുന്നു. അമ്മയെക്കുറിച്ച് എഴുതാൻ പാടില്ലാത്തതെന്തൊക്കെയോ എഴുതി വച്ചിരിക്കുന്നു. ഒരു കുറ്റബോധത്തോടെ ഞാനപ്പോൾതന്നെ എഴുതിയ തെല്ലാം പിച്ചിച്ചീന്തിയെറിഞ്ഞു. പിറ്റേന്ന്, ഞാനെന്തിനെക്കുറിച്ചായിരുന്നു എഴുതിയതെന്ന് എത്ര ശ്രമിച്ചിട്ടും ഓർമ്മയിൽ വന്നില്ല. ഏറെ നേരം ശൂന്യതയിലേക്ക് മിഴിച്ചുനോക്കിയിരുന്നു. എഴുതിക്കൊണ്ടിരിക്കുന്ന കഥ കൾ പകുതിയിലെവിടെ വച്ചോ മുറിഞ്ഞുപോകുന്നു. ഒരു കഥയും തനിക്ക് പൂർത്തിയാക്കാൻ കഴിയാറില്ല. എന്തു കാരണങ്ങൾ കൊണ്ടോ എന്നറി യില്ല, ഒരു വിടപറച്ചിലിന്റെ ദൈന്യത ഉള്ളിലെവിടെയോ നീറിപ്പുകഞ്ഞു നിൽക്കുകയാണ്. പൂർത്തിയാകാത്ത ബാക്കിവെച്ച കഥകളുടെ നോവു കളാണ് ശ്വാസംമുട്ടിച്ചുകൊണ്ടിരിക്കുന്നത്. നേരം വെളുത്തുവരുമ്പോ ഴേക്കും പേനയെടുത്ത് വീണ്ടും എഴുതാൻ തുടങ്ങും. എഴുതിക്കൊണ്ടി രിക്കുമ്പോൾ പൊടുന്നനെ വരികൾക്കിടയിലെവിടെയോ വച്ച് എനിക്ക് എന്നെ നഷ്ടപ്പെട്ടുപോവുകയും ചെയ്യും. എത്ര നീന്തിയിട്ടും കര കാണാത്തതിന്റെ നിസ്സഹായതയിലാണ് എഴുത്തിന്റെ നിഗൂഢമായ കയ ങ്ങളിലെവിടെയോ മുങ്ങിത്താണുപോകുന്നത്. ചിലപ്പോൾ ഒരു സൂത്രം തോന്നും. ഞാൻ കുറച്ചുവർഷങ്ങൾക്കുമുമ്പ് മരിച്ചുപോയവനാണ് എന്ന് വെറുതെ സങ്കല്പിച്ചുനോക്കും. നേരത്തെ മരിച്ചുപോയിരുന്നെങ്കിൽ

കാണാത്ത ഒരു ലോകത്തെയാണല്ലോ ഞാനിപ്പോൾ കണ്ടുകൊണ്ടിരിക്കുന്നത് എന്ന വിഡ്ഢിത്തം കലർന്ന വിചാരംകൊണ്ട് കണ്ണുകളിൽ ഒരു ശിശുവിന്റെ കൗതുകവും ജിജ്ഞാസയും മുളച്ചുപൊന്തും. വഴിയെ പോകുന്ന വർണ്ണപ്പകിട്ടുകൾ എന്തൊരു ആർത്തിയോടെയാകും ഞാനപ്പോൾ കണ്ണുകൾകൊണ്ട് പറിച്ചെടുക്കുന്നതെന്നോ!

ഈ വീടും ഓമനിച്ച് നട്ടുവളർത്തിയ സപ്പോട്ടമരവും വരിക്കപ്ലാവും തേന്മാവുകളും ഞാൻ മരിച്ചുപോയാലും വർഷങ്ങളോളം ഈ ഭൂമിയിലുണ്ടാകും. ജീവിച്ചിരിക്കുന്നവരുടെ ഓർമ്മകളിൽനിന്ന് എന്നേക്കുമായി മണ്ണടിഞ്ഞുപോകും. നട്ടുവളർത്തിയ മരങ്ങൾ മാത്രം വർഷങ്ങളോളം ജീവിക്കും. ഈ വീട്... മാറാലയും ചിലന്തിവലയും നരിച്ചീറുകളും നിറഞ്ഞ ഇരുളടഞ്ഞ ഒരു പ്രേതഭവനമായി മാറും. ചുമരുകൾ അടർന്നടർന്ന് ഒരു ദിവസം പൊടുന്നനെ വീട് ഇടിഞ്ഞുവീഴും. ഞാനപ്പോഴും ഈ വീടിനുള്ളിൽ ഗതികിട്ടാത്ത ഒരു പ്രേതമായി വിഹരിക്കുന്നുണ്ടാകും. അമ്മയെക്കുറിച്ച് ഞാനെന്താണ് എഴുതിക്കൊണ്ടിരിക്കുന്നത്? എത്ര ഓർത്തിട്ടും അത് പിടിതരുന്നില്ല... മോണോലിസയെപ്പോലെ നിഗൂഢമായി പുഞ്ചിരിക്കുന്ന സുന്ദരിയാണെന്റെ അമ്മ!

കണ്ണാടിയിൽ എന്റെ പ്രതിബിംബം കാണുമ്പോഴൊക്കെ അച്ഛനെ ഓർമ്മവരും. തടിച്ച കൺപോളകളും കൂർത്തുരുണ്ട മൂക്കും ചെവിയും ചുണ്ടുകളുമൊക്കെ അച്ഛനെപ്പോലെ എനിക്കു വാർന്നുകിട്ടിയിട്ടുണ്ട്. എന്റെ പ്രതിച്ഛായയിൽനിന്ന് അച്ഛനെ ഞാൻ വേർതിരിച്ചെടുക്കുമ്പോഴൊക്കെ കലശലായ കുറ്റബോധം തോന്നും. ഒരു നല്ല മനുഷ്യന്റെ മുഖച്ഛായയും കൊണ്ട് ജീവിതത്തിൽ പുച്ഛവും പരിഹാസവും മാത്രം ഏറ്റുവാങ്ങിയതിന്റെ നിസ്സഹായതയിൽ കണ്ണാടിയിലേക്ക് നോക്കി, കാറിത്തുപ്പണമെന്ന് തോന്നും. എങ്ങനെ തുടങ്ങിയാലും എവിടെ നിന്നു തുടങ്ങിയാലും, എഴുതാൻ ഒരുപാട് കഥകളുണ്ടെന്ന തോന്നൽ. ശൂന്യതയുടെ നിഴലുകളെ നോക്കിയാവും വെറുതെ സംസാരിച്ചുകൊണ്ടിരിക്കുന്നത്. വാർധക്യത്തിന്റെ എരിഞ്ഞുകത്തുന്ന വിഷാദവും യൗവനത്തിന്റെ അവശേഷിച്ച തീക്ഷ്ണമോഹങ്ങളുംകൊണ്ട് വാക്കുകൾ പരസ്പരം ബന്ധമില്ലാത്തവിധം എവിടെയൊക്കെയോ മുറിഞ്ഞുവീഴുകയാണ്. എഴുത്ത് ഒരു നരകവേദനയായി മാറുകയാണ്.

നേരം വെളുക്കുമ്പോൾ ഉറങ്ങിയെണീറ്റപാടെ കണ്ണുകൾ നിറഞ്ഞൊഴുകാൻ തുടങ്ങും. ഉള്ളിന്റെയുള്ളിൽ ഏതോ ഒരനാഥശിശു വാവിട്ടു കരഞ്ഞുതുടങ്ങും. കണ്ണാടിയിലെ തന്റെ രൂപം അന്നേരം ഏതോ ഒരു പരിചയമില്ലാത്ത ഒരു മനുഷ്യനാണെന്ന് തോന്നും. കണ്ണീരിനൊപ്പം വൈരസ്യവും മടുപ്പും നിറഞ്ഞ ഉമിനീരിന്റെ കയ്പുരസം വായിലേക്ക് ഒലിച്ചിറങ്ങും. ദുരൂഹമായ ഒരു മുഴക്കം വീടിന്റെ ശൂന്യതയിൽനിന്ന് കാതുകളിലേക്ക് തുളച്ചിറങ്ങും. പരിസരയാഥാർത്ഥ്യങ്ങളിലേക്ക് കണ്ണ് തുറക്കാനാവാത്ത നിസ്സഹായതയിൽ ഏറെനേരം ഒരേയിരുപ്പിൽ ഒരു ബുദ്ദൂസിനെപ്പോലെ തൂങ്ങിയിരിക്കും. മുഴുവൻ ആത്മവിശ്വാസവും നഷ്ടപ്പെട്ടുപോകും. സ്നേഹിക്കപ്പെടാൻ ഞാൻ അർഹനാണോ എന്ന സങ്കടം

കൊണ്ട് സ്വന്തം ശരീരത്തോട് അറപ്പും വെറുപ്പും തോന്നും. "മരണത്തെ ഒരു കാമുകിയുടെ ആശ്ലേഷമായും ചുംബനമായും സങ്കല്പിക്കാൻ കഴിഞ്ഞെങ്കിൽ ഹാ..." എവിടെയോ ഞാനെഴുതിവെച്ചിട്ടുണ്ടെങ്കിലും ഈയിടെയായി എന്തൊക്കെയോ വികൃതമായ ചിന്തകളിലൂടെയാണ് കടന്നുപോകുന്നത്. കൊട്ടാരംപോലെ ആകാശം മുട്ടിനിൽക്കുന്ന ചില വീടുകൾ കാണുമ്പോൾ അതിന്റെ ഓരോ ചുമരിഷ്ടികയിലും ലേബർ ക്യാമ്പിലെ ചതച്ചുചണ്ടിയാക്കപ്പെട്ട തൊഴിലാളികളുടെ ചോരയും വിയർപ്പുമാണ് ചായം തേച്ചുപിടിപ്പിച്ചിരിക്കുന്നതെന്നു തോന്നും. അത്യാഹിതങ്ങളിൽ ഓർക്കാപ്പുറത്ത് മരണപ്പെട്ടവരുടെ വിലാപങ്ങളാണ് ചുമരുകളിൽ മുഴങ്ങുന്നതെന്ന് തോന്നും. അതിനുള്ളിലെ വീർത്തുകെട്ടിയ മനുഷ്യശരീരങ്ങൾ, കെട്ടുനാറുന്ന ശവശരീരങ്ങളാണെന്നു തോന്നും. സ്ത്രീകളുടെ ചില മാംസരൂപങ്ങൾ കാണുമ്പോൾ മൂക്ക് പൊത്തണമെന്നുപോലും തോന്നിപ്പോകും. വെട്ടിത്തിളങ്ങുന്ന പട്ടുവസ്ത്രങ്ങൾ ധരിച്ച്, ആത്മാവില്ലാത്ത ജീർണശരീരത്തിന്റെ ഭാരമാണ് അവർ ചുമക്കുന്നതെന്ന് പോലും തോന്നിപ്പോകും. പിന്നെ, വസ്ത്രങ്ങളുടുത്തിട്ടും വസ്ത്രങ്ങൾ ധരിക്കാത്തവർ...

ഇങ്ങനെയൊക്കെ വലിയ വലിയ കാര്യങ്ങൾ ചിന്തിക്കുകയാണ് പതിവെങ്കിലും അടുത്ത നിമിഷം തന്നെ പരിതാപകരമായ ഒരവസ്ഥയിലേക്കാവും കാലിടറിവീഴുന്നത്. എഴുത്തുഭ്രാന്ത് ഉപയോഗശൂന്യമായ ഒരു ഭ്രാന്തൻ പ്രവൃത്തിയായി വിലയിരുത്തപ്പെട്ടു. എപ്പോഴാണ് തലയ്ക്കുമുകളിൽ ഒരു വഴക്കും വക്കാണവും പൊട്ടിവീഴുന്നതെന്നറിയില്ല. ജീവിതകാലം മുഴുക്കെ ഒരുമിച്ചുജീവിച്ചിട്ടും ഞാനും അവളും ഈ വീട്ടിൽ തീർത്തും അപരിചിതരായ മനുഷ്യരെപ്പോലെയാണ് ജീവിക്കുന്നത്. ഒരേ മുറിയിൽ ഒരേ കട്ടിലിൽ രണ്ടു ധ്രുവങ്ങളിലായി ആയിരമായിരം കാതങ്ങൾക്കപ്പുറത്ത് ഞങ്ങൾ കിടക്കുന്നു. എവിടെയെങ്കിലും ഓടി രക്ഷപ്പെടണമെന്നുണ്ട് എനിക്ക്. ഞാൻ... ഞാൻ... സ്ക്രാച്ച് വീണ സ്നേഹം ചുമക്കുന്നവൻ... ജീവന്റെ ഉറവിടം മറന്ന് പൊട്ടക്കിണർ കുഴിച്ചവൻ...

ഇപ്പോൾ ഒരു പ്രതിമ കണക്കെ ശൂന്യതയിലേക്ക് നോക്കി ഒരേയിരിപ്പ് ഇരിക്കുകയാണ്. എഴുതിവെച്ച ഒരു കഥയ്ക്കും സാമാന്യബുദ്ധിക്ക് യോജിച്ചവിധം ഒരു പര്യവസാനം നൽകാൻ കുറേക്കാലമായി എനിക്ക് കഴിയാറില്ല. എന്താണ് സംഭവിച്ചുകൊണ്ടിരിക്കുന്നത് എന്ന് മനസ്സിലാകുന്നില്ല. സങ്കീർണമായ ഈ മാനസികാവസ്ഥ എത്ര ശ്രമിച്ചാലും മറ്റൊരാൾക്ക് പകർന്നുകൊടുക്കുകവയ്യ. ഏറെനേരം ഓർത്തിരുന്നപ്പോഴാണ് പിടികിട്ടിയത്. ഞാൻ അമ്മയെക്കുറിച്ച് കഥയെഴുതുകയായിരുന്നു. അമ്മയുടെ ഓർമ്മകൾക്ക് എങ്ങനെയാണ് ക്രമമായി അടുക്കിവെച്ച് ഒരു കഥയുണ്ടാക്കുക? നെഞ്ചിടിക്കുന്നു. ക്രമാതീതമായ ഉച്ഛ്വാസങ്ങളിൽ നെഞ്ചിൻകൂട് ഉയരുകയും താഴുകയും ചെയ്യുന്നു.

ആറിലോ ഏഴിലോ പഠിക്കുമ്പോഴാണ്; പുഞ്ചപ്പാടത്തിന്റെ കണ്ണെത്താത്ത വിജനമായ വരമ്പിലൂടെ നടന്നുപോവുകയാണ്. ആൾസഞ്ചാരമുള്ള ആ വഴിയുടെ പ്രാധാന്യം അമ്മ പ്രത്യേകം പറഞ്ഞുതന്നതാണ്. ആരെങ്കിലും ചോദിച്ചാൽ എങ്ങോട്ടാണ് പോകുന്നതെന്ന് പറയുകയും ചെയ്യരുത്. വഴിയേ ആരോ ഒരാളെ കണ്ടതായി ഓർക്കുന്നുണ്ട്, “ടീച്ചറുടെ മകനല്ലേ” അയാൾ ചോദിച്ചതായും ഓർമ്മയുണ്ട്. അയാളെ എങ്ങനെയാണ് നേരിട്ടതെന്ന് ഓർമ്മയില്ല. എങ്ങനെയാണ് നുണ പറയുകയെന്ന് അറിയുമായിരുന്നില്ല. മുഖം വിളറി. കരയുന്നതുപോലെ മിക്കവാറും നിന്നിട്ടുണ്ടാകും. പിന്നെ പേടിച്ച് വരമ്പിലൂടെ ഓടുകയായിരുന്നു. ഓടിയോടി പാടത്തിന്റെ മധ്യത്തിലുള്ള ഒരു മുട്ടിപ്പാലം കണ്ടു. മുട്ടിപ്പാലത്തിനുനേരെ പടിഞ്ഞാറ് വലിയ സപ്പോട്ട മരത്തിന്റെ പിറകിലുള്ള ഇരുനിലവീട്, സാഹേബിന്റെ വീട്. നായയുണ്ടാകും സൂക്ഷിക്കണമെന്ന് അമ്മ പറഞ്ഞിരുന്നു. തലയ്ക്കു മുകളിൽ അന്തിച്ചുവപ്പിന്റെ ആകാശം. ഞാൻ പേടിച്ചുവിറച്ചുകൊണ്ട് മാളികവീടിന്റെ മുറ്റത്ത് വന്നു നിന്നു. കൂട്ടിലുള്ള നായ തുറിച്ചുനോക്കുന്നുണ്ട്. പക്ഷേ കുരയ്ക്കുന്നില്ല. ഒരു ജനാലയ്ക്കപ്പുറം സാഹേബ്. റേഡിയോയ്ക്കു മുന്നിൽ തുടയിൽ താളംകൊട്ടിക്കൊണ്ട് തലയാട്ടിയിരിക്കുകയാണ്. എന്നെ കണ്ടിട്ടും എന്തിനാണ് വന്നതെന്നോ എന്താണ് കാര്യമെന്നോ അയാൾ ചോദിക്കുന്നില്ല. വലിയ പണക്കാരനായതുകൊണ്ടാകും. “അമ്മ പറഞ്ഞിട്ടാ...” ഞാനുറക്കെ എന്തോ പറയാൻ ശ്രമിച്ചു. എനിക്ക് കരച്ചിലും വന്നിട്ടുണ്ടാകും. പെട്ടെന്ന് അയാൾ ഓടിവന്നു. എന്റെ ട്രൗസറിന്റെ കീശയിൽനിന്ന് അമ്മയുടെ എഴുത്ത് അയാൾക്കു കൊടുത്തു. പിന്നെ അയാൾ ഒന്നും പറഞ്ഞില്ല. എന്നോട് പൊയ്ക്കൊള്ളാൻ പറഞ്ഞു. തിരിച്ചുവന്നപ്പോൾ അമ്മ എന്റെ നേരെ കൈനീട്ടി. ശൂന്യമായ കൈകൾ മലർത്തിക്കാണിച്ചു. ഗഹനമായ മൗനഭാവത്തിൽ അമ്മ അടുക്കളയിലേക്ക് പോയി. അന്ന് രാത്രിയിൽ അമ്മ പായസം ഉണ്ടാക്കിത്തന്നു.

അച്ഛന്റെ കത്തുകളുമായി മിക്ക ദിവസവും പോസ്റ്റുമാൻ വീട്ടിലേക്ക് വരും. “പ്രിയേ” എന്ന സംബോധനയോടെയാണ് അച്ഛൻ എഴുതിത്തുടങ്ങുക. അമ്മയുടെ കത്തിന്റെ കൂടെ ഞങ്ങൾ കുട്ടികളെല്ലാവരും അച്ഛനെഴുതിയിരുന്നു. തൂത്തുക്കുടിക്ക് പോയാൽ കുറെയേറെ ദിവസങ്ങൾ കഴിഞ്ഞിട്ടാകും അച്ഛൻ വീട്ടിലേക്ക് വരിക. അമ്മയ്ക്കെപ്പോഴും പുതിയ സാരിയുണ്ടാകും. ഞങ്ങൾ കുട്ടികൾക്ക് ചോക്കലേറ്റ് മിഠായി, പുത്തൻ വസ്ത്രങ്ങൾ, കളിപ്പാട്ടങ്ങൾ എന്തെങ്കിലുമൊക്കെയുണ്ടാകും. സാഹേബിന് കത്ത് കൊടുത്തത് അച്ഛനോട് പറയരുതെന്ന് അമ്മ പ്രത്യേകം എന്നോട് പറഞ്ഞിട്ടുണ്ടായിരുന്നു. അമ്മയ്ക്ക് എന്തോ ഒരു പ്രശ്നമുണ്ടെന്ന് അമ്മയെ കണ്ടാലറിയാമായിരുന്നു. അമ്മ ചിരിക്കുന്നില്ല. മുറി അടച്ചിരുന്ന് അമ്മ കരയുന്നുണ്ടാകും. അമ്മ കരയുമ്പോഴൊക്കെ അമ്മയുടെ മൂക്ക് ചുകന്ന് കാണാമായിരുന്നു.

സ്കൂളില്ലാത്ത ഒരു ദിവസം അമ്മ പെട്ടെന്ന് ഉടുത്തൊരുങ്ങി എന്നേയും കൂട്ടി കൂട്ടുങ്ങലങ്ങാടിക്ക് നടന്നു. ആകാശം കറുത്തിരുന്നു.

മഴക്കാറുണ്ടായിരുന്നു. കൂട്ടുങ്ങലങ്ങാടിയിൽനിന്ന് ഞങ്ങൾ തൃത്താല വഴി പൊന്നാനിയിലേക്കുള്ള ബസ്സിൽ കയറി. ബിയ്യംകെട്ടിന്റെ കവലയിറങ്ങിയാൽ ഒരുപാട് നടക്കണം അമ്മയുടെ വീട്ടിലെത്താൻ. കയറ്റവും ഇറക്കവുമുള്ള ഇടുങ്ങിയ റോഡിലൂടെ കിതച്ചും നിരങ്ങിയും നീങ്ങുന്ന ബസ്സ്. അങ്ങാടികളിലും ചന്തകളിലുമെല്ലാം ഒരുപാട് നേരം ബസ്സ് നിർത്തുകയും ചെയ്യും. "പോം പോം" എന്ന് ഹോൺ വിളിച്ചുവരുന്ന ബസ്സിനുമുന്നിൽ കോഴികളും കന്നുകാലികളും അങ്ങോട്ടുമിങ്ങോട്ടും പരക്കം പായും. പെണ്ണുങ്ങൾ ബസ്സിലിരുന്ന് ഛർദ്ദിക്കും. വായിൽ മുറുക്കാൻചണ്ടിയുമായി ഓടുന്ന വണ്ടിയിലിരുന്ന് പുറത്തേക്ക് നീട്ടിത്തുപ്പുകയും ചെയ്യും. അമ്മയുടെ നാട്ടിലേക്കുള്ള വഴിയോരങ്ങളുടെ ഓരോ മുക്കും മൂലയും കാണാപ്പാഠമായിരുന്നു. ബസ്സ് പൊന്നാനിയിലെത്തുമ്പോൾ സന്ധ്യയാവും. തൊട്ടാവാടിപടർപ്പുകൾ, കോളാമ്പിപ്പൂക്കൾ, തകർന്ന നാലുകെട്ടുകൾ, പൊളിഞ്ഞുകിടക്കുന്ന അമ്പലങ്ങൾ, സർപ്പക്കാവുകൾ, പോത്തിൻപറ്റങ്ങൾ, കീറത്തുണികൾ ഉടുത്തുനിൽക്കുന്ന പെണ്ണുങ്ങൾ, അറ്റം കാണാത്ത വയലുകൾ, കുണ്ടുകടവ് പുഴ, ചതുപ്പുനിലങ്ങൾ, അട്ടകൾ നിറഞ്ഞ തോടുകൾ, ചീഞ്ഞുനാറ്റമടിക്കുന്ന ചകിരിക്കുഴികൾ....

ചീറിവീശുന്ന കാറ്റും മഴയും ഉള്ളപ്പോഴാണ് ഞാനും അമ്മയും ബിയ്യംകെട്ടിൽ ബസ്സിറങ്ങുന്നത്. മഴവെള്ളം കുത്തിയൊലിക്കുന്ന വയൽവരമ്പിലൂടെ ആസകലം നനഞ്ഞുകൊണ്ട് അമ്മയും ഞാനും നടന്നു. ചീറിവീശുന്ന കാറ്റിൽ നിവർത്തിപ്പിടിച്ച കുട പറന്നുപോകാതിരിക്കാൻ അമ്മ വളരെയേറെ പണിപ്പെട്ടു. ഒരുപക്ഷേ, എന്റെ ജീവിതത്തിലാദ്യമാവണം അമ്മയോടൊട്ടിപ്പിടിച്ച് ഇങ്ങനെ നടന്നിട്ടുണ്ടാകുക. ഞാനും അമ്മയും ഒരുപോലെ തണുത്തുവിറച്ചുകൊണ്ടുള്ള നടത്തം. അമ്മയുടെ സാരിയുടെ നിറംപോലും ഞാൻ മറന്നിട്ടില്ല. ഇലകളും പൂക്കളുമുള്ള നീല സാരി. നനഞ്ഞൊട്ടിപ്പിടിച്ച സാരിയോടെ അമ്മ എന്നെയും ചേർത്തുപിടിക്കുന്നതിന്റെ ഓർമ്മ മാത്രമേ ഇപ്പോഴെന്റെ ഹൃദയത്തിലുള്ളൂ. അമ്മയുടെ വീട്ടിൽ ഏതോ നിഗൂഢമായ ഒരു ചർച്ച നടന്നിട്ടുണ്ടാവണം. കരഞ്ഞുകലങ്ങിയ കണ്ണുകളോടെയായിരുന്നു പിന്നീട് അമ്മയുടെ മടക്കയാത്ര. എന്തിനായിരുന്നു അമ്മ കരഞ്ഞത്? "അമ്മയ്ക്ക് സുഖമില്ല" എന്നു മാത്രം എന്നോടു പറഞ്ഞു. എന്നേയും കൂട്ടി അമ്മ പിന്നെ പോയത് കുന്നംകുളത്തെ ഒരു ക്രിസ്ത്യൻപള്ളിക്കു മുന്നിലുള്ള ഒരു ലേഡി ഡോക്ടറുടെ ബംഗ്ലാവിലേക്ക്.

പുറത്തെ വരാന്തയിൽ രോഗികളാരും ഇല്ല. ഞാനും അമ്മയും ഒറ്റയ്ക്കേയുള്ളൂ. ഡോക്ടർ അകത്തേക്ക് വിളിച്ചപ്പോൾ, അമ്മ ഡോക്ടർക്ക് ഒരെഴുത്ത് കൊടുക്കുന്നത് കണ്ടു. സ്പ്രിങ്ങ് പോലെ ചുരുണ്ട മുടിയും തടിച്ച ചുണ്ടുകളുമുള്ള പ്രായമുള്ള ഒരു സ്ത്രീയാണ് ലേഡി ഡോക്ടർ. എന്നെ പുറത്തിരുത്തി അവർ അകത്തെ മുറിയിൽ വാതിലടച്ച് ഇരുന്നു. ഏതാനും നിമിഷങ്ങൾ മാത്രം. ഡോക്ടർ ക്ഷോഭത്തോടെ വാതിൽ തുറന്ന് പുറത്തേക്ക് വിരൽചൂണ്ടി അമ്മയോട് എന്തോ പറഞ്ഞു.

ഒരുപക്ഷേ ഗെറ്റൗട്ട് എന്നായിരിക്കാം ഡോക്ടർ പറഞ്ഞത്. ഗേറ്റ് തുറന്ന് പുറത്തിറങ്ങിയതും അമ്മ നിയന്ത്രണം വിട്ട് ഒരു പൊട്ടിക്കരച്ചിൽ. സാരി ത്തലപ്പുകൊണ്ട് മുഖംപൊത്തി. അമ്മ ഒരു ഭ്രാന്തിയെപ്പോലെ ബസ്സ് സ്റ്റാന്റിലേക്ക് നടക്കുമ്പോൾ, അമ്മയുടെ ഒപ്പമെത്താൻ ഒരുപാട് പാട്പെടുകയായിരുന്നു. അമ്മയ്ക്കെന്താണ് പറ്റിയത്? അച്ഛൻ തൂത്തു ക്കുടിയിൽനിന്ന് പറന്നുവന്നു. ഒരിക്കലും ക്ഷോഭിച്ചിട്ടില്ലാത്ത അച്ഛൻ എന്തൊക്കെയോ ഉച്ചത്തിൽ അമ്മയോട് സംസാരിക്കുന്നതു കണ്ടു. അമ്മ വാവിട്ട് ഉറക്കെ നിലവിളിച്ചുകരയുന്നത് കേട്ടു. പിന്നീടുള്ള ഏതാനും ദിവസങ്ങൾ അച്ഛന് ഒരു ബോധവും ഇല്ലായിരുന്നു. മദ്യപിച്ച് ലക്കുകെട്ട് ആടിയാടി വന്നു. കിടക്കയിൽ കിടന്നുരുളുകയും പിച്ചുംപേയും പറയുക യുമൊക്കെ ചെയ്യും. അച്ഛനും അമ്മയും എന്താണ് കാട്ടിക്കൂട്ടുന്നതെന്ന് ഞങ്ങൾക്കാർക്കും മനസ്സിലായില്ല. ഏതോ ദുരന്തനാടകത്തിന്റെ അന്ത്യ രംഗങ്ങൾ പോലെ തോന്നി. ഒരു പാതിരാത്രിയിൽ അച്ഛന്റേയും അമ്മ യുടേയും കിടപ്പുമുറിയിൽ എന്തൊക്കെയോ ശബ്ദങ്ങൾ കേട്ടു. അച്ഛനാണോ അമ്മയാണോ ഉറക്കെ കരയുന്നത്? കൂട്ടത്തിൽ എന്റെ അനിയന്റെയും അനിയത്തിയുടെയും തേങ്ങിക്കരച്ചിൽ. ഞാൻ ഓടി ച്ചെന്നു. അമ്മ ചോരയിൽ നനഞ്ഞുകിടക്കുകയാണ്. അച്ഛൻ പൊട്ടി ക്കരഞ്ഞുകൊണ്ട് അമ്മയെ ഉമ്മവെക്കുകയാണ്... അമ്മ വേദനയുടെ തീച്ചൂളയിൽ കിടന്ന് വെന്തുനീറുകയാണ്. അങ്ങോട്ടുമിങ്ങോട്ടും നില വിളിച്ചുകൊണ്ട് കിടന്നുരുളുകയാണമ്മ. വസ്ത്രങ്ങളാകെ അഴിഞ്ഞു പോയിരിക്കുന്നു. കെട്ടുപിണഞ്ഞ മുടി അമ്മയുടെ മുഖം മറച്ചിരിക്കുന്നു. “അമ്മേ...” ഞങ്ങളെല്ലാവരും കൂട്ടത്തോടെ തേങ്ങിക്കരയാൻ തുടങ്ങി.

എഴുതിവെച്ച കടലാസുകളിലേക്ക് എന്താണ് സംഭവിച്ചതെന്നറി യാതെ ഏറെനേരം നോക്കിയിരുന്നു. അമ്മയെക്കുറിച്ച് എഴുതാൻ പാടില്ലാത്തതെന്തോ ഞാൻ എഴുതിവച്ചിരിക്കുന്നു. എല്ലാം പെട്ടെന്ന് ചീന്തിക്കളഞ്ഞു. ഒരെത്തുംപിടിയുമില്ലാത്ത ഓർമ്മകളുടെ പ്രവാഹ ത്തിലാണ് ഓരോ ദിവസവും ഉന്തിത്തള്ളി നീക്കുന്നത്. നേരം വെളുക്കു മ്പോൾ സങ്കടഭാരങ്ങൾകൊണ്ട് മരിച്ചാൽ മതിയെന്നു തോന്നും. വീട് ഒരു ശവകുടീരംപോലെ മനസ്സിലിരുന്ന് മുഴങ്ങാൻ തുടങ്ങും. എഴുതണം. ഒരു പാട് കാര്യങ്ങളുണ്ട് എനിക്ക് എഴുതാൻ. ■

തിരുവനന്തപുരം

തിരകളിൽ പതഞ്ഞ് തീരങ്ങളിൽ തലയിട്ടടിച്ച് ഒരു ശോകസമുദ്രമായി കരയെ വാരിപ്പുണർന്ന് ഞാനൊരു കഥ പറയട്ടെ.

നദിക്കരയിലെ ഭഗവതിയമ്പലത്തിൽ കുടിയിരിക്കുന്ന ശ്രീഭഗവതി. ഗോപുരവാതിലിൽ കൊത്തിവെച്ച ശാപം പേറി നിൽക്കുന്ന യക്ഷരൂപം. ഭഗവതിയമ്പലത്തിന്റെ മുടിപ്പൂനിലാവിൽ ആറാടിനിൽക്കുന്ന കോവിലകത്തമ്മ. കത്തിക്കാളുന്ന അഗ്നിനാളങ്ങളുടെ വെളിച്ചത്തിൽ തിരുനടയിൽ കണ്ണീരൊഴുക്കി പ്രാർത്ഥിച്ചുനിൽക്കുന്ന അമ്മത്തമ്പുരാട്ടി. കൃഷ്ണസർപ്പം ചുരുണ്ടിരിക്കുന്നതുപോലെ കെട്ടിവെച്ച മുടിയുള്ള, നടു കറുത്ത് വെളുത്ത മുലകളുള്ള അമ്മത്തമ്പുരാട്ടി.

കഥ:

കോവിലകത്തെ കോവിലകത്തമ്മയെത്തേടി ഞാൻ ഭഗവതിയമ്പലമിറങ്ങി നടന്നു. ഒക്കത്ത് മൺകുടമേന്തി നടന്നുപോകുന്ന പെൺകുട്ടിയെയാണ് ആദ്യമായിക്കണ്ടത്. ചുമക്കാൻ ഭാരമുള്ള നിതംബത്താലും മുലയാലും തുളുമ്പിനടക്കുന്ന പെൺകുട്ടിയെക്കണ്ട് ഞാൻ ചോദിച്ചു: "കോവിലകത്തേക്കുള്ള വഴിയേതാ?"

ചോദ്യംകേട്ട് പെൺകുട്ടിയുടെ കണ്ണുകൾ വല്ലാതെ പരിഭ്രമിച്ച് ഇളകിയിരുന്നു. ആത്മാവിലെവിടെയോ ഒരു നിർവൃതിയുടെ ഭാരം പേറുന്ന അവൾ ആരെയോ പേടിച്ചുകൊണ്ടെന്നപോലെയാണ് നടന്നിരുന്നത്. അവൾ ഒന്നും മിണ്ടിയില്ല.

പുതുതായി ഉഴുതിട്ട വയൽച്ചാലുകളിൽ എന്തൊക്കെയോ വിരുതുകൾ പറഞ്ഞ് അടിമുണ്ടിന്റെ വെളുത്ത തുമ്പുകൾ കാണിച്ച് നാടൻ പെണ്ണുങ്ങൾ നാണിച്ചോടുന്നതു കണ്ടു. തളിർത്ത പച്ചിലകൾ അഴകു വിടർത്തി നിൽക്കുന്ന അരയാൽക്കീഴിൽ കുളിച്ചുനിൽക്കുന്ന മധ്യവയസ്കയായ മണ്ണാത്തിപ്പെണ്ണിനെ തോട്ടിൻകരയിലെ മുട്ടിപ്പാലത്തിൽ കയറിനിന്നപ്പോൾ കണ്ടു. തന്റെ തടിച്ചുതൂങ്ങിയ മുലകളുയർത്തിക്കാണിച്ച്, കുത്തഴിഞ്ഞ നനഞ്ഞ അടിമുണ്ട് അരഞ്ഞാൺചരടിൽ കോർത്ത് അവൾ തറ്റുടുത്തുകൊണ്ട് ചോദിച്ചു: "കുട്ടിക്കെന്താ വേണ്ടത്?"

“കോവിലകത്തേക്ക് വഴിയേതാ?”

“നേരെ പോയാല്.”

പൂമരങ്ങൾ നട്ടുവളർത്തിയ നാട്ടുവഴികളിലൂടെ നേരെ നടന്നു. തെളിഞ്ഞ ആകാശത്തുനിന്ന് പാറിപ്പറന്നുവരുന്ന പറവകൾ മരച്ചില്ല കളിൽ കൂടണഞ്ഞ് കരയുന്നുണ്ടായിരുന്നു. പൂന്തോട്ടങ്ങൾ നട്ടു വളർത്തിയ വീടുകൾ കഴിഞ്ഞ് നാലുംകൂടിയ കവലയിലെത്തിയപ്പോൾ ആരുടെയോ പാട്ടുകേട്ടു. തുളസിത്തറയും പടിപ്പുരയുമുള്ള ഇരുനില ക്കെട്ടിടത്തിന്റെ പകുതി തുറന്ന ജാലകത്തിനെതിരെ നോക്കിയപ്പോൾ, വിക്രമാദിത്യ കഥ ഒഴുകിയെത്തിയപോലെ ഭൂതകാലത്തിലെവിടെയോ ഒരു പാൽക്കടൽക്കരപോലെ കൂമ്പു വിടരുന്ന മുലകളുമായൊരു പെൺകുട്ടി നൃത്തം ചെയ്യുന്നതു കണ്ടു.

പെരുവഴിയിലെത്തിയപ്പോൾ നല്ല നിലാവുണ്ടായിരുന്നു. നിലാവത്ത് പടർന്നു പന്തലിച്ചുനിൽക്കുന്ന പാലമരത്തിന്റെ ചുവട്ടിലാരോ നിൽക്കു ന്നതു കണ്ടു. അവൾ തലമുടി വാരിക്കെട്ടിവെച്ച് മുണ്ടിന്റെ കുത്തഴി ച്ചുടുത്ത് മിണ്ടാതെ നടന്നു. വഴിയിലെവിടെയോ ശിലാഗൃഹത്തിന്റെ മുന്നിൽ നിലവിളക്കിന്റെ അരണ്ട പ്രകാശത്തിൽ അവൾ കിതച്ചുകൊണ്ട് നിന്നു. അവളുടെ നനഞ്ഞ തുടകളിലമർന്ന് കൃഷ്ണശിലാപാളികളിൽ വീണുരുണ്ട് ഞാൻ കരഞ്ഞു.

നേരം പുലർന്നപ്പോൾ പെരുവഴിയിലെവിടെയോ ഞാൻ വീണു കിടക്കുകയായിരുന്നു. പിന്നെ കാറ്റില്ലാതെ ചലനമറ്റ നിഴലുകളുറങ്ങി ക്കിടക്കുന്ന പെരുവഴിയിലൂടെ അനന്തതയിലേക്ക് യാത്ര തുടർന്നു...

ചന്ദ്രക്കലയും കണ്ണാടിവാതിലുകളുമുള്ള മണിമന്ദിരത്തിനു മുന്നിൽ അണിഞ്ഞൊരുങ്ങിയ പേർഷ്യൻസുന്ദരിയെപ്പോലെ കസവുതട്ടമിട്ട് മുത്താ ഭരണങ്ങളും സ്വർണവളകളുമണിഞ്ഞ്, അരയിൽ വെള്ളിപ്പട്ടവും കാലിൽ പാദസരവുമണിഞ്ഞ് ഒരു ഉമ്മപ്പെണ്ണ് നിൽക്കുന്നതുകണ്ടു. അവൾ കിനാവ് കണ്ട്, പൊട്ടിച്ചിരിക്കുന്നതു കണ്ടു.

പിന്നെയേറെ നടന്നപ്പോൾ ഒരാൽമരത്തിന്റെ ഇടിഞ്ഞുപൊളിഞ്ഞ തറയിലിരിക്കുന്ന ഭ്രാന്തി പൊട്ടിക്കരയുന്നതു കണ്ടു. പീളകെട്ടിയ കണ്ണു കൾകൊണ്ട് ദയനീയമായി നോക്കിക്കൊണ്ട് ചാവാളിപ്പട്ടി ഓടിപ്പോകു ന്നതു കണ്ടു. ആകാശം കീറി മുറിച്ചുകൊണ്ട് വിമാനം പറന്നിറങ്ങുന്നതു കണ്ടു.

മുലക്കച്ചകളും ഞൊറിവുകൾവെച്ച അടിപ്പാവാടകളും രാജവീഥി കളിൽ തൂങ്ങിക്കിടന്നിരുന്നു. അരിച്ചരിച്ചു നീങ്ങുന്ന കാളവണ്ടികളുടെ കഴുത്തറുത്ത്, യന്ത്രവാഹനങ്ങൾ ചീറിപ്പാഞ്ഞുകൊണ്ടിരിക്കുന്നതു കണ്ടു.

“കോവിലകത്തേക്ക് വഴിയേതാ?” മുറുക്കിച്ചുവപ്പിച്ച ചുണ്ടുകളും മഷി യെഴുതിയ കണ്ണുകളുമായെത്തിയ തടിച്ചിപ്പെണ്ണിനോട് ഞാൻ ചോദിച്ചു. പുകയുന്ന കർപ്പൂരത്തിന്റെ മണമുള്ള തെരുവിലൂടെ കോവിലകത്തേക്കു നടന്നു. അകലെ കൊടിമരവും അമ്പലവും കണ്ടു.

കോവിലകത്തെ വഴിയിൽ കുറെ ചിത്രങ്ങൾ. ഒരുത്തി ജനാലവാതിൽ പകുതി തുറന്നു തന്റെ കെട്ടഴിഞ്ഞ മുടി വാരിക്കെട്ടാതെ താങ്ങിനിറുത്തി മൂളിപ്പാട്ടു പാടിക്കൊണ്ടിരിക്കുന്നു. മറ്റൊരുത്തി കുത്തഴിഞ്ഞ സാരി യെടുത്തുടുക്കാതെ വികാരത്തള്ളിച്ചയിൽ കുതിർന്ന നിശ്വാസത്തോടെ എവിടെയോ നോക്കിനിൽക്കുന്നു. വേറൊരുത്തി വികാരത്തെ മന്ത്രജപ ത്തിൽ അടക്കി കാലുകൾ കവച്ച് ഒന്നരയഴിച്ചുടുക്കുന്നു. ഇനിയൊരുത്തി മുലകൾ ജന്നലഴിയിലമർത്തിവെച്ച് ആരെയോ മാടിവിളിക്കുന്നു.

ഇതാ, ഇവിടെയാണ് കോവിലകത്തമ്മ. സ്വർണനിറത്തിലുള്ള മുടിയും പൂച്ചക്കണ്ണുകളുമുള്ള പെൺകുട്ടി സ്വാഗതം പറഞ്ഞു: “വരൂ.”

അകത്ത് പാവാടയും ജാക്കറ്റുമിട്ട് കട്ടിലിന്റെ ചുളിഞ്ഞ കിടക്കയി ലൊരറ്റത്ത് പെൺകുട്ടി തലതാഴ്ത്തിയിരിക്കുന്നതു കണ്ടു. നീലവെളിച്ച ത്തിൽ അവളുടെയരികെ എങ്ങനെയാണ് തുടങ്ങേണ്ടതെന്നറിയാതെ ഞാൻ ശ്വാസം മുട്ടിയിരുന്നു. പെൺകുട്ടി പെട്ടെന്ന് വെട്ടിയിട്ട വാഴപോലെ കിടക്കയിൽ മുഖം കുത്തിവീണ് വായിൽ വിരലുകൾ തിരുകി പൊട്ടി ക്കരയാൻ തുടങ്ങി. അവളുടെ പുറം വിറയ്ക്കുന്ന കൈകൾകൊണ്ട് തലോടിക്കൊണ്ട് ഞാൻ പറഞ്ഞു: “സ്വസ്തി, സ്വസ്തി.”

പ്രായത്തിനേക്കാളേറെ ഇവളെന്തൊക്കെയോ അനുഭവിച്ചറിഞ്ഞിട്ടു ണ്ടെന്നറിയുന്ന ഞാൻ നെറുകയിലൊരു ഉമ്മ കൊടുത്ത് എഴുന്നേറ്റു നടന്നു. പൊട്ട് തൊടാത്ത, കണ്ണെഴുതാത്ത അവളുടെ മുഖത്ത് കറുത്ത പക്ഷത്തിനുശേഷം ചന്ദ്രക്കല എന്നപോലെ ആർദ്രമായ ഒരു തെളിച്ച മുയർന്നു. “അമ്മത്തമ്പുരാട്ടിയെവിടെയാണ്?” ഞാൻ വാത്സല്യപൂർവം ചോദിച്ചു.

അവൾ പരവശതയോടെ ചുണ്ടനക്കിയപ്പോൾ അകത്തെവിടെയോ മണി മുഴങ്ങി. വാതിൽ തുറന്ന് ആരോ ഒരാൾ എന്നെ ബലമായി കൂട്ടി ക്കൊണ്ടുപോയി രണ്ടാമത്തെ വാതിലിന് മുന്നിൽ നിർത്തി.

അവൾ മിന്നിത്തിളങ്ങുന്ന ഒഴുക്കൻമുടിയുള്ള ഒരു പരിഷ്കാരിപ്പെണ്ണ്. വെളുത്ത സാരിയാണ് ഉടുത്തിരിക്കുന്നത്. ചുണ്ടിലും നഖങ്ങളിലും ചായം തേച്ചിരിക്കുന്നു.

അകത്തെ ഇളംചുവപ്പു വെളിച്ചത്തിൽ ഫോറിൻ പെർഫ്യൂംസിന്റെ രൂക്ഷമായ ഗന്ധത്തിലാഴ്ന്ന് ഏതോ ഒരു ഓർമ്മയിലിരുന്നു. മേശ പ്പുറത്തെ കൂജയിൽനിന്ന് വെള്ളമെടുത്ത് നീട്ടിക്കാണിച്ചുകൊണ്ട് അവൾ മൊഴിഞ്ഞു: “നിങ്ങൾ വല്ലാതെ പരിഭ്രമിച്ചിരിക്കുന്നു.”

“നന്ദി”, അവൾ വിരുതുള്ളവളും പഠിച്ചവളും ചതിക്കുന്നവളുമാണെ ന്നറിഞ്ഞ് ഞാൻ പറഞ്ഞു.

സാരിയും അടിപ്പാവാടയുമഴിച്ച് അവൾ പൊട്ടിപ്പൊട്ടിച്ചിരിച്ചു: നൃത്തം കഴിഞ്ഞ്, പതിവുകാരനെ എതിരേറ്റു നിൽക്കുന്ന കാബറെ ആർട്ടിസ്റ്റിനെ പ്പോലെ, എന്റെ തുടയിൽ കൈകൾവച്ച് അവൾ പറഞ്ഞു: “നിങ്ങളുടെ ശബ്ദം മധുരമാണ്.”

"എനിക്ക് നിന്നെ ഇഷ്ടമില്ല." വാതിൽ തുറന്നു വന്നയാൾ മൂന്നാമത്തെ വാതിലിനു മുന്നിൽ എന്നെ നിർത്തിയിട്ടുപോയി. അകത്തെ മഞ്ഞ വെളിച്ചംകണ്ട് വർധിച്ച ഹൃദയമിടിപ്പുകളിൽ ഞാൻ ശ്വാസംമുട്ടി നിന്നു. ഉലഞ്ഞുചിന്നിയ മുടിയിൽനിന്ന് ചിതറിക്കിടക്കുന്ന പൂക്കളോടും കലങ്ങിയ കണ്ണുകളോടുംകൂടി അവൾ വീണുരുണ്ടുകിടക്കുന്നത് കണ്ടു; പ്രായത്തിനേക്കാളേറെ നിറഞ്ഞ മുലകൾ തുറുപ്പിച്ച് മലർന്നു കിടക്കുന്നതുകണ്ടു.

"ഭവതീ, തമ്പുരാട്ടിയെവിടെയാണ്?" ചോദ്യം കേട്ട് അവൾ തലയിളക്കി മിണ്ടാതെ കിടന്നു. അവളുടെ കണ്ണുകൾ ചുവന്നിരിക്കുന്നു. ധൈര്യംകൊണ്ടും ഊക്കുകൊണ്ടും സിംഹാസനം കയറിയോനെ, പെണ്ണേ, തോല്പിക്കുക.

നാലാമത്തെ വാതിൽ കടന്നപ്പോൾ അകത്തെ ഇളംപച്ച വെളിച്ചത്തിൽ, ഭംഗിയായി കോതിമിനുക്കി മെടഞ്ഞുകെട്ടിയ മുടിയുള്ള ഒരു നീണ്ടുവെളുത്ത പെണ്ണ്. അവളുടെ പ്രൗഢഗാംഭീര്യത്തിനുമുന്നിൽ സംയമനത്തിന്റെ തീക്ഷ്ണതയിലൊലിച്ചിറങ്ങിയ നെറ്റിയിലെ വിയർപ്പുതുള്ളികൾ ദൗർബല്യത്തിന്റെ ഭയത്തിൽ മുക്കി ഞാൻ ഒരത്യന്താധുനികനായി നിന്നു.

അവൾ ശാന്തയായി, നിർമ്മലയായി, അരുണയായി നോക്കിനിന്നു.

"കോവിലകത്തമ്മയേതാ?" ഞാൻ പതറിക്കൊണ്ട് ചോദിച്ചു. അവൾ കുളുർക്കെ ചിരിച്ചുകൊണ്ട് പറഞ്ഞു: "പിന്നെപ്പറയാം."

പിന്നെപ്പറയാം, കാവൽക്കാരൻ ഓടിവന്ന് അഞ്ചാമത്തെ വാതിലിനു മുന്നിൽ നിർത്തി. അഞ്ചാമത്തെ വാതിലിന്റെ കഥ പിന്നെപ്പറയാം, ആറാമത്തെ വാതിലിന്റെ കഥ: അരുണയുടെ മുന്നിൽ ചെറുതായിപ്പോയതിൽ ക്രൗര്യം വളർത്തി അഞ്ചാമത്തെ വാതിലും കഴിഞ്ഞ് ആറാമത്തെ വാതിലിലെത്തിയപ്പോൾ ഞാൻ പേടിച്ചു വിറച്ചുപോയി.

നിറമില്ലാത്ത മനംമടുത്ത വെളിച്ചം. വലിയ മുലകളുള്ള ഒരു തടിച്ചുകൊഴുത്ത ഭയങ്കരി. കാലുകൾ രണ്ടും വിടർത്തിവച്ച് ആഭാസമായി കിടക്കുകയാണ്. അവളുടെ മുന്നിൽ സമമായി ഒപ്പം പകുത്തതുമാതിരി ഞാൻ നിന്നു. അവൾ മന്ത്രവാദിനിയെപ്പോലെ ആവാഹിച്ചെടുത്ത്, രോമാവൃതമായ തന്റെ തടിച്ചുപരന്ന ഊരുപ്രദേശങ്ങളിൽ രണ്ടുകൈകൊണ്ടും ഒരു മന്ത്രം വിടുന്നതുപോലെ തടവിക്കൊണ്ട് കല്പിച്ചു: "പോകരുത്."

ഏഴാമത്തെ വാതിലിനു മുന്നിലോടിച്ചെന്നു. അകത്ത് നിലവിളക്കിന്റെ കത്തിക്കാളുന്ന വെളിച്ചം. മുണ്ടും നേര്യതും ഉടുത്ത പെണ്ണ്. ദീപാരാധന കഴിഞ്ഞ് അമ്പലനടയിൽനിന്നിറങ്ങിയമാതിരി ഭക്തിരസം നിറഞ്ഞ മുഖം. കണങ്കാലുവരെ എത്തിനിൽക്കുന്ന ഒന്നരയുടെ നീണ്ട അറ്റം നിഴലിച്ചു കാണുന്ന നേർത്ത മുണ്ട്.

അവൾ നിലത്തു കാലുകൊണ്ട് ഒരു വരവരച്ച് ഒരു തറവാട്ടുകാരിയുടെ പിടിവാശിയും ലജ്ജയും ഒരുമിച്ചുചേർന്ന ശബ്ദത്തിൽ മൊഴിഞ്ഞു: "ഇരിക്കൂ." മുഴക്കമില്ലാത്ത മധുരമായ ശബ്ദം.

ഒരു പഴയ തറവാട്ടുകാരണവരെപ്പോലെ ഉള്ളിലുള്ള ഭയം പുറത്തെടുക്കാതെ ഞാൻ അച്ചടക്കത്തിലിരുന്നു. അകലെയെവിടെയോ കൊട്ടിപ്പടർന്നുകയറുന്ന കേളികൊട്ടിന്റെ ശബ്ദത്തിലലിഞ്ഞ് നിലവിളിക്കിന്റെ തിരിയെടുത്ത് എണ്ണയിലിറക്കി വിക്കിവിക്കിപ്പറഞ്ഞു: "അമ്മത്തമ്പുരാട്ടി പെഴച്ചുപോയി, ട്ടോ."

അവൾ കെട്ടഴിഞ്ഞ മുടിയുമായി കരഞ്ഞുവീഴുമെന്നു കണ്ട് ഞാൻ എഴുന്നേറ്റുനിന്നു. ദീപാരാധന സമയത്ത് ഗുരുവായൂരപ്പനെ തൊഴുത് ഭക്തിരസത്തിലലിഞ്ഞുനിൽക്കുന്ന ഭക്തനെ പിടിച്ചുന്തിക്കൊണ്ട് 'നടക്കെടാ' എന്നു പറയുന്ന ദേവസ്വം ജീവനക്കാരനെപ്പോലെ കാവൽക്കാരൻ എട്ടാമത്തെ വാതിലിനു മുന്നിൽ എന്നെ...

പുകയുന്ന ചന്ദനത്തിരിയുടെ മണമുള്ള മുറിയാണത്. നേർരേഖപോലെ ഇളക്കമില്ലാതെ കത്തുന്ന തിരിനാളം. ഉലഞ്ഞുചിന്നിയ മുടിയും പകുതി മാഞ്ഞ സിന്ദൂരക്കുറിയുമായി അവൾ അരഞ്ഞാണഴിഞ്ഞും പുടവക്കുത്തഴിഞ്ഞും തളർന്നുകിടക്കുന്നതുകണ്ടു. പാദസരവും വളയും മൂക്കുകുത്തിയുമിട്ട അവൾ മണിയറയിലെന്നപോലെ മയങ്ങിക്കിടക്കുന്നതുകണ്ട് പാലൊളിച്ചന്ദ്രനും തേനൊലിക്കുന്ന പൂക്കളുമുള്ള ഏതോ ലോകത്തെ രാജകുമാരനായി ഞാൻ പാട്ടുപാടിനിന്നു. രാജകുമാരി കണ്ണീരൊഴുക്കി കരഞ്ഞു. അവളുടെ നാഭിത്തടത്തിൽ തഴുകി ഞാൻ "പ്രിയേ" എന്നു വിളിച്ചു. നനഞ്ഞ നിലാവിന്റെ മുഖമുയർത്തി കുറുനിരകളിലൊതുക്കി അവൾ ഓതി: "പ്രിയന് മംഗളം."

ഒമ്പതാമത്തെ വാതിലിനു മുന്നിൽ കാവൽക്കാരൻ ഭവ്യതയോടെ മാറിനിന്നു. കത്തിയെരിയുന്ന സുഗന്ധദ്രവ്യങ്ങളുടെ മണം നിറഞ്ഞ അകത്തുനിന്നും "മോനേ," ആരോ മധുരമായി വിളിച്ചു. സ്പർശംകൊണ്ട് പരിശുദ്ധമാണെന്നറിയുന്ന ഒരു തണുത്ത ശരീരം അരികിലേക്കടുപ്പിച്ച് ഉമ്മ തന്നു: "കുട്ടീ, ഞാനെത്ര കാലമായി കാത്തിരിക്കുന്നു."

ജട പിടിച്ച മുടിയും രുദ്രാക്ഷമാലയും തടവിക്കൊണ്ട് ഞാൻ ചോദിച്ചു: "നിങ്ങളാരാണ്?"

"അമ്മത്തമ്പുരാട്ടിയെ അമ്മ കാട്ടിത്തരാം." അമ്മ വാത്സല്യത്തോടെ തേങ്ങിക്കരഞ്ഞു. പത്താമത്തെ വാതിലിനു മുന്നിൽ അമ്മ നമസ്കരിച്ചുകൊണ്ട് വിട പറഞ്ഞു.

കത്തിക്കാളുന്ന അഗ്നിനാളങ്ങളുടെ വെളിച്ചത്തിലിതാ, അമ്മത്തമ്പുരാട്ടി. തിരകളിൽ പതഞ്ഞ് തീരങ്ങളിൽ തലയിട്ടടിച്ച് ഒരു ശോകസമുദ്രമായി കരയെ വാരിപ്പുണർന്ന് പൊട്ടിപ്പൊട്ടിക്കരയുന്നു: മോനേ, ഇത് ഒരു കൊടുംവഞ്ചനയുടെ ലോകമാണ്... ■

എത്രയെത്ര അറിയപ്പെടാത്തവർ

എവിടെനിന്നാണ് തുടങ്ങേണ്ടത്? ഇരുട്ടിൽ, ജോസഫ് തലകുമ്പിട്ടിരിക്കുന്നു. അവന്റെ വാചാലമായ മൗനത്തിൽ രാധയുടെ മനസ്സ് അലിഞ്ഞൊഴുകുകയായിരുന്നു.

എന്താണ് പറയേണ്ടതെന്നറിയാതെ രാധ അന്ധാളിച്ചുനിന്നു. പട്ടാളത്തിന്റെ കഥകളൊന്നും ജോസഫ് പറഞ്ഞില്ല. കാരാഗൃഹത്തിന്റെ അഴികളും ദിവസങ്ങളും എണ്ണിയെണ്ണി ഒടിഞ്ഞുവീഴുന്ന കൂട്ടുകാരെക്കുറിച്ചോർത്ത് ജോസഫ് കരയുകയായിരുന്നു. ജോസഫ് ഇരിക്കുന്നത് എയർകണ്ടീഷൻഡ് മുറിയിൽ ഡൺലപ് മെത്തയിലായിരുന്നു.

രാധയുടെ മനസ്സ് ചീഞ്ഞിരിക്കയാണെന്ന് ജോസഫിനു തോന്നി. കിടക്കാൻ എയർകണ്ടീഷൻഡ് മുറിയും ദാഹിക്കുമ്പോൾ ഐസ് വെള്ളവും വിശക്കുമ്പോൾ എസ്സൻസും ലവണങ്ങളും ആസിഡുമൊക്കെ ചേർത്ത ഭക്ഷണവുമെല്ലാമായി രാധയും രാധയുടെ ഉള്ളിന്റെയുള്ളിലെ രാധയും ചീഞ്ഞുകൊണ്ടിരിക്കുന്നു. അവളുടെ മേശവലിപ്പിൽ വെളുത്ത ഉറകൾ കിടക്കുന്നു. പുസ്തകഅലമാരയിൽ ചുവന്ന പുസ്തകങ്ങളും പച്ചക്കുപ്പികളും ഇരിക്കുന്നു.

തലച്ചോറിൽ ഒരു ദുരന്തത്തിന്റെ ചരിത്രാവശിഷ്ടങ്ങളുമായി പുകച്ചുരുളുകൾക്കു കീഴേയിരിക്കുന്ന ജോസഫിന് വിങ്ങിക്കരയുവാൻ തോന്നി. ശ്വാസകോശത്തിലും ഹൃദയത്തിലും തലച്ചോറിലും മുളച്ചുപൊന്തുന്ന അർബുദങ്ങളുടെ കോശങ്ങളുമായിരിക്കുന്ന മനുഷ്യരെക്കുറിച്ചോർത്ത് ജോസഫ് രാധയുടെ കണ്ണുകളിലേക്ക് കരയാതിരിക്കാൻ ശ്രമിച്ചുകൊണ്ട് ഉറ്റുനോക്കിയിരുന്നു.

ബാൻക്വറ്റ് ഹാളിലും നൈറ്റ് റെസ്റ്റോറന്റിലും ബാറിനുള്ളിലുംവെച്ച് തനിക്ക് സ്വയം നഷ്ടപ്പെട്ടുപോയ കഥ രാധ പറഞ്ഞു. മൂന്നു പ്രാവശ്യം അബോർഷൻ നടത്തിയ രാധ... അവൾ, ഒരു ഹോട്ടൽ റിസപ്ഷനിസ്റ്റായിരിക്കുന്നു. രാധയ്ക്കു രാധയെ എന്നെന്നേക്കുമായി നഷ്ടപ്പെട്ടിരിക്കുകയാണ്.

ഒരായിരം പൊയ്മുഖങ്ങൾക്കു മുന്നിൽ ചുണ്ടിലും നാക്കിലും ചായം തേച്ച് ഒരു നോക്കുകുത്തിയായി രാധ നിന്നു. രാത്രിയിൽ രാധ ചുമച്ചു രുണ്ടു കിടന്നു. അവളുടെ ചോരയിൽ സ്ട്രെപ്റ്റോമൈസിൻ. അവൾക്കുറങ്ങാനും ഉറങ്ങാതിരിക്കാനും മരിക്കാനും മരിക്കാതിരിക്കാനും ഗുളികകൾ. ട്രിപ്ലിയോപെറാസിൻ ടാബ്ലെറ്റ്സ് കഴിച്ചുകൊണ്ട് രാധ ജീവിക്കാതെ ജീവിക്കുന്നു... രാധ ശൂന്യതയിൽ നോക്കി ചിരിക്കുകയും കരയുകയും ചെയ്യുന്നു.

ഈക്വിലിബ്രിയം കീപ് ചെയ്യാൻ ട്രിപ്ലിയോപെറാസിൻ കഴിച്ച് രാധ കരയാതെ കരഞ്ഞുകൊണ്ട് നിൽക്കുകയാണ്. ഇരുട്ടിൽ ചില വീടുകൾ കരഞ്ഞുകൊണ്ടിരിക്കുന്നു. തന്റെ ഒറ്റയാനായ നക്ഷത്രം എവിടെയോ മറഞ്ഞുപോയിരിക്കുന്നുവെന്നുകണ്ട് രാധ ജന്നലഴിയിൽ തലയമർത്തി നിന്നു. ചീറിയടിക്കുന്ന കാറ്റിൽ ഭയാനകമായ ഒരു താളമുണ്ടായിരുന്നു.

വേട്ടനായ്ക്കൾ ചുറ്റും മണംപിടിച്ചുനടക്കുന്നുണ്ടെന്നോർത്ത് കൈത്തണ്ടയിലെ നിമിഷങ്ങളുമായി എങ്ങോട്ടാണ് ഓടേണ്ടതെന്നറിയാതിരിക്കുന്ന ജോസഫിനെ നോക്കി രാധ വേദനയോടെ പറഞ്ഞു: "എന്നിൽനിന്നും നിന്നിൽനിന്നും നമുക്ക് രക്ഷപ്പെടാനാവില്ല, ജോസഫ്."

ജോസഫ് ഭിത്തിയിൽ തൂക്കിയിട്ടിരിക്കുന്ന ലെനിന്റെ ചിത്രത്തിലേക്കും അവളുടെ മുഖത്തേക്കും ദയനീയമായി നോക്കിക്കൊണ്ട് ചോദിച്ചു: "നിനക്ക് പേടിയാകുന്നുണ്ടോ?"

"ജോസഫ്, ഞാനെന്തോ ആയിക്കൊണ്ടിരിക്കുകയാണ്. എനിക്കെന്നെ പേടി തോന്നിത്തുടങ്ങിയിരിക്കുന്നു. എനിക്കറിയില്ല ജോസഫ്, എനിക്കെന്നെ തീരെ വിശ്വാസമില്ലാതായിരിക്കുന്നു." - രാധയുടെ ശബ്ദം ഏതോ അജ്ഞാതമേഖലയിലേക്ക് കടക്കുകയായിരുന്നു.

അന്തരീക്ഷത്തിൽ ഒഴുകിപ്പരക്കുന്ന കണ്ണുകളും മുഖവും കൈകാലുകളുമുള്ള ഒരു അദൃശ്യരൂപമുണ്ടെന്നു വിശ്വസിച്ചുകൊണ്ട് രാധ പേടിയോടുകൂടി ചോദിച്ചു: "ജോസഫ്, നീയെല്ലാമറിഞ്ഞുകൊണ്ടു തന്നെയാണോ പട്ടാളത്തിൽ നിന്ന് ഒളിച്ചോടിയത്?"

ജോസഫ് ഒന്നും മിണ്ടിയില്ല. അവൻ രാധയുടെ കിടക്കയിൽ ഒരു നിശ്വാസത്തോടുകൂടി നീണ്ടുമലർന്നു കിടന്നു. അവൻ വേദനയോടുകൂടി പുഞ്ചിരിക്കുന്നുണ്ടായിരുന്നു.

"ഞാനെന്തൊക്കെയാണ് ചോദിക്കുന്നത്? ക്ഷമിക്കൂ ജോസഫ്, എല്ലാമറിഞ്ഞിട്ടും നമുക്കൊന്നും പറയാതിരിക്കുവാൻ കഴിയുന്നില്ല. ശൂന്യതയിൽ വാക്കുകൾ കുത്തിനിറച്ചുകൊണ്ട് നാം വെറുതെ ചോദ്യങ്ങൾ ചോദിക്കുന്നു" - രാധയുടെ ഒച്ച വല്ലാതെ ദുർബലമാകുന്നുണ്ടായിരുന്നു.

"ഞാൻ നിനക്കുവേണ്ടി കാത്തിരിക്കുകയായിരുന്നു. നീ തിരിച്ചുവരുമെന്നെനിക്കറിയാമായിരുന്നു, ജോസഫ്." അവൾ പറഞ്ഞു.

ജോസഫ് അതുകേട്ട് ഭയങ്കരമായതെന്തോ ഓർത്തുകൊണ്ടു പറഞ്ഞു: "എനിക്ക് നിന്റെ മാറിൽ മുഖമമർത്തി ഒന്നു കരയണം."

കിടക്കയിൽ രാധ വിറയ്ക്കുന്ന ശരീരത്തോടുകൂടി ഇരുന്നു.

“എനിക്ക് നിന്റെ മാംസമല്ല വേണ്ടത്, നിന്റെ നഗ്നമായ മനസ്സിൽ മുഖം അമർത്തി എനിക്കൊന്നു കരയണം.” ജോസഫ് പറഞ്ഞു.

രാധ ജോസഫിന്റെ മാറിൽ തലചായ്ച്ചു കിടന്നു. ജോസഫ് വല്ലാതെ ചുമയ്ക്കുന്നുണ്ടായിരുന്നു. രാധ ജോസഫിന്റെ എല്ലുകളുന്തി നിൽക്കുന്ന നെഞ്ചിൽ തലോടിക്കൊണ്ടിരുന്നു: “നീ കഞ്ചാവു വലിക്കരുത്.” രാധ പറഞ്ഞു.

രാധയുടെ കണ്ണു നിറഞ്ഞു. ജോസഫ് എത്രമാത്രം ക്ഷീണിച്ചിരിക്കുന്നു? അവന്റെ കുണ്ടിലിറങ്ങിയ കണ്ണുകളിൽ ഒരു വേദനയുടെ ആകാശം തിളങ്ങുന്നുണ്ടായിരുന്നു.

“എനിക്ക് ശക്തിയില്ല, രാധാ.” ജോസഫ് പറഞ്ഞു: “എനിക്കൊന്നിനും ശക്തിയില്ല.”

രാധയുടെ നഗ്നമായ മുലകളിൽ മുഖം അമർത്തി ജോസഫ് ഇരുന്നു. “ആരെങ്കിലും എന്നെ കുത്തിക്കൊന്നെങ്കിൽ എന്നാണ് ഞാനാശിക്കുന്നത്.” ജോസഫ് കരഞ്ഞു.

“ഭീരു.” രാധ അവന്റെ ചെവിയിൽ മന്ത്രിച്ചു.

ജോസഫ് കരഞ്ഞുകൊണ്ട് ചിരിച്ചു. “ഞാനതു പണ്ടുപണ്ടേ വിചാരിച്ചതാണ്. ഇനി എനിക്കൊന്നിനും കഴിയില്ല. കാലം എന്നെ ഞെക്കിക്കൊന്നിരിക്കുന്നു.”

“ജോസഫ്, ഒരു ചുവന്ന കുഞ്ഞാടായി തലകുലുക്കി ഓടിയിരുന്നത് നീയായിരുന്നില്ലേ?” രാധ അവന്റെ നെറുകയിൽ തലോടിക്കൊണ്ടിരുന്നു.

“എല്ലാം അവസാനിച്ചുപോയി കുട്ടീ.” ജോസഫ് ഒരു ദീർഘനിശ്വാസത്തോടുകൂടി പതുക്കെ കൺപോളകളടച്ചുകിടന്നു.

“എത്രയെത്ര ശവങ്ങൾ വീണടിഞ്ഞിവിടെ? കൂട്ടം തെറ്റിപ്പോയവർ സ്വന്തം മാളങ്ങളിൽ തലപൂഴ്ത്തിയിരിക്കുന്നു...”

നാം പതിനായിരങ്ങളുടെ മീതെ ചവിട്ടിമെതിച്ചുകൊണ്ടാണിവിടെ നൃത്തം ചെയ്യുന്നത്. നമ്മുടെ ഓരോ പൊട്ടിച്ചിരിയിലും ഓരോ ഉണക്കക്കോലങ്ങൾ ചത്തുവീഴുകയാണിവിടെ. ഒരിറക്ക് കോണ്യാക്കിൽ ഒരായിരം കോലങ്ങൾ ഈച്ചകളാകുന്നു. ആയിരങ്ങളുടെ ആത്മാവുകൾ പിഴിഞ്ഞ് നാം വീഞ്ഞുണ്ടാക്കി കോക്ടെയിൽ പാർട്ടി ആഘോഷിക്കുന്നു.

രാധയുടെ ശോഷിച്ച വിരലുകളമർത്തിപ്പിടിച്ച് ജോസഫ് കണ്ണിറുക്കിക്കിടന്നു. എവിടേക്കാണിനി ഓടേണ്ടത്? തന്റെ ബോധം എവിടെയാണ് തെറിച്ചുവീണിരിക്കുന്നത്?

ജോസഫ് തന്റെ വിധിയെക്കുറിച്ച് ഓർത്തോർത്ത് കരയുന്നതു കണ്ടപ്പോൾ രാധയ്ക്ക് വെറുതെ കരയുവാനും ചിരിക്കുവാനും തോന്നി. അവൾ ചിരിച്ച് ചിരിച്ച് ഏങ്ങലടിച്ചു കരഞ്ഞുതുടങ്ങുകയായിരുന്നു. ജോസഫ്

എല്ലാം മനസ്സിലാക്കിക്കൊണ്ട് അവളെ ഇറുക്കിപ്പിടിച്ചുകൊണ്ട് തേങ്ങി: "രാധാ അരുത്, അരുത് രാധാ."

രാധ തന്റെ കണ്ണുകളിലേക്കു നോക്കാതിരിക്കാൻ അവൻ തലതിരിച്ചു കിടന്നു. "രാധാ, നീ ഡോക്ടറുടെ ഗുളികകൾ കഴിക്കരുത്." അവൻ അപേക്ഷിച്ചു. "ട്രിപ്ലിയോ പെറാസിൻ ഗുളികകൾ നിന്റെ തലച്ചോറിനെ കൊന്ന്, നിന്നെ ഗതിയില്ലാത്ത ഒരാത്മാവാക്കി ആകാശത്തേക്ക് തെറിപ്പിക്കും..."

അവൾ അവന്റെ മാറിൽ മുഖം അമർത്തി കരച്ചിലടക്കാൻ ശ്രമിക്കുകയായിരുന്നു. അവളുടെ കണ്ണുകൾ ഭൂമിയിലും ആകാശത്തിലും അല്ലായിരുന്നു. അവൾ ഇഞ്ചിഞ്ചായി ഇല്ലാതായിക്കൊണ്ടിരിക്കുകയാണെന്നറിഞ്ഞ് അവൻ പറഞ്ഞു: "ഒന്നുകൂടി ശ്രമിച്ചുനോക്കൂ രാധാ. ഒരു തലനാരിഴ വ്യത്യാസത്തിന് നീ രക്ഷപ്പെട്ടെന്നുവരും. നീ കരയരുത്."

"വേണ്ട, നമുക്ക് എങ്ങോട്ടെങ്കിലും ഓടി രക്ഷപ്പെടണം. അതല്ലെങ്കിൽ ചരിത്രത്തിന്റെ താളുകളിൽ ഒരു കൊതുകായി ചതഞ്ഞരഞ്ഞു ചാവണം."

ജോസഫ് അവളുടെ നെറ്റിയിൽ പതുക്കെ ചുംബിച്ചുകൊണ്ടു പറഞ്ഞു: "ഞാനും നീയും ഇല്ലാതായിക്കൊണ്ടിരിക്കുന്ന ഒരു പ്രതിഭാസമാണ്. കാലത്തിന്റെ മന്ത്രങ്ങളിൽ നമ്മുടെ ആത്മാക്കളുറങ്ങുന്നു. വാക്കുകൾക്കും വാക്കുകൾക്കുമപ്പുറം വാക്കുകളെ കണ്ടെത്തിക്കൊണ്ട് നാം മരിച്ചുകൊണ്ടിരിക്കുന്നു."

"അമ്മേ." രാധ ഒരു വേദനയുടെ താഴ്വരയിൽ തലകുത്തിവീണു. എല്ലാം അവസാനിക്കുകയാണെന്നും താൻ ഈ വേദനയുടെ ആകാശത്തിലേക്ക് അലിഞ്ഞുചേരുവാൻ പോവുകയാണെന്നും അറിഞ്ഞ്, ജോസഫ് തന്റെ വിധിവാക്യത്തിനായി കാത്തുകൊണ്ട് നീണ്ടുമലർന്നു കിടന്നു.

(1976)

■

ചിറകുകൾ

സുജാതയുടെ നീണ്ട മുടിച്ചുരുളുകൾ കാറ്റിൽ പാറിക്കളിക്കുന്നത് നോക്കിക്കൊണ്ട് ഹിരണ്യൻ അപർണയുടെ മടിയിൽ തലചായ്ച്ചു കിടന്നു. അപർണയുടെ കുടുക്കുകളിടാത്ത ഷർട്ടിൽനിന്ന് പുറത്തേക്കു തൂങ്ങിക്കിടക്കുന്ന ശുഷ്കിച്ച മുലകൾ നോക്കി സുജാത പറഞ്ഞു, “പെരുക്കപ്പട്ടിക ഞാനെന്നോ മറന്നുപോയിരിക്കുന്നു.”

തോളിൽനിന്ന് സാരിത്തലപ്പെടുത്ത് അരയിൽ കുത്തി അപർണയുടെ ചുകന്നു കലങ്ങിയ കണ്ണുകളിലേക്കു സംശയപൂർവം സുജാത നോക്കിയിരുന്നു: “കണക്കുകൾ എനിക്കൊരിക്കലും മനസ്സിലാവുകയില്ല.” അവൾ പറഞ്ഞു.

അപർണ എന്താണ് ത്രികോണങ്ങളെക്കുറിച്ച് പറഞ്ഞതെന്നു സുജാതയ്ക്കു മനസ്സിലായില്ല. ഇളകിമറിയുന്ന കടലിനെക്കുറിച്ചായിരുന്നു അവൾ ചിന്തിച്ചിരുന്നത്. രാത്രിയോട് രാഗങ്ങൾ പാടുന്ന കടൽത്തിരകളിൽ ഉരുകിയലിഞ്ഞുചേർന്ന് ഒരു ജലകണമായി കരയിലേക്കമർന്നു വീഴാൻ അവൾക്കു മോഹം തോന്നി. സ്നേഹിക്കുക എന്നാൽ എന്താണെന്നതിനെക്കുറിച്ചുള്ള ധാരണയിൽ ഹൃദയത്തിൽ ചോരയൊലിക്കുമ്പോഴും താൻ മറ്റെന്തോ ഓർക്കുകയാണെന്ന മട്ടിലാണ് അവളിരുന്നത്.

“നീയെത്ര സിഗരറ്റായി വലിക്കുന്നത്?” അപർണയുടെ സിഗരറ്റുകറ പിടിച്ച ചുണ്ടുകൾ നോക്കി അവൾ ചോദിച്ചു. അപർണയുടെ നെയിൽ പോളീഷിട്ട നീണ്ട വിരലുകൾക്കിടയിൽ ഒരു കിങ്സൈസ് സിഗരറ്റെരിയുന്നുണ്ടായിരുന്നു.

അപർണയുടെ ചിറകുകൾ സുജാതയെ പൊതിയുകയായിരുന്നു. സിഗരറ്റുപുക ഊതി വിട്ടുകൊണ്ട് അപർണ പറഞ്ഞു, “നീയ് ഒരുദ്ദേശ്യമില്ലാതെ എന്തെങ്കിലും ചോദിച്ചുകൊണ്ടിരിക്കും. എന്തിനാണ് നീ സ്വയം കളിപ്പിക്കുന്നത്?”

അപർണ പറയാൻ വന്നതെന്തോ നിർത്തി ചുറ്റുംനോക്കി. സുജാതയുടെ മുഖം വല്ലാതെ ചുകന്നിരിക്കുന്നു. അപർണയുടെ ഓരോ വാക്കുകളും സുജാതയുടെ നൊമ്പരമർമ്മങ്ങളിലാണ് കൊണ്ടത്.

സുജാത മറുപടിയില്ലാതെ വാക്കുകൾ തന്റെ മനസ്സിന്റെ പരിധിക്കപ്പുറത്താണെന്ന് മനസ്സിലാക്കിക്കൊണ്ട് മുഖം പൊത്തിയിരുന്നു. അവൾ പറയാനാഗ്രഹിക്കുന്നതൊന്നും അവൾക്ക് പറയാൻ കഴിഞ്ഞില്ല.

സുജാതയുടെ മനസ്സ് വാക്കുകളുടെ ശബ്ദങ്ങളിൽനിന്ന് അകലെയെവിടെയോ ആയിരുന്നുവെന്ന് അപർണയ്ക്കു മനസ്സിലായില്ല. അവളുടെ ഹൃദയത്തിൽ അധികവും പറയപ്പെടാതെ ശേഷിച്ചിരിക്കുന്നു. തന്റെയുള്ളിന്റെയുള്ളിലെ നിഗൂഢവും അഗാധവുമായ രഹസ്യം അവൾക്ക് ആരോടും പറയാൻ കഴിഞ്ഞില്ല. അവളെന്തായിരുന്നോ അതായിരുന്നില്ല അവൾ ആളുകൾക്കു മുന്നിൽ.

അപർണയുടെയും ഹിരണ്യന്റെയും നടുവിലിരുന്ന് സ്വന്തം ആത്മാവിന്റെ അതിരുകൾ തേടി, അവൾ നിശ്ശബ്ദതയിൽ വാക്കുകളുടെ നിധികൾ അന്വേഷിക്കുകയായിരുന്നു:

ഹിരണ്യന് സുജാതയെ മനസ്സിലാക്കുവാൻ കഴിയുമായിരുന്നു. പക്ഷേ അപർണയെ തള്ളിപ്പറഞ്ഞുകൊണ്ട് ഹിരണ്യൻ ഒന്നും പറഞ്ഞില്ല. “സുജേ, അപർണ പറയുന്നതൊന്നും കാര്യമാക്കരുത്.” അവൻ നിസ്സഹായതയോടെ തേങ്ങി.

അവരിൽനിന്ന് രക്ഷപ്പെടുവാൻ സുജാതയ്ക്കു കഴിയുകയില്ല. ഫിലോസഫിയിലും മാത്തമാറ്റിക്സിലും മാസ്റ്റർ ബിരുദങ്ങൾ നേടിയ അപർണ തന്റേതായ മുൻവിധികളോടുകൂടിയാണ് സുജാതയോട് സംസാരിക്കുക. താൻ പറയുന്നതൊന്നും അവൾക്ക് മനസ്സിലാക്കാൻ കഴിയുന്നില്ലെന്ന് അപർണ സംശയിക്കുന്നു.

കൂട്ടുകാരുടെ ശ്വാസം തന്റെ ഹൃദയത്തിലൂടെ കടന്നുപോയപ്പോൾ സുജാത കരഞ്ഞു. അത് ഒരു വേദനയുടെ നാദമായിരുന്നു. താൻ ഒരു പരിശുദ്ധമായ അഗ്നിനാളമായി കത്തിയെരിയുകയാണെന്ന് സുജാത സ്വയം സങ്കല്പിച്ചു. തന്റെ കൂട്ടുകാരിൽ ആരെങ്കിലും തന്റെ ചങ്കിൽ കത്തിയിറക്കുമെന്ന് അവൾ സ്വയം വിശ്വസിച്ചുപോന്നു. രാത്രിയിൽ വിചിത്രമായ സ്വപ്നങ്ങൾ കണ്ട്, അതെല്ലാം യാഥാർത്ഥ്യമായിത്തീരുമെന്ന് കരുതിക്കൊണ്ട് അവൾ തന്റെ വിധിവാചകത്തിനുവേണ്ടി കാത്തിരുന്നു.

ബീച്ച് റെസ്റ്റോറണ്ടിന്റെ വെളിച്ചത്തിൽ ചുകന്നുതുടുത്ത സുജാതയുടെ മുഖം നോക്കി ഹിരണ്യൻ പറഞ്ഞു: “നീയെന്താ മിണ്ടാതെയിരിക്കുന്നത്? ടേക്കിറ്റ് ഈസി.”

റെസ്റ്റോറണ്ടിന്റെ വെളിച്ചത്തിൽ മിന്നിത്തിളങ്ങുന്ന കടൽ നോക്കി സുജാത മണ്ണിൽ മലർന്നുകിടന്നു. അവളുടെ ഭാവഭേദം കണ്ട് ചിരിച്ചുകൊണ്ട് അപർണ പറഞ്ഞു. “ഇവളെ ഒരു സൈക്യാട്രിസ്റ്റിനെ കാണിക്കണം. ഇവൾക്കെന്തോ മാനസികരോഗമുണ്ട്.”

സുജാത മിണ്ടിയില്ല. അപർണ മനഃപൂർവ്വം തന്നെ വേദനിപ്പിക്കുകയാണെന്നാണ് അവൾക്കു തോന്നിയത്. അവളുടെ ചിത്രങ്ങളെക്കുറിച്ച്

പറയുമ്പോഴൊക്കെ അപർണ പുച്ഛത്തോടെ ചിരിക്കുന്നു. ചിരിക്കുന്നതിൽ വേദനയില്ല. പക്ഷേ, എന്തിനാണ് കളിയാക്കുന്നത്?

ഇന്നലെ രാത്രിയിൽ ഹിരണ്യൻ ബോധമില്ലാതെയാണ് തന്റെ കിടക്കയിൽ കിടന്നുറങ്ങിയതെന്ന് സുജാത ഓർത്തു: തന്നെ കെട്ടിപ്പിടിച്ചുകൊണ്ട് ഹിരണ്യൻ പറഞ്ഞു, "സുജേ, നീയെന്നിൽനിന്ന് അകന്നു പോവുകയാണ്. എനിക്കതോർക്കുമ്പോൾ സഹിക്കുന്നില്ല."

അപർണ കുറച്ചുനേരത്തെ നിശ്ശബ്ദതയ്ക്കുശേഷം ശിരസ്സുയർത്തി സുജാതയെ നോക്കിപ്പറഞ്ഞു, "ആത്മാവിന്റെ തീരങ്ങൾക്കിടയിൽ ഇളകിമറിയുന്ന സമുദ്രത്തെ മറക്കുക. സുജാതയ്ക്കുവേണ്ടിയാണ് ഞാനിത് പറയുന്നത്, സുജാതയുടെ ഭാഷയിൽ."

"അതായത്, നാം കാലത്തിനെയും സമയത്തിനെയും കുറിച്ചാണ് സംസാരിച്ചുകൊണ്ടിരുന്നത്. കാലം ത്രികോണങ്ങളിൽ ബന്ധിക്കുമ്പോൾ സമയത്തെക്കുറിച്ചും സംഭവത്തെക്കുറിച്ചുമുള്ള നമ്മുടെ ധാരണയ്ക്ക് വലിയ മാറ്റമാണുണ്ടാകുന്നത്." അപർണ ഹിരണ്യനെ നോക്കിയാണ് ബാക്കി പറഞ്ഞത്.

പൂഴിമണ്ണിൽ കുത്തിനിറുത്തിയിരിക്കുന്ന സ്കോച്ച് വിസ്ക്കിയുടെ പകുതിയൊഴിഞ്ഞ കുപ്പിയിൽ വിരലുകളോടിച്ചുകൊണ്ട് ആപേക്ഷികവും നിരാപേക്ഷികവുമാകുന്ന കാലത്തെക്കുറിച്ച് പറയുന്നതുകേട്ട് സുജാത ഒരുദ്ദേശ്യവുമില്ലാതെ അപർണയുടെ മുഖത്തേക്കു നോക്കിക്കിടന്നു. ഇരുട്ടിൽ എലികളെപ്പോലെ സുജാതയുടെ മനസ്സിൽ ഓർമ്മകളോടി നടക്കുന്നുണ്ടായിരുന്നു.

"അപർണാ വേണ്ട", അപർണ നീട്ടിക്കാണിച്ച ഗ്ലാസ് തട്ടിമാറ്റിക്കൊണ്ടു സുജാത പറഞ്ഞു, "ഐ ആം ഓഫ്."

"ഓഫ്?" അപർണ പരിഹസിച്ചുകൊണ്ട് ചിരിച്ചു, "ചത്തോടീ?"

സുജാത ആകാശങ്ങളിൽ മിന്നിത്തിളങ്ങുന്ന നക്ഷത്രങ്ങളെ നോക്കി ഉമിനീരിറക്കിക്കിടന്നു. ഏതോ ഭൂതകാലങ്ങളിൽ ചത്തുപോയ നക്ഷത്രങ്ങൾ, ഭൂതകാലങ്ങളിലെവിടെയോ ചത്തുപോയ ഒരു മനുഷ്യന്റെ പ്രതിരൂപമായിരിക്കുമോ താനെന്ന് സുജാത ഓർത്തുപോയി.

പബ്ലിക് സ്കൂളിൽ പോയിരുന്ന കാലത്ത് ബുദ്ദൂസെയെന്നാണ് കുട്ടികൾ സുജാതയെ വിളിച്ചിരുന്നത്. വളർന്നുവന്നപ്പോൾ ഒരു വിചിത്രജീവിയാണ് താനെന്ന് സുജാതയ്ക്കു തോന്നി. അവൾ തന്റെ കൊച്ചു വേദനകൾ കടലാസിൽ പകർത്തി അച്ഛന് കാണിച്ചുകൊടുക്കുമായിരുന്നു. അച്ഛൻ അവളെ വാരിയെടുത്ത് ഉമ്മവച്ചുകൊണ്ട് പറയും, "മോള് വല്യേ കലാകാരിയാകും."

സുജാത എവിടെയുമെത്തിയില്ല. അവളുടെ അമ്മ ആത്മഹത്യ ചെയ്തു. ജീവിതം എവിടെയുമെത്തിയില്ലെന്ന് മനസ്സിലാക്കിക്കൊണ്ട് അവൾ മറ്റൊരാളായി ജീവിക്കുകയായിരുന്നു. അവൾ വെറുമൊരു സ്റ്റെനോ മാത്രമായിരുന്നു.

അപർണ പറഞ്ഞു, "ഭൂമിയുടെ വ്യാസാർദ്ധം അനന്തദീർഘമാണെന്നു കരുതുക. ഗോളീയജ്യാമിതിയുടെ ഫോർമുലകളിൽനിന്ന് സമതല ജ്യോമിതിയുടെ ഫോർമുലകളിലേക്ക് ഭൂമിയെ മാറ്റാൻ നമുക്കു കഴിയും. ഭൂമിയെ അനന്തമായ ഒരു സമതലമായി സങ്കല്പിക്കുക. ലംബം നിരപേക്ഷമായും ഒരു ത്രികോണത്തിന്റെ മൂന്നു കോണങ്ങളും കൂട്ടിയാൽ രണ്ട് സമകോണമാവുകയും ചെയ്യും."

അപർണ മണ്ണിൽ വരച്ചുകാണിച്ച ത്രികോണം നോക്കി, അവളുടെ മടിയിൽനിന്ന് തലയുയർത്താതെ കിടന്നുകൊണ്ട് ഹിരണ്യൻ ചോദിച്ചു, "ത്രികോണത്തിന്റെ മൂന്നു കോണങ്ങളും കൂടി രണ്ട് സമകോണമുണ്ടാകുന്നതെങ്ങനെയാണ്?"

"ഇതൊന്ന് നിർത്തുമോ?" സുജാതയ്ക്കു പറയണമെന്നു തോന്നി. പറഞ്ഞില്ല. ഹിരണ്യന്റെ മനസ്സിന്റെ ഒരു ഭാഗം അപർണയുടെ ചിറകുകൾക്കുള്ളിലായിരുന്നു.

സുജാത ആകാശത്ത് ഒരു കൊള്ളിയാൻ മിന്നിമറഞ്ഞത് കണ്ടു. "നോക്കൂ, ഒരു കൊള്ളിയാൻ."

കടലിന്റെ അപാരതയിൽ പൊടുന്നനെ ശബ്ദങ്ങൾ നിലച്ചതുപോലെ തോന്നി. അനന്തമായ ആകാശത്തിലെവിടെയോ മിന്നിത്തിളങ്ങുന്ന ഒറ്റയാനായ ഒരു നക്ഷത്രമായി അവൾ തന്റെ മനസ്സിന്റെ കോണിലെവിടെയോ തേങ്ങലടക്കി കിടന്നു.

നിലാവ് അസ്തമിച്ചിരിക്കുന്നു. ഹോട്ടൽ മുറികളുടെ വർണജാലകങ്ങളിൽനിന്ന് വർണനൂലുകളായി ഒഴുകുന്ന കടൽ. അപർണ ചതുർമാനങ്ങളിൽ കാലത്തെ അളക്കുന്നതെങ്ങനെയാണെന്നാണ് ഹിരണ്യനോട് പറഞ്ഞത്.

സുജാതയ്ക്കെല്ലാം ഭാവനയായിരുന്നു. അത് ഒരിക്കലും കണക്കിനോട് പൊരുത്തപ്പെടുന്നതായിരുന്നില്ല. സമുദ്രത്തിന്റെ അപാരതയിലേക്കും ആകാശത്തിന്റെ അനന്തതയിലേക്കും നോക്കിക്കൊണ്ട് അവൾ ഓർത്തു: കാലം മനസ്സാകുന്നു, ഞാനാകുന്നു.

അപർണ ചോദിച്ചു, "സുജാതയ്ക്ക് മനസ്സിലാകുന്നുണ്ടോ?"

സുജാതയ്ക്കു ദേഷ്യം വന്നു! "എന്നെക്കുറിച്ചുള്ള മുൻവിധിയോടു കൂടിയല്ലേ ഇത് ചോദിക്കുന്നത്? കാലത്തിന്റെ അനന്തതയെക്കുറിച്ച് സങ്കല്പിക്കാൻ അപർണയുടെ മാത്തമാറ്റിക്സ് വേണ്ട."

"സങ്കല്പം സത്യമല്ല." അപർണയുടെ വാക്കുകൾ പൂർണമാക്കുന്നതിനുമുമ്പ് സുജാത ഇടയിൽക്കേറിപ്പറഞ്ഞു, "നിനക്കെല്ലാം ബയോളജിയും മാത്തമാറ്റിക്സുമാണ്. പ്രകൃതിയെയറിയുവാൻ എനിക്കെന്റെ ഭാവന മതി."

"നിനക്ക് ബയോളജിയും മാത്തമാറ്റിക്സും എന്താണെന്നറിയില്ല. സത്യം എന്താണെന്ന് നിനക്കറിയില്ല." അപർണ പറഞ്ഞു.

“എനിക്ക് ഞാനറിയുന്ന സത്യം മതി.” സുജാതയുടെ സ്വരം വേദന യിലുരുകുകയാണെന്നറിഞ്ഞ് ഹിരണ്യൻ ചോദിച്ചു, “ഭാവനയെ ഒരു സൂപ്പർ മാത്തമാറ്റിക്സിൽ ഉൾക്കൊള്ളിക്കാൻ കഴിയില്ലേ?”

അപർണ ചിരിച്ചു. “എന്തിനാണ് കളിയാക്കുന്നത്? നമ്മളൊക്കെ ഒരു നിഴലാണ്. നിന്റെ എക്സിസ്റ്റൻഷ്യലിസംവരെ പുതിയ മാത്തമാറ്റിക്സിൽ ഉൾക്കൊള്ളിക്കാൻ കഴിയും.”

ഹിരണ്യൻ കണ്ണുകൾ മിഴിച്ച് ഒന്നും മനസ്സിലാവാത്തമട്ടിൽ അവളെ നോക്കി: “നീയെന്നെ ഭ്രാന്ത് പിടിപ്പിക്കരുത്.” ഹിരണ്യന് ദേഷ്യം വന്നു.

അപർണ സുജാതയെ നോക്കിപ്പറഞ്ഞു:

“നീയിതൊക്കെയറിഞ്ഞിട്ടുവേണം ചിത്രങ്ങൾ പെയിന്റ് ചെയ്യാൻ.” അപർണ കളിയാക്കുന്ന സ്വരത്തിലാണ് അതു പറഞ്ഞത്. സുജാത ഒന്നും മിണ്ടാതെ കഴുത്തിൽ കൈയമർത്തിക്കിടന്നു. വർണത്തുമ്പികളെ തേടി കുന്നിൻപുറത്ത് ഓടിനടന്നിരുന്ന ഒരു പെൺകുട്ടിയെക്കുറിച്ചായിരുന്നു അവൾ അപ്പോൾ ഓർത്തത്.

“നിങ്ങൾ കവികൾ നിലാവിൽ മോങ്ങുന്ന തെരുവുപട്ടികളാണ്.” സുജാതയുടെ നിറയുന്ന കണ്ണുകൾ നോക്കിയാണ് അപർണ അതു പറഞ്ഞത്: “എത്ര അഹന്തയോടുകൂടിയാണ് നിങ്ങൾക്കെല്ലാം മനസ്സി ലാവുന്നുണ്ടെന്ന് പറയുന്നത്? വിഡ്ഢിയും മണ്ടനുമായ കലാകാരൻ ശാസ്ത്രജ്ഞനേക്കാൾ മാനിക്കപ്പെടരുത്!” അപർണ ഒച്ചയെടുത്തു കൊണ്ടാണ് അതു പറഞ്ഞത്. അവളുടെ മടിയിൽ തലചായ്ച്ചു കിടക്കുക യായിരുന്ന ഹിരണ്യൻ എഴുന്നേറ്റിരുന്ന് സുജാതയുടെ തോളിൽ കൈയ മർത്തിക്കൊണ്ട് പറഞ്ഞു: “നീ വെറുതെ വേദനിക്കരുത്. അവൾക്ക് ബോധമില്ല.”

സുജാത കണ്ണുകൾ തുടച്ചുകൊണ്ട് പറഞ്ഞു, “അപർണ്ണാ, അളവ്കോലുകളുടെ ശാസ്ത്രത്തെക്കുറിച്ച് എനിക്കറിയാൻ താത്പര്യ മില്ല. എനിക്ക് വീണക്കമ്പിയുടെ നാദം കേട്ടാൽ മതി.”

“നിനക്ക് ലോജിക്കായി ഒന്നും പറയാൻ കഴിയുന്നില്ല.” അപർണ എന്തോ ഓർത്തുകൊണ്ട് വിശദീകരിച്ചു: “ഇവിടെയാണ് കലാകാരൻ തോൽക്കുന്നത്. ടെക്നോളജി എന്താണെന്നറിയാതെ ടെക്നോളജിയെ തള്ളിപ്പറയുന്ന കഴുതകളാണ് നിങ്ങൾ.”

ഇത് എവിടെയെങ്കിലും അവസാനിപ്പിക്കണമെന്ന് ഹിരണ്യനു തോന്നി. പ്രകാശത്തെക്കുറിച്ചാണ് അപർണ സംസാരിക്കുന്നത്: അതോർത്തുകൊണ്ട് ഹിരണ്യൻ പറഞ്ഞു; “പരീക്ഷണശാലകൾ എന്തു തന്നെ പറഞ്ഞാലും സംഭവങ്ങൾ തമ്മിലുള്ള കാലത്തിന്റെ അന്തരങ്ങളും വസ്തുക്കളുടെ അളവുകളും നിരപേക്ഷമായിത്തീരുന്നുണ്ട്. പ്രകാശവേഗ ത്തിന്റെ കഥയിൽ മറിച്ചും ഉത്തരമുണ്ടല്ലോ.”

“അങ്ങനെയാണെങ്കിൽ നമുക്ക് എല്ലാ ക്ലാസിക്കൽ ധാരണകളെയും വലിച്ചെറിയാൻ കഴിയുകയില്ലെന്നായിരിക്കും നീ പറഞ്ഞുവരുന്നത്,” അപർണ പറഞ്ഞു: “അതെ, അതുകൊണ്ടാണ് സുജാതയെ എനിക്ക് സ്നേഹിക്കാതിരിക്കാൻ കഴിയാത്തത്. അവളുടെ അഹന്ത, സ്വന്തം ഭാവന വളർത്തിയുണ്ടാക്കിയ അഹന്ത... അതു മാത്രമാണ് എനിക്കു സഹിക്കാൻ കഴിയാത്തത്.”

അപർണ വീണ്ടും ഒരു സിഗരറ്റിന് തീ കൊളുത്തി. അപർണ എവിടെയാണ് പറഞ്ഞുനിർത്തിയതെന്നോർക്കാതെ സുജാത കടലിനെക്കുറിച്ച് ചിന്തിച്ചിരുന്നു. രാത്രിയോട് രാഗങ്ങൾ പാടുന്ന കടൽത്തിരകളിൽ ഉരുകിയലിഞ്ഞുചേർന്ന് ഒരു ജലകണമായി കരയിലമർന്നു വീഴുവാൻ അവൾക്കു മോഹം തോന്നി. മോഹിക്കുക എന്നാൽ എന്താണെന്നതിനെക്കുറിച്ചുള്ള ധാരണയിൽ അവൾ അപർണയുടെ തോളിൽ കൈയമർത്തിപ്പിടിച്ചുകൊണ്ട് പറഞ്ഞു: “ഇനി സ്നേഹത്തിന്റെ മറ്റൊരു ദിവസത്തിനുവേണ്ടി നമുക്ക് നന്ദി പറയുക.”

(1977)

■

ബസ്സ് എപ്പോഴാണ് വരുന്നത്?

ബസ്സ് കാത്തുനിൽക്കുന്ന പെൺകുട്ടി പൊട്ടിക്കരയുന്നതുകണ്ട് കൂകിവിളിക്കുന്ന ചെറുപ്പക്കാരന് വർഗബോധമുണ്ടോ? രക്ഷാബോധം നശിച്ച് ജോലിയും വിശപ്പുംകൊണ്ട് ഞങ്ങൾ തളർന്നുപോയിരിക്കുന്നു. ചോരക്കുഞ്ഞുങ്ങളെ ഏന്തിനിൽക്കുന്ന പെണ്ണുങ്ങളുടെ ചോരയില്ലാത്ത മുഖങ്ങൾ കൂട്ടക്കരച്ചിലിന്റെ വക്കിലെത്തിയിട്ടുണ്ട്. എപ്പോഴാണ് ഇനി ബസ്സ് വരുന്നതെന്ന് അറിയില്ല. കാറുകളും സ്കൂട്ടറുകളും പൊട്ടിച്ചിരിച്ച് ഓടിപ്പോകുന്നത് നോക്കിക്കൊണ്ട് സുമതി വിശന്നുതളർന്ന് നിൽക്കുകയാണ്.

നേരം ഇരുട്ടിത്തുടങ്ങുന്നു. അകലെ എക്സിബിഷൻ ഗ്രൗണ്ടിൽ വിളക്കുകളുടെ അലങ്കാരങ്ങൾ മിന്നിത്തിളങ്ങുന്നു. പ്രശ്നങ്ങളുടെ കെട്ടുനാറുന്ന ഓവുചാലുകൾക്കുമീതെ തന്ത്രപൂർവമൊരുക്കിയ പ്രദർശനശാലയിൽ ആളുകൾ കാശുകൊടുത്ത് തിരക്കിക്കയറുന്നു. നഗരത്തിന് തീയാളിപ്പിടിച്ചത് ആരുമറിയുന്നില്ല. ബസ്സ് എപ്പോഴാണ് വരുന്നത്?

ഒഴിഞ്ഞുവന്ന യൂണിവേഴ്സിറ്റി ബസ്സിനുചുറ്റും ആളുകൾ ഓടിച്ചെന്നു. സ്വപ്നത്തിന്റെ കണ്ണുകളുള്ള രണ്ട് സുന്ദരിപ്പെണ്ണുങ്ങൾ മാത്രം ബസ്സിൽ കയറിപ്പറ്റുന്നു. വലിയ മീശയുള്ള കണ്ടക്ടർ മറ്റാരെയും ബസ്സിൽ കയറ്റുന്നതിന് സമ്മതിച്ചില്ല. സഹജീവിസ്നേഹമില്ലാത്ത കാണ്ടാമൃഗങ്ങൾ...

പെട്ടിക്കടയിലെ കളർ കലക്കിയ അഴുക്കുവെള്ളത്തിന് ആളുകൾ കൂടിനിൽക്കുന്നുണ്ട്. തെണ്ടിക്കുട്ടികൾ വയറ്റത്തടിച്ച് പാടിനടക്കുന്നുണ്ട്. സുമതിക്ക് നല്ല ദാഹം തോന്നിയെങ്കിലും സഹിച്ചമർത്തി നിന്നു. ഇത്തിരി പച്ചവെള്ളം ചോദിച്ചാൽ പെട്ടിക്കടക്കാരൻ തരില്ലെന്നറിയാം. പെണ്ണുങ്ങൾ വെള്ളം ചോദിച്ചാൽ സംഗതി മറ്റെന്തൊക്കെയോ ആയിപ്പോകും. ഈ നഗരം ഏതോ ചെകുത്താന്റെ കൈയിലമർന്നിരിക്കുന്നു.

ബസ്സ് വന്നാൽ എല്ലാവരുംകൂടി ഉന്തിത്തള്ളിക്കയറുന്നു. കൈയൂക്കും ശക്തിയുമുള്ള ആണുങ്ങൾ ഇരിപ്പിടങ്ങളൊക്കെ കൈയടക്കിയതിനു ശേഷമാണ് എങ്ങനെയെങ്കിലും ബസ്സിനുള്ളിലെത്തുന്നത്. മുലയും അരക്കെട്ടുമൊക്കെ വേദനിക്കുന്നുണ്ടാകും. കണ്ടക്ടർ മണിയടിക്കുമ്പോൾ പെണ്ണുങ്ങളിലാരെങ്കിലും കാലുതെറ്റി നിലത്തുവീഴുകയോ ആരെങ്കിലും

താങ്ങിപ്പിടിക്കുകയോ ചെയ്തിരിക്കും. വെറുതെ താങ്ങിപ്പിടിക്കുകയല്ല, ആഭാസമായ കെട്ടിപ്പിടിത്തമായിരിക്കുമത്.

"ബസ് വരില്ല." ആരോ വിളിച്ചു പറഞ്ഞു. "സമരമാണ്." ഇനി, ഗതി കെട്ട അനാഥപ്രേതങ്ങളെപ്പോലെ അലഞ്ഞുനടക്കാം. ഭാഗ്യക്കുറി വിൽക്കുന്ന കാറിൽനിന്ന് സിനിമാപ്പാട്ട് ഇരമ്പുന്നുണ്ട്. താടിയും മുടിയും വളർത്തിയ ഒരു ചെറുപ്പക്കാരൻ ഇതൊന്നുമറിയാതെ സ്വപ്നംകണ്ടു നിൽക്കുന്നുണ്ട്. ആർക്കുമൊന്നുമില്ല; ആരും പ്രതിഷേധത്തിന്റെ ശബ്ദ മുയർത്തുന്നില്ല.

ഈ പ്രശ്നങ്ങളുടെ നീർച്ചുഴിൽ എരിഞ്ഞുതീരുന്ന എത്രയെത്ര ജീവിതങ്ങൾ! ഒരു മുദ്രാവാക്യത്തിന്റെ മുഴക്കമായിപ്പോലും പ്രതിഷേധ ങ്ങൾ ഉയരുന്നില്ല. അധികാരമുണ്ടെങ്കിൽ എന്തും ആർക്കുമിവിടെ ചെയ്യാ മെന്നായിട്ടുണ്ട്. നോക്കൂ, എന്താണിവിടെ സംഭവിച്ചതെന്ന് ഈ ആളു കൾക്ക് മനസ്സിലാകുന്നില്ല. ബസ്സ് കാത്തുനിൽക്കുന്ന ആൾക്കൂട്ടമാകെ ഒരു ഭയങ്കരമായ ആരവത്തോടെ പേടിച്ചോടുകയാണ്. ഒക്കത്ത് ചോര ക്കുഞ്ഞുമായി ഓടിപ്പോകുന്ന പെൺകുട്ടി ഓടയിൽ മൂക്കുകുത്തി വീഴുന്നു...

ബസ്സ്റ്റോപ്പിലെ പരസ്യപ്പലകയുടെ മറവിൽ പേടിച്ചു വിറച്ചുകൊണ്ട് സുമതി മറഞ്ഞുനിന്നു. ആൾക്കൂട്ടത്തിനിടയിലൂടെ ഒരു പൊലീസ് വാൻ പാഞ്ഞുപോകുന്നതു കണ്ടു. എന്തൊക്കെയോ അരിശത്തോടെ അലറി ക്കൊണ്ട് ഒരു ചെറുപ്പക്കാരൻ ഓടിപ്പോകുന്നുണ്ട്. ബസ്സ് ജീവനക്കാർ സമരത്തിലാണെന്ന് ഒരു പൊലീസുകാരൻ വിളിച്ചമറുന്നു. ഇനി ബസ്സു കൾ വരില്ല. സുമതി വിയർത്തൊലിച്ചുകൊണ്ടു നടന്നു.

ആകാശം കറുത്തിരുണ്ടുകിടക്കുകയാണ്. തെരുവുവിളക്കുകൾ മിന്നി ക്കത്തുന്നുണ്ട്. പിറകിലാരൊക്കെയോ നടന്നുവരുന്നുണ്ടെന്ന് സുമതിക്കു തോന്നി. കുറെ ആൺകുട്ടികൾ വളരെ ആഭാസമായി മാടിവിളിക്കുന്ന താണു കണ്ടത്.

ചുട്ടുപൊള്ളുന്ന മാനത്തുനിന്ന് മഴ തുള്ളിയിടുന്നുണ്ടായിരുന്നു. വഴി യിലെവിടെയോ സുമതി തെരുവുതിണ്ണയിൽ തളർന്നിരുന്നു. ഇരുട്ടിലെ വിടെയോനിന്ന് ഉമിനീരൊലിച്ചിറങ്ങുന്ന, നീണ്ടുവരുന്ന നാക്കുകൾ അവൾക്കുചുറ്റും പൊതിയുന്നുണ്ടായിരുന്നു. നാക്കുകൾ ശരീരത്തിലെ വിടെയോ ഇഴഞ്ഞുകയറുന്നതുമാത്രം സുമതി അബോധാവസ്ഥയിൽ ഓർക്കുന്നു. പതുക്കെപ്പതുക്കെ സുമതി ഒരുവൃത്തികെട്ട നിർവൃതിയുടെ താഴ്വരയിൽ ഒലിച്ചിറങ്ങുന്നു; നനഞ്ഞു കുതിർന്നൊഴുകിയിറങ്ങുന്നു. നല്ല സുഖം തോന്നുന്നുണ്ട്. എപ്പോഴാണ് ഇനി ബസ്സ് വരുന്നത്?

സുമതി അഴിഞ്ഞുകിടക്കുന്ന തന്റെ അടിപ്പാവാടയും സാരിയു മെടുത്തുടുത്ത് എണീറ്റുനടക്കുന്നതോടുകൂടി കഥ വീണ്ടും ആരംഭി ക്കുന്നു. വയ്യ, തീരെ തളർന്നുപോയിരിക്കുന്നു. എവിടെനിന്നോ ഒരു ബസ്സ് ഇരമ്പിക്കുതിച്ചു വരുന്നുണ്ട്. സുമതി കൈ നീട്ടിക്കാണിച്ചപ്പോൾ ബസ്സ്

നിന്നു. നിറയെ ആളുകൾ തൂങ്ങിനിൽക്കുന്നുണ്ട്. മുലയും ചന്തിയും ആരുടെയൊക്കെയോ ചൂടുള്ള അവയവങ്ങൾക്കിടയിൽ കുത്തിനിറുത്തിക്കൊണ്ട് സുമതി ബസ്സിനുള്ളിൽ കയറിനിന്നു. തന്റെ തുടകൾക്കിടയിൽ ഇഴഞ്ഞു കയറുന്ന ആരുടെയോ രോമാവൃതമായ കൈകൾക്കുള്ളിൽ സുമതി അവശയായി തളർന്നുവീണു. വയ്യ, തീരെ തളർന്നുപോയിരിക്കുന്നു.

നിയന്ത്രണം വിട്ട് ബസ്സ് എവിടെയെങ്കിലും ഇടിച്ചുതകർന്നുപോയാലെന്താണുണ്ടാവുക? മരണത്തിന്റെ ചുക്കിച്ചുളിഞ്ഞ രോദനങ്ങൾ; ചതഞ്ഞരഞ്ഞു വീഴുന്ന സ്വപ്നങ്ങൾ... മനുഷ്യന്റെ രക്ഷപ്പെടാനുള്ള അവസാനത്തെ പരാക്രമത്തിനിടയിൽ ആരെങ്കിലും ഒരു പെൺകുട്ടിയെ കെട്ടിപ്പിടിച്ച് ഉമ്മവയ്ക്കുമോ? നോക്കൂ, ബസ്സ് നിയന്ത്രണം വിട്ട് പാഞ്ഞുപോവുകയാണെന്നു തോന്നുന്നു. ഡ്രൈവർ ദയനീയമായി അലറിവിളിക്കുന്നത് കേൾക്കുന്നത്: “മാറിനിൽക്കണേ!”

പുറത്താരുടെയോ മീതെ ബസ്സിന്റെ ചക്രങ്ങൾ കയറിയിറങ്ങിയിട്ടുണ്ട്. ഭയങ്കരമായ ഒരു ശബ്ദത്തിനുപിറകെ കൂട്ടനിലവിളികൾ ഉയരുന്നു. സുമതി എവിടെയോ ഊരിത്തെറിച്ചുവീഴുന്നു. സാരിയും അടിപ്പാവാടയും മാനത്തോളം പൊക്കിപ്പിടിച്ചെണീറ്റു നിന്നുകൊണ്ട് സുമതി അലറുന്നു: കൂത്തിച്ചിമക്കളേ...

(1973)

■

ദുരന്തനാടകം

നിലാവുണ്ടായിരുന്നു. കാറ്റ് വീശിയിരുന്നില്ല. നിലാവിൽ കെട്ടിമറിയുന്ന വെള്ളിപ്പാമ്പുകളെപ്പോലെ മിന്നിത്തിളങ്ങുന്ന തിരമാലകൾ.

കടലിന്റെ മുഴക്കം ഉയർന്നുകൊണ്ടിരുന്നു. ലൈറ്റ്ഹൗസിന്റെ തിരിവിലുള്ള ചെറ്റക്കൂരയിൽ മീൻനാറുന്ന ഒരു കീറപ്പായയിൽ കമലം കിടക്കുകയായിരുന്നു. അവളുടെ ബോബ് ചെയ്ത മുടിയും നെയിൽപോളീഷിട്ട വിരലുകളും നോക്കിക്കൊണ്ട് അജിത് പറഞ്ഞു, "കലിയുഗത്തിന്റെ ലക്ഷണങ്ങൾ എന്തൊക്കെയാണെന്നറിയാമോ കമലം? എല്ലാവരും അസത്യവാദികളാകും. ഏഴും എട്ടും വയസ്സിൽ പെൺകുട്ടികൾ ഗർഭം ധരിക്കും. ഗർഭനിരോധനഗുളികകൾ കഴിക്കും."

മണ്ണെണ്ണ വിളക്ക് ഏതോ ഒരു വേദനയിൽ ആളിക്കത്തി. കടലിടുക്കിൽനിന്ന് ഒരു കൊടുങ്കാറ്റുപോലെ മന്ത്രവാദിനികൾ ഓടിവരുന്നുണ്ടെന്ന് കമലത്തിനു തോന്നി. കൂമന്മാർ മൂളിക്കരയുന്നുണ്ടായിരുന്നു.

അജിത് ഒരു മീൻവലയ്ക്കു മുകളിലിരുന്നാണ് കഥകൾ പറഞ്ഞിരുന്നത്. അവന്റെ കണ്ണുകൾ അസാധാരണമായി ജ്വലിക്കുന്നുണ്ടായിരുന്നു. അവന്റെ കൈവിരലുകളിൽ മീൻചെതുമ്പലുകൾ തിളങ്ങുന്നുണ്ടായിരുന്നു, "കമലം ഇതെല്ലാം തോന്നലുകളാണ്. ഒരു സാധാരണ പെൺകുട്ടിയിൽനിന്ന് നിനക്കെന്താ ഒരു പ്രത്യേകത?"

"അജി, എന്റെ ഭർത്താവും മോനും പാലസിൽ കാത്തിരിക്കുന്നുണ്ടാകും."

"നിൽക്കൂ കമലം." അജിത് പറഞ്ഞു. "ഈ രാത്രി നമുക്കുള്ളതാണ്."

വിജനതയിൽ മന്ത്രവാദിനികൾ തുള്ളിച്ചാടി ചിരിക്കുന്നതുകണ്ട് കമലം കരഞ്ഞു. "എനിക്കു പേടിയാവുന്നു."

"പേടിയാവുന്നോ?" പുരുഷന്റെയോ സ്ത്രീയുടെയോ എന്ന് തിരിച്ചറിയാൻ വയ്യാത്ത ഒരു വൃത്തികെട്ട ശബ്ദം. വെള്ളിപ്പാമ്പുകളായി കെട്ടിമറിയുന്ന തിരമാലകൾ. വെള്ളിപ്പാമ്പുകളായി പുളഞ്ഞുമറിയുന്ന മാറ്റൊലികൾ. "പേടിയാവുന്നോ?" തിരിച്ചറിയാൻ വയ്യാത്ത ഒരു ശബ്ദം.

അജിത് ഒരു പ്രതികാരത്തിന്റെ വേദനയിൽ ചമ്രം പടിഞ്ഞിരുന്നു. ചെമ്പൻമുടിയും മുരടിച്ച അവയവങ്ങളും വൃത്തികെട്ട തലയാകൃതിയുമുള്ള മന്ത്രവാദിനികൾ കമലയുടെ പായിലിരുന്ന് പേടിപ്പെടുത്തുന്ന ഒച്ചയിൽ വിളിച്ചു. "കമലം നീ ചരിത്രത്തെ വഞ്ചിക്കുകയായിരുന്നു." "ബഞ്ചിക്കായ്രുന്നു" രണ്ടാമത്തെ മന്ത്രവാദിനി അപഹാസ്യമായ ശബ്ദത്തിൽ ആവർത്തിച്ചു. വജ്രപ്പശയുടെ അഴുകിയ മണം കമലയുടെ മൂക്കിൽ കയറി. കമലം അസഹ്യമായ ഒരു വീർപ്പുമുട്ടലിൽ മൂക്കുപൊത്തി.

"എത്ര കഴുകിയാലും വൃത്തിയാകാത്ത നിന്റെ കൈകളിലേക്കു നോക്കൂ കമലം, ഒരു വഞ്ചനയുടെ രേഖകളാണത്" ഒന്നാമത്തെ മന്ത്രവാദിനി ഒരു തോഴിയുടെ അനുയനസ്വരം അഭിനയിച്ചുപറഞ്ഞു, "ബഞ്ചനേടെ രേഖയാണത്." രണ്ടാമത്തവൾ അനുകരിച്ചു.

"നിനക്കീ വിധിയിൽനിന്നു രക്ഷപ്പെടാൻ കഴിയുകയില്ല. നിന്റെ കുരിശിന്റെ ആണികൾ നീതന്നെ അടിച്ചുകഴിഞ്ഞു. ഹലേലുയ്യാ."

'രസ്സപ്പെടാൻ കയിയില്ല. അലേയുയ്യാ" കടലിടുക്കിൽ നിന്ന് എന്തോ ഇരമ്പിവരുന്നുണ്ടായിരുന്നു. തിരമാലകൾ ഭയങ്കരമായ ഒച്ചയിൽ പൊട്ടിച്ചിതറി വീണു. ചിമ്മിനിവിളക്ക് കെട്ടുപോയി. മുറിയിൽ ഉരുണ്ടുകൂടുന്ന വജ്രപ്പശയുടെ മണം. തേങ്ങിക്കരയുന്ന ഒച്ചകൾ.

എവിടെനിന്നോ ഒരു ശബ്ദം ഇഴഞ്ഞിഴഞ്ഞെത്തുന്നു. മന്ത്രവാദിനികൾ കാറ്റിൽ അലിഞ്ഞലിഞ്ഞ് പുകയായൊഴുകിപ്പോയി. അജിതിന്റെ ശബ്ദത്തിന് നിഗൂഢതയുടെ മണമുണ്ടായിരുന്നു. അജിത് ദുരന്തനാടകത്തിലെ കഥാപാത്രത്തിനെപ്പോലെയാണ് സംസാരിക്കുന്നത്: "കമലം, വിധിവാക്യം എന്നാലെന്താണെന്നറിയുമോ? ദുരന്തനാടകത്തിന്റെ അവസാനത്തെ രംഗമാണ് നാമിവിടെ അഭിനയിക്കാൻ പോകുന്നത്."

കമലം ഇരുട്ടിലാണ്. അവൾ ഇരുട്ടിലിരുന്നു തന്റെ കണ്ണീർത്തുള്ളികൾ അമർത്തി തുടച്ചുകൊണ്ട് അജിതിനെ നോക്കി. അജിത് ഇരുട്ടിലാണ്. ഇരുട്ടിൽനിന്ന് ശബ്ദങ്ങൾ മാത്രം തെറിച്ചുവരുന്നു. കമലം ഏതോ ശബ്ദങ്ങളുടെ ചുഴിയിലേക്ക് തെറിച്ചുതെറിച്ച് വീഴുകയാണ്. ഏതോ ശബ്ദങ്ങളുടെ...

പ്രിയപ്പെട്ട കമലം നീയെന്താണൊന്നും മിണ്ടാത്തത്? നീ അക്ഷരങ്ങളെ ക്രൂരമായി വ്യഭിചരിക്കുകയായിരുന്നു. നീയെങ്ങോട്ടാണോടുന്നത്? ബാറബ്ബാസിനുവേണ്ടിയൊരുക്കിയ കുരിശിലാണ് യേശുവിനെ തറച്ചുകൊന്നത്. സ്വന്തം കുരിശ് താങ്ങിനടക്കുമ്പോൾ കമലം പൊട്ടിക്കരയുന്നു. മണ്ടിപ്പെണ്ണേ, അക്ഷരങ്ങൾ അഗ്നിയാണ്. ഒരു ശിശുവിനെപ്പോലെ തീക്കനലുകൾ വാരിക്കളിക്കുമ്പോൾ ഓർത്തില്ലേ പൊള്ളുമെന്ന്? മഹാനഗരത്തിൽ ബാറബ്ബാസിന്റെ അരുമശിഷ്യൻ സെയ്യിദ് അൻസാരിയുണ്ടെന്ന് നീയറിഞ്ഞില്ലല്ലോ, ഉവ്വോ?

നിനക്ക് അഭയമില്ല, ബാറബ്ബാസിന്റെ കുരിശിൽ അവർ നിന്നെ ആണിയടിക്കും. ബാറബ്ബാസ് ചരിത്രപുരുഷനാണ്. സെയ്യിദ് അൻസാരി നിന്റെ

ഭ്രമണപഥത്തിലെ ഉപഗ്രഹമാണ്. സെയ്യിദ് അൻസാരിയില്ലെങ്കിൽ നിനക്കു ഗ്രഹണമില്ല. ബാൻക്വറ്റ് ഹാളിൽ നൃത്തംചെയ്യുന്ന നഗ്നസുന്ദരി നീയും മേളക്കാരൻ സെയ്യിദ് അൻസാരിയും...

കരയേണ്ട. അക്ഷരങ്ങൾ വഞ്ചിക്കപ്പെടുകയില്ല. എത്ര ആയിരം പട്ടിണിക്കോലങ്ങളുടെ എല്ലുകൾ ചവുട്ടിയാണ് ബാൻക്വറ്റ് ഹാളിൽ നീ നൃത്തം ചെയ്യുന്നത്? നിനക്കുവേണ്ടിയൊരുക്കിവെച്ചതാണ് ഞാനൊരിക്കൽ ഒരു മൂർച്ചയുള്ള കത്തി.

ഇതെന്റെ ലോകം ആയിരുന്നില്ലെന്ന് നീ പറയുന്നു. ഈ വാക്കുകൾ എന്റേതായിരുന്നില്ലെന്ന് നീ കരയുന്നു. ഞാൻ ഒരു ചത്ത ശരീരം മാത്രമായിരുന്നു. എന്റെ ഞരക്കംകൊണ്ട് ഞാൻ തകർന്നിരിക്കുകയായിരുന്നു.

എങ്കിൽ പന്നീ, നിനക്കു മാപ്പില്ല. പതിനായിരങ്ങളുടെ എല്ലുകൾക്കു മീതെയിരുന്നാണ് നീ കഥ പറയുന്നത്. ബാറബ്ബാസിന്റെ ദുർഭഗസന്തതി... നിന്നെയാണ് യേശു രക്ഷപ്പെടുത്തിയത്. ദുഷ്ടേ, ചരിത്രം നിനക്ക് മാപ്പ് തരുമോ?

കൊട്ടാരത്തിൽ ഏഴാംനിലയുടെ മുകളിൽ ബാറബ്ബാസിന്റെ അനുയായികളുമായിരുന്ന് വീഞ്ഞുകുടിക്കുമ്പോൾ താഴ്‌വരകളിൽ കുതിരകൾ ഓടുന്നുണ്ടായിരുന്നു. കുതിരപ്പുറത്തു ചോരയും നീരുമുള്ള മനുഷ്യരുണ്ടായിരുന്നു. ബാറബ്ബാസിന്റെ കാവൽക്കാർ കുതിരകളെ വെടിവെച്ച് വീഴ്ത്തിയിട്ടപ്പോൾ സൽക്കാരങ്ങളിലെ പൊട്ടിച്ചിരികളിൽ ഉയർന്നുകേട്ടത് നിന്റെ ശബ്ദമായിരുന്നു. സെയ്യിദ് അൻസാരി രാജാവിന്റെ കിടപ്പറയിലേക്കു കട്ടുകൊണ്ടുപോയ കൊച്ചു പെങ്ങളെയോർത്തമർഷംകൊണ്ട് കുതിരപ്പുറത്ത് എല്ലൊടിഞ്ഞുവീണ കൊച്ചാങ്ങളയുടെ കഥ ആരുമറിഞ്ഞില്ല. നിനക്ക് നിന്റെ കഥയും ലോകവുമാണല്ലോ വലുത്...

ആരാണ് നിന്റെ ശത്രു? ആട്ടം ആടിത്തളർന്ന് തെരുവീഥിയിൽ വീണു കിടക്കുന്ന ഒരു അഭിസാരികയെപ്പോലെ നീ കരയുന്നു. ദൈവമേ, എനിക്കാരുണ്ട്? ആരുമില്ല. ബാറബ്ബാസ് നിന്നെ കൈവെടിഞ്ഞിരിക്കുന്നു. ഹേമയും സീനത്തും ഹെലനുമുണ്ട് ബാറബ്ബാസിന്.

സയ്യിദ് അൻസാരി നിലത്തെ പൊടിമണ്ണിൽ തുപ്പി, തുപ്പൽകൊണ്ട് ചേറുണ്ടാക്കി നിന്റെ കണ്ണിന്മേൽ തേച്ച് മന്ത്രം ഊതിയപ്പോഴാണ് നിനക്ക് കാഴ്ചയുണ്ടായത്. നീയോ അവനെ ശത്രുവെന്നു കരുതുന്നു. വാക്കുകൾക്ക് എത്രയെത്ര അർത്ഥങ്ങൾ? കൊട്ടാരങ്ങൾക്ക് എത്രയെത്ര വാതിലുകൾ? സന്തോഷംകൊണ്ട് വീർപ്പുമുട്ടി നീ കരയുന്നു; ഞാൻ പാപിയായിരുന്നു. പാപിയായിരുന്നു....

പിന്നെ, എയർകണ്ടീഷനർ ഫിറ്റുചെയ്ത കിടപ്പറകളെ സ്വപ്നം കണ്ടുകൊണ്ട് ഫ്രിഡ്ജിൽ തണുപ്പിച്ചുവെച്ച അക്ഷരങ്ങളെടുത്ത് നീ ജെല്ലിയുണ്ടാക്കുന്നു. എത്ര ഭംഗിയായാണ് നീയാളുകളെ കബളിപ്പിക്കുന്നത് കമലം? എത്ര ആയിരം പട്ടിണിക്കോലങ്ങളുടെ മീതെ ചവിട്ടി

നിന്നാണ് ബെല്ലിഡാൻസിന്റെ ദ്രുതചലനങ്ങളിൽ നീ പമ്പരം കറങ്ങുന്നത്?

എല്ലാം വലിച്ചെറിഞ്ഞ് കടപ്പുറത്തെ ചെറ്റക്കൂരയിലെത്തിയ നിന്റെ കൂട്ടുകാരെക്കുറിച്ച് നിനക്കൊന്നുമറിയില്ല. ജീവിതം അവർക്ക് ഇല്ലായ്മയായിരുന്നു. ആരുമില്ലെന്ന ബോധം അവരുടെ ഞരമ്പുകളുടെ വേദനയായിരുന്നു. കാരാഗൃഹത്തിൽ എത്ര ആയിരങ്ങളാണ് എല്ലൊടിഞ്ഞ് ചത്തുവീണത്? ജനിക്കുക എന്ന കുറ്റകൃത്യത്തിന് കിട്ടിയ ശിക്ഷയായിരുന്നു അവർക്ക് ജീവിതം. നിനക്ക് അക്കഥയൊന്നുമറിയില്ല.

പുരുഷന്റെ ചരിത്രം വഞ്ചിച്ച സ്ത്രീയുടെ കഥയാണ് നീ പറഞ്ഞുവെച്ചത്. തെരുവീഥിയിൽവെച്ച് ഒരു ഭ്രാന്തനായ ചെറുപ്പക്കാരൻ ഓടിവന്ന് നിന്റെ കൈ മുത്തിയാൽ, നിന്നെ കെട്ടിപ്പിടിച്ച് ചുംബിച്ചാൽ, നീയെന്താണ് പറയുക? ഒരുപക്ഷേ നീ ചോദിക്കുമായിരിക്കും, 'എന്തടാ പട്ടീ?

(നിന്റെ തുടയിലൊഴുകുന്ന മൂത്രംകണ്ട് ഞാനാദ്യം അമ്പരന്നുപോയി. തുടയിലൊഴുകുന്ന മൂത്രത്തെക്കുറിച്ച് കമലം ഭയങ്കരമായി ചിന്തിക്കുന്നതോർത്ത് എനിക്കു സഹിച്ചില്ല. കമലയുടെ സാരിയഴിച്ച് ഞാനെന്റെ മനസ്സിന്റെ കുളിമുറിയിൽ കിടത്തി. നിന്റെ മൂത്രമൊഴുകുന്ന തുടകളെക്കുറിച്ച് സങ്കല്പിച്ച് ഞാൻ കമഴ്ന്നുകിടന്നു. നിന്റെ മൂത്രത്തിന് മഞ്ഞനിറവും ചീഞ്ഞളിച്ച ഒരു മണവുമുണ്ടായിരുന്നു. നീ മൂത്രമൊഴിച്ചത് എന്റെ മനസ്സിനുള്ളിലായിരുന്നു.)

(അയ്യ്യേ, ഞാനെന്തൊക്കെയാണ് എഴുതിവെച്ചിരിക്കുന്നത്! എന്റെ ഒരു പ്രധാന പ്രശ്നം അതായിരുന്നു. എഴുതുമ്പോൾ പഴയതുപോലെയല്ല. അനുയോജ്യമായ വാക്കുകൾ വരുന്നില്ല. മുമ്പൊക്കെ വാക്കുകൾ എന്നെ തേടി അനർഗളം വരികയായിരുന്നു. ഇപ്പോൾ വാക്കുകൾ ചിറകൊടിഞ്ഞുചത്ത പക്ഷിയെപ്പോലെ എവിടെയോ ചീഞ്ഞുനാറുന്നു. കാലത്തിന്റെ പ്രയാണത്തിൽ എവിടെവെച്ചോ എനിക്കെന്തൊ സംഭവിച്ചു കഴിഞ്ഞിരുന്നു. അഗാധമായ ഒരു മറവിയിലേക്ക് ഞാൻ തലകുത്തി വീഴുകയായിരുന്നു. പരിസരങ്ങളുടെ നിഗൂഢതയിലേക്ക് ഞാൻ മുങ്ങിത്താഴ്ന്നു. ആകാംക്ഷയോടെ, വിസ്മയത്തോടെ, ഞാൻ പാത്തും പതുങ്ങിയും നീന്തിയും കിതച്ചും എന്തിനോവേണ്ടി ഉഴറി നടന്നു. നിശ്ചലവും വിമൂകവുമായ ഒരു പരിസരത്തിലേക്കാണ് ഞാൻ തലകുത്തി വീണുപോയത്. ദുർഗന്ധം വമിക്കുന്ന പരിസരങ്ങൾ...)

അങ്ങനെയാണ് ഞാൻ കമലയെ വെറുക്കാൻ പഠിച്ചത്. അവൾ അക്ഷരങ്ങളിൽ മൂത്രമൊഴിക്കുകയായിരുന്നു. മൂത്രത്തിൽക്കൂടി അവൾ തന്റെ ലോകത്തെ നിരാകരിക്കുകയായിരുന്നു. എന്നാലും പട്ടിണികിടന്ന് വിശന്നുപൊരിഞ്ഞുറങ്ങുന്ന ആളുകളുടെ ഉടുതുണിയഴിച്ച് കിടത്തി കമലം കിടക്കരുതായിരുന്നു; ഉറങ്ങിക്കിടക്കുന്ന ആളുകളുടെ വായിലേക്ക് മൂത്രമൊഴിക്കരുതായിരുന്നു.

നീ കൂമ്പാളകൂത്തിച്ചിതന്നെ. ഞെക്കിക്കൊല്ലാനുള്ള സൗകര്യത്തിനു വേണ്ടിയാണ് മനുഷ്യന്റെ കഴുത്ത് ഇത്ര ഭംഗിയായി ഒതുക്കിവെച്ചിരിക്കുന്നത്. വലതുകൈയിലെ ആയുധം വളരെ സൗകര്യപൂർവ്വം ഉപയോഗിക്കാനാണ് ഹൃദയം ഇടതുഭാഗത്ത് വെച്ചിരിക്കുന്നത്.

കൂത്തിച്ചീ, മനസ്സിലായോ? നിന്റെ നിലവിളി ഒരാളും കേൾക്കുകയില്ല. ഇത് ഒരു കടലിടുക്കാണ്. ചുറ്റും പാറകൾ. വിജനമായ തീരങ്ങൾ. ആരും ഓടിയെത്തുകയില്ല. മന്ത്രവാദിനികളേ, ഞാൻ കമലയെകൊല്ലുന്നു. കത്തി കമലയെ കൊല്ലുന്നു. കമലം കരയുകയാണ്. ആത്മഹത്യയെക്കുറിച്ചെഴുതിയ കമലത്തിന് മരിക്കാൻ പേടിയോ? അവൾ ഭർത്താവിനെയും മകനേയും കുറിച്ചോർത്താണ് കരയുന്നത്. എത്ര അപഹാസ്യമായ കരച്ചിൽ? എന്നെ കൊല്ലരുതേ, അജീ, എന്നെ കൊല്ലരുതേ...

പ്രിയപ്പെട്ട കമലം ഞാൻ സ്നേഹത്തോടും വാത്സല്യത്തോടും കൂടി നിന്നെ കൊല്ലുകയാണ്. ഞാനവസാനമായി നിനക്ക് ഒരുമ്മതരട്ടെ. നീ ബാറബ്ബാസിന്റെ കുരിശിലേക്ക് തിരിച്ചുപോവുക. ഇതാ, കത്തി കൊല്ലുന്നു.

കമലം ഒരു മെഴുകുതിരിയായി കത്തിയെരിഞ്ഞ് വീണു. കടലിടുക്കുകളിൽനിന്ന് ഒരു ചുഴലിക്കാറ്റ് ചീറിയടിക്കുന്നുണ്ടായിരുന്നു. മന്ത്രവാദിനികൾ തലമുടിയഴിച്ച് തുള്ളിച്ചാടുന്നു. ഞണ്ടുകൾ മാളങ്ങളിൽനിന്ന് മാളങ്ങളിലേക്ക് ഊളിയിടുന്നു.

കടൽക്കരയിൽ കൊടുങ്കാറ്റുയർന്നു. ചക്രവാളം ഒരു വേദനയിൽ ചിറകടിച്ചുകൊണ്ടിരുന്നു.

സയ്യിദ് അൻസാരി പൊട്ടിപ്പൊട്ടിച്ചിരിക്കുന്നു. കടൽ പൊട്ടിപ്പൊട്ടിക്കരയുന്നു. ■

കോളാമ്പിപ്പൂക്കൾ

കോളാമ്പിപ്പൂക്കളെയും തൊട്ടാവാടിച്ചെടികളെയും സ്വപ്നം കണ്ടുകൊണ്ടാണ് നമ്മൾ തിരിച്ചെത്തിയിരിക്കുന്നത്.

കോളാമ്പിപ്പൂവിലും തൊട്ടാവാടിച്ചെടിയിലും ഒന്നരയുടുത്ത പെൺകുട്ടിയുടെ അദൃശ്യമായ രൂപം പൊട്ടിച്ചിരിക്കുന്നു. അമ്മയുടെയും അനിയത്തിയുടെയും നഗരവേഷങ്ങൾ കണ്ട് അവൾ പൊട്ടിപ്പൊട്ടിച്ചിരിക്കുന്നു.

വേദനയുടെ നിറം കറുപ്പോ ചുകപ്പോ? എന്തോരം വേദനയാണ് അവൾ പേറുന്നതെന്ന് ആർക്കും അറിയില്ല. അവളുടെ പൊട്ടിച്ചിരിയിൽ ഒരു കനത്ത ദുഃഖമുണ്ടെന്ന് അഷിൽ പറഞ്ഞപ്പോൾ അമ്മ കളിയാക്കിച്ചിരിച്ചു. “ഇവറ്റകൾക്ക് തുട്ടുകളുടെ വിലയില്ല കലാകാരാ.” - അമ്മ പറഞ്ഞത് ചായംതേച്ച ചുണ്ടുകൾകൊണ്ടായിരുന്നു.

അമ്മ കുത്ത് കൊണ്ട വേദനയിൽ പുളഞ്ഞു. അഷിൽ അമ്മയെ തുറിച്ചുനോക്കുകയായിരുന്നു. “തീർച്ചയായും ഞാനീ ചകിരിക്കുഴിയിലാണ് ജനിച്ചത്.” അമ്മ വികാരങ്ങളില്ലാതെ പറഞ്ഞു.

അമ്മ തന്റെ ചിന്തകളെ എത്ര ഭംഗിയായാണ് വായിച്ചിരിക്കുന്നത്? തകർന്ന നാലുകെട്ടിലെ, എട്ടുകെട്ടിലെ തമ്പുരാട്ടിമാരെവിടെയെന്ന് അമ്മയ്ക്കറിയാമായിരുന്നു. മഹാനഗരത്തിന്റെ ദുഃഖം അമ്മ മനസ്സിലാക്കിയിരുന്നു. “അഷിൽ, നിനക്ക് ജീവിക്കാനറിയില്ല.” അമ്മ പറഞ്ഞു.

മടങ്ങിപ്പോകാനാണ് എല്ലാ തിരിച്ചുവരവുകളെന്നും അമ്മ മനസ്സിലാക്കിയിരുന്നു. “തിരിച്ചുവരുന്നത് എപ്പോഴുമൊരിടത്തുതന്നെ, അല്ലേ അഷിൽ?”

ബോറടിക്കുന്നത് അനിയത്തിക്കാണ്. മീൻകൊട്ട തലയിലേന്തിപ്പോകുന്ന മാപ്പിളമാരെയും താറുടുത്തുനടക്കുന്ന നാടൻപെണ്ണുങ്ങളെയും കണ്ട് അവൾക്ക് ബോറടിക്കുന്നു. അനിയത്തിയുടെ തലച്ചോറിൽ മഞ്ഞ കോളാമ്പിപ്പൂക്കൾ വിരിഞ്ഞില്ല. അവൾക്ക് ബോറടിക്കുന്നു...

“ഓൾക്ക് മലയാലം അറീല്ല്യാ.” വിശേഷങ്ങളറിയാനെത്തുന്ന ബന്ധുക്കളോടും നാട്ടുകാരോടും അനിയത്തിയെ പരിചയപ്പെടുത്തുന്ന അമ്മ:

"കുട്ട്യോള് മലയാലം മറന്നുപോയി." നിറഞ്ഞ അഭിമാനത്തോടുകൂടിയാണ് അമ്മ അത് പറയുന്നത്.

അടുക്കളമുറ്റത്ത് വിറകുവെട്ടുന്ന കറുത്ത നഗ്നത നോക്കിയിരിക്കുന്ന അനിയത്തിയെ കണ്ട് അമ്മയുടെ കണ്ണുകൾ തിളങ്ങും:

"അമ്മേ, കണ്ടില്ലേ അവന്റെ നാണം? അവൾ കരിമ്പന്റെ പേടിച്ചരണ്ട് കണ്ണുകൾ നോക്കി അവനെ കളിയാക്കിച്ചിരിക്കുന്നു. "നിന്റെ പേരെന്തൂട്ടാണ്ടാ?"

"നഗരം എനിക്കൊരു പേടിസ്വപ്നമാണ്." പുഷ്പയാണത് പറഞ്ഞത്. എവിടെവെച്ചാണ് അവൾ അത് പറഞ്ഞതെന്ന് ഓർമ്മയില്ല. അച്ഛനും മോളും ചോറുണ്ണുമ്പോൾ മേശയുടെ ഉരുണ്ട കാല് കാണാതിരിക്കാൻ പ്രത്യേകം ശ്രദ്ധിക്കുന്ന അമ്മ. പുറത്തിറങ്ങുമ്പോൾ വാനിറ്റി ബാഗിൽ എടുത്തുവെയ്ക്കാൻ മറന്ന സാധനങ്ങളുടെ കുറിപ്പുകൾ അമ്മ ഓർമ്മപ്പെടുത്തുന്നു. "ഒന്നും മറന്നില്ലല്ലോടീ?"

–അഷീൽ, നിനക്കറിയില്ല. കേരളാ ഈസ് എ ലൂണാറ്റിക് എസൈലം. ഭ്രാന്താലയമാണ് അഷീൽ!

വേദന തോന്നി അവൾ അങ്ങനെ പറഞ്ഞതു കേട്ടപ്പോൾ, പുഷ്പം അനിയത്തിയുടെ കൂട്ടുകാരിയായിരുന്നു. അവൾക്ക് ജീവിതത്തിനോട് ആത്മാർത്ഥതയുണ്ടായിരുന്നു. ഒരു തൊഴിലാളിയെയാണ് പുഷ്പം തന്റെ കൂട്ടുകാരനായി തെരഞ്ഞെടുത്തിരിക്കുന്നത്. മേലധികാരികളുമായി പിണങ്ങിയപ്പോൾ നാലക്കങ്ങളുടെ ശമ്പളം കുപ്പത്തൊട്ടിയിലെറിഞ്ഞ്, ഉടയാടകളും ചമയങ്ങളും കത്തിച്ചുകളഞ്ഞ് ഖദർമുണ്ടും ഒന്നരയുമുടുത്ത് അവൾ നാട്ടിൽ തിരിച്ചുവന്നു. നെറ്റിയിൽ ചന്ദനക്കുറിയും മനസ്സിൽ കൃഷ്ണഭക്തിയുമായി ഭാരതപ്പുഴയുടെ തീരത്തെവിടെയോ അവൾ ഒതുങ്ങിക്കഴിയുന്നു. "അവൾക്ക് താറുടുക്ക്ാന്ാ ഇഷ്ടം!" അമ്മയും അനിയത്തിയും കളിയാക്കിച്ചിരിച്ചു.

ക്യാ യാ മലയാലി?

ദാസേട്ടന്റെ ശബ്ദമല്ലേ ആ കേൾക്കുന്നത്? "ഇവിടെ നല്ല സിനിമ ഉണ്ടോ കാണാൻ?" ദാസേട്ടന് ആരോടെന്നില്ലാത്ത പ്രതിഷേധം:

"ദാസേട്ടാ" അനിയത്തി ഇമ്പത്തിൽ വിളിക്കുന്നതു കേട്ടു. ഒരുപക്ഷേ അതിഭാവുകത്വം നിറഞ്ഞ ഒരു നാടകത്തിന്റെ ഇക്കിളിയുണ്ടാക്കുന്ന ഒരു രംഗമായിരിക്കുമിപ്പോൾ അനിയത്തി അഭിനയിക്കുന്നത്. "ദാസേട്ടാ." അവളുടെ പഞ്ചാര കലർന്ന വിളി. എന്റെ പ്രാണനാഥായെന്ന് നാടകത്തിൽ വിളിക്കുന്നതുപോലെ ചക്കരതേച്ച വിളി.

നല്ല തമാശ. നാലുകെട്ടിലെ പെൺകുട്ടികൾ അലങ്കരിച്ചുവെച്ച ബുഫെ ടേബിളിനു മുന്നിൽ നിന്നുകൊണ്ട് എന്താണ് ചോദിക്കുന്നത്? അലാ കാർട്ടെ, ടേബിൾ ദോത്ത്?

–ഡസർട്ട്സ്, പുഡ്ഡിങ്, പാസ്ട്രീസ്, ഗാത്തോ, സുഫ്ലേ–

-കുട്ട്യോള് മലയാലം മറന്നുപോയി.

"നിനക്കെന്താ പെണ്ണുങ്ങളോട് ഇത്ര അസൂയ? സ്വന്തം കഴിവുകേടിൽ മറ്റുള്ളവരെ കരിതേക്കരുത് ചെക്കാ." നഗരത്തിൽ വച്ചു ഏതോ ഒരു ബാൻക്വറ്റ് പാർട്ടിയുടെ വർണപ്പൊലിമയിൽ അമ്മയുടെ കുഴഞ്ഞ നാക്ക് പറഞ്ഞതാണിത്. അഷിലിനെ നെറുകയിൽ ചുംബിച്ചുകൊണ്ട് വെട്ടിത്തിളങ്ങുന്ന മദ്യഗ്ലാസുകളുടെ പൊട്ടിച്ചിരിയിൽ അമ്മ വാത്സല്യത്തോടെ തേങ്ങി: "ദേവിയും പരിശുദ്ധയുമായ ഒരു സ്ത്രീയെ എന്റെ മോൻ പ്രേമിക്കുന്നു. അവന് ഭ്രാന്താണ്, ട്ടോ."

കണ്ണടക്കാരൻ സഞ്ജയ് പൊട്ടിച്ചിരിച്ചു. അമ്മ മുലകുലുക്കിച്ചിരിച്ച് സഞ്ജയനെ കെട്ടിപ്പിടിച്ചു കരഞ്ഞു. "അവൻ പാവമാണ്. അവനെ വെറുതെ വിട്ടേയ്ക്കണേ."

Imperialism, Capitalism, Socialism, Communism...

അമ്മ തേങ്ങിക്കരഞ്ഞു. ബുഫേ ടേബിളിലെ വർണങ്ങളിൽനിന്ന്, അലങ്കാരങ്ങളിൽനിന്ന് എങ്ങനെയാണ് രക്ഷപ്പെടുക? ബാന്റുമേളങ്ങളുടെ ഒച്ചയിൽ ചുകന്ന ബൾബുകൾ കത്തുകയും കെടുകയും ചെയ്യുന്നു: ലേഡീസ് ആന്റ് ജന്റിൽമെൻ-

അവൾ ചരിത്രത്തെയാണ് വഞ്ചിച്ചത്. അവൾ അന്തഃപുരത്തിലെ ഇരുളടഞ്ഞ ഇടനാഴികകളിൽനിന്നിറങ്ങി ഭ്രാന്ത് പിടിച്ച് തെരുവീഥികളിൽ പാഞ്ഞുനടന്നു. ആടയും ആഭരണങ്ങളുമണിയിച്ച് കുടിയിരുത്തിയ ശ്രീഭഗവതി ചേട്ടാഭഗവതിയായി മുടിയഴിച്ച് തുള്ളിത്തുള്ളി നാക്ക് തുറുപ്പിച്ച്...

-ഹൗ ഈസ് മേനക?

അവൾ ആഭരണങ്ങളും അടിവസ്ത്രങ്ങളുമെല്ലാം വലിച്ചെറിഞ്ഞു. പെറ്റുവളർത്തിയത് ചാപിള്ളകളെയായിരുന്നു. കുപ്പിപ്പാലും ലവണങ്ങളും ഗുളികകളും കഴിച്ച് ചാപിള്ളകൾ വളർന്നു. കാലത്തിന്റെ അതിരുകളിൽ വേലികെട്ടി ജീവിക്കുന്ന പട്ടിണിക്കോലങ്ങളെ നോക്കി അവർ വളർന്നു.

-അച്ഛനെ കുത്തിക്കൊന്നു.

കാലില്ലാത്ത പക്ഷിയെപ്പോലെ അവർ ചിറകടിച്ച് കരഞ്ഞു. അവർ മറ്റേതോ ലോകത്ത് അന്യോന്യം തിരിച്ചറിയാനാകാതെ മിണ്ടാനും കരയാനും ചിരിക്കാനുമറിയാതെ, ഇഴഞ്ഞുനടന്നു. അവർക്കു ജന്മം നൽകിയവർ ആത്മാവില്ലാതെ വീർപ്പുമുട്ടിയാണ് ചത്തുവീണത്. അവർ ചത്തുവീഴുമ്പോൾ "മക്കളേ" എന്ന് കരഞ്ഞു. മക്കൾ വിജനതയിലെവിടെയോ ആയിരുന്നു. അറിയപ്പെടാത്തവരുടെ തീരത്ത് അവർ തങ്ങളുടെ ഈശ്വരനെ തേടിയലയുകയായിരുന്നു. അവളുടെ ഗർഭപാത്രം ഉണങ്ങിവെളുത്ത് ചുക്കിച്ചുളിഞ്ഞ് കിടന്നു. അവളുടെ മുലക്കണ്ണുകൾ ശോഷിച്ചുതളർന്ന് തൂങ്ങിക്കിടന്നു.

"ഞങ്ങളങ്ങനെയാണ് ഷണ്ഡന്മാരായത്. ഞങ്ങൾ അക്ഷരങ്ങളെ ക്രൂരമായി ഭോഗിക്കുന്നവരാണ്. വെളുത്ത ചോരയുടെ വഴുവഴുത്ത പൂക്കൾ

അക്ഷരങ്ങളിൽ അർപ്പിച്ചവർ. ഇത് വായിക്കുമ്പോൾ നിനക്ക് കരച്ചിൽ വരുമെന്ന് എനിക്കറിയാം. വേദനിപ്പിച്ചെങ്കിൽ മാപ്പ് തരൂ പുഷ്പമേ."

ഗർഭപാത്രത്തിന്റെ വേദനയിലാണ് അവളുടെ തത്ത്വശാസ്ത്രമുറങ്ങുന്നത്. പുരുഷന്റെ തത്ത്വശാസ്ത്രം സൃഷ്ടിയുടെ വേദനയിലായിരുന്നു. ഷണ്ഡനായ പിതാവിൽനിന്ന്, ഭർത്താവിൽനിന്ന്, മകനിൽനിന്ന് മോചനം തേടി അവൾ തെരുവീഥിയിൽ അലഞ്ഞുനടന്നു. അവൾ താത്രിക്കുട്ടിയായിരുന്നു. താത്രിക്ക് ജീവിതത്തിനോട് പ്രണയമായിരുന്നു. സുരതവേഴ്ചയുടെ താളങ്ങളിൽനിന്ന് അവൾ ജ്യോതിഷവും കഥകളിയും മോഹിനിയാട്ടവുമൊക്കെ കണ്ടെടുത്തു. അമ്പോ!

മനസ്സുകൊണ്ടോ വാക്കുകൊണ്ടോ ശരീരംകൊണ്ടോ വ്യഭിചരിക്കാത്ത ആരുണ്ടിവിടെ? പൂനിലാവുകളും തേനരുവികളും ഇളംതെന്നലുകളും പ്രേമഗാനങ്ങളുമൊക്കെയുള്ള ലോകം എവിടെയോ മറഞ്ഞുപോയി. ഓമനത്തിങ്കൾകിടാവിന്റെ ലോകം, ഇനിയൊരിക്കലും തിരിച്ചുവരില്ലേ? എന്തൊക്കെയോ ഞാൻ മറന്നുപോയി. പാടാൻ മറന്നുപോയ പാട്ടുകൾ...

എനിക്കുമെന്റെ പെൺകുട്ടിക്കും കുത്തിയിരുന്ന് കരയാനേ കഴിയൂ. ഇനിയൊരിക്കലും ആ കരച്ചിൽ അവസാനിക്കുകയില്ല. കൊച്ചുമോളുടെ കാമം ഒന്നിൽനിന്ന് ആയിരങ്ങളിലേക്കു പടർന്ന്–

മോക്ഷം കിട്ടാതെ അവൾ ഒടുങ്ങും. എന്നാലുമെന്റെ പുഷ്പം, ഞാനവളെ ദേവിയെപ്പോലെ ആരാധിക്കും. അവളുടെ മുടിയിൽ ഞാൻ പൂമാലകൾ ചൂടും. അവളുടെ കഴുത്തിൽ ഞാൻ മുത്തുമാലകൾ ചാർത്തും. അവളുടെ കൈയിൽ ഞാൻ സ്വർണവളകളണിയും–

"അവളെന്റേതാണ്." പൊട്ടിക്കരഞ്ഞുകൊണ്ടാണ് ഞാൻ അവളെ ചുംബിക്കുന്നത്. അവളിൽനിന്ന് എനിക്കു രക്ഷപ്പെടാൻ കഴിയുന്നില്ല. എന്റെ നെറ്റിയിലെ വിയർപ്പുതുള്ളികളിൽ കുങ്കുമം ചാലിച്ച് അവൾക്ക് തൊട്ടുകൊടുത്തുകൊണ്ട് "ദേവീ" എന്ന് ഞാൻ വിളിക്കുന്നു. കാലിൽ പാദസരവും അരയിൽ പൊന്നരഞ്ഞാണവും കെട്ടി ഞാനവളെ പൂജിക്കുന്നു–"

അഷിൽ, നിന്റെ ആത്മാവ് ഇന്ത്യക്കാരന്റേതാണ്. ഓം, ഓം.

സലീം പൊട്ടിച്ചിരിച്ചുകൊണ്ട് പറഞ്ഞു: "എടാ, പരമാത്മാവ് ആനന്ദരസമാണ്. ജീവൻ ആനന്ദരസത്തെ ഭക്ഷിച്ച്, ആനന്ദമയനായി... ഹാ..." യോഗാസെന്ററിൽ നഗ്നരായി കിടക്കുന്ന വെളുത്ത ശരീരവും ചെമ്പൻമുടിയുമുള്ള മറുനാടൻ സുന്ദരികൾ അർത്ഥമറിയാത്ത വാക്കുകൾ കേട്ട് വെറുതെ കുണുങ്ങിച്ചിരിച്ചു.

ഓം.

അഷിൽ ദേഷ്യം കടിച്ചമർത്തിക്കൊണ്ട് പറഞ്ഞു: "സലീം, മൈഥുനത്തെക്കുറിച്ച് സങ്കല്പിക്കുക എന്നത് എത്ര സുഖമുള്ള കാര്യമാണ്!"

നഗരത്തിൽ, ഒരു വലിയ ഹോട്ടലിലെ യോഗാസെന്ററിൽ റിസപ്ഷ നിസ്റ്റായ സലീം- വിരൽത്തുമ്പിലെ അദൃശ്യമായ താക്കോൽകൊണ്ട് വഴങ്ങാത്ത ഏതൊരു പെണ്ണിന്റെയും ഹൃദയം തുരക്കുന്ന സലീം...

"നീയെല്ലാം മറന്നുപോയോ?"

ഇല്ല; ബാൻക്വറ്റ് ഹാളിൽവെച്ച് അമ്മയേയും അനിയത്തിയേയും പരിചയപ്പെടുത്തിക്കൊടുത്തത് ഓർമ്മയുണ്ട്. പാർട്ടി കഴിഞ്ഞപ്പോൾ സലീം കണ്ണിറുക്കിച്ചിരിച്ചുകൊണ്ട് പറഞ്ഞു: "നിന്റെ മമ്മിയേയും സിസ്റ്ററേയും ഞാൻ വർഗപരമായി അനലൈസ് ചെയ്തിരിക്കുന്നു."

സലീമിന്റെ വിയർപ്പിന് എപ്പോഴും സ്കോച്ച് വിസ്കിയുടെ മണമാണ്.

"മിടുക്കൻ", സലീമിന്റെ കഴിവിനെ പുകഴ്ത്തിയപ്പോൾ, അവൻ സഹ താപത്തോടെ ചോദിച്ചു, "നിനക്കെങ്ങനെ ഇത് സഹിക്കാൻ കഴിയും കുട്ടാ?"

"എനിക്ക് ആരേയും വെറുക്കാൻ കഴിയില്ല സലീം." അഷിൽ പറഞ്ഞു. അഷീൽ തന്റെ താടിയുഴിഞ്ഞ് വെറുതെ ചിരിച്ചു. മെർലിൻ തോമസ്സിന്റെ കഥയാണ് അഷീൽ ഓർത്തത്. പെൺകുട്ടികളെ നഗ്നമായി വഞ്ചിക്കുക എന്നതാണ് സലീമിന്റെ ഹോബി. എന്നിട്ടും ഒരു പെൺകുട്ടിയും സലീമിനെ വെറുത്തില്ല. അവർക്ക് അവനെ സത്യത്തിൽ ഇഷ്ടമായിരുന്നു. മെർലിൻ തോമസ്സിന് സലീം പ്രാണന്റെ പ്രാണനായി രുന്നു.

ഒരു ക്രിസ്തുമസ് രാത്രി, നൈറ്റ് റെസ്റ്റോറണ്ടിൽ പാർട്ടി നടന്നു കൊണ്ടിരിക്കുമ്പോഴാണ് സലീം വന്നുപറഞ്ഞത്. "മിസ്സിസ് തോമസ് വിളിക്കുന്നു." ദേഹം മുഴുക്കെ സുഗന്ധതൈലം പൂശിനിൽക്കുന്ന സലീം കണ്ണിറുക്കിച്ചിരിച്ചുകൊണ്ടാണത് പറഞ്ഞത്. മിസ്സിസ് തോമസിന്റെ മുറിയിൽനിന്ന് തകർന്ന ഒരു ഹൃദയവുമായാണ് പുറത്തിറങ്ങിയത്. മിസ്സിസ് തോമസ് എന്ത് വൃത്തികേടാണ് കാണിച്ചത്? ഓർത്തപ്പോൾ അവന് ഓക്കാനം വന്നു.

"ഇതെന്തായീ കാണിക്കുന്നത് അഷിൽ? പ്രേമിക്കാണോ?" മിസ്സിസ് തോമസ് ലിപ്സ്റ്റിക് തേച്ച ചുണ്ടുകൾ തുറിപ്പിച്ച്, കാലുകൾ അകത്തി ക്കാണിച്ച് അവനെ ഒരു കൊച്ചുകുട്ടിയെപ്പോലെ കളിപ്പിക്കുകയായിരുന്നു; "ക്ടാവേ, നിനക്കൊന്നുമറിയില്ല." അവൾ പറഞ്ഞു.

അവളെന്താണ് പറഞ്ഞതെന്ന് കേട്ടപ്പോൾ സലീം പൊട്ടിച്ചിരിച്ചു. "ഇഡിയറ്റ്" തമിഴ് സിനിമയിലെ ഡയലോഗ് പോലെയാണ് സലീം പിന്നെ പറഞ്ഞത്: "രാജകുമാരാ, നീ തോറ്റുതുന്നംപാടിയോ?"

"എന്റെ ഹൃദയം വളരെ ലോലമാണെന്ന് കരുതി നീയെന്നെ വേദനി പ്പിക്കരുത്."

"പൂ, പോയ്, പോ പൂ-

സലീം കൂവി.

'സലീം, സത്യത്തിൽ ഞാൻ ഒരു കൊച്ചുകുട്ടി തന്നെയാണെന്നാണ് എനിക്കു തോന്നുന്നത്. എന്റെ സ്വഭാവത്തിന് എവിടെയോ ഒരു തകരാറുണ്ട്. അമ്മ പറയുന്നു, ഇത് ഒരു മാനസികരോഗമാണെന്ന്. രാത്രിയിൽ അമ്മ എന്റെ കൂടെയിരുന്ന് കഞ്ചാവ് വലിച്ച്, ഒരു ദീർഘനിശ്വാസമിട്ട് "ഗുഡ്നൈറ്റ്" പറഞ്ഞുപോവുമ്പോൾ എനിക്കു വെറുതെ കരയണമെന്ന് തോന്നുന്നു.

പൂ, പോയ്, പോ പൂ–

സലീം, എങ്ങോട്ടാണ് ഓടിപ്പോവുക? അഷിൽ ഭീരുവാണ്. അവൻ കോളാമ്പിപ്പൂവിലും തൊട്ടാവാടിച്ചെടിയിലും ഒരു പാവപ്പെട്ട പെൺകുട്ടിയെ കാണുന്നു. അവളുടെ പേര് കുഞ്ഞുലക്ഷ്മി എന്നാണ്. കുഞ്ഞുലക്ഷ്മിയുടെ ചിത്രം എത്ര സുന്ദരമായാണ് അവൻ വരയ്ക്കുന്നത്! താമരക്കുളത്തിന്റെ കല്പടവിലിരിക്കുന്ന കുഞ്ഞുലക്ഷ്മി...

നാലുകെട്ടിൽ തിരിച്ചെത്തിയപ്പോൾ കഥ പറയാൻ മുത്തശ്ശിയില്ല. മുത്തശ്ശി കാഞ്ഞുപോയി. കോളാമ്പിപ്പൂവിനും തൊട്ടാവാടിച്ചെടിക്കുമിടയിൽ എവിടെയോ കനംവെച്ചുവരുന്ന ഒരു വിഷാദം. അമ്പലപ്പറമ്പുകളും സർപ്പക്കാവുകളും പുള്ളുവൻ പാട്ടുകളും കുഞ്ഞുലക്ഷ്മിയെ വിളിക്കുന്നു: കുഞ്ഞുലക്ഷ്മീ–

എങ്ങോട്ടെങ്കിലും ഇറങ്ങിനടക്കുകയെന്ന് വിചാരിച്ചുകൊണ്ടാണ് പുറത്തിറങ്ങിയത്. പടിയിറങ്ങുമ്പോൾ അമ്മ വിളിച്ചുപറയുന്നതു കേട്ടു. "അഷിൽ, ഇത് സിറ്റിയല്ല, സൂക്ഷിച്ചു പോകണേ."

ഒരു അപ്പൂപ്പൻ താടിയായി കാറ്റിൽ പാറിനടക്കുമ്പോൾ ഓർത്തു: അമ്മയുടെ നാക്കിൽ പ്രസാദമില്ല. അമ്മയ്ക്ക് ഗുരുവായൂരപ്പന്റെ അനുഗ്രഹമില്ല. എന്നിട്ടും എന്നിട്ടുമെന്തേ മനസ്സ് നിറയെ അമ്മ...

അഷിൽ മനസ്സുകൊണ്ട് ധ്യാനിക്കുകയായിരുന്നു. കഞ്ചാവിന്റെ പുകയിൽ ഒഴുകുകയായിരുന്നു.

ഓർമ്മകളിൽ കുഞ്ഞുലക്ഷ്മിയുടെ ചിത്രം നിറയുന്നു. മൈലാഞ്ചി തേച്ച കൈകൾ എവിടെനിന്നോ ഒഴുകിയെത്തുന്ന നാടോടിപ്പാട്ടിൽ ലയിച്ച് മുദ്രകളായി വിരിയുന്നു. തേക്കുകൊട്ടകൾ ഉയരുമ്പോൾ കമുങ്ങിൻതോട്ടത്തിൽ കുഞ്ഞുലക്ഷ്മി ചിരിച്ചുകൊണ്ടു നിൽക്കുന്നു.

കുറ്റിച്ചൂലും എണ്ണക്കിണ്ണവുമായി കുഞ്ഞുലക്ഷ്മി കത്തിജ്ജ്വലിച്ച് നിൽക്കുന്നു. ചോരനിറമുള്ള ബ്ലൗസിന്റെ നിറം അവളുടെ മുലക്കണ്ണുകളെ ഇക്കിളിപ്പെടുത്തുന്നു. സർപ്പക്കാവിന്റെ തൂങ്ങിനിൽക്കുന്ന കറുത്ത വേരുകൾക്കിടയിൽ എണ്ണത്തിരിയുടെ നാളം കത്തുന്നു–

അവൾക്ക് കോളാമ്പിപ്പൂവിന്റെ മനസ്സാണുള്ളത്. എള്ളെണ്ണയുടെ മണമുള്ള തലമുടിയും എണ്ണയൊലിക്കുന്ന മുഖവുമുള്ള കുഞ്ഞുലക്ഷ്മി–

"കുഞ്ഞുലക്ഷ്മീ" അഷിൽ ചിതല് പിടിച്ച വാതിൽ തുറന്നുകൊണ്ട് വിളിച്ചു. കുഞ്ഞുലക്ഷ്മി നെല്ല് കുത്തുകയായിരുന്നു: "അഷീ," അവളുടെ ചുണ്ടുകൾ ഏതോ ഒരു വേദനയിൽ പിടഞ്ഞു. "അഷീ."

കുഞ്ഞുലക്ഷ്മിയുടെ കണ്ണുകൾ ഒന്നും ചോദിക്കുകയായിരുന്നില്ല. ചോദ്യങ്ങൾക്ക് അർത്ഥമില്ലെന്ന് അവളുടെ കണ്ണുകൾക്കറിയാമായിരുന്നു.

കറുത്ത കരയൻ ഒന്നരയുടെ തുമ്പ് കാണിച്ച്, മുഷിഞ്ഞുചുളിഞ്ഞ മുണ്ട് അരയിൽ വലിച്ചുകുത്തിയുടുത്തുകൊണ്ട് നെല്ലുകുത്തുന്ന കുഞ്ഞു ലക്ഷ്മിയെ അഷിലിന് പണ്ടുപണ്ടേ അറിയാം. എന്താണിത്ര വൈകിയത്? അവൾ ചോദിച്ചില്ല. കുഞ്ഞുലക്ഷ്മി തന്റെ ഉള്ളിന്റെയുള്ളിലെ മനസ്സാണ്. കുഞ്ഞുലക്ഷ്മി തന്റെ ഉള്ളിന്റെയുള്ളിലെ ചോരയാണ്.

അഷിൽ മനസ്സുകൊണ്ട് കുഞ്ഞുലക്ഷ്മിയുടെ ഈറനുടുത്ത മുറിയിൽ കടന്നുനിൽക്കുകയായിരുന്നു.

അവൾ തലമുടി അഴിച്ചുകെട്ടി ബ്ലൗസിന്റെ കുടുക്കുകളഴിച്ച് നെഞ്ചിൽ ഊതി: “വല്ലാത്ത ഉഷ്ണം–”

“കുഞ്ഞുലക്ഷ്മീ, മഴയിപ്പോൾ പെയ്യും.” അഷിൽ ആകാശം നോക്കി ഉറക്കെയാണത് പറഞ്ഞത്. ആകാശത്ത് മഴമേഘങ്ങൾ ഒഴുകുന്നുണ്ടാ യിരുന്നു. സ്വർണനിറത്തിലുള്ള ഇടിമേഘങ്ങൾ ഒഴുകുന്നുണ്ടായിരുന്നു.

കുഞ്ഞുലക്ഷ്മി അഷിലിന്റെ തോളിൽ വീണ് തേങ്ങിക്കരഞ്ഞു: “എല്ലാം ഞാൻ സഹിച്ചിരിക്കയായിരുന്നു അഷി.”

“ജ്ഞാനം സിദ്ധിച്ചുകഴിഞ്ഞാൽ ജീവൻ ഐക്യം പ്രാപിക്കുന്നത് ബ്രഹ്മത്തോടൊപ്പാത്രേ. ആണോ, ന്റെ കുഞ്ഞുലക്ഷ്മീ...”

അവൾ വെറുതെ പൊട്ടിച്ചിരിച്ചു.

നിറയെ വിരിഞ്ഞുനിറഞ്ഞുനിൽക്കുന്ന മഞ്ഞക്കോളാമ്പിപ്പൂക്കൾ–

■

ക്രൂശ്

പുറത്ത് മഴ കോരിച്ചൊരിയുകയാണെന്നറിഞ്ഞ് ടീച്ചർ ചെകിടോർത്തിരുന്നു. കാറ്റടിക്കുന്നതും മരച്ചില്ലകൾ ഒടിഞ്ഞുവീഴുന്നതും ശ്രദ്ധിച്ചുകൊണ്ട് ഭീതിയോടെ ഓർത്തു: സുരേഷെവിടെയാണ്?

ഉറങ്ങാൻ വയ്യ. സുരേഷിനെ കാണാതായിട്ട് ആഴ്ചകൾ എത്രയോ കഴിഞ്ഞു. അവൻ എവിടെയെങ്കിലും പോയി ആത്മഹത്യ ചെയ്തിരിക്കുമോ? ഏതോ ഒരു കുന്നിനെക്കുറിച്ചും അവിടത്തെ ഒരു പഴയ കൊട്ടാരത്തെക്കുറിച്ചും സുരേഷ് പറഞ്ഞിരുന്ന കഥകളെക്കുറിച്ചോർത്ത് ടീച്ചർ കണ്ണു മിഴിച്ച് കിടക്കുകയാണ്.

സുരേഷ് ആരോടുമൊന്നും മിണ്ടാതെയാണ് ഒളിച്ചോടിയിരിക്കുന്നത്. തന്നോടു പറഞ്ഞ കടംകഥയുടെ ഉത്തരം കണ്ടെത്തിയ ടീച്ചർക്ക് ഒരു കടംകഥയായി അപ്രത്യക്ഷനായ സുരേഷിന്റെ വിധിയെക്കുറിച്ചോർത്ത് കരയുവാൻ തോന്നിയില്ല. സുരേഷ് തിരിച്ചുവരാതിരിക്കുകയില്ല. ഏതെങ്കിലുമൊരു രാത്രിയിൽ കതകിൽ തുരുതുരെ മുട്ടുകേൾക്കുമെന്നു പ്രതീക്ഷിച്ചുകൊണ്ട് ടീച്ചർ ഉറങ്ങാതെ ഉറങ്ങിക്കൊണ്ടു കിടക്കുന്നു.

പൊലീസ് വന്നിരുന്നു. അവർ സുരേഷിന്റെ പുസ്തകയലമാരയും പെട്ടിയുമൊക്കെ തല്ലിത്തുറന്ന് വാരിവലിച്ചിട്ട് തിരിച്ചുപോയി. ടീച്ചറുടെ അഞ്ചുവയസ്സായ മകൾ പേടിച്ചുവിറച്ചുകൊണ്ട് കരഞ്ഞു, "അമ്മേ, പൊലീസുകാര് സുരേട്ടനെ കൊല്ലോ?"

സുരേഷ് രാജ്യദ്രോഹിയാണെന്നും കൊലയാളിയാണെന്നും ടീച്ചർ മകളോടു പറഞ്ഞില്ല. അവൻ തന്റെ വിധിവാക്യവുമായി മലകൾ ചവിട്ടിയിറങ്ങുകയായിരിക്കുമെന്നോർത്ത്, വഴിതെറ്റുന്ന കുട്ടികളെക്കുറിച്ചോർത്ത് ടീച്ചർ കണ്ണീരൊപ്പി തേങ്ങി, "മോളേ, ഉറങ്ങൂ."

ജാലകച്ചില്ലകളിൽ ഉരസിക്കൊണ്ടിരിക്കുന്ന ഒരു മരക്കൊമ്പിന്റെ ഒച്ച മുറിയിൽ നിറയുന്നു. കിടക്കയിൽ നിന്നെഴുന്നേറ്റ് ടീച്ചർ മേശപ്പുറത്തെ ചിമ്മിണിവിളക്ക് കത്തിച്ചപ്പോഴാണ് കണ്ണാടിച്ചില്ലിനിടയിലൂടെ എന്തോ ഒരു രൂപം കണ്ടത്. രൂപത്തെക്കുറിച്ച് വ്യക്തമായ ധാരണകളില്ലാതെ ടീച്ചർ തന്റെ വിരലുകൾ കണ്ണാടിച്ചില്ലുകൾക്കിടയിലൂടെ കടത്തിക്കൊണ്ട് ചോദിച്ചു: "ആരാണത്?"

ദുഃസ്വപ്നത്തിന്റെ ഭീതിയിൽപ്പെട്ട് ടീച്ചർ കൈ വലിക്കുവാൻ ശ്രമിക്കുമ്പോൾ ദയനീയമായ ശബ്ദം കേട്ടു: "എന്നെ രക്ഷിക്കൂ, ടീച്ചർ, എന്നെ രക്ഷിക്കൂ."

"നിങ്ങളാര്?" കൈ വിടുവിക്കുവാൻ ശ്രമിച്ചുകൊണ്ട് ടീച്ചർ അലറി.

മറുപടിയില്ല. പെട്ടെന്നാണ് അത് സുരേഷിന്റെ ശബ്ദമാണെന്ന് ടീച്ചർ തിരിച്ചറിഞ്ഞത്. ജനാലയ്ക്കിടയിലൂടെ നോക്കിയപ്പോൾ ഇടിമിന്നലിന്റെ വെളിച്ചത്തിൽ നീണ്ടുവളർന്ന മുടിയും താടിയും ജടയുമുള്ള സുരേഷിന്റെ രൂപം കണ്ടു: "കൈയീന്ന് പിടിവിടാതെ ഞാനെങ്ങനെ അകത്തുകടത്തും, സുരേഷ്?"

വിശ്വസിക്കാനാവാത്തതെന്തോ കേട്ടതുപോലെ സുരേഷ് പകച്ചുനിന്നു. ടീച്ചർ അവന്റെ പിടിയിൽനിന്ന് കൈകൾ വലിച്ചെടുത്തുകൊണ്ട് വാതിൽക്കലേക്കു നടന്നു. പുറത്ത് മഴ ശക്തിയായി പെയ്യുകയാണ്. ഇടിമിന്നൽ ഭയങ്കരമായ ഒച്ചയിൽ മുഴങ്ങുന്നു.

"നീ എവിടെയായിരുന്നു?" ടീച്ചർ ചോദിച്ചു. സുരേഷ് അകത്തുകയറി ബെഡ്ഷീറ്റെടുത്ത് തല തുടച്ച്, നനഞ്ഞൊലിച്ചുകിടക്കുന്ന ഒരു വേട്ടപ്പട്ടിയെപ്പോലെ കിതച്ചുകൊണ്ട് കിടക്കയിൽ നീണ്ടുമലർന്നു കിടന്നു.

'ഈ ജീവിതംപോലെ അനാഥമാണോ ഈ അന്വേഷണവും ടീച്ചർ? ആരോടാണ് ചോദിക്കുക?" സുരേഷ് തട്ടിൻമുകളിലെവിടേക്കോ തുറിച്ചുനോക്കിക്കൊണ്ട് ചോദിച്ചു.

ടീച്ചറുടെ കണ്ണുകൾ നിറഞ്ഞു. എതിരെയുള്ള ഈട്ടിക്കസേരയിൽ ഒരു തളർച്ചയോടെയാണ് ടീച്ചർ ഇരുന്നത്. "എന്താണ് കുട്ടീ, ഈ അനാഥമായ അന്വേഷണം?" ടീച്ചർ ചോദിച്ചു.

മുറിയിലെവിടെയോ ഒരു ഗൗളി കരയുന്നതുകേട്ട് സുരേഷ് പറഞ്ഞു: "ഒന്നിനെക്കുറിച്ചും ഒരെത്തുംപിടിയും കിട്ടുന്നില്ല ടീച്ചർ. എന്റെ തകരാറുകളെക്കുറിച്ച് എനിക്കുണ്ടായിരുന്ന നേരിയ ബോധംപോലും നഷ്ടപ്പെട്ടു തുടങ്ങുകയാണ്. വേർതിരിച്ചെടുക്കാനാവാത്ത ശിഥിലവും വിരക്തവുമായ വിഭ്രാന്തികളാണോ എല്ലാം?"

ചിമ്മിനിവിളക്കിന്റെ അരണ്ട പ്രകാശത്തിൽ ഒരു നിഗൂഢതയുടെ വെളിച്ചം അവർക്കു ചുറ്റും പരന്നൊലിക്കുന്നുണ്ടായിരുന്നു. ഹേതുവും ഫലവും ഇച്ഛയും സിദ്ധിയും നിമിഷവും മഹാകാലവും വിഭിന്നമായി അനുഭവപ്പെടുന്ന ഒരു മഹാനിമിഷം. തനിക്ക് നഷ്ടപ്പെട്ട ഒരു കണ്ണീർത്തുള്ളിയായി അവശേഷിച്ചുകൊണ്ട് ടീച്ചർ കണ്ണുകൾ അമർത്തിത്തുടച്ചു. "സുരേഷ്, ഞാൻ നിന്നെ എത്രമാത്രം സ്നേഹിക്കുന്നുണ്ടെന്ന് നിനക്കറിയാമോ? ക്ലാസിൽ നീയൊരു വികൃതിച്ചെക്കനായിരുന്നുവെന്ന് എനിക്കറിയാം."

സുരേഷ് ചുണ്ടുകൾ കോട്ടി വേദനയോടെ ചിരിച്ചു. "ടീച്ചർ, എന്താണീ സ്നേഹം? സ്നേഹം എന്ന ഒരു കേവലസങ്കല്പമുണ്ടോ? ഉദ്ദേശ്യ

പൂർവമായ ഒരു വികാരമല്ലേ അത്? ടീച്ചർ തെറ്റിദ്ധരിക്കരുത്. നൈസർഗിക മായ സ്നേഹം എന്ന ഒന്നില്ല. 'ഞാൻ ടീച്ചറെ സ്നേഹിക്കുന്നു' എന്നതി നർത്ഥം ഞാൻ ടീച്ചറിൽ നിന്ന് എനിക്കില്ലാത്ത എന്തോ ആവശ്യപ്പെടുന്നു വെന്നാണ്."

"സുരേഷ്, നീയാകെ തകർന്നിരിക്കുന്നു. നീ യാഥാർത്ഥ്യമല്ലാത്ത ഒരു കഥയായി മാറിയിരിക്കുന്നു."

"സ്നേഹത്തിന്റെ ആധാരം പരസ്പരം ആശ്രയിക്കലല്ലേ ടീച്ചർ? അതു ലൈംഗികമോ ബുദ്ധിപരമോ ആവാം. ജീവശാസ്ത്രപരമോ സൗന്ദര്യാ ത്മകമോ ആവാം. അങ്ങനെയല്ലാത്ത ഒന്ന് ഹ്യൂമനിസ്റ്റിന്റെ മാനവ സ്നേഹംപോലെ ഒരു പച്ച നുണയാണ്...." സുരേഷ് ഭയങ്കരമായി കിതച്ചു കൊണ്ടാണ് അതു പറഞ്ഞത്.

"നീ പ്രസംഗിക്കുന്നു." ടീച്ചർ എഴുന്നേറ്റ് കിടക്കയിലിരുന്നു പറഞ്ഞു: "നിന്റെ കൂട്ടുകാരെ, എത്രയാളുകളെ പൊലീസ് കൊന്നു?"

സുരേഷ് അതുകേട്ട് ഞെട്ടിത്തെറിച്ചുകൊണ്ട് നിശ്ശബ്ദനായി കിടന്നു.

"ടീച്ചർ, ഞാനെന്തൊക്കെയോ പറഞ്ഞുപോവുന്നു." സുരേഷ് എന്തൊ ക്കെയോ ഓർത്തുകൊണ്ട് തളർന്നവശനായി കിടന്നു.

"സ്നേഹം ഉദ്ദേശ്യപൂർവമായ ഒരു വികാരമാണെന്നല്ലേ നീ പറഞ്ഞത്? നിനക്കെന്താണ് ഞാൻ തരേണ്ടത് സുരേഷ്?" ടീച്ചർ അവന്റെ ഉന്തിനിൽക്കുന്ന എല്ലുകൾ തലോടിക്കൊണ്ടാണ് അത് പറഞ്ഞത്.

സുരേഷ് ചോദ്യംകേട്ട് ടീച്ചറുടെ അരക്കെട്ടിൽ കൈകൾ ചുറ്റിക്കൊണ്ട് പറഞ്ഞു: "ജീവിതത്തിൽ ഞാനൊരു പെൺകുട്ടിയെപ്പോലും വേദനി പ്പിച്ചിട്ടില്ല." അവൻ മുഴുമിക്കാൻ വയ്യാതെ വിറച്ചുവിറച്ചുകൊണ്ട് നിർത്തി: "ടീച്ചർ, ഞാൻ കീഴടങ്ങുകയാണ്. അതിനുമുമ്പ് ആരെയെങ്കിലും എനിക്ക് സ്നേഹിക്കണം. സ്വാഭാവികമായ സ്നേഹം എന്ന് ഞാനതിനെ വിളി ക്കുന്നില്ല. ഞാൻ ടീച്ചറെ സ്നേഹിക്കുന്നു."

"കുട്ടീ, ഇതെന്ത് ബാലിശമായ കഥയാണ്! ഉദ്ദേശ്യപൂർവ്വമായ സ്നേഹം സ്വാഭാവികമായ സ്നേഹം തന്നെയാണ്," ടീച്ചർ ചിരിച്ചു. "എങ്ങനെയാണ് നീ ഒരു വിപ്ലവകാരിയായത് കുട്ടീ?" ടീച്ചർ വേദനയിൽ കുതിർന്ന ഒരു പുഞ്ചിരിയോടെയാണ് അത് ചോദിച്ചത്. "നീയെന്നെ മനസ്സു കൊണ്ട് വ്യഭിചരിക്കുകയായിരുന്നു, അല്ലേ?"

ടീച്ചർ അവന്റെ നെറ്റിയിൽ ഒരു കന്യാസ്ത്രീയെപ്പോലെ ചുംബിച്ചു. "സുരേഷ്, കുറെ ദിവസങ്ങളായി എനിക്ക് തീരെ ഉറക്കമില്ല. ശാരീരിക മായി പിടിച്ചുനിൽക്കുവാൻ കഴിയുന്നില്ല. ഉറക്കഗുളിക ഉപയോഗിക്കാൻ വയ്യ. ഒരുപക്ഷേ, അതിൽനിന്ന് രക്ഷപ്പെടാൻ കഴിഞ്ഞില്ലെന്നുവരും."

ടീച്ചർ സുരേഷിന്റെ വേദനയിൽ വിരലോടിച്ചുകൊണ്ട് തുടർന്നു: "കോളേജിൽ പോയിട്ട് ദിവസങ്ങൾ ഏറെയായി. കുട്ടികളെ നേരിടാനുള്ള മാനസികമായ സ്റ്റാമിനയില്ല. എനിക്കു പ്രിയപ്പെട്ടതെല്ലാം അറിഞ്ഞോ അറിയാതെയോ നശിപ്പിച്ചുകൊണ്ടിരിക്കുകയാണെന്ന് ഞാനറിയുന്നു."

ഭംഗിയായി അടുക്കിവച്ചിരിക്കുന്ന ടീച്ചറുടെ പുസ്തകങ്ങളിലേക്കു നോക്കി, ടീച്ചറുടെ അഴിഞ്ഞുകിടക്കുന്ന മുടിയിഴകൾക്കുള്ളിൽ വിരലുകൾ പൂഴ്ത്തിക്കൊണ്ട് സുരേഷ് പറഞ്ഞു: "ടീച്ചർ എനിക്ക് ജീവിക്കണമെന്നില്ല. ഇവിടെ എനിക്കിനി ഒന്നും ചെയ്യാനില്ല. ഈ നാറുന്ന രാഷ്ട്രീയക്കാർ എന്നെ വളഞ്ഞു കൊല്ലുമെന്ന് തോന്നുന്നു."

ടീച്ചർ വീണ്ടും കരയുവാൻ തുടങ്ങുകയാണോ? ടീച്ചറുടെ മുഖത്ത് പൈതലിനെപ്പോലെ ഒരുമ്മ കൊടുത്തുകൊണ്ട് സുരേഷ് തേങ്ങി: "ഞാൻ ക്രൂശിതനാണ് ടീച്ചർ... പൊട്ടിച്ചെറിയാനുള്ള വിലങ്ങ് എന്റെ ശരീരമാണ്. നഷ്ടപ്പെടാൻ എനിക്കൊന്നുമില്ല."

ടീച്ചറുടെ കണ്ണുകൾ വിദൂരതയിലെവിടെയോ ആയിരുന്നു. വിദൂരതയിൽ നീണ്ടുപടർന്നുകിടക്കുന്ന നിഴലുകൾക്കിടയിൽ ഒരു തൂക്കുമരം നിൽക്കുന്നു. തൂക്കുമരത്തിനു കീഴെ കാറ്റിൽ പാറിപ്പറന്നുപോകുന്ന ഒരു കടലാസുകഷണം:

Everywhere people are sensible of a change, of a new air, which was flowing through man's minds, and were waiting to see what would come of it...

മുറിയിൽ ഘടികാരത്തിന്റെ പെൻഡുലം അങ്ങോട്ടുമിങ്ങോട്ടും ആടിക്കൊണ്ടിരിക്കുന്നു. കാലം എവിടെയാണ് ഒരു പൊട്ടിത്തെറിയിൽ കൂട്ടിമുട്ടുന്നതെന്നറിയാതെ ടീച്ചർ സുരേഷിന്റെ നഗ്നതയിൽ ഒരു പൈശാചികമായ ആവേശത്തോടുകൂടി പടർന്നുകൊണ്ട് ചോദിച്ചു: "നിങ്ങൾ ഏത് നാശത്തിലേക്കാണ് പോകുന്നത് കുട്ടികളേ?"

Nationalism, Democracy, the aspiration towards liberty have feeble beginnings but a mighty end; while with despotic repressions the beginnings are mighty and the end feeble...

മഴ അപ്പോഴും ഭയങ്കരമായി കോരിച്ചൊരിയുന്നുണ്ടായിരുന്നു. കാറ്റ് അലറിയടിക്കുകയാണ്. എവിടെയോ ഒരു കൊടുങ്കാറ്റിന്റെ ആരംഭമുണ്ട്. സുരേഷ് നാം എങ്ങോട്ടാണ് പോകുന്നത്? ■

വിധിയും മനസ്സും

ജിന്നുകൾക്ക് പെരുത്ത് ഇഷ്ടമാണെന്നോട്. അരൂപികളായി പറന്നു നടക്കുന്ന ജിന്നുകൾക്ക് ചേക്കേറാനുള്ള പാകത്തിലൊരു ശരീരമാണാവശ്യം. അവറ്റകൾ ശരീരത്തിൽ അള്ളിപ്പിടിച്ചിരിക്കുമ്പോൾ കരയാനും ചിരിക്കാനും തോന്നും. ഓത്തുകൾ ഓതിയിട്ട് പോകാൻ നേരത്ത് ജിന്നുകൾ പറയും, "ഈ ദുനിയാവിന്റെ ഖിസ്സ ജ്ജ് എയിത്..."

ഇതാ എന്നു പറയുമ്പോഴേക്കും ജിന്നുകൾ ഒരു മുന്നറിയിപ്പുമില്ലാതെ വിട്ടുപിരിയുന്നു. അപ്പോൾ കടുത്ത വിഷാദമാണ് തോന്നുക. മുറിയിൽ ഞാനൊറ്റയ്ക്കാവുന്ന രാത്രികളിലാണ് ജിന്നുകൾ പരാക്രമങ്ങൾ തുടങ്ങുന്നത്. കണ്ണടച്ചിരുന്നാൽ ജിന്നുകളുടെ മായാജാലങ്ങളാണ്. അടിമുതൽ മുടിവരെ ചൂഴ്ന്നുനിൽക്കുന്ന ഒരസാധാരണ സംത്രാസംകൊണ്ട് ഞാനാകെ ത്രസിച്ചുപോകുന്നു. കണ്ണടച്ചിരുന്ന് പൂതി തീരുവോളം ആശിക്കുന്നതെല്ലാം കണ്ടുകണ്ടങ്ങിരിക്കുകയാണ് ഞാൻ.

കുറച്ചുമുമ്പ് ക്രെംലിൻ കൊട്ടാരത്തിൽ സ്റ്റാലിന്റെ ആപ്പീസുമുറിയിലിരുന്ന് സ്റ്റാലിനോട് സംസാരിക്കുകയായിരുന്നു ഞാൻ. അമ്പത് വർഷങ്ങളുടെ പിറകിലേക്കാണ് ജിന്നുകൾ എന്നെ എടുത്തുകൊണ്ടുപോയത്. ഞാൻ സ്റ്റാലിനോട് പറഞ്ഞു, "ഇതു ശരിയല്ല. പാർട്ടിക്കുള്ളിൽ കൂടുതൽ ചർച്ച ചെയ്യാനുള്ള സ്വാതന്ത്ര്യം വേണം." സ്റ്റാലിൻ പറഞ്ഞു: "ഛെ! വിഡ്ഢിത്തം പറയരുത്. ശത്രുക്കൾ റഷ്യയെ വലയം ചെയ്തിരിക്കുകയാണ്. എല്ലാ കാര്യങ്ങളും ഇരുപതിനായിരം പാർട്ടിസെല്ലുകളിലും ചർച്ച ചെയ്യാം. അപ്പോഴേക്കും എല്ലാ ശീട്ടുകളും ശത്രുവിന്റെ കൈയിലെത്തിയിരിക്കും. പാർട്ടി ഒരു ഡിബേറ്റിങ് സൊസൈറ്റിയല്ല..." ലെനിന്റെ വിഖ്യാതമായ ടെസ്റ്റുമെന്റിനെക്കുറിച്ചൊന്നും സ്റ്റാലിനോട് ചോദിച്ചില്ല. ധൈര്യമില്ല...

ഉഗ്രമായ ദ്വേഷ്യത്തോടെ ജിന്നുകൾ അപ്പോഴേക്കും എന്നെ ക്രെംലിൻ കൊട്ടാരത്തിൽനിന്ന് ആട്ടിപ്പായിച്ചിരുന്നു. "എടാ ഹമുക്കേ ജ്ജ് ആരാണ്ടാ?" ജിന്നുകൾ ദ്വേഷ്യപ്പെട്ടു. ജിന്നുകളിപ്പോൾ പുതിയ ചില വിക്രിയകളാണ് എനിക്കു കാണിച്ചുതരുന്നത്. ഞാനാകെ ത്രസിച്ചു നിൽക്കുകയാണ്. പറയൂ, ജിന്നുകളേ ഞാനിപ്പോഴെവിടെയാണ്? നല്ല

തമാശ! ഏതോ താഴ്വരയിലേക്ക് ഞാനിറങ്ങിയിറങ്ങി വരുന്നു. ഏതെല്ലാമോ ഫാക്ടറികളുടെ ചിമ്മിനികൾ കാണുന്നു. പുകയില്ലാത്ത തെന്ത് ചിമ്മിനികളിൽ? മുഴങ്ങുന്ന നിശ്ശബ്ദതയിലേക്കാണ് ഞാനിറങ്ങി വീഴുന്നത്. നേരെ മുന്നിലായി ബ്ലാസ്റ്റ് ഫർണസ്സിന്റെ കറുത്ത കൂറ്റൻ സിലിണ്ടറുകൾ, നിരവധി മേല്പുരകളുള്ള ഫൗണ്ടറി, ഫാക്ടറി സ്കൂൾ, ഭവനങ്ങൾ, സ്റ്റോറേജ് യാർഡുകൾ, കൺസ്ട്രക്ഷൻ സൈറ്റുകൾ...

വിള്ളലുകളും ഗർത്തങ്ങളും ചപ്പുചവറുകളുംകൊണ്ട് ശൂന്യമായ ഒരിട റോഡിലാണ് ഞാനിപ്പോൾ വന്നുനിൽക്കുന്നത്. എവിടെയോ ആരുടെയോ ദീനവിപാലങ്ങൾ കേൾക്കുന്നുണ്ടായിരുന്നു. നോക്കുന്നിട ത്തെല്ലാം തകർന്നു കിടക്കുന്ന ഒരു യുദ്ധഭൂമിയുടെ അവശിഷ്ടങ്ങൾ കുന്നുകൂടി കിടക്കുന്നു. ഷൂവിന്റെ മുകളറ്റംവരെയെത്തുന്ന ചെളിയാണ് റോഡിൽ. ഫാക്ടറിയുടെ അരച്ചുമരിൽ ചുവന്ന അക്ഷരങ്ങളിൽ ആരോ വിലക്ഷണമായി എഴുതിയിരിക്കുന്നു: 'തോല്പിക്കാൻ കഴിയില്ല. നശിപ്പി ക്കാൻ കഴിഞ്ഞേക്കും.' എന്തോ! ഒന്നുമെനിക്ക് മനസ്സിലാകുന്നില്ല. കൊടിയ നിശ്ശബ്ദതയിൽ ഈണത്തിലുള്ള വിലാപങ്ങളും അസഹ്യമായ ചൂടിന്റെ പുഴുക്കവുംകൊണ്ട് ഞാനാകെ അവശനാകുന്നു.

സ്റ്റോറേജ് യാർഡിന്റെ പിന്നാമ്പുറത്തുള്ള ആ പൊളിഞ്ഞ കെട്ടിട ത്തിൽ നിന്ന് കേൾക്കുന്നത് ഏതോ പെണ്ണിന്റെ കരച്ചിലാണ്. ചെളിയിൽ പൂഴ്ന്ന കാലുകൾ വലിച്ചിഴച്ചുകൊണ്ട് ഇടിഞ്ഞുവീണ അരമതിലിനു മുകളിലൂടെ വലിഞ്ഞുകയറിക്കൊണ്ട് ഞാനെത്തിനോക്കി. ദൈവമേ, കണ്ണുകൾ മഞ്ഞളിക്കുന്നു! ആ കാഴ്ച കണ്ടുനില്ക്കാനുള്ള ശക്തിയില്ലാ യിരുന്നു എന്റെ കണ്ണുകൾക്ക്. അവളുടെ ആത്മാവ് ഭംഗിയുള്ള ആ വിരൽ ത്തുമ്പുകളിൽവരെ ത്രസിച്ചുനില്ക്കുന്നു! കന്യാമറിയത്തിന്റെ ദിവ്യരൂപ മായി അവൾ ആസകലം പൊടിമണ്ണിൽ പൂഴ്ന്നുകൊണ്ട് കിടക്കുന്നു. തന്റെ അമ്മയെ വേദനിപ്പിക്കാതെ പുറത്തുവരാനുള്ള ബദ്ധപ്പാടിലാണ് അവളുടെ ഗർഭത്തിലെ പാവം കുഞ്ഞ്! ള്ളേ ള്ളേ! ഒരു കുഞ്ഞിക്കരച്ചിൽ ഏതു നിമിഷവും ഇപ്പോൾ പുറത്തേക്കു ചാടിവരും. ഗർഭാശയത്തിലെ കുഞ്ഞ് അശാന്തിയോടെ തേങ്ങുന്നത് അമ്മയുടെ മുഖപേശികളിലെ പിടയുന്ന ഞരമ്പുകളുടെ വേദനയിൽ നിറഞ്ഞുനില്ക്കുന്നു. ചീറിപ്പായുന്ന മിസൈലുകൾക്കു താഴെ പൊട്ടിത്തെറിക്കുന്ന ഭീകരശബ്ദങ്ങൾക്കു മുന്നിൽ കൊടുംഭീതിയോടെ ആ അമ്മയും എല്ലാമറിയുന്ന ഗർഭാവസ്ഥ യിലുള്ള കുഞ്ഞും! കടുംകറുപ്പിന്റെ പുകയുന്ന ആകാശം നോക്കുമ്പോഴേ പേടിയാകുന്നു. ചത്തുകിടക്കുന്ന കിളികളെ നോക്കി മരച്ചില്ലകൾ ഉണങ്ങി മരിക്കുകയാണ്. ഇലകളും പൂക്കളും കിളികളും നഷ്ടപ്പെട്ട് മരിച്ചു തുടങ്ങുന്ന വൃദ്ധമരങ്ങൾ സൂര്യനെയും ചന്ദ്രനെയും നക്ഷത്രങ്ങളെയും മഴയെയും കാറ്റിനെയും അസഹ്യമായ ദുഃഖത്തോടെ വിടപറഞ്ഞു കൊണ്ട് നോക്കിനില്ക്കുന്നു.

ഒരമ്പാളിപ്പോടെ ഞാൻ കണ്ണുതുറന്നു. കണ്ടതെല്ലാം പുകയായി എവിടെയോ മറഞ്ഞു. ഹ... ഹ... ഹ... ജിന്നുകളുടെ അട്ടഹാസച്ചിരി.

ജിന്നുകളേ, വെറുമൊരു പെണ്ണല്ല അതു മാലാഖയാണ്. ജിന്നുകളേ, ഷോളക്കോവിന്റെ തൂലിക ഇവളുടെ ഭൂമിശാസ്ത്രത്തെക്കുറിച്ച് എഴുതിയിട്ടുണ്ട്. അല്ല, ജിന്നുകളേ ഒരു സംശയം ചോദിക്കട്ടെ-ള്ളേ ള്ളേന്ന് കരേണില്യേ? ഈ ഭൂലോകത്തിലെ കുഞ്ഞുങ്ങളപ്പടി കരേണത് ഒരേയൊരു ഭാഷയില്... എന്തതിശയം, ല്യേ?

ജിന്നുകൾക്ക് തട്ടിക്കളിക്കാൻ ഞാനെന്റെ ഏകാന്തതയിൽ നിശ്ശബ്ദം കിടന്നുകൊടുക്കുകയേയുള്ളൂ. മുറിയുടെ വാതിൽ അടച്ചുകുറ്റിയിട്ട് ഒരു ദീർഘനിശ്വാസത്തോടെ ഞാനെന്റെ കൊച്ചുമുറിയിൽ ഒരു കിടത്തമുണ്ട്. കട്ടിലിൽ നീണ്ടുനിവർന്നുള്ള ആ കിടത്തമാണ് ജിന്നുകൾക്ക് പെരുത്ത് ഇഷ്ടം. സ്വന്തമെന്നു പറയാൻ ആകെക്കൂടിയുള്ള എന്റെ ശരീരം ജിന്നുകൾ സ്വന്തമാക്കും. എന്തെല്ലാമോ ഓത്തുകൾ ഓതിയിട്ട് വന്നവഴിയേ ജിന്നുകൾ പറന്നുപോകും. ആൺജിന്നും പെൺജിന്നുമുണ്ട്. എനിക്കിഷ്ടം പെൺജിന്നിനോടാണ്. പെൺജിന്ന് ഉള്ളിൽ കയറിയിരുന്നാൽ ആകെക്കൂടി ഒരിക്കിളി തോന്നും. ദുഃഖമോ വിഷാദമോ ഉണ്ടാവില്ല. പാടാനും ആടാനും തോന്നും. സുഖകരമായ നിർവൃതിയുടെ ആലസ്യത്തിൽ ഞാനപ്പോൾ കണ്ണാടി നോക്കിനില്ക്കും. കണ്ണെഴുതാനും ലിപ്സ്റ്റിക് തേക്കാനും തോന്നും. ഞൊറിഞ്ഞുടുക്കാൻ സാരിയില്ലാതെ, തലയിൽ ചൂടാൻ പൂക്കളില്ലാതെ ഞാനാകെ പരവശനാകും.

ഉള്ളിലാവേശിച്ചിരിക്കുന്ന ജിന്നുകൾക്ക് ഇപ്പോൾ ഒരു പ്രത്യേകതരം സ്വഭാവമാണുള്ളത്. മസ്തിഷ്കത്തിന്റെ കേന്ദ്രനാഡിയിലെവിടെയോ അവറ്റകൾ അള്ളിപ്പിടിച്ചിരിക്കുകയാണ്. എനിക്കിഷ്ടപ്പെട്ട ചരിത്രവിഷയങ്ങളെക്കുറിച്ച് അവറ്റകൾ ഭയപ്പെടുത്തുന്ന രീതിയിലാണ് സംസാരിച്ചുകൊണ്ടിരിക്കുന്നത്. ഈ ഭൂമി വെറുമൊരു ചവറ്റുകൂനയാണ്. മരിച്ചയാളുകളാണ്, ഭ്രാന്തന്മാരാണ്, ഈ ഭൂമിയിലെ അന്തേവാസികൾ... എന്നിങ്ങനെയുള്ള ഓത്തുകൾ താളാത്മകമായി ജിന്നുകൾ ഓതിത്തുടങ്ങി.

മനസ്സ് ശക്തിഹീനമായിത്തീർന്ന ഒരു നിമിഷത്തിൽ ഞാൻ കണ്ണുകളടച്ചു. അന്ധകാരമാണ്. ഞാനെവിടെയോ ആണ്. പഴക്കത്തിന്റെ അതീതമണമുള്ള അന്ധകാരത്തിലെവിടെയോ ആണ്. ആൾരൂപങ്ങൾ കുറേശ്ശെയായി ഇരുട്ടിൽനിന്ന് തെളിഞ്ഞുവരാൻ തുടങ്ങി. ആരോടും പറയാനാകാത്ത ഒരു ഭീകരരംഗം നിശ്ശബ്ദനായി ഞാൻ കണ്ടുകൊണ്ടിരുന്നു. നിനക്ക് മനസ്സിലായോ, അവളാരെന്ന്? ജിന്നുകൾ ചോദിച്ചു. കരയുന്ന ഒച്ചയിൽ ഞാൻ പറഞ്ഞു: പെത്താച്ചി!

വിജയോന്മത്തരായ ആളുകളാണ് അവർ. പെത്താച്ചിക്കു ചുറ്റും ഒരു വലയം തീർത്തിരിക്കുന്നു. കണ്ണീരിന്റെ പാടുകൾ പെത്താച്ചിയുടെ മുഖത്തുണ്ടായിരുന്നു. സ്വീകാര്യക്ഷമതയുടെ വിരിഞ്ഞിറങ്ങുന്ന ആഴങ്ങളിലേക്ക് പൊട്ടിപ്പോയ എതിർപ്പിന്റെ പിടിവള്ളികളുമായി പെത്താച്ചി കാലുകളകത്തിക്കിടക്കുന്നു. പെത്താച്ചിയുടെ കൈകാലുകളിലെ പിടിവിട്ടുകൊണ്ട് മല്ലന്മാർ ആഹ്ലാദപൂർവം എണീറ്റുനിന്നു. പെത്താച്ചിയെ

ഊഴമനുസരിച്ച് അവരെല്ലാം അമ്മാനമാടിക്കളിക്കാൻ തുടങ്ങി. ആളിക്കത്തുന്ന കണ്ണുകളുമായി ദൂച്ചെ നേർക്കുനേരെയുണ്ട്. ഒരു ഇരുമ്പുതൂണിൽ ഇളകാനാകാത്തവിധം ദൂച്ചെയെ കെട്ടിവരിഞ്ഞിരിക്കുകയാണ്. ദൂച്ചെയുടെ നാക്ക് അണ്ണാക്കിലേക്കിറങ്ങിപ്പോയി. എത്ര ശ്രമിച്ചിട്ടും ഒരക്ഷരം മിണ്ടാൻ ദൂച്ചെയ്ക്ക് കഴിഞ്ഞില്ല.

വേണ്ട! അവശേഷിച്ച ചരിത്രം എനിക്കറിയാവുന്നതാണ്. ജിന്നുകളേ, എനിക്ക് കാണേണ്ട! തോക്കുചൂണ്ടി നില്ക്കുന്നതു കണ്ടിട്ടും പെത്താച്ചിക്കു വിശ്വാസം വന്നില്ല. “നിങ്ങൾക്കത് ചെയ്യാനാവില്ല...” പെത്താച്ചി വിളിച്ചുകൂവി. വെടിയുണ്ടകൾ ചീറിപ്പാഞ്ഞു.

ദൂച്ചെയും വെപ്പാട്ടിയും ചത്തുവീണു. മിലാനിലെ തെരുവിൽ കൊന്നു കൂട്ടിയിട്ട ശവക്കൂമ്പാരത്തിനു മീതെ ദൂച്ചെയും വെപ്പാട്ടിയും വലിച്ചെറിയപ്പെട്ടു. ആളുകൾ ദൂച്ചെയുടെ മുഖത്ത് കാറിത്തുപ്പി. അവർ അരിശം തീരാതെ തൊഴിക്കുകയും ചവിട്ടുകയും ചെയ്തു. ചത്തുകിടക്കുന്ന ദൂച്ചെയുടെ ശരീരത്തിലേക്ക് പിന്നെയും വെടിയുണ്ടകൾ ഉതിർത്തു. അവസാനം ശവങ്ങൾ രണ്ടും തലകീഴായി കെട്ടിത്തൂക്കിയിട്ടു. ശരീരത്തിന്റെ മറയ്ക്കപ്പെട്ട ഭാഗങ്ങൾ വെളിവാക്കപ്പെട്ട് വായുവിൽ തലകീഴായി നില്ക്കുന്ന പെത്താച്ചി... ബീഭത്സമായ കാഴ്ചയായിരുന്നു.

മതി! ജിന്നുകളേ, വയ്യ...

ഓരോ ജിന്നും എനിക്കു തരുന്നത് ഓരോതരം അറിവാണ്. അവറ്റകൾ ഒരു മുന്നറിയിപ്പുമില്ലാതെ പെട്ടെന്നു വിട്ടുപിരിയുകയും ചെയ്യും. ലോകം കൺമുന്നിൽവെച്ച് രണ്ടായിപ്പിളരുന്ന ഈയവസ്ഥയിൽ കടുത്ത ശൂന്യതയാണെനിക്ക് തോന്നുക. ജിന്നുകളോട് ഒരിക്കലും ദേഷ്യപ്പെട്ടു കൊണ്ട് ഞാൻ സംസാരിച്ചിട്ടില്ല. ചില ജിന്നുകൾ നല്ലതു ചെയ്യാനും നല്ലത് പറയാനും നല്ലത് ചിന്തിക്കാനും വേണ്ടിയല്ല ഉള്ളിൽ വന്നു കുടിയിരിക്കുന്നത്. എന്റെ മസ്തിഷ്കത്തിലെ നന്മയുടെ കോശങ്ങളിലുള്ള വരകളും കുറികളും അക്ഷരങ്ങളും കുറേശ്ശെ കുറേശ്ശെയായി ചെകുത്താൻ ജിന്നുകൾ തുപ്പൽ തേച്ച് മായ്ച്ചുകൊണ്ടിരിക്കും. എന്നിട്ട് സാത്താന്റെ കിത്താബെടുത്ത് ഓത്ത് തുടങ്ങും. ജിന്നിനു തട്ടിക്കളിക്കാനുള്ള പാകത്തിൽ ഞാനെന്റെ ഏകാന്തതയിൽ നിശ്ശബ്ദം കിടന്നു കൊടുക്കുകയേയുള്ളൂ. എന്തു പറഞ്ഞാലും ഒരക്ഷരം എതിർത്തു പറയാതെ...

ജിന്നുകൾ ചിരിക്കാൻ തുടങ്ങി.

അതിഗഹനമായ ചിന്തയിൽ ഗൗരവത്തോടെ മയങ്ങിക്കിടക്കുന്ന കഴുതയെപ്പോലെ നീയിങ്ങനെ മിണ്ടാട്ടം മുട്ടി ഇരിക്കാതെടോ കുണ്ടാ. കഴുത ഒരു ഫിലോസഫറാണ്, ല്യേ? - ജിന്നുകളുടെ ചിരി നേർത്തു നേർത്തു വരികയാണ്.

ഏതോ ഒരു നിമിഷത്തിൽ വീണ്ടും മനസ്സ് ഇളകിയാടാൻ തുടങ്ങി. വിശ്വസിക്കാതെ തരമില്ല. ഞാനെവിടെയോ എത്തിയിരിക്കുകയാണ്.

ഏതോ ഒരു നിലവറയിലെ ഇരുണ്ടമുറി. നിലവറയെന്ന് പറയാനാവില്ല. ഭൂമിക്കടിയിലുള്ള ഒരു സ്വീകരണമുറി. ഒന്നും അയഥാർത്ഥമായെനിക്ക് അനുഭവപ്പെടുന്നില്ല. ജീവനോടെ വന്നിറങ്ങി നില്ക്കുന്ന അനുഭവമാണ്. ഭ്രമാത്മകമായ ആ കാഴ്ചകളിലേക്ക് തുറിച്ചുനോക്കിക്കൊണ്ട് ഞാൻ നില്ക്കുകയാണ്. ചേതോഹരിയായ ആ സ്ത്രീയുടെ പിറകെയിരിക്കുന്ന മനുഷ്യനെ കത്തുന്ന ഉൾഭയത്തോടെയാണ് ഞാൻ തിരിച്ചറിഞ്ഞത്. എന്റെ തലയോടിനുള്ളിലാണ് ഹൃദയമിടിപ്പിന്റെ ഒച്ച ഞാനിപ്പോൾ കേൾക്കുന്നത്. ഇവാ ബ്രോണും ഹിറ്റ്ലറും ഒച്ചയുയർത്തിയാണ് സംസാരിക്കുന്നത്. അവർ പറയുന്നതൊന്നും എനിക്കു മനസ്സിലാകുന്നില്ല. വികാരം അണപൊട്ടിയ വാക്കുകൾകൊണ്ട് അവർ പരസ്പരം ചുംബിച്ചു രസിക്കുകയാണ്. ചാൻസലറി മന്ദിരത്തിനു മുന്നിൽ പീരങ്കിയുണ്ടകൾ വീഴുന്ന ഒച്ച ബങ്കറിന്റെ അകത്തളങ്ങളിൽ ഭയപ്പെടുത്തുന്നവിധം മുഴങ്ങുന്നുണ്ട്. ചുംബനരസത്തിൽ ലയിച്ചിരിക്കുമ്പോഴും ഹിറ്റ്ലറുടെ കണ്ണുകൾ വിദൂരതയിലെവിടെയോ നോക്കുന്നതുപോലെയാണ്. ഇവാ ബ്രോൺ മറ്റേതോ ലോകത്തിന്റെ മരണസന്ദേശം വഹിച്ചെത്തിയ ദൂതിയെപ്പോലെ കാണപ്പെട്ടു. വികാരത്തള്ളിച്ചകൊണ്ട് എന്തെല്ലാമോ അസ്പഷ്ടമായ വാക്കുകളാണ് ഹിറ്റ്ലർ പുലമ്പുന്നത്. കരയുന്ന ഒച്ചയിൽ ഇവാ ബ്രോൺ ഒരേ വാക്കുകൾതന്നെ ആവർത്തിച്ചുകൊണ്ടിരിക്കുന്നു: "പാവം! അഡോൾഫ്... പാവം! അഡോൾഫ്..."

കാഴ്ചയിൽ ഒരു പ്രേതത്തെപ്പോലെയാണ് ഹിറ്റ്ലർ നിൽക്കുന്നത്. ഒരു കാൽ പ്രയാസപ്പെട്ട് വലിച്ചിഴച്ചുകൊണ്ടാണ് മുറിയിൽ അങ്ങോട്ടുമിങ്ങോട്ടും നടക്കുന്നത്. മാസ്മരശക്തിയുടെ തിളക്കം വാർന്നുപോയ വരണ്ട കണ്ണുകളും കൂനിക്കൂടിയ നടത്തവും.

'ഇവാ!" ഹിറ്റ്ലറുടെ ഒച്ച ഉയർന്നു: "ഇല്ല, സെക്കന്റുകൾ മാത്രം അവശേഷിക്കുന്നു. മരണം! അസ്തിത്വത്തിന്റെ ഏറ്റവും യോഗ്യമായ സാധ്യത - മരണം മാത്രം." ഹിറ്റ്ലറുടെ ഇടതുകൈ നിയന്ത്രണം വിട്ട് ചലിക്കാൻ തുടങ്ങി. വലതുകൈകൊണ്ട് ഇടതുകൈയമർത്തിപ്പിടിച്ചുകൊണ്ട് ഹിറ്റ്ലർ നിറഞ്ഞ കണ്ണുകളോടെ കുനിഞ്ഞു. ഇവാ ബ്രോണിന്റെ മൂർദ്ധാവിൽ കൈവച്ചു. ഒരു നിമിഷനേരത്തേക്ക് ഒരമാനുഷിക പ്രതീതിയുടെ തിളക്കം ആ കണ്ണുകളിൽ മിന്നിമറഞ്ഞു.

"ഒരു സെക്കന്റ് നേരത്തേക്ക് കൂടുതലായെങ്കിലും എനിക്ക് നിന്നെ കണ്ടുകൊണ്ടിരിക്കണം. നിന്റെ കണ്ണുകൾ എന്നെന്നേക്കുമായി അടഞ്ഞുപോകുന്ന ആ നിമിഷം എന്റേതായിരിക്കണം. അതുകൊണ്ട് വിഷപാനം നിനക്ക്. ഞാനുതിർക്കുന്ന വെടിയുണ്ട എനിക്കും..." ഹിറ്റ്ലർ പറഞ്ഞു: "നിന്റെ ശരീരം വെടിയുണ്ടകൾകൊണ്ട് തകർത്ത് വികൃതമാക്കാനെനിക്ക് താത്പര്യമില്ല ഇവാ..."

ജിന്നുകളേ, എല്ലാം തകർന്നു തരിപ്പണമായിക്കിടക്കുന്ന ഈയവസ്ഥയിലും ഒരു മനുഷ്യന്റെ സ്ഥൈര്യം നോക്കൂ. അനുഭവങ്ങൾ ഹിറ്റ്ലറെ

ഒന്നും പഠിപ്പിച്ചിട്ടില്ലെന്ന് തോന്നും. തകർന്നുടഞ്ഞ സാമൂഹികഘടനയുടെ തൊണ്ടിനുള്ളിൽ ഞെരിക്കപ്പെട്ടുകിടക്കുന്ന നിസ്സഹായരായ മനുഷ്യരുടെ സഹനശക്തിക്ക് അതിരുകളുണ്ടെന്നും തകർന്നവരും ദുഷിക്കപ്പെട്ട വരുമായ മനുഷ്യരെ കെടുതികളിൽനിന്ന് രക്ഷിക്കാനാവാത്ത ഈശ്വര നോട് ആർക്കും വിധേയത്വമുണ്ടാവില്ലെന്നും ഒരർത്ഥത്തിലും ഹിറ്റ്ലർ മനസ്സിലാക്കിയിട്ടില്ലെന്ന് തോന്നും. ജിന്നുകളേ, ഇല്ലാത്ത സേനാവ്യൂഹ ങ്ങൾക്ക് അവസാന നിമിഷത്തിലും ഈ മനുഷ്യൻ ഉത്തരവുകൾ നല്കി ക്കൊണ്ടേയിരുന്നു. കഫം കുറുകുന്ന ശബ്ദത്തിൽ അയാൾ ശ്വസിച്ചു കൊണ്ടിരുന്നു. ചോരയും മാംസവുമുള്ള ഒരു പച്ച മനുഷ്യൻ എങ്ങനെ യാണ് ഈശ്വരനാവുക?

ഇവാ വായ തുറന്നു. എന്റെ പൊന്നേ, ചക്കരമുത്തേ... അങ്ങനെ എന്തെല്ലാമോ ഹിറ്റ്ലർ പുലമ്പുന്നുണ്ടായിരുന്നു. ഹിറ്റ്ലർ വിറയ്ക്കുന്ന കൈകൊണ്ട് ഇവാ ബ്രോണിന്റെ വായിലേക്ക് വിഷക്കുപ്പി കമഴ്ത്തി ക്കൊടുത്തു. ഇവാ ഒരു വിഷാദമന്ദഹാസത്തോടെ പാനീയം നുണ ച്ചിറക്കി. ഞൊടിയിടകൊണ്ട് മുഖം വിളറി വെളുത്ത് ചുക്കിച്ചുളിച്ചു തുടങ്ങി.

“പാവം... അഡോൾഫ്...”

അപ്പോഴും അവൾ പിറുപിറുത്തു.

അഡോൾഫിനെ ആസകലം അവൾ വരിഞ്ഞുചുറ്റി. ഒടിഞ്ഞ തലയു മായി പൊടുന്നനെ നിലംപതിച്ചു. അവസാനത്തെ ഒരു കെട്ടിപ്പിടിത്തവും ചുംബനവും - കഴിഞ്ഞു. ‘ഠെ!’ വെടിപൊട്ടി. ചോരയിൽ കുളിച്ച് ഹിറ്റ്ലർ സോഫയിലേക്ക് വീണു. ഒരു മണിമുഴക്കമായി ഹിറ്റ്ലറുടെ ആത്മാവ് നരകനദിയുടെ ചുഴികളിലേക്ക് ആഴ്ന്നിറങ്ങിപ്പോയി.

മതി, ജിന്നുകളേ, വയ്യ, വയ്യ...

വിചിത്രസ്വഭാവമുള്ള ജിന്നുകൾ! എന്തെല്ലാമാണ് എന്റെ തലയിലി രുന്ന് ഓതുകയും കാണിച്ചുതരികയും ചെയ്യുന്നത്? കിടക്കയിൽ തല കുത്തി മറിഞ്ഞുകൊണ്ട് ഞാൻ ജിന്നുകളോട് അപേക്ഷിച്ചു:

പോകൂ. എന്നെ ശല്യപ്പെടുത്താതെ...

ഇല്ല പോകില്ല.

ജിന്നുകൾ കടുത്ത വാശിയിലാണ്.

നിനക്ക് കരച്ചിൽ വരാത്തതെന്ത്?

ഇല്ല, നിനക്ക് കരച്ചിൽ വരുന്നതുവരെ, പൊട്ടിക്കരയുന്നതുവരെ ഞങ്ങൾ അടങ്ങിയിരിക്കയില്ലെടോ- ജിന്നുകൾ കടുത്ത വാശിയിലാണ്.

ഒരക്ഷരം മിണ്ടണ്ട! കണ്ണടച്ചേക്ക്.

ജിന്നുകൾ കല്പിച്ചു.

ഇപ്പോൾ ജിന്നുകളുടെ ഊഴമാണ്. ജിന്നുകളാണ് സംസാരിച്ചു കൊണ്ടിരിക്കുന്നത്: മൂക്ക് പൊത്തരുത്. ഇതൊരാസ്പത്രിയാണ്. കുഞ്ഞുങ്ങളെ ചികിത്സിക്കാൻ മരുന്നുകളില്ലാത്ത ആസ്പത്രി. ആറാം നമ്പർ വാർഡിലെ തെക്കേയറ്റത്തുള്ള നമ്പർ ഒമ്പത് മുറി. ഒരു പൊന്നു മോള് അകത്ത് ഉറങ്ങിക്കിടക്കുന്നു. ആർദ്രത നിറഞ്ഞ ചേതോഹരമായ ആ മുഖകാന്തിയിൽനിന്ന് കണ്ണുകൾ പറിച്ചെടുക്കാൻ മനഃസാക്ഷിയുള്ള ആർക്കും കഴിയുകയില്ല. രാജ്യത്തിന്റെ മേൽ പതിച്ചുവീണ ഉപരോധം - വർഷങ്ങളായി നീണ്ടുപോകുന്ന ഉപരോധം - നിഷ്കളങ്കമായ ഒരു കുഞ്ഞുഹൃദയത്തെയാണ് ഇഞ്ചിഞ്ചായി കാർന്നുതിന്നുന്നത്. മരുന്നും ചികിത്സയുമില്ലാതെ മണ്ണടിഞ്ഞുപോയ എണ്ണമില്ലാത്ത കുരുന്നുഹൃദയ ങ്ങൾക്കു മുന്നിൽ, വില തീരാത്ത ഒരു രത്നംപോലെ ഏകാകിയായി അവശേഷിച്ച - ഈ കൊച്ചു ഹൃദയത്തിന്റെ വേദനിക്കുന്ന മിടിപ്പുകൾക്കു മുന്നിൽ വിനയപൂർവം തലകുനിച്ചുനിൽക്കുക സുഹൃത്തേ, അവൾ മിടുക്കിയാണ്. മിടുമിടുക്കിയാണ്.... പക്ഷേ...

ഇപ്പോൾ കരയുന്ന ഒച്ചയാണ് ജിന്നുകൾക്ക്. എത്ര ഭംഗിയുള്ള ഒരു ചിത്രമാണ് അവൾ വരച്ചിരിക്കുന്നതെന്ന് നോക്കൂ. സൂര്യൻ, കീഴെ മേഘങ്ങൾ; ചിറകുകൾ മുളച്ച മനുഷ്യർ പൂമ്പാറ്റകളെപ്പോലെ പറന്നു കളിക്കുന്നു! ഈ പൊന്നുമോൾക്ക് ഹൃദയമുള്ള ആരാണ് ഒരുമ്മ കൊടുക്കാതിരിക്കുക? -ന്റെ പൊന്നുമോളല്ലേ ഒന്നെഴുന്നേറ്റ് നടക്ക്. ഇല്ല, ഒരു ഞൊടിയിട നേരത്തേക്ക് അവൾ പിടിച്ചുനിൽക്കും. അഴിഞ്ഞു വീഴുന്ന വസ്ത്രംപോലെ അവൾ താഴത്ത് വീണുപോകും. കടുത്ത ഭീതി യോടെ വിദൂരതയിലെവിടെയോ അവൾ നോക്കിക്കൊണ്ടിരിക്കുന്നു! ഉവ്വ്, എനിക്ക് കരച്ചിൽ വരുന്നു, കരച്ചിൽ വരുന്നു! ഈ മോള് എനിക്കാരു മല്ലെന്ന് വിശ്വസിക്കാൻ എനിക്കു കഴിയുകയില്ല. ഇവളെന്റെ പൊന്നു മോളാണ്...

മതിയാക്കൂ ജിന്നുകളേ, എന്നെ വെറുതെ വിടൂ.

പൊട്ടിക്കരയുകയാണ് ഞാൻ-

പോരാ! കാണാനുള്ള ഒരു കാഴ്ച കൂടിയുണ്ട്. അതുംകൂടി നീ കാണണം.

കടലിരമ്പുന്ന ഒച്ചകേട്ട് കണ്ണു തിരുമ്മി നോക്കി. നായ്ക്കരിമ്പുകളും ചുള്ളിപ്പൊന്തകളും നിറഞ്ഞ ചാവക്കാട് കടപ്പുറത്ത് ജിന്നുകൾ എന്നെയും തൂക്കിയെടുത്ത് ഏതോ ഇടവഴിയിലൂടെ എങ്ങോട്ടോ ഊളി യിടുകയാണ്. മീൻചാപ്പകളും ദുർഗന്ധങ്ങളുമുള്ള പഴയ ചാവക്കാട് കടപ്പുറം. ഏതോ ചെറ്റക്കുടിലിന്റെ പൊളിഞ്ഞ ഉമ്മറത്തിട്ടയിലിരിക്കുന്ന ഒരു പാവം കുട്ടിയെയാണ് ജിന്നുകൾ ചൂണ്ടിക്കാണിച്ചുതരുന്നത്. ഇക്കുട്ടി എന്തോരം കരഞ്ഞെന്നറ്യാമോ നിനക്ക്? ജിന്നുകൾ എന്താണ് പറഞ്ഞു വരുന്നതെന്ന് എനിക്കു മനസ്സിലായി. ഒരു കീറട്രൗസറിനുള്ളിൽ

ചുള്ളിക്കമ്പുകളടുക്കിയതുപോലെ എല്ലുകളുന്തിയ കുട്ടി. ചേറിലും മണ്ണിലും ഉരുണ്ട് മൂക്കളയൊലിപ്പിച്ചിരിക്കുന്ന ഒരസത്ത് കുട്ടി. തല മണ്ടയ്ക്ക് കിഴുക്ക് കിട്ടിയും പുളിവടികൊണ്ട് പൊതിരെ തല്ല് കിട്ടിയും പിച്ചും ഇടിയുംകൊണ്ട് അവശനായി ഇക്കുട്ടി കല്ലായിരിക്കുന്നു... "പോർക്ക്പോലെ ഓള് തടിച്ചിരിക്കുന്നു." കുട്ടിയുടെ അമ്മയെക്കുറിച്ചാണ് ജിന്നുകൾ പറയുന്നത്. "കൂത്തിച്ചി!"

പൊട്ടിയ വളപ്പൊട്ടുകൾ, പളുങ്കു ഗോട്ടികൾ, കുന്നിക്കുരു, പുളിങ്കുരു...

ഇത്തിരിവട്ടത്തിലുള്ള സ്വപ്നങ്ങൾ മാത്രമുള്ള ഒരു പാവം കുട്ടി!...

കഥയുടെ ബാക്കിയെന്താണ്?

ഗാഢമായ ഒരു നിദ്രയിലേക്ക് ഞാനറിയാതെ വഴുതിവീഴുകയാണ്. ജിന്നുകളുടെ ചിരി നേർത്തുനേർത്തുവരികയാണ്. ഉന്തുന്തു... ന്തുന്തു... ഉന്തുന്തു... ന്തു...ന്തു... ഉന്തു... ന്തു... ന്തു... ന്തു... ഉന്തുന്തുന്തു... ആളെ ഉന്തൂ....

■

വിശദാംശങ്ങൾകൊണ്ട് ശൂന്യതയെ മറികടക്കുന്നതെങ്ങനെ?

സ്നേഹപൂർവ്വം എന്ന് ചുവന്ന നൂലുകൾകൊണ്ട് ആലേഖനം ചെയ്തിട്ടുള്ള തലയണ. എന്താണെന്നു തിരിച്ചറിയാനാകാത്ത ആലസ്യമുണർത്തുന്ന ഏതോ ഗന്ധം കിടക്കയിലാകെ. ഏതാണ് ഈ പരിസരമെന്നറിയാതെ അന്ധാളിപ്പോടെ എണീറ്റിരിക്കുകയായിരുന്നു. കാക്കകൾ തലങ്ങും വിലങ്ങും 'ക്രാക്രാ' കരയുന്നത് ചെവിയിൽ തുളച്ചുകയറുന്നു. വലിയ വിസ്താരമൊന്നുമില്ലാത്ത മുറിയിലെ പഴയ മട്ടിലുള്ള ചെറിയ ജനാലകൾ. ചുമരിനോടു ചേർന്നുകിടക്കുന്ന അഴയിലെ വസ്ത്രങ്ങൾ ഒരടുക്കും ചിട്ടയുമില്ലാതെ. അഴയിൽക്കിടക്കുന്നത് സാരിയും ബ്ലൗസും ഇട്ടുമുഷിഞ്ഞ ബ്രാസിയറുകളും മുണ്ടും മറ്റും. എത്ര ഓർത്തിട്ടും ഞാനെങ്ങനെയാണ് ഈ മുറിയിലെത്തിപ്പെട്ടത് എന്ന് ഓർമ്മ വരുന്നില്ല. ചെണ്ടകൊട്ടുന്ന ഹൃദയമിടിപ്പിന്റെ വിറയലോടെ ചുമരലമാരയുടെ കണ്ണാടിയിലേക്കുതന്നെ ഞാൻ തുറിച്ചുനോക്കുന്നു. അവിടെയതാ, ഒരാൾ ഭയപ്പാടോടെ എന്നെ തുറിച്ചുനോക്കുന്നു! പെട്ടെന്ന് അവളുടെ മുഖഭാവമാകെ മാറി. ഒരു പൊട്ടിച്ചിരി! ചിരിച്ചത് കണ്ണാടിയിലെ സ്ത്രീരൂപമായിരുന്നില്ല എന്ന് പിന്നീടാണ് എനിക്കു മനസ്സിലായത്. ഞാൻപോലുമറിയാതെ എന്റെയുള്ളിൽ എവിടെയോ നിന്നായിരുന്നു ആ പൊട്ടിച്ചിരി! എന്റെ സ്വന്തം ശബ്ദവുമായി ഒരുതരത്തിലും സാമ്യമില്ലാത്ത പരിഹാസച്ചുവയുള്ള പൊട്ടിച്ചിരി! എന്റെ തൊണ്ടയിൽനിന്നുതന്നെയാണ് അത് പുറത്തേക്കു വന്നത്. അപ്പോൾ മാത്രമാണ് ഞാനെന്റെ സ്വരൂപം എന്താണെന്നു ശ്രദ്ധിച്ചുതുടങ്ങിയത്. ഷേവ് ചെയ്യുന്ന കല്ലിച്ച മുഖമായിരുന്നില്ല അത്. അയ്യ്യേ, ലജ്ജയോടെ ഞാൻ മുഖം പൊത്തി നിന്നുപോയി.

യാഥാർത്ഥ്യത്തിന്റെ ദുരൂഹതയും പൊരുത്തക്കേടും തള്ളിക്കളഞ്ഞുകൊണ്ട് സുഖകരമായ ഒരു ആനന്ദത്തിന്റെ ഉന്മാദാവസ്ഥയിലേക്കു പതുക്കെപ്പതുക്കെ ഞാൻ പിടിവിട്ടു വീഴാൻ തുടങ്ങി. ഒരേസമയത്തുതന്നെ പൊട്ടിക്കരയാനും ഉറക്കെ പൊട്ടിച്ചിരിക്കാനും തോന്നിപ്പോകുന്ന

വിചിത്രമായൊരു ഉന്മാദാവസ്ഥയിലേക്കു ഞാൻ പിടിവിട്ടുവീഴാൻ തുടങ്ങി. ബുദ്ധിഭ്രമം പിടിച്ച ഒരു സ്ത്രീയുടെ മാനസികാവസ്ഥയിലായിരിക്കുമോ ഞാനകപ്പെട്ടിരിക്കുന്നത്?

ഞാനൊരു പുരുഷനായിരുന്നു എന്ന തോന്നൽ ഭ്രാന്തിപ്പെണ്ണിന്റെ ബാധയോ മനോവൈകല്യം പിടിച്ച തോന്നലോ ആയിരിക്കാനാണ് സാധ്യത. എല്ലായിടത്തുമുള്ള വിചിത്രമായ അപരിചിതത്വം, പരിസരങ്ങളിലെല്ലായിടത്തുമുള്ള അസാധാരണമായ ഈ അപരിചിതത്വം. അതാണ് മനസ്സിലാകാത്തത്. സ്വന്തം ശാരീരം! സ്വന്തം ശരീരം! വലിയ അതിശയത്തോടെയാണ് എന്റെ ശരീരത്തിന്റെ വിശദാംശങ്ങളിലേക്കു നോക്കിനിൽക്കുന്നത്. ഏതോ ഒരന്യസ്ത്രീയെ ആദ്യമായി കണ്ടിട്ടെന്നപോലെ ഞാനെന്നെത്തന്നെ നോക്കിനിൽക്കുക! ശരിക്കും ഭ്രാന്തുപിടിച്ച ഒരു മാനസികാവസ്ഥയിലേക്കുതന്നെയാണ് തലകുത്തിവീണിരിക്കുന്നത്.

ചങ്കുകീറുന്ന വാക്കിന്റെ കത്തിയുണ്ടല്ലോ നിന്റെ കൈയിൽ...

ഉണ്ടല്ലോ!

തല ഛേദിച്ച് ചോര വാർന്നൊഴുകുന്ന തല കൈയിൽ തൂക്കിപ്പിടിക്കണം..

എന്നിട്ടോ

കുടൽമാലകൾ മാലയാക്കി കഴുത്തിലണിയണം. ഹഹഹ... ഭ്രാന്തുതന്നെയാണെനിക്ക്. മുഴുത്ത ഭ്രാന്ത്! ശരിക്കും ഭ്രാന്തുപിടിച്ച ഒരു മാനസികാവസ്ഥയിലേക്കുതന്നെയാണ് തലകുത്തിവീണിരിക്കുന്നത്. എവിടെയോ പലവട്ടം കണ്ടു പരിചയിച്ച ഒരാളുടെ മുഖച്ഛായയായിരുന്നു എനിക്കുണ്ടായിരുന്നത്. കള്ളപ്പുഞ്ചിരി നിഗൂഢമായി ഒളിപ്പിച്ചുവച്ച മലച്ച ചുണ്ടുകൾ; നീണ്ടു കൂർത്ത മൂക്ക്, വലിയ കണ്ണുകൾ, കവിളത്ത് ഒരു കൊച്ചുകാക്കപ്പുള്ളി, ഇടതിങ്ങിയ മുടിയുടെ സമൃദ്ധിയിൽ തലോടിക്കൊണ്ട്, സ്വയം മറന്നുകൊണ്ട് ഞാൻ നിന്നു. ശ്ശോ! ചുണ്ടുകൾ അമർത്തിക്കടിച്ചുപോയി. ഒരു ചെറുപ്രായക്കാരിയുടെ ശരീരമൊന്നുമല്ല. ബ്രായുടെ ഇറുകിയ വടിവുകളിൽ പറ്റിച്ചേർന്നുകൊണ്ട് വീർപ്പുമുട്ടിനിൽക്കുന്ന ബ്ലൗസ്. തറ്റുടുത്തതിന്റെ നിഴലടിച്ചു കാണുന്നുമുണ്ട്. ഛെ, ശൈലിയിലും രീതിയിലും ഒരു പരിഷ്കാരിക്കു ചേർന്നമട്ട് തീരെയില്ലാതെ ഇങ്ങനെ...

കൈയിലണിഞ്ഞത് മുക്കുവളകളാണോ സ്വർണവളകളാണോ എന്നറിയില്ല. കഴുത്തിലുള്ളത് താലിച്ചെയിൻ. ദൈവമേ, താലിച്ചെയിൻ...

ഞാനാരാണ്? ജനാലയ്ക്കപ്പുറത്തെ കാഴ്ചകൾ പരിചിതദൃശ്യങ്ങളാണെന്നു തോന്നുന്നതേയില്ല. പറമ്പിന്റെ ഒരറ്റത്ത് ഇടതൂർന്നുനിൽക്കുന്ന കവുങ്ങുകൾ. ഒരു ചെറിയ മോട്ടോർപ്പുര. മോട്ടോർപ്പുരയുടെ ഓരത്തുകൂടെ വളഞ്ഞുപുളഞ്ഞുപോകുന്ന ഒറ്റയടിപ്പാത. പരിസരങ്ങളിലപ്പാടെ

ഏതോ മ്ലാനതയും വിഷാദവും നിറഞ്ഞുനിൽക്കുന്നു. മരണമൂകതയുടെ ഇരമ്പംപോലെ എന്തോ ഒന്ന് മനസ്സിൽ ഇരമ്പിക്കൊണ്ടിരിക്കുന്നു. ഈ കൊടുംനിശ്ശബ്ദതയിൽ കാക്കകൾ 'ക്രാക്രാ' കരയുന്നത് അസഹ്യമായിരിക്കുന്നു! എന്താണെന്നറിയാത്ത പേടിയാണ്... പേടിയാണ്...

കോണിപ്പടിയിറങ്ങി താഴേക്കിറങ്ങിച്ചെല്ലാൻ എത്ര ശ്രമിച്ചിട്ടും ധൈര്യം വന്നില്ല. ഹൃദയം ദ്രുതഗതിയിൽ മിടിക്കാൻ തുടങ്ങി. വരട്ടെ, ഞാനയാൾക്കു കാണിച്ചുകൊടുക്കുന്നുണ്ട്. ഞാനയാളുടെ മുന്നിൽ മുടിയഴിച്ചിട്ടുനിന്നു തുള്ളും, പ്രതികാരദാഹിയായ ദ്രൗപദിയെപ്പോലെ....

എന്തു ചെയ്യണമെന്നറിയാതെ മുടിയഴിച്ചു ചിക്കിക്കൊണ്ട് മുറിയിൽ തലങ്ങും വിലങ്ങും നടന്നു. തന്റെ ശബ്ദം സ്ത്രീശബ്ദംപോലെയാണ്. നല്ല വശ്യതയുള്ള സ്ത്രീശബ്ദം! പുറത്തേക്കിറങ്ങാതെ മുറിയുടെ ചുമരുകൾക്കുള്ളിൽ എത്രയെന്നുവെച്ചാണ് കഴിച്ചുകൂട്ടുക? അടുക്കളയെന്ന സാമ്രാജ്യത്തിലെ രാജകുമാരിയായി പകലന്തിയോളം ഒലിച്ചിറങ്ങുന്ന വിയർപ്പുമായി കഴിഞ്ഞുകൂടാനാവും വിധി. സകല മൃദുലതകളും നഷ്ടപ്പെട്ടുകൊണ്ട് രാത്രിയിൽ കിടപ്പറയിലേക്ക് കടിച്ചുകീറാനായി അയാളുടെ മുന്നിൽ നിസ്സഹായതയോടെ കിടന്നുകൊടുക്കുക. വയ്യ! വയ്യ! ഈയുള്ളവളെ ഒരു മനുഷ്യജീവിയായി അയാൾ പരിഗണിച്ചിട്ടുണ്ടാവില്യ. ഒരു സഹജീവിയെന്ന നിലയിൽ അയാൾ ഒരിക്കലും പരിഗണിച്ചിട്ടുണ്ടാവില്ല...

മന്ദം മന്ദം കാലടികൾവെച്ചുകൊണ്ട്, അല്പം കുനിഞ്ഞ തലയോടെ വേണം നടക്കാൻ! ഭൂമിയെ വേദനിപ്പിക്കരുത്. സ്ത്രീയുടെ ശരീരഭാരങ്ങൾക്ക് അനുയോജ്യമായ ഭാവശൈലികൾ വിസ്മരിച്ചുകൊണ്ട് തോന്നിയതുപോലുള്ള നടത്തം ഒട്ടും ശരിയാവില്യ. യ്യേ്യാ, ഇങ്ങനെ... മന്ദം മന്ദം കാലടികൾ വച്ചുകൊണ്ട്... ഇങ്ങനെ...

കോണിപ്പടിയിറങ്ങാൻ മുമ്പോട്ടേക്ക് എടുത്തുവച്ച കാല് പൊടുന്നനെ പിറകോട്ടേക്ക് വച്ചു. പിറകോട്ടേക്ക് ആരോ പിടിച്ചുവലിക്കുന്നതുപോലെ...

അഴയിൽ തൂങ്ങിക്കിടക്കുന്നുണ്ട് വെളുത്ത അണ്ടർവെയറുകൾ. വിയർപ്പുസ്രാവം കൂടുതലുള്ളതുകൊണ്ടാകും അണ്ടർവെയറുകൾ കറുത്തിരിക്കുന്നത്. നല്ല നാറ്റമുണ്ടാകും. എത്ര കഴുകിയാലും വെളുപ്പുനിറം കിട്ടുകയില്ല. വൃത്തികെട്ട വിയർപ്പുനാറ്റമുള്ള അയാളുടെ അണ്ടർവെയറുകളെക്കുറിച്ച് ഓർത്തുകൊണ്ട് അരിശത്തോടെ തലമാന്തിനിന്നു. "ഒരു ചീഞ്ഞ മനുഷ്യനാണ് നിങ്ങൾ..." ഞാനയാളോടു പലവട്ടം ഇങ്ങനെ കയർത്തു സംസാരിച്ചിരിക്കാനാണ് സാധ്യത. വെളുപ്പിനോട് അയാൾക്ക് വലിയ ഇഷ്ടമായിരിക്കും. അയാളുടെ ഇഷ്ടത്തിനുവേണ്ടിയാണോ ഞാൻ മുണ്ടുടുത്തുനിൽക്കുന്നത്? ഒരു പിന്നാലെപ്പട്ടിയായി അയാൾ ഏതു നേരവും തന്റെ പിറകെ കാണുമായിരിക്കും. സസ്നേഹം

വാലാട്ടിക്കൊണ്ട് തന്റെ പിന്നാലെ മണത്തും നക്കിയും ഉമ്മവച്ചും അടുക്കളയിൽനിന്നു കിടപ്പറയിലേക്കും കിടപ്പറയിൽനിന്ന് അടുക്കളയിലേക്കും... അയാൾ ഏതുനേരവും എന്നെ ശല്യം ചെയ്യുകയായിരിക്കും. ഈർഷ്യയും ദേഷ്യവുംകൊണ്ടു വിറച്ചുകൊണ്ട് തന്റെ ശരീരത്തിൽനിന്ന് അയാളെ വലിച്ചു പറിച്ചെടുത്തുകൊണ്ട് ഒരേറ്....

അയാൾ പിണങ്ങിയിരിക്കുന്നതു കാണാൻ നല്ല ചേലായിരിക്കും. തീറ്റക്കോന്തന്മാരുടെ പിണക്കങ്ങൾ ഏറെനാൾ നീണ്ടുനില്ക്കില്ല. നല്ല മധുരപദാർത്ഥങ്ങൾ 'പുന്നാരേ' എന്നു വിളിച്ചുകൊണ്ട് തേച്ചുകൊടുത്താൽ മതി. പൊട്ടിച്ചിരിച്ചു. ഹഹഹ... ഹ.

പെണ്ണിനോടാകുമ്പോൾ എന്തും കാട്ടിക്കൂട്ടാമെന്ന തോന്നലത്ര ശര്യല്ല, ട്ടോ. ലഭിക്കേണ്ടതിനെച്ചൊല്ലിയല്ലാതെ നൽകേണ്ടതിനെപ്പറ്റി എപ്പോഴെങ്കിലും ഈയാണുങ്ങള് ഓർക്കാറുണ്ടോ? സ്ത്രീയെ മാന്ത്രികദണ്ഡിൽ കോർത്തെടുത്ത് അടിച്ചുപൊളിച്ചു കീഴ്പെടുത്താമെന്നാണ് പൂതി. ങ്ഹാ. അപ്പൂതി മനസ്സിലിരിക്കട്ടെ. ഓ, വല്യ മജിസ്ട്രേറ്റ്! വിഷം കഴിക്കാൻപോലും കാശില്ലാത്തവനാണ് ചാകാൻനേരത്ത് വല്യേ മജിസ്ട്രേറ്റായി നടക്കുന്നത്! അഹങ്കാരത്തിന്റെ കൊമ്പുവിളികൾക്ക് എന്തെങ്കിലും അർത്ഥങ്ങൾ ഉണ്ടായിട്ടാണെങ്കിൽ സഹിക്കാമായിരുന്നു...

ശവംപോലെ കിടക്കുകയല്ലാതെ... കുടിച്ച് തരിമ്പും വെളിവില്ലാത്ത കാട്ടിക്കൂട്ടലുകൾക്കു മുന്നിൽ... ശവംപോലെ കിടക്കുകയല്ലാതെ എന്താണു ചെയ്ക? നിസ്സഹായതയുടെ നെല്ലിപ്പടിവരെ ചവിട്ടിത്താഴ്ത്തിയ സ്ത്രീയുടെ മേലാണ് ഇയാൾ സുഖം സുഖം മാത്രം എന്ന ചിന്തയുമായി...

പുരുഷന്റെ മാന്ത്രികദണ്ഡിൽ കോർത്തെടുത്ത് അവളെ കീഴ്പ്പെടുത്താനും അടിമയാക്കാനും കഴിയുമെങ്കിൽ മറിച്ചും ചിലതു സംഭവിക്കും. സ്വയം തീകൊളുത്തി കരിഞ്ഞ മാംസപിണ്ഡമായി ഈ ലോകത്തോടു വിട പറയുമ്പോൾ സ്വന്തം ശരീരം മറ്റുള്ളവരുടെ നയനഭോഗത്തിന്റെ ഇരയാവുകയില്ലല്ലോ എന്നത് വലിയൊരാശ്വാസമാണ്. പൊട്ടിച്ചിരിച്ചു. ഹഹഹഹ...

പേർത്തും പേർത്തും ഞാനൊരു പെണ്ണിനെപ്പോലെതന്നെയാണ് ചിന്തിച്ചുകൊണ്ടിരിക്കുന്നത്. ഭയാശങ്കയോടെ ചുറ്റുപാടും പരതിനോക്കിക്കൊണ്ടിരുന്നു; പാത്തും പതുങ്ങിയും ആരെങ്കിലും തന്റെ രഹസ്യങ്ങളിലേക്ക് ഒളിഞ്ഞുനോക്കുന്നുണ്ടായിരിക്കുമോ?

ഭൂമിയുടെ തോട്ടത്തിൽ വസന്തങ്ങൾ മാറിവരുന്നത്, രുചിക്കപ്പെടാത്ത കനികൾ പഴുത്തുനില്ക്കുന്നത്, എത്ര കൊടിയ വേദനയോടെയാണ് അവളറിയുന്നത്! വിലക്കപ്പെട്ട സകല കനികളും അവൾക്കു പ്രലോഭനങ്ങളാണ്. ഭക്ഷിക്കുന്ന കനിയുടെ ശിക്ഷയായി എത്ര കൊടിയ വേദനകളും ഏറ്റുവാങ്ങിക്കൊണ്ട്...

രണ്ടുപേർക്കും എത്ര പറഞ്ഞാലും എത്ര കൊടുത്താലും എത്ര വാങ്ങിയാലും തീരാത്ത വിചാരപ്രപഞ്ചം പരസ്പരം പങ്കുവയ്ക്കാനുണ്ടാവുക! ഹായ്, സ്നേഹിക്കുന്ന മുഖം സ്വന്തം മാർവിടത്തിൽ ചേർത്തമർത്തിക്കൊണ്ട് ആത്മീയസായുജ്യങ്ങളുടെ ഔന്നത്യങ്ങളിലേക്കു പറന്നുപറന്നുയരുക! സ്വന്തം ഇണയോട് 'ഈ ലോകം എത്ര സുന്ദരമാണ്' എന്നു പറയാൻ കഴിയുന്നത് ജീവിതത്തിന്റെ ഏറ്റവും വിലപ്പെട്ട കൂദാശതന്നെയാകും. 'കൂ കൂ" എന്നു സ്വന്തം ഇണയെ കരഞ്ഞുവിളിക്കുന്ന ഒരു കിളിക്കുള്ളത് മനുഷ്യപ്രാണനിലില്ലാതിരിക്കുമോ? ഇല്യാട്ടോ, എത്ര തന്നെ വൈരാഗ്യചിന്തയുള്ളവനും രാഗത്തെയും ഭോഗത്തെയും പ്രേമത്തെയുമൊന്നും മനുഷ്യചിന്തയിൽനിന്ന് ഒഴിച്ചുനിർത്താനാവില്യാ, ട്ടോ. സ്ത്രീയെ ഒഴിവാക്കിയാൽ ഹൃദയംതന്നെ ഉണ്ടാവില്യാ, ട്ടോ.

ഞൊടിയിടകൊണ്ട് അവളുടെ മുഖത്ത് എന്തെല്ലാം ഭാവചലനങ്ങളാണ് മിന്നിമറയുന്നത്! സ്വന്തം ശരീരത്തോട് ഒട്ടിച്ചേർന്നുകൊണ്ട് ചിന്തിക്കുന്ന ഒരു സ്വയംസ്നേഹിയുടെ ഭാവചലനങ്ങളായിരിക്കും അവളുടേത്. കൈകൾ വൃഥാ സാരിത്തലപ്പിൽ തിരുപ്പിടിച്ചുകൊണ്ടിരിക്കും. മറയ്ക്കപ്പെടേണ്ട ഭാഗങ്ങൾ വേണ്ടത്ര മറയ്ക്കപ്പെട്ടിട്ടില്ല എന്ന ധാരണയിൽ, സ്ഥാനത്തും അസ്ഥാനത്തും വസ്ത്രവടിവുകളിലൂടെ കൈയോടിച്ചുകൊണ്ട് ശരീരത്തിന്റെ കാന്തികമേഖലകളിൽ സ്പർശിച്ചുകൊണ്ടിരിക്കും. ചടുലഭാവങ്ങൾ തിരയടിച്ചുകൊണ്ടിരിക്കുന്ന അവളുടെ മട്ടും മാതിരിയും പുരുഷന്റേതുപോലല്ല. ശരീരഭാഷയുടെ വരമ്പിലൂടെയാണ് അവൾ നടന്നുനീങ്ങുന്നത്. തന്റെ ആത്മസത്തയ്ക്കും ശരീരപ്രകൃതത്തിനും അനുയോജ്യമായ ഒരു സ്വരൂപഭാവത്തിന്റെ വരമ്പിലൂടെയാവും അവൾ നടന്നുനീങ്ങുന്നത്. പുരുഷനെപ്പോലെ ഏതേതു വാതിലുകളും തുറന്നുകൊണ്ടു കടന്നുചെല്ലാനാവില്ല അവൾക്ക്.

പ്രലോഭിപ്പിക്കപ്പെടുന്ന എന്തിന്റെയോ ദാഹിക്കുന്ന മനസ്സുമായി ചുമരലമാരയുടെ കണ്ണാടിക്കു മുന്നിലേക്കുതന്നെ ചെന്നുനിന്നു. സ്വന്തം പ്രതിച്ഛായ എത്രതന്നെ നോക്കിനിന്നിട്ടും തനിക്കു മതിയാകുന്നില്ല. അരക്കെട്ടിലേക്കു നട്ടെല്ലിന്റെ ചാലിറങ്ങി വരുന്നിടത്ത് നന്നേ കുഴിഞ്ഞുപോയിടത്തുനിന്നു തുടങ്ങുകയാണ് നിതംബവിസ്താരങ്ങൾ. തിരിഞ്ഞും മറിഞ്ഞും നിന്നുകൊണ്ട് ശരീരത്തിന്റെ നേരിയ വിശദാംശങ്ങൾപോലും വലിയ അതിശയത്തോടെ ശ്രദ്ധിച്ചു നോക്കിനിന്നു. ബ്രായുടെ കൊളുത്തുകൾ മാംസഞൊറിവുകളെ മുറിച്ചുകൊണ്ടെന്നപോലെ വലിഞ്ഞുമുറുകിക്കിടക്കുന്നു. തുളച്ചുവരുന്ന ഉന്മാദാവസ്ഥയിൽ ശരീരത്തെ അത്യന്തം ഗാഢമായി ഞാൻ പ്രേമിച്ചുതുടങ്ങുകയായിരുന്നു. കണ്ണാടിക്കു മുന്നിൽ ഗോഷ്ഠികളും ചേഷ്ടകളും കോപ്രായങ്ങളും കാണിച്ചുതുടങ്ങി. ബാധാവേശംകൊണ്ടു ഞെളിപിരിക്കൊണ്ടുകൊണ്ട് മേൽച്ചുണ്ടും കീഴ്ച്ചുണ്ടും ഐസ്ക്രീം നുണയുന്നതുപോലെ നക്കിത്തുടച്ചുകൊണ്ട്...

ഒരു കനത്ത വിഷാദം തന്റെ മുഖത്തേക്കു പെട്ടെന്ന് അടർന്നുവീണു. കോണിപ്പടിയിറങ്ങി താഴേക്കു ധൈര്യമായി ഇറങ്ങിച്ചെല്ലുകതന്നെ. തന്റെ ശരീരഭാഷയ്ക്ക് അനുയോജ്യമായ സ്വാഭാവികമായ ഒരു നടത്തത്തിനു വേണ്ടി ശ്രദ്ധാപൂർവ്വം കാൽവെയ്പുകൾ വച്ചുകൊണ്ട് മുറിയിലങ്ങോട്ടു മിങ്ങോട്ടും നടന്നുനോക്കി. എത്രതന്നെ മൃദുലമായി കാൽവച്ചുനടന്നാലും ശരീരഭാഗങ്ങളുടെ സർപ്പചലനങ്ങൾ വേറിട്ടുതന്നെ നിൽക്കുന്നു! കൈകൾ ചുമ്മാ അടങ്ങിയിരിക്കുന്നില്ല. മുടിക്കുത്തു വെറുതെ അഴിച്ചി ടുകയും പിന്നെയും വാരിക്കെട്ടുകയുമൊക്കെ ചെയ്തുകൊണ്ടിരുന്നു. പഴയ വീടിന്റെ കുമ്മായമടർന്നുനിൽക്കുന്ന ചുമരുകൾ. തേയ്മാനമുള്ള വാതിലുകൾ. ചുറ്റുപാടും അസുഖകരമായ ദൃശ്യങ്ങളല്ലാതെ ഒന്നുംതന്നെ യില്ല. തുളച്ചുകയറുന്ന പകൽവെളിച്ചത്തിന്റെ വെറുങ്ങലിപ്പിലേക്കാണ് കോണിപ്പടികൾ ഇറങ്ങിച്ചെല്ലുന്നത്. കാക്കകൾ 'ക്രാ ക്രാ' കരയുന്ന ശബ്ദം ചെവിയിലിപ്പോൾ ഭീകരമായ മുഴക്കങ്ങളാണ്. ചുവരിന്മേൽ പലയിടത്തും ഫ്രെയിമിട്ടുവച്ച കല്യാണഫോട്ടോകൾ കണ്ടു. കറുപ്പിലും വെളുപ്പിലുമുള്ള പഴയ കല്യാണഫോട്ടോകളിൽ മാറാലകൾ തൂങ്ങിക്കിട ക്കുന്നു. നീണ്ട വരാന്ത, ഉരുളൻതൂണുകൾ, വിസ്താരമുള്ള മുറ്റം, പണ്ടെപ്പോഴോ പ്രതാപം കത്തിനിന്നിരുന്ന ഒരു തറവാടുപോലെയുണ്ട്. പൊട്ടിപ്പൊളിഞ്ഞുകിടക്കുന്ന ശൂന്യമായ തൊഴുത്ത്. വാതിലുകളെല്ലാം ആരോ തുറന്നുവച്ചതുപോലെ കിടക്കുന്നു. അടുക്കളയിൽ ഒരടുക്കും ചിട്ടയുമില്ലാതെ പാത്രങ്ങൾ കിടക്കുന്നു. അടുക്കളച്ചുമരുകൾ കറുത്തു കരുവാളിച്ചുനിൽക്കുന്നു. വിറകോ ഓലക്കുടിയോ ചവറോ കത്തിക്കുന്ന തുകൊണ്ടാകും അടുപ്പത്തു വെണ്ണീറ് കവിഞ്ഞുകിടക്കുന്നു. ഉള്ളിലെ വിങ്ങിക്കരച്ചിൽ കടിച്ചുപിടിച്ചുകൊണ്ട്, എന്തു ചെയ്യണമെന്നറിയാതെ, എന്തു ചെയ്യണമെന്നറിയാതെ...

എന്തൊരു ശൂന്യത! മരിച്ച വീടിന്റെ നിശ്ശബ്ദത! നിസ്സഹായതയോടെ തലമാന്തിനിൽക്കുകയല്ലാതെ എന്താണു സംഭവിച്ചത് എന്ന് എനിക്കു മനസ്സിലാകുന്നില്ല. അസഹനീയമായ സങ്കടങ്ങളും ദുഃഖങ്ങളുംകൊണ്ട്, ഇന്നലെകളിൽ സംഭവിച്ചതൊന്നും ഓർക്കാനാവാതെ മസ്തിഷ്കം അപ്പാടെ മരവിച്ചുപോയതായിരിക്കുമോ? വെറുതെ എന്തിനാണ് ഞാനിങ്ങനെ പൊട്ടിപ്പൊട്ടിച്ചിരിക്കുന്നത്? ആഹ്ലാദത്തിന്റെ മൂർച്ഛയിൽ നിന്ന് എത്ര പൊടുന്നനെയാണ് വിതുമ്പിവിതുമ്പിക്കൊണ്ടുള്ള കരച്ചിലി ലേക്കു വഴുതിയിറങ്ങുന്നത്? സ്ഥലകാലബോധം തീരെ ഇല്ലാണ്ടാവില്യ... ലോകം മുഴുക്കെ ഭ്രാന്തന്മാരാണെങ്കിൽ ഭ്രാന്തില്ലാത്ത ഒരാളെ എല്ലാരും കൂടി 'ഭ്രാന്താ ഭ്രാന്താ' എന്നു വിളിക്കില്ല്യേ? തലവരകളിലെവിടെയോ കുറെ ചുവന്ന വരകൾ എങ്ങനെയോ വന്നുവീണിരിക്കുന്നു. അത്രയല്ലേ യുള്ളൂ? വെട്ടും തിരുത്തലുകളുംകൊണ്ടു കുറെ അക്ഷരങ്ങൾ തല ച്ചോറിൽ വികൃതമായി നിറഞ്ഞുകിടക്കുന്നു. അത്രയല്ലേയുള്ളൂ? കാലം വളരെ വളരെ ചീത്തയാണ്. എന്തെല്ലാമോ എന്തെല്ലാമോ ഇവിടെ സംഭവിച്ചുകൊണ്ടിരിക്കുന്നുണ്ട്. എല്ലാമെനിക്കറിയാമെന്നേ...

'ഞാനിവിടെയുണ്ട്' എന്നു പറഞ്ഞുകൊണ്ട് എന്നെ തഴുകിക്കൊണ്ട് ഇപ്പോഴിതാ കടന്നുപോയത് ആരാണെന്നറ്യോ? വേറെയാരുമല്ല, ഒരു തരളിതക്കാറ്റ്... എന്നോട് ഇഷ്ടംകൂടി വല്ലാതെ തൊട്ടുതലോടിക്കൊണ്ട്...

'ശൂ' എന്നൊരു സങ്കടക്കാറ്റ് ഇപ്പോങ്ങട്ട് കടന്നുപോയതേയുള്ളൂ. കാറ്റ് എന്നു വെറുതെങ്ങട്ട് പറഞ്ഞാലാവില്യ, എത്രയെത്ര ജാലകങ്ങളിലൂടെ എത്തിനോക്കിയ കാറ്റാണിത്! മരിച്ച വീടുകളിലെ നിലവിളിയൊച്ചകളാണ്, മനുഷ്യപ്രാണികളുടെ വീർപ്പുമുട്ടുന്ന സങ്കടങ്ങളാണ് ഇക്കാറ്റിലൂടെ 'ശൂ' എന്ന് ഇപ്പോങ്ങട്ട് കടന്നുപോയത്. എനിക്കിപ്പോ ഉറക്കെ കൂവിവിളിക്കാനാണു തോന്നുന്നത്. നമ്മടെ സ്ത്രീപക്ഷവാദികളെപ്പോലെ കടിച്ചാൽപൊട്ടാത്ത...

മൈക്കാണെന്നു സങ്കല്പിച്ചുകൊണ്ട്, മുഷ്ടി ചുരുട്ടി ചുണ്ടുകളോടു ചേർത്തുകൊണ്ട്...

അസ്സലായിട്ടുണ്ട് പ്രസംഗം!

ഹഹഹ...

"സ്ത്രീയെ സഹകാരിയെന്ന നിലയിൽ മാനിക്കാതെ, ഭോഗവസ്തുവായും സന്താനോൽപാദനത്തിനു വേണ്ടിയുള്ള ഉപകരണമായും കണ്ടുകൊണ്ട്..."

"പുരുഷനിർമ്മിതമൂല്യങ്ങൾക്കകത്ത് ബന്ധിച്ചുനിർത്തിക്കൊണ്ട്..."

ശ്ശോ! ബാക്കിയെന്താ പറയുക? ങാ കിട്ടിപ്പോയി. ഉച്ചസ്വരത്തിൽ "മൊത്തം സമൂഹമായി ബന്ധമില്ലാത്ത ഒരു സ്ത്രീസഞ്ചയത്തെ വിഭാവനം ചെയ്യുന്നതിനെതിരെയുള്ള കലാപമാണ്..." ഹായ്, അസ്സലായിട്ടുണ്ട് പ്രസംഗം! ഒരൂക്കൻ വെടിക്കെട്ട് പൊട്ടിക്കാനുള്ള കോപ്പുകൾ തന്റെ കൈയിലുണ്ടെന്നോർത്തുകൊണ്ട് അഭിമാനത്തോടെ തല നിവർത്തി നിന്നു. ഈശ്വരാ, ദാരിദ്ര്യത്തിന്റെ ലക്ഷണങ്ങളാണ് അടുക്കളയിലെമ്പാടും ദയനീയമായി നിറഞ്ഞുനിൽക്കുന്നത്! തീരെ തുച്ഛമായ അളവിലേയുള്ളൂ മുളകുപൊടിയും മല്ലിപ്പൊടിയും മഞ്ഞൾപ്പൊടിയുമൊക്കെ. ഉപ്പുപാത്രത്തിൽ ഉപ്പുപാട പശപോലെ കിടക്കുന്നു. തലമുടി ചറപറമാന്തിക്കൊണ്ട്, അരിശത്തോടെ ആരെയോ പ്രാകിക്കൊണ്ട്...

എന്തൊരു സുഖം! തന്നോടുതന്നെ സംസാരിച്ചുകൊണ്ട് മുറ്റത്തെ വെയിൽപ്പാളികൾ നോക്കിക്കൊണ്ട്, എത്രനേരം വേണമെങ്കിലും ഇങ്ങനെ അമർന്നിരിക്കാം. ഉമ്മറത്തെ എണ്ണക്കറുപ്പിന്റെ കസേരയിൽ അമർന്നിരുന്നപ്പോൾ വലിയൊരാശ്വാസമാണു തോന്നിയത്. കാലുകളിങ്ങനെ ചുമ്മാ ചലിപ്പിച്ചുകൊണ്ട് ശൂന്യതയിലേക്കിങ്ങനെ തുറിച്ചുനോക്കിക്കൊണ്ട്... മാനെന്നും വിളിക്കില്ല, മയിലെന്നും വിളിക്കില്ലാ...

വേണ്ട... ചിരിക്കണ്ട! നെഞ്ചകത്തെവിടെയോ ഒളിച്ചിരുന്നുകൊണ്ടാണ് കള്ളൻ 'ഹും ഹും' മൂളിക്കൊണ്ടിരിക്കുന്നത്. നീയും ഞാനും ചേർന്നാൽ ഒന്നും പറഞ്ഞുതീരലുണ്ടാവില്യാ. "എരിയും ചിറകുകൾ നിശ്ശബ്ദം പാടുകയാണിന്നെന്റെ വിളക്കേ, എന്റെ വിളക്കേ..." ധാർഷ്ട്യവും എതിർപ്പും കുതറലും എല്ലാം ഉള്ളിലെ ഏതോ കോണിലൊതുക്കി, സകലതിനും ഒറ്റപ്പെട്ട മൂകസാക്ഷിയായി, പതിവ്രതവേഷംകെട്ടി, ഈ ഭൂമിയെ നാറ്റിക്കുന്ന പുരുഷമൂരാച്ചികളെ കെട്ടഴിച്ചുവിടുന്ന കഥയില്ലായ്മയേ... കണ്ണീരുതിർത്തും മൂക്കുപിഴിഞ്ഞും കിണുങ്ങല്ലേ! പെണ്ണിന്റെ ആയുധമായ അശ്രീകരം പിടിച്ച ഈ കരച്ചിൽ! ശ്ശൊ! ചൂടുള്ള മാറിടത്തോട് അവനെ ചേർത്തണച്ചുകൊണ്ട്, ഒരു കുഞ്ഞിനോടെന്നപോലെ അവനെ തടവിക്കൊണ്ട്... പൊന്നിനു വേദനിച്ചോ? നല്ല രസംണ്ട്, ല്യേങ്ങനെ പിണങ്ങിയിരിക്കാൻ? എത്ര പറഞ്ഞാലും തീരലുണ്ടാവില്യ. ഹുംഹും എന്നു മൂളിക്കൊണ്ടേയിരുന്നോ. ഹും! മൂളിക്കോ...

ങ്ഹാ! അങ്ങനെയെന്നെ തോല്പിക്കാമെന്നു കരുതേണ്ട. ഞാൻ തോറ്റുതരില്ല്യ, കേട്ടോ. എവിടെയോ വായിച്ചതാണ്, ഒരു പുസ്തകത്തില് എഴുതിയിരിക്കുന്നു, ലാഭേച്ഛയില്ലാത്ത ശുദ്ധമായ പ്രണയം... ചിരിച്ചു ചിരിച്ച് ന്റെ ആപ്പിളകി, ട്ടോ.

പുരുഷന്റെ ആരാധനാഭാവം മാത്രം മതിയല്ലോ, ഒരു സ്ത്രീക്ക് സായുജ്യമടയാൻ! കണ്ണുകളിൽ നിറയുന്ന അദ്ഭുതഭാവങ്ങൾ, ചിറകുവിരുത്തിപ്പറക്കുന്ന ആരാധനയുടെ മൃദുമൊഴികൾ, എത്ര പറഞ്ഞാലും എത്ര കൊടുത്താലും എത്ര വാങ്ങിയാലും തീരാത്ത വിചാരപ്രപഞ്ചങ്ങൾ... ഹായ്! ജീവിതം! എത്ര സുന്ദരമായ ഒരു പദം! മനുഷ്യൻ! എത്ര മഹത്തായ ഒരു വാക്ക്!

ആരോ വരാനുണ്ട്! വാതിലുകളെല്ലാം തുറന്നിട്ടുകൊണ്ട് ഈ വീട്ടിൽനിന്നു പുറത്തേക്കിറങ്ങിപ്പോയ ഒരാൾ ഇങ്ങോട്ടു തിരിച്ചുവരാനുണ്ട്! ഞാനയാളെ കാത്തിരിക്കുന്നത് അലമുറയിട്ടു കരഞ്ഞുകൊണ്ട് ആവർത്തനങ്ങളുടെ സങ്കടദൃശ്യങ്ങൾക്ക് അരങ്ങൊരുക്കാനാവരുത്. ഒരാളുടെ സ്വകാര്യരഹസ്യങ്ങൾ കവലകളിലെ അങ്ങാടിപ്പാട്ടായി മാറിയാൽപ്പിന്നെ ജീവിച്ചിരുന്നിട്ടെന്താണു കാര്യം? ഇരുട്ടിന്റെ നിഗൂഢതകളിൽ ജന്നൽപ്പഴുതിലൂടെ എത്തിനോക്കുന്ന ദുഷ്ടബുദ്ധികളുടെ വിളയാട്ടങ്ങളാണുള്ളത്. മറ്റുള്ളവരുടെ സ്വകാര്യരഹസ്യങ്ങളിലേക്ക് എത്തിനോക്കുക. മറ്റുള്ളവരെ ദുരന്തങ്ങളുടെ ആഴങ്ങളിലേക്കു തള്ളിയിടുക, ആർത്തട്ടഹസിച്ചു ചിരിക്കുക! ഈശ്വരാ, പകൽവെളിച്ചത്തിലേക്കിറങ്ങുന്നത് എല്ലുകളിലേക്കു തുളച്ചു കയറുന്ന കണ്ണുകൾക്കു മുന്നിലാകുന്നത് എത്ര ഭയങ്കരമാണ്! വേട്ടമൃഗത്തിന്റെ ഭയവും സംഭ്രമവുംകൊണ്ട് ആകപ്പാടെ തളർന്നുപോവുകയാവും. തല പെരുത്തുവരുന്നു, കുഴഞ്ഞുമറിഞ്ഞ ചിന്തകളുടെ അസുഖകരമായ സാന്നിധ്യമായി തല ഞരമ്പുകൾ വലിഞ്ഞുമുറുകുന്നു...

തലവലിവിന്റെ ഞരമ്പുകൾ പിടയ്ക്കുമ്പോൾ കണ്ണുകൾക്കു കാഴ്ചയില്ലെന്നപോലെയാണ് തോന്നുക. മായക്കാഴ്ചകൾ കാണുന്നതുപോലെയാണ്.

ആരുടെയോ ശബ്ദങ്ങളാണിപ്പോൾ ചെവിയിൽ മുഴങ്ങുന്നത്. ഒരുമ്പെട്ടവൾ, പണ്ടാറക്കാലീ... തെറ്റുകാരി ഞാനൊരാൾ മാത്രമാണോ? മത്തുപിടിക്കുന്ന സാന്നിധ്യമായി തന്റെ ഹൃദയത്തിലേക്കു കടന്നുവന്നയാൾ. നൈരാശ്യംകൊണ്ടു ഭ്രാന്തുപിടിച്ച പാവം ചെറുപ്പക്കാരൻ... ഹൃദയം പൊട്ടിത്തകർന്ന് തൂങ്ങിച്ചത്തു. ജീവിതശൂന്യതയിൽ പൊട്ടിമുളയ്ക്കുന്ന രഹസ്യബന്ധങ്ങൾ വളർന്നു പന്തലിക്കുകതന്നെ ചെയ്യും. ഒളിച്ചും പതുങ്ങിയും കടന്നുവന്ന് രഹസ്യം കൈയോടെ പിടികൂടിയത് ആരായിരുന്നു? അയാൾ ആരായിരുന്നു? മുകളിലെ കിടപ്പുമുറിയുടെ താഴെ മുറ്റത്ത് കള്ളനെപ്പോലെ ഒളിച്ചിരുന്നുകൊണ്ട്, "ഇപ്പോൾ വരും ജാരൻ" എന്നോർത്തുകൊണ്ട്, മിടിക്കുന്ന ഹൃദയത്തിന്റെ മിടിപ്പുകളുതിർത്തുകൊണ്ട് അയാൾ നത്തിനെപോലെ കണ്ണുകൾ തുറിപ്പിച്ചു കാത്തിരിക്കുകയായിരുന്നു. തന്റെ ഭാര്യയുടെ രഹസ്യങ്ങൾ മറ്റൊരാൾ പങ്കിട്ടെടുക്കുകയാണെന്നറിയുമ്പോഴുള്ള അങ്കലാപ്പിൽ ഒരു കാട്ടുമൃഗത്തിന്റെ അലർച്ചയോടെ...

കഷ്ടം! അവളുടെ കൈയിൽ ഒരുമുഴം കയറുകൊടുത്തുകൊണ്ട്, എന്നിട്ട് നിസ്സംഗനായി നോക്കിനില്ക്കുക! "ഇല്ല, നീയ്യ് മരിക്കണം." അയാളുടെ നിർബന്ധത്തിനു വഴങ്ങി പൊട്ടിപ്പൊട്ടിക്കരഞ്ഞുകൊണ്ട് കയറിന്റെ കുരുക്കു കെട്ടിക്കൊണ്ട്, സ്വയം കഴുത്തിലണിഞ്ഞുകൊണ്ട്...

...ഇല്ല! ഞാനങ്ങനെയൊന്നും മരിക്കില്ല.

'ദുഷ്ടാ ദുഷ്ടാ' എന്ന് ഒരായിരം ആവൃത്തിയുള്ള വിളി. ജന്നലുകളായ ജന്നലുകളിൽനിന്നെല്ലാം ഓരോ വീട്ടിലും... ഭർത്സനങ്ങളും കുറ്റപ്പെടുത്തലുകളുംകൊണ്ടു മാത്രം ജീവിതത്തിനെന്തെങ്കിലും പരിഹാരം കണ്ടെത്താനാകുമോ? ജീവിതത്തിന്റെ മടുപ്പിക്കുന്ന തടവറയിലകപ്പെട്ട മനുഷ്യർക്ക് ഈ ശൂന്യതയിൽ സ്നേഹത്തിന്റെ സാന്ത്വനത്തെക്കാൾ വലുത് വേറെയെന്താണുള്ളത്? സ്നേഹത്തിനു കണ്ണും മൂക്കും വായും എല്ലാമുണ്ട്. ജ്യേഷ്ഠനോ അനിയനോ അമ്മാവനോ വേലക്കാരനോ ആരോ ആകട്ടെ, മനുഷ്യരൂപത്തിന്റെ ആകൃതിയാണ് സ്നേഹത്തിനുള്ളത്. ന്യായങ്ങൾ വിധിക്കുന്ന മനുഷ്യർ ആർത്തുചിരിച്ചുകൊണ്ട് എത്ര നിസ്സാരമായാണ് അവിഹിതബന്ധങ്ങൾ എന്നു വിളിച്ചുകൂവുന്നത്.

അമർത്തിവെച്ച ആധികളുടെ ഉള്ളിൽനിന്നു മുളച്ചുപൊന്തിവരുന്നത് മരണമണിമുഴക്കത്തിന്റെ രോഗപ്പിശാചുക്കളാണ്. എല്ലാ സ്വപ്നങ്ങളും

തകർന്നുവീഴുന്നു. എല്ലാ സ്വപ്നങ്ങളും മണ്ണുകൊട്ടാരംപോലെ ചീറിയടിച്ച ഒരു തിരമാലയിൽക്കുതിർന്ന് ഒലിച്ചുപോകുന്നു. വീട് തടവറയാകുന്നു. ശ്വാസംമുട്ടുന്നു... മുറ്റത്തെ വെയിൽപ്പാളികൾ എത്ര നേരമായി ഞാനിങ്ങനെ നോക്കി നില്ക്കുന്നു! ചുറ്റുപാടുകളോടുള്ള അപരിചിതത്വം മനസ്സിൽനിന്നു കുറേശ്ശെക്കുറേശ്ശെയായി ഇല്ലാതായിക്കൊണ്ടിരിക്കുന്നതുപോലെ! പൊളിഞ്ഞ തൊഴുത്തിന്റെ വശത്തിലുള്ള മാവിൻകൊമ്പത്തമർന്നിരുന്നുകൊണ്ട് ഒരു കൊച്ചുകിളി നിശ്ശബ്ദം ഇണയെ കാത്തിരിക്കുന്നു. പരിസരങ്ങളിലെമ്പാടും നിറഞ്ഞ കഠോരമായൊരു നിശ്ശബ്ദത... എനിക്കു ശ്വാസംമുട്ടുന്നു... ആരോ വരാനുണ്ട്! പൊട്ടിച്ചിരിച്ചുപോകുന്നു. ചിരിയുടെ മൂർച്ഛയിൽനിന്നു തെന്നിമാറുന്ന കണ്ണീരിലേക്ക്. കരയാൻ തോന്നിയാൽപ്പിന്നെ കരച്ചിലോടു കരച്ചിൽതന്നെ...

■

ജീർണതയുടെ അവശിഷ്ടങ്ങൾ

ആ വർഷങ്ങൾക്ക് ഒരു ദുഃസ്വപ്നത്തിന്റെ സ്വഭാവമാണുണ്ടായിരുന്നത്. തുടർന്നുള്ള വർഷങ്ങളിലെ ഇരുണ്ട സംഭവങ്ങൾ ഉണ്ടായിവന്നത് എങ്ങനെയെന്നുള്ളതും എനിക്കുതന്നെ തിട്ടമില്ലായിരുന്നു. നേരം വെളുക്കുന്നു, ഇരുട്ടണയുന്നു. മറ്റൊന്നും ഞാനറിയുന്നില്ല. വീട്ടിൽനിന്ന് വെളിയിലിറങ്ങാതെ വർഷങ്ങളായി ഞാൻ കഴിഞ്ഞുകൂടി. ഉവ്വ്! തങ്കശ്ശേരിയിലേക്ക് പോകും; മാസത്തിലൊരിക്കൽ. അജിതയുടെ കൂടെ തങ്കശ്ശേരിയിലുള്ള അവളുടെ വീട്ടിലേക്ക് പോകാതിരിക്കാനാവില്ല; ഭയമായിരുന്നു എനിക്ക്. ആളുകൾ എന്നെ കളിയാക്കുകയും പരിഹസിക്കുകയും ചെയ്യുമോ എന്നുള്ള ഭയം.

പൊട്ടിപ്പൊളിഞ്ഞ ഒരു നിലപാടുതറയാണ് ആകെ ആശ്രയത്തിനുണ്ടായിരുന്നത്. തലതിരിഞ്ഞ ചിന്തകളുമായി കൂനിക്കൂടിയിരിക്കുകയല്ലാതെ കുടുംബകാര്യങ്ങളൊന്നും അക്കാലത്ത് ശ്രദ്ധിച്ചിരുന്നില്ല. എന്തുകൊണ്ടാണ് അക്രമവും അശാന്തിയും ഉണ്ടാകുന്നത്? സ്നേഹമെന്നൊരു നാണയം വിനിമയത്തിലില്ലാത്തതുകൊണ്ടാണ്!

ഇമ്മാതിരിയുള്ള ഓരോരോ ചിന്തകളും കൊണ്ടായിരുന്നു നേരം വെളുപ്പിക്കാറുണ്ടായിരുന്നത്. ഒരു മെയിൻ കാംപ്ഫ്* തന്നെ ചിലപ്പോൾ എഴുതിയെന്നുവരും: "ദയവുചെയ്ത് മുറ്റത്തെ കുളം തൂർക്കരുത്. തിരുവാതിരക്കുളിക്ക് കുളമില്ലാതാകും. പഴഞ്ചൻ നാറ്റങ്ങളെ ആട്ടിപ്പായിക്കുന്ന പുത്തൻ അനുഷ്ഠാനങ്ങളാകട്ടെ നാട്ടിലെ വേലകൾ. പുള്ളുവൻപാട്ടുകൾക്കു പകരം പുതിയ ഉണർത്തുപാട്ടുകൾ വരട്ടെ. ഒരു പുത്തനായ ഓണം വരട്ടെ. വിവാഹത്തിനും മരണത്തിനുമുള്ള പഴഞ്ചൻ ആചാരങ്ങൾക്കു പകരം സമൂഹത്തിന്റെ അന്തസ്സും അഭിമാനവും നിലനിർത്തുന്ന പുതിയ ആചാരങ്ങൾ വരട്ടെ."

ഇങ്ങനെയുള്ള ചിന്തകളുമായി കൂനിക്കൂടിയിരിക്കുമ്പോഴും പരിസരബോധം വെടിയാറില്ല. ചുറ്റുവട്ടത്ത് ഒരു ഇലയനങ്ങുന്നതുപോലും ഞാൻ കാണുന്നുണ്ടായിരുന്നു. ഗ്രാമാന്തരീക്ഷമായതുകൊണ്ട്

* ഹിറ്റ്ലറുടെ ആത്മകഥ

ശബ്ദബാഹുല്യങ്ങൾ അത്രയ്ക്കധികമുണ്ടാവില്ല; നാലു ദിക്കുകളിലും അടുത്തും അകലെയുമായി കാക്കകൾ കരയുന്നതു കേൾക്കാം. കാക്കകൾ മാത്രമല്ല, കോഴികളും. ഉച്ചവെയിലിനു ചൂടുവെച്ചുവരുന്ന നേരത്താണ് പരിസരമാകെ ഒരു വിമൂകത പടരുന്നത്. അന്നേരം അടുക്കള പ്പണിയെല്ലാം കഴിഞ്ഞ് നടുനിവർത്താനായി ഉമ്മറത്തിണ്ണയിൽ തൂണു ചാരി അലസമായങ്ങനെ അജിത ഇരിക്കുന്നുണ്ടാകും. മീൻകാരൻ ഈ നേരത്തൊന്നും അതിലേ കടന്നുപോകാറില്ല. ഇടവഴികളും ആൾസഞ്ചാര മില്ലാതെ പൊടുന്നനെ ശൂന്യമാവുന്നു. ഉച്ചച്ചൂടിന്റെ മൂർദ്ധന്യത്തിൽ പച്ചത്തെറികൾ വിളിച്ചുചൊല്ലിക്കൊണ്ട് ഒരു ഭ്രാന്തൻ അതിലേ കടന്നു പോകാറുണ്ട്. കുറെ ദിവസങ്ങളായി അവനെ കാണാറില്ലായിരുന്നു. ചത്തു പോയോ എന്തോ!

മുറ്റത്തെ സപ്പോട്ടമരത്തിന്റെ നിഴൽ ഇപ്പോൾ വലിയൊരു മുയലിന്റെ ആകൃതിയിലാണ്. സൂര്യൻ പടിഞ്ഞാറേ ഉമ്മറത്തെത്തി ഭിത്തിയിൽ അള്ളിപ്പിടിച്ചുകയറുകയാണ്. പൊന്നിൻനിറമുള്ള വെയിലാണ്. ഇടവഴി യുടെ നിശ്ശബ്ദതയിൽനിന്ന് പൊടുന്നനെയാവും അമ്മ പ്രത്യക്ഷപ്പെടുക! വഴിയേ, സ്ലേറ്റും പുസ്തകവുമായി കലപില ഒച്ചയോടെ കുറെ കുട്ടികളും കടന്നുപോകും. മുറ്റത്തു വീഴുന്ന നിഴലിന്റെ വലുപ്പവും ചെറുപ്പവും നോക്കിയാണ് കൊച്ചുനാളിലേ സമയവ്യത്യാസങ്ങളറിഞ്ഞിരുന്നത്. സമയ മായി! അമ്മ വരാറായി!

ചവിട്ടുപടിയിൽ ചെരിപ്പഴിച്ചുവെച്ച് അമ്മ സൗമ്യമായ ഒരു പുഞ്ചിരി യോടെയാണ് ഉമ്മറത്തേക്ക് കടന്നുവരിക. കുട്ടികളുടെ ശബ്ദം കേൾക്കു ന്നുണ്ട്. പിന്നാലെ അമ്മയുണ്ടാകും. എത്രയോ കാലമായി ഇങ്ങനെ ദിവസവും അമ്മയെ കാണുന്നു.

പൊടുന്നനെ, എനിക്ക് കരച്ചിൽ വന്നു. സ്ഥലകാലവിഭ്രാന്തിയാണ് - നാലു മണിയായാൽ അമ്മ വരാതിരിക്കുമോ? കഷ്ടം! അമ്മ മരിച്ചു പോയിട്ടും മനസ്സ് എന്താണ് യാഥാർത്ഥ്യങ്ങൾ അംഗീകരിക്കാത്തത്? നാലുമണിയായാൽ അമ്മ വരാറായല്ലോ എന്നു വിചാരിച്ച് ഉമ്മറത്തെ ചാരുകസേരയിലിരുന്ന് കാത്തിരിക്കുന്നത് മിക്കപ്പോഴും പതിവാക്കി യിരുന്നു. വെറുതെ... വെറുതെ...

എന്താണിത്ര അതിശയത്തോടെ പുറത്തേക്ക് നോക്കിയിരിക്കാ നുള്ളതെന്ന് അജിത ചോദിച്ചപ്പോഴൊക്കെയും ഞാൻ മൗനം പാലിച്ചു. തലനിറച്ച് കത്തുന്ന ട്യൂബ്ലൈറ്റുകളാണ്. രാത്രിയേത് പകലേത് എന്നറിയാതെ വർഷങ്ങളായി തിരക്കുപിടിച്ച റെസ്റ്റോറന്റുകളുടെ ഊരാക്കുടുക്കുകളിലകപ്പെട്ട്, ശ്വാസംവിടാനുള്ള നേരംപോലുമില്ലാതെ പണിയെടുത്തിരുന്ന ഒരാളുടെ തലനിറച്ച് കത്തുന്ന ട്യൂബുലൈറ്റു കളല്ലാതെ മറ്റെന്താണുണ്ടാവുക? ഉള്ളിൽ ഈ വക ഒരു ബാധപോലെ ഹോട്ടലിലെ കലപില ഒച്ചകളാണ്. ഉള്ളിൽ ഒരു ബഹളങ്ങളെല്ലാം ഇരമ്പി ക്കൊണ്ടിരിക്കുമ്പോഴാണ് മുറ്റത്ത് എക്കിട്ടമിടുന്നതുപോലെ പേർത്തും

പേർത്തും ഒച്ചവയ്ക്കുന്ന പിടക്കോഴിയെ ഞാൻ ശ്രദ്ധിക്കുന്നത്. സമയഭേദങ്ങളറിയിച്ചുകൊണ്ട് വെയിൽപ്പാളികളിൽ വീട്ടുമുറ്റത്ത് വന്നു വീഴുന്ന ഓരോരോ നിഴലുകളും കുട്ടിക്കാലംമുതലേ ഓർമ്മയുടെ ചെപ്പിൽ ഞാൻ കാത്തുസൂക്ഷിച്ചിട്ടുള്ളതാണ്. ചില നേരങ്ങളിൽ പരിസരങ്ങളിലെ നിശ്ശബ്ദതയ്ക്ക് ഒരു പ്രത്യേക തരം ഭാവമാണുള്ളത്. കള്ളനെപ്പോലെ പാത്തും പതുങ്ങിയും അടുക്കളഭാഗത്തേക്ക് ചെന്ന് വീട്ടിലെ വേലക്കാരികളെ ചുറ്റിപ്പറ്റി നിൽക്കാറുണ്ടായിരുന്നു ചില നിശ്ശബ്ദനേരങ്ങളിൽ പണ്ട്! ജന്നലുകളും വാതിലുകളും അടച്ചിടേണ്ട കാര്യമില്ല. ആരെങ്കിലും കാണുമോ എന്ന പേടിയില്ലായിരുന്നു. കനത്ത നിശ്ശബ്ദതയുടെ ആഴത്തിൽ പകൽ രാത്രിയേക്കാൾ വിജനമായിരിക്കും. അവൾ പരിഭ്രമത്തോടെയാണ് പറയുക, "യ്യോ ആരെങ്കിലും കാണും!"

അജിതയുടെ വീട്ടിൽ പോയാൽ കുറേക്കൂടി ചടുലമായ ചലനങ്ങളാണ് പരിസരങ്ങൾക്കുള്ളത്. പരിസരങ്ങളുടെ നിശ്ശബ്ദതയ്ക്ക് ഒരു ആർദ്രഭാവമാണുള്ളത്. അകന്നകന്ന് വളഞ്ഞുപുളഞ്ഞുപോകുന്ന പാടത്തിന്റെ കരയിലാണ് അജിതയുടെ വീട്. വർഷകാലത്ത് പാടം പുഴയാകും. കൊടുംവേനലിലും വറ്റാത്ത ഒരു തോടുണ്ട്, പാടത്തിന്റെ നടുക്ക്. മാറ് മറയ്ക്കാതെയാണ് പെണ്ണുങ്ങളെപ്പോഴും ആ തോട്ടിലിറങ്ങി മുങ്ങിക്കുളിക്കുന്നത്. ചുറ്റുവട്ടത്തുമുള്ള വീടുകൾക്ക് വേലിക്കെട്ടുകളില്ലാത്തതുകൊണ്ട് പരസ്പരം മറവുകളില്ലായിരുന്നു. അജിതയുടെ വീടിന്റെ ഉമ്മറത്തിണ്ണയിൽ പുറത്തേക്ക് കണ്ണും നട്ട് ഇരിക്കുകയല്ലാതെ ഇരുട്ടാവുന്നതുവരെ ചെയ്യാനൊന്നുമില്ലായിരുന്നു എനിക്ക്. അജിതയ്ക്ക് സ്വന്തം വീട്ടിലെത്തിയാൽ ഒരു സങ്കടഭാവമാണുള്ളത്. ആളുകളോട് സമർത്ഥമായി അവൾ മറുപടി പറയും: ഹേയ്! കുഴപ്പമൊന്നുമില്ല! മരുന്നു കഴിക്കുന്നതിന്റെ ക്ഷീണമാണ് മൂപ്പർക്ക്, ഗൾഫിലേക്ക് പോകാനുള്ള തയ്യാറെടുപ്പിലാ.

വെയിൽനാളങ്ങൾ ഉച്ചിയിൽനിന്നിറങ്ങി മറയുന്നതുവരെ നിഴലുകൾ നോക്കിയിരിക്കും. നീണ്ടുവരുന്ന നിഴലുകൾ രാത്രിയുടെ ഇരുട്ടിൽ അലിഞ്ഞുചേരുമ്പോഴാണ് കിടപ്പുമുറിയിലേക്ക് മടങ്ങിപ്പോകുന്നത്. കാഴ്ചകൾ ഏറെയുണ്ടായിരുന്നു. കത്തുന്ന ഉച്ചവെയിലിന്റെ നിശ്ശബ്ദതയിലാണ് കയ്യാലയും അമ്പലവുമുള്ള യശോദയുടെ ഓടുമേഞ്ഞ പഴയ വീടിന്റെ ഉമ്മറത്ത് 'വാവാവോ' മൂളിക്കൊണ്ട് അങ്ങോട്ടുമിങ്ങോട്ടും യശോദ ഉലാത്തുന്നത്. അന്നേരം ഇപ്പുറത്തെ ഓലമേഞ്ഞ വീട്ടിലുള്ള ലതികയും വനജയും മുറ്റത്തെ കല്ലടുപ്പത്ത് ചവറുകളൂതി കത്തിക്കുകയോ കൊത്താംകല്ല് കളിക്കുകയോ ചെയ്യുന്നുണ്ടാകും. കണ്ണുനട്ടിരിക്കുന്നത് യശോദയുടെ വീട്ടിലേക്കാണ്. പാവാടപ്രായത്തിലുള്ള ലതികയെയും വനജയേയും കാര്യമായി ശ്രദ്ധിക്കാറില്ല. ഉമ്മറത്ത് ഉലാത്തുന്ന യശോദയുടെ ചലനങ്ങൾക്ക് അകലെയുള്ള വസ്തുക്കളെയും

ആകർഷിക്കാനുള്ള കാന്തശക്തിയുണ്ടായിരുന്നു. പരിസരത്തുള്ള ചെക്കന്മാർ അങ്ങോട്ടേക്ക് ആകർഷിക്കപ്പെടും. കുഞ്ഞിനെയുമെടുത്ത് 'വാവാവോ' പാടിക്കൊണ്ട് യശോദ ഉമ്മറത്തെ ജന്നലിനു പിന്നിലേക്ക് മാറി നില്ക്കും. ചെക്കന്മാർ കുഞ്ഞിനെ ലാളിക്കാനാണ് ജന്നലിലൂടെ കൈയിടുന്നത്.

'കിക്കിളിയിക്കിളി'യെന്ന് പുളച്ചുകൊണ്ട് യശോദയെ തൊട്ടു കിക്കിളിയാക്കും. അമ്മയും കുഞ്ഞും 'ഹിഹിഹി' എന്ന് ചിരിച്ചുകൊണ്ടേയിരിക്കും. നട്ടുച്ചസൂര്യൻ തലയ്ക്കുമുകളിൽ ജ്വലിച്ചുകൊണ്ടിരിക്കുന്ന സമയമാണപ്പോൾ. ഒരസത്ത് തള്ളയുണ്ട് ആ വീട്ടിൽ. അടുക്കളച്ചുമരിന്റെ ഓരം ചാരിനിന്നാണ് തള്ള ഇടയ്ക്കിടെ വന്നുനിന്ന് മൂത്രമൊഴിക്കുന്നത്. പാൽപ്പാത്രങ്ങളേന്തി പാൽക്കാരൻ അതിലേ കടന്നുപോകുന്നതോടെ സൂര്യൻ പടിഞ്ഞാറേക്ക് തലചായ്ക്കുന്നു. പിന്നെയിതിലെ ചെത്തുകത്തിയും പിന്നിലിട്ടുകൊണ്ട് ഒരു ചെത്തുകാരൻ വരും. ഇരുട്ടുന്നതിനുമുമ്പ് അതിലേ ഒരു യക്ഷിയും പ്രത്യക്ഷപ്പെടുന്നുണ്ട്. ഞാനവളുടെ തെറിച്ച നടത്തയും നോക്കി കണ്ണിൽനിന്ന് മറയുന്നതുവരെ നോക്കിയിരിക്കും. നടത്തത്തിന്റെ ആവേശംകൊണ്ട് മുണ്ട് ഒരു വശത്തേക്ക് തെന്നിമാറിക്കിടക്കും. കാൽവണ്ണയിലെ നഗ്നത കാണിച്ചും ഇടയ്ക്കിടെ തലവെട്ടിച്ചും മുടിയഴിച്ചുകെട്ടിയും കാറ്റിന്റെ വേഗതയോടെയാണ് അവൾ നീങ്ങുന്നത്. എനിക്ക് ശ്വാസംമുട്ടും. എണ്ണകുതിർന്ന മുടി നെറുകയിൽ കുത്തിവെച്ച് അരയ്ക്കു കീഴെ മുട്ടോളമെത്താത്ത ഒരു തോർത്തുമുണ്ടുമാത്രം ചുറ്റി ലതിക ആകെ നനഞ്ഞുകൊണ്ട് പച്ചക്കറിത്തടങ്ങൾക്ക് നനച്ചുകൊണ്ടിരിക്കുമ്പോഴും എനിക്ക് ശ്വാസംമുട്ടും.

മോന്തിനേരത്ത് കള്ളും മോന്തി വന്ന് ലതികയുടെ അച്ഛനൊരു കുളിയുണ്ട്. നരച്ച കോണകങ്ങൾ ഇറയത്ത് തൂക്കിയിടുന്ന വൃത്തികെട്ട മനുഷ്യൻ! മറപ്പുരയിൽ കുളിച്ചുകൊണ്ടിരിക്കുമ്പോൾ അയൽവാസികൾ കേൾക്കേ തലനരച്ച അയാൾ തെറിപ്പാട്ട് പാടും. ലതികയുടെ അമ്മ കാള്യേട്ത്തിക്ക് ഉത്സാഹവും ചലനശേഷിയും വിണ്ടുകിട്ടുന്നത് അപ്പോഴാണ്. പൊരിച്ച മീൻമണത്തിന്റെയൊപ്പമാണ് പുലയാടിച്ചി പ്രയോഗങ്ങളുടെ രാഗാലാപനങ്ങൾ. പണ്ട് ബർമയിലെവിടെയോ യുദ്ധത്തിൽ പങ്കെടുത്ത ആളാണത്രെ. മാറ്റങ്ങളറിയാതെ പഴയ ഏതോ ഒരു കാലത്തിലാണ് ജീവിക്കുന്നതെന്നും തോന്നും. ഇരുട്ടായാൽ മണ്ണെണ്ണവിളക്ക് നെഞ്ചത്ത് കാണിച്ചുകൊണ്ട് ലതിക അടുക്കള വരാന്തയിൽ മുടിയഴിച്ചിട്ടുകൊണ്ട് ഒരു നില്പുണ്ട്.

തലച്ചോറിന്റെ ഒരു പകുതിയിൽ തിരക്കുപിടിച്ച ഹോട്ടലിന്റെ കലപില ശബ്ദങ്ങളുയരുമ്പോൾ, മറ്റേ പകുതിയിൽ ചലനമറ്റുകിടക്കുന്ന ഗ്രാമത്തിന്റെ കൊടും നിശ്ശബ്ദത.

അതിശയകരമായ ആ നിശ്ശബ്ദതയിലേക്ക് മൂക്കറ്റം മുങ്ങിത്താഴുകയായിരുന്നു ഞാൻ. ഭൂതകാലത്തിലെവിടെയോ ജീവിക്കുകയാണ്. എന്തെല്ലാമോ മായക്കാഴ്ചകളിലൂടെ ഞാൻ ഊളിയിട്ടു നീന്തി.

കുളിച്ചിറങ്ങി മുറിയിലെത്തിയപ്പോൾ അകത്തെവിടെയോ ഒരു ഗൗളി ചിലച്ചു. തേച്ചുവെച്ച വസ്ത്രങ്ങൾ കസേരക്കൈയിലുണ്ട്. മുണ്ട് മാറി നില്ക്കുമ്പോഴാണ് കോണിപ്പടിയിറങ്ങി അജിത കടന്നുവന്നത്. 'ജാന്വോ..." അജിത വിളിച്ചു. ജാന്വേടത്തി, അജിതയ്ക്ക് ജാനുവാണ്. ഒരു സ്ഫടികഗ്ലാസ് നിറച്ചു പാലുമായി ജാന്വേടത്തി വന്നു. "മോളിലെ മുറി ഒന്നടിച്ചുവാര്വാന്റെ ജാന്വോ..." അജിത ശാസന കലർന്ന ശബ്ദത്തിൽ പറഞ്ഞു. മുണ്ടിന്റെ കീഴ്ത്തലപ്പ് എടുത്തുകുത്തി ജാന്വേടത്തി കോണിപ്പടി കയറിപ്പോയപ്പോൾ അജിത പറഞ്ഞു: "മോളിലത്തെ മുറീല് കെടന്നോളൂ." കുടിച്ചുതീർത്ത പാൽഗ്ലാസ് ടീപ്പോയിൽ വെച്ച് മുകളിലത്തെ മുറിയിലേക്ക് കോണിപ്പടി കയറി.

ഒരു മഴയുടെ ആരവം പൊടുന്നനെ ചീറിയടുത്തു. ജന്നലിലൂടെ ഈറൻകാറ്റ് വീശിയെത്തി. അകം അടിച്ചുവാരുന്ന ജാന്വേടത്തിയെ കണ്ണാടിയിലെനിക്ക് കാണാമായിരുന്നു. കക്ഷത്തുനിന്ന് പിന്നിലേക്കും തള്ളിനിൽക്കുന്ന മാറിടമുള്ള തടിച്ച സ്ത്രീ.

പേടിച്ചതുപോലെയാണ് ജാന്വേടത്തി താഴത്തേക്കിറങ്ങിപ്പോയത്.

യാദൃച്ഛികമായി അതു സംഭവിച്ചു. വെളിച്ചം കെട്ടു. 'ജാന്വോ', അജിത വിളിച്ചുകൂവി. ജാന്വേട്ത്തി ഒരു നേരിയ ഞരക്കംപോലും ഉതിർത്തില്ല. നിറം കെട്ടുപോയ ചെമ്പകപ്പൂവിന്റെ ഗന്ധം. ശരീരത്തിലെ ഓരോ അണുവിലേക്കും അഗ്നിപ്രവാഹത്തിന്റെ ഒരധിനിവേശം. ഉപ്പുകല്ല് അലിയുന്നതുപോലെ അലിഞ്ഞുപോവുകയാണ്.

വെളിച്ചം പൊടുന്നനെ മിന്നിക്കത്തി. "എന്താദ്, ജാന്വോ, ഞാമ്പറഞ്ഞില്ല്യേ ഒരു വിളക്കെപ്പോഴും അകത്ത് കത്തിച്ചുവെക്കണംന്ന്...." അജിതയുടെ ശാസന കലർന്ന ഒച്ച.

നെറുകയിൽ മുടിയഴിച്ച് ചുരുട്ടിക്കുത്തി ഏതോ തരളിതഭാവത്തിൽ ഊണുമേശയ്ക്കു മുന്നിൽ അജിത കാത്തുനിൽക്കുകയായിരുന്നു. കുറ്റബോധംകൊണ്ട് തലയുയർത്താനാവാതെ ഞാൻ അജിതയുടെ മുന്നിൽ നിന്നു. ആകെക്കൂടി സങ്കീർണമായ പ്രതിഭാസമായിരിക്കുന്നു ഈയുള്ളവന്റെ മനസ്സ്. ജീവിതത്തിൽനിന്ന് സ്വപ്നങ്ങളിലേക്കും പുസ്തകങ്ങളിലേക്കും രക്ഷപ്പെടാനായിരുന്നോ ഞാനാഗ്രഹിച്ചിരുന്നത്? പുസ്തകങ്ങളുടെ നെറുകയിൽ വാത്സല്യപൂർവം ഒരുമ്മവെക്കാം. ജാന്വേടത്തിയോടാകുമ്പോൾ അത് ശുദ്ധഭ്രാന്താണ്. ജാന്വേടത്തി ഒന്നും പറഞ്ഞില്ല. പറഞ്ഞിരുന്നെങ്കിൽ ലോകത്തിന്റെ അങ്ങേയറ്റത്തേക്ക് ഓടി രക്ഷപ്പെടുമായിരുന്നു. എനിക്ക് കരയണമെന്ന് തോന്നി. ആ സ്ത്രീയോട് നന്ദി പറയണമായിരുന്നു. വിചിത്രമായ ഒരു കടപ്പാട് അവരോടെനിക്ക്

തോന്നി. എന്നെ കരിവാരിതേച്ചിരുന്നെങ്കിൽ ആ ദുസ്സഹമായ അനുഭവം സഹിക്കാനാവാതെ ആത്മഹത്യ ചെയ്തേനെ!

പെയ്തുവന്ന മഴയുടെ ആരവം നിലച്ചു. എങ്ങോട്ടെങ്കിലും ഓടിപ്പോയാലോ എന്ന തോന്നലിൽ തളർന്നു നിൽക്കുമ്പോൾ എന്തോ ഓർത്തുകൊണ്ട് അളകങ്ങൾ തിരുപ്പിടിച്ചുകൊണ്ട് അജിത പറഞ്ഞു: "എനിക്ക് വയ്യ, ഇങ്ങനെ കഴിഞ്ഞുകൂടാൻ... മടുത്തു!"

മേശപ്പുറത്ത് നിവർത്തിവെച്ച മൂർച്ചയുള്ള കത്തി ചൂണ്ടിക്കാണിച്ചുകൊണ്ട് അജിത പറഞ്ഞു: "ദയവുചെയ്ത് എന്നെ ഒന്നു കൊന്നുതരുമോ?"

ദൈവമേ, എന്താണ് എനിക്കു സംഭവിച്ചുകൊണ്ടിരിക്കുന്നത്? ഒന്നും എനിക്കു മനസ്സിലാകുന്നില്ല. തിരികെ വീട്ടിലെത്തിയപ്പോൾ, വീണ്ടും - അമ്മയെത്തന്നെ കാത്തിരിക്കാൻ തുടങ്ങിയിരിക്കുന്നു. സമയമായി! അമ്മ വരാറായി...

■

അകലെയൊരിടത്ത് തനിച്ചൊരാൾ

കൂടിവന്നാൽ രണ്ടാഴ്ച. രമയുടെ കത്ത് അതിനപ്പുറത്തേക്കു വൈകാറില്ല. ഇതാ, നാലാമത്തെ ആഴ്ചയും കടന്നുപോകുന്നു. തന്റെ ക്രൂരമായ വാക്കുകൾ അവളെ നന്നേ വേദനിപ്പിച്ചുകാണും. സമനില തെറ്റി അവളിപ്പോൾ നിരപരാധികളായ കുട്ടികളെ അകാരണമായി ശിക്ഷിക്കുന്നുണ്ടാകും. വേർപാടിന്റെ അകൽച്ചകൊണ്ടാകും തന്റെ മനസ്സു ചീത്തയാകുന്നത്. ദേ, ചിലപ്പോൾ തോന്നുന്നത് ഈ ജോലിയും ഇട്ടെറിഞ്ഞു പോയാലോ എന്നാണ്. നാട്ടിലെത്തിയാൽ തനിക്കെന്താണു ചെയ്യാൻ കഴിയുക? കുന്തം വിഴുങ്ങിയതുപോലെ വീട്ടിൽ കുത്തിയിരിക്കാം. കഥയോ കവിതയോ കുത്തിക്കുറിച്ചതുകൊണ്ടു ജീവിതമാവില്ല. ശുദ്ധ അസംബന്ധമാണ്. ജീവിതാനുഭവങ്ങളാണ് സാഹിത്യകാരന്റെ വഴികാട്ടിയെന്നു പറയുന്നത്. അഗാധമായ ജീവിതവ്യഥയിൽ ഒരു ടോൾസ്റ്റോയിക്കോ ദസ്തയെവ്സ്കിക്കോ എഴുതാൻ കഴിഞ്ഞേക്കും. ചെകുത്താന്റെ പണിപ്പുരയിലിരുന്നുകൊണ്ടുള്ള പൊള്ളരചനകളാണ് ജീവിതയാതനകളുമായി മല്ലിടുമ്പോൾ വാർന്നുവീഴുന്നത്. താൻ ജീവനുള്ള ഒരു ശവമായി മാറുകയാകും. ഓർമ്മകളുടെ ഓരോ അറയും താഴിട്ടു പൂട്ടിയതുപോലെ വിശുദ്ധമായ ഒരു മറവിയാണ്. ഈ മറവിയാണ് തന്റെയുള്ളിലെ കൊടുംഭ്രാന്തിനെ തളച്ചിട്ടിരിക്കുന്നത്. മഴയാണ് ആർത്തു പെയ്യുന്നത്, മഴ...

വിചിത്രമാണ് ഓരോ തോന്നലുകൾ. പുറത്തേക്കു കണ്ണയയ്ക്കുന്നത് മരുഭൂമിയുടെ മരീചികയിലേക്ക്. മഴ ആർത്തുപെയ്യുന്നു എന്ന തോന്നൽ, കർക്കടകത്തിന്റെ കുളിരും ആലസ്യവുമുള്ള മഴയുടെ തോന്നൽ, സാന്ത്വനത്തിന്റെ ഒരു സ്നേഹസ്പർശംപോലെയാണ് കടന്നുവരുന്നത്. തീയാളുന്ന വേനൽമൂർച്ഛയുടെ വരൾച്ചയിലേക്കു കണ്ണുനട്ടുകൊണ്ട് ഇറയത്ത് അലച്ചുവീഴുന്ന മഴവെള്ളത്തിന്റെ ആലസ്യം പകരുന്ന ഒച്ച ശ്രവിക്കുന്നതു വിചിത്രമായ അനുഭവമാണ്. പെട്രോളിയം ശുദ്ധീകരണ ശാലയുടെ ഭീകരമായ പുകക്കുഴലുകളിൽനിന്നു ഭയപ്പെടുത്തുന്ന തീനാളങ്ങൾ കെട്ടിപ്പുണർന്നു പടർന്ന് ആകാശത്തേക്കുയരുകയാണ്.

കത്തിക്കാളുന്ന തീ തന്നെയാണ് പുറത്ത്. ശീതീകരണയന്ത്രത്തിന്റെ ഒച്ച ശ്രവിച്ച് മുറിക്കകത്തിരിക്കുമ്പോൾ മനസ്സിൽ നിറയുന്നതു കോരി ച്ചൊരിയുന്ന ഈ തോരാമഴയും...

ഭ്രാന്തൻ രാമേട്ടൻ ഇപ്പോൾ ഓർമ്മയിൽ വരുന്നു. ഭ്രാന്ത് മാറാനാണ് രാമേട്ടൻ വിവാഹം കഴിച്ചത്. വിവാഹം കഴിഞ്ഞപ്പോൾ ഭ്രാന്തു മൂത്തു കയറി. മരണംവരെ അയാളെ ചങ്ങലയ്ക്കിട്ടിരുന്നു. കൈയിലും കാലിലു മെല്ലാം ചങ്ങലയാണ്. മലമൂത്ര വിസർജ്ജനം കിടന്നിടത്തുതന്നെയാകും. ഇരുമ്പുകണ്ണികൾ ഉരഞ്ഞു. പഴുപ്പുനീരൊലിക്കുന്ന പിളർന്ന മാംസ ങ്ങളിൽ ഈച്ചകൾ എപ്പോഴും പൊതിഞ്ഞിരിക്കുന്നുണ്ടാകും. അപൂർവ മായി രാമേട്ടൻ ചങ്ങലക്കുറ്റിയോടെ ഇടവഴിയിലെത്താറുണ്ടായിരുന്നു. തളപ്പിട്ട കാലുകൾകൊണ്ട് ഇഞ്ചിഞ്ചായി ഞരങ്ങിനീങ്ങിയുള്ള നടത്ത മാണ്. കാലടിപ്പാടുകൾ ചിത്രപ്പണികളുള്ള ഒരു ടയർ ഉരുണ്ടുപോയതു പോലെയാണ്. ചിലപ്പോൾ ഉടുമുണ്ടില്ലാതെയാകും നടുവഴിയിൽ വന്നു നിൽക്കുന്നത്. കാണുന്നവരോടൊക്കെ രാമേട്ടൻ ഒരൊറ്റ ചോദ്യമാണു ചോദിക്കുക: "ബീഡിയുണ്ടോ?"

താങ്ങാനാവാത്ത ഒരോർമ്മയാണ് രാമേട്ടന്റെ ഭാര്യയുടെ ശരീര പ്രകൃതി. അവരെ കാണുമ്പോഴൊക്കെ ഒരു സ്വയംഭോഗത്തിനുള്ള തിടുക്കമാണ് മനസ്സിലെപ്പോഴും മുന്നിട്ടു നിൽക്കുക. ഒരു നോക്കിലേ, ഞരമ്പുകൾ വലിഞ്ഞുപൊട്ടുന്നതുപോലെയാണ്. ഞൊടിയിടകൊണ്ട് ആരും ഒരു ഭ്രാന്തിന്റെ ആധിയിൽ അകപ്പെട്ടുപോകും.

ഭ്രാന്തൻ രാമേട്ടന്റെ പ്രേതഭൂമിയുടെ തെക്കേയതിരിനപ്പുറത്താണ് രമയും മക്കളും താമസിക്കുന്നത്. എമ്പാടും ജന്നലുകളുള്ള വലിയ വീട്...

മഴ ഒരിടവേളയുടെ തോർച്ചയ്ക്കുശേഷം കാറ്റിന്റെ ആരവത്തോടെ പെരുമഴയായി പെയ്തിറങ്ങുകയാണ്: പൊട്ടിപ്പൊളിഞ്ഞ ഓടുകളിലൂടെ മഴനൂലുകൾ അകത്തേക്ക് ഇറങ്ങിവീഴുന്നു.

രമ പറയുകയാണ്: "മോനേട്ടൻ ദേഷ്യപ്പെടുമോ.. ഞാനൊരു കാര്യം പറഞ്ഞാൽ..."

വെള്ളപൂശാനുള്ള കുമ്മായത്തിനുവേണ്ടിയാണ് അവൾ കെഞ്ചുന്നത്. കുമ്മായം കിട്ടിയപ്പോൾ രാത്രിയിലാണ് പണി തുടങ്ങിയത്. ആരും കാണരുതെന്ന് നിർബന്ധമായിരുന്നു. കൂലി കൊടുക്കാൻ ഇല്ലാഞ്ഞിട്ടാണ് എന്ന സത്യം ആരുമറിയരുത്. ഡിസ്റ്റംബറും കുമ്മായപ്പൊടിയും സങ്കട ത്തോടെ ഒരു സഖാവ് തനിക്കു കടമായി നൽകിയതായിരുന്നു. ഇടി മിന്നലും കോരിച്ചൊരിയുന്ന മഴയുമുള്ള രാത്രിയിൽ അവൾ ഉറക്കമിളച്ചു ചുമരുകൾ കുമ്മായം തേച്ചു വെളുപ്പിച്ചുകൊണ്ടിരുന്നു. വിരലുകൾ വീർത്തു പൊള്ളച്ചു. മൂന്നു മഴ രാത്രികൾകൊണ്ടു ചുമരുകളെല്ലാം ആകാശംപോലെ വെളുത്തു. അവൾ പറയുകയാണ്: "മോനേട്ടാ സങ്കടം വരണ്ണ്ട് ട്ടോ. ഈ മുറീല് മനുഷ്യരെങ്ങന്യാ കഴിഞ്ഞുകൂടോ?"

അമ്മ മരിക്കാനായി കിടന്നിരുന്ന മുറിയാണ് അലങ്കോലപ്പെട്ടു കിടന്നിരുന്നത്. ചൊറിത്തവളകളുടെ ഒരു പടയായിരുന്നു ആ മുറിയിലെമ്പാടും. ജന്നലിലും ചുമരിലും എന്തൊക്കെയോ ഉച്ഛിഷ്ടങ്ങൾ അമ്മ വാരിത്തേച്ചിരിക്കുന്നു. ഈ നാറ്റവും സഹിച്ചു മാസങ്ങളോളം അമ്മയുടെ മുറിയിൽ, അമ്മ കിടന്നിരുന്ന മുഷിഞ്ഞ കട്ടിലിന്മേൽ, ഞങ്ങൾ കെട്ടിപ്പിടിച്ചു കിടന്നുറങ്ങി. ചില രാത്രികളിൽ അമ്മ മുടിയഴിച്ചുനില്ക്കുന്നതു പോലെ തോന്നും. സങ്കടത്തോടെ അമ്മ ചോദിക്കുന്നതു താൻ മാത്രമല്ല, രമയും പലവട്ടം കേട്ടിട്ടുണ്ട്. "എങ്ങന്യാ കഴിഞ്ഞുകൂട്വാ ന്റെ മക്കളേ..."

നേരം പുലർന്നാൽ നിത്യപരിചയംകൊണ്ട് രമ അടുക്കളയിലേക്ക് ഒരോട്ടമാണ്. സ്കൂളിലേക്കു പോകുന്ന കുട്ടികളെ ഓർത്തുകൊണ്ടാണ് അവൾ പരക്കം പായുന്നത്. അടുപ്പത്തു വയ്ക്കാൻ ഒരു കുന്തവും അടുക്കളയിലുണ്ടാവില്ല. ഭാര്യയെ ബീഡിതെറുപ്പു പഠിപ്പിച്ചോളൂ എന്ന ഉപദേശവും രാജൻമാഷ് ആയിടെയാണ് തന്നോടു പറഞ്ഞതെന്നും ഓർമ്മയുണ്ട്. വൈരക്കല്ലു കമ്പനിയും ഇടതുപക്ഷ തീവ്രവാദവും ഒന്നായിക്കാണുന്ന കുഞ്ഞിക്കോയ തന്നോടു പറഞ്ഞതു മീൻകച്ചവടം ചെയ്യാനായിരുന്നു. മീൻചുമട് സൈക്കിളിലോ തലയിലോ വച്ചു ചുറ്റി നടക്കാനുള്ള കായികമായ കെല്പ് തനിക്കില്ലെന്നു പറഞ്ഞപ്പോഴാണ് കുഞ്ഞിക്കോയ ഓതിയത്: "താനൊരു ബൂർഷ്വയാണ്..."

വലിയ ഒരു ക്യാൻവാസിൽ ഒരു നോവലെഴുതിയാലോ എന്നായിരുന്നു പിന്നീടുള്ള ചിന്ത. മുറിയടച്ചിരിക്കും. അന്തിയാവോളം പുകവലിച്ചിരിക്കും. ഭ്രാന്തുപിടിച്ചവനെപ്പോലെ താൻ എങ്ങോട്ടോ മിഴിച്ചുനോക്കിയിരിക്കും. എത്ര ശ്രമിച്ചിട്ടും എഴുതാൻ കഴിയുന്നില്ല. "ഭയന്നോടിപ്പോകും ശത്രുക്കൾ. അപ്പോൾ അവർ കൈയടക്കിവെച്ചിരിക്കുന്ന സ്വത്തെല്ലാം പിടിച്ചെടുത്ത് അവിടൊരു ചുകന്ന താവളം ഉണ്ടാക്കണം നമ്മൾ." ചിലപ്പോൾ ശൂന്യതയോട് എന്തൊക്കെയോ സംസാരിച്ചുകൊണ്ടിരിക്കും. പിന്നീട് രമയോടു തനിക്കു പറയാതിരിക്കാനാവില്ലായിരുന്നു: "രമേ, നീയ്യ് പൊയ്ക്കോ..."

അവൾ പോകേണ്ടത് അവളുടെ വീട്ടിലേക്കാണ്. രമയുടെ അമ്മ അന്നു ജീവിച്ചിരിക്കുന്നുണ്ട്. എന്തിനും പോന്ന ഒരു സഹോദരനുണ്ട് അവൾക്ക്. കുട്ടികളെയുംകൂട്ടി പട്ടിണിയില്ലാതെ അവിടെ അവൾ കഴിഞ്ഞുകൂടുമല്ലോ എന്ന ആശ്വാസമായിരുന്നു തനിക്ക്. "മോനേട്ടൻ എന്തു ചെയ്യും?" അവൾ കരഞ്ഞുകൊണ്ടു ചോദിച്ചു.

"സിദ്ധാർത്ഥനെപ്പോലെ വിശാലമായ ഈ ലോകത്തിന്റെ അറ്റത്തേക്കു നടന്നുനീങ്ങും...."

ഭീരുവിനെപ്പോലെ ഒരൊളിച്ചോട്ടമല്ലാതെ മറ്റെന്താണു തനിക്കു ചെയ്യാനാവുക?

"മോനേട്ടൻ വിവാഹം കഴിക്കരുതായിരുന്നു-" രമ പലപ്പോഴും അങ്ങനെയൊക്കെ പറഞ്ഞിട്ടുണ്ടെന്നാണ് ഓർമ്മ. സന്ന്യസിക്കാനുള്ള ഉൾപ്രേരണ ഇടയ്ക്കെല്ലാം തലപൊക്കാറുള്ളതാണ്. ജീവിതത്തോടുള്ള വിരക്തികൊണ്ടൊന്നുമല്ല അത്. ഒരു വിപ്ലവകാരിയുടെ അന്തിമമായ വേഷം കാവിപുതച്ച സന്ന്യാസത്തിന്റേതാണെന്നു താൻ പറയാറുണ്ടായിരുന്നു. ഭിക്ഷതരുന്ന ആഹാരം ഒരു നേരത്തേക്കു മാത്രം ഭുജിച്ചുകൊണ്ട് ഈ ലോകത്തിന്റെ അനന്തതയിലൂടെ നടന്നു നടന്നു നീങ്ങുക...

മനസ്സു ചങ്ങലയ്ക്കിട്ട ഭ്രാന്തൻ രാമേട്ടനെപ്പോലെയാണ്. ചിലപ്പോൾ വിചിത്രമായ ചില ഭ്രാന്തൻ ആശയങ്ങളാകും മനസ്സിലേക്കു കടന്നുവരിക. കാക്കകൾ കൂട്ടമായി ശത്രുതയോടെ മനുഷ്യനെ കൊത്തിക്കീറി ആക്രമിക്കാനൊരുമ്പെട്ടാലോ... വേട്ടപ്പട്ടികളെപ്പോലെ നായ്ക്കൾ സംഘം ചേർന്നു മനുഷ്യനെ കടിച്ചുകീറുകയാണെങ്കിലോ!

അക്കാലത്തു കുട്ടികൾക്കു വീട്ടുപാഠങ്ങളെടുക്കേണ്ടിവരുമ്പോൾ ആനയുടെ ക്ഷമാശീലത്തെക്കുറിച്ചാണു ഞാൻ പറയാറുണ്ടായിരുന്നത്: "വയറുവേദനണ്ടായാലും വാതംപിടിച്ചു നടക്കാണ്ടായാലും ആനയ്ക്കു സങ്കടം പറയ്യാൻ പറ്റ്വോ? പാപ്പാന്മാർ കള്ളുംകുടിച്ചോണ്ടാ നടക്കുന്നത്. സഹികെടുമ്പോഴാ ആന വിരണ്ടോടുന്നത്..."

കുട്ടികൾക്കു ചിരിവരും. തനിക്കു കലശലായി ദേഷ്യം വരും. സ്കൈലാബ് ഛിന്നഭിന്നമായി കടലിൽ വീണപ്പോൾ വലിയ ഗൗരവത്തിലുള്ള തന്റെ വിശദീകരണം കേട്ടു കുട്ടികൾ അന്ധാളിച്ചുപോയി. അതൊരു അട്ടിമറിയാണെന്നും ചാരപ്രവർത്തനമാണെന്നും താൻ തീർത്തുപറഞ്ഞു. സി.ഐ.എയും കെ.ജി.ബിയും അങ്ങോട്ടുമിങ്ങോട്ടും കൂറുമാറിയിരിക്കുകയാണെന്നും ഏറ്റുമുട്ടിക്കൊണ്ട് ഈ ലോകത്തെ നശിപ്പിക്കുന്നതിനെക്കാൾ കീഴടങ്ങിക്കൊണ്ടു ലോകത്തെ രക്ഷിക്കുന്നതായിരിക്കും ഉത്തമമെന്ന് റഷ്യ വിചാരിച്ചുകാണുമെന്നും ലോകരാരും അറിയാത്ത ഒരു സ്പേസ് വാറിന്റെ ഭീകരനാടകങ്ങൾ ബഹിരാകാശത്ത് അരങ്ങേറിയിട്ടുണ്ടാകുമെന്നും കൂറുമാറ്റം നടത്തിയവർ മോസ്കോയെ എതിർദിശയിലേക്കു ചലിപ്പിച്ചുകാണുമെന്നും... നല്ല തമാശ! ഇങ്ങനെയൊക്കെയാണ് തന്റെ വിശദീകരണമെങ്കിൽ അക്കാലത്തു തനിക്കു കിറുക്കുപിടിച്ചിട്ടുണ്ടായിരിക്കണം.

കുവൈറ്റ് യുദ്ധത്തിൽ റഷ്യ ഉരുക്കുമുഷ്ടിയോടെ ഇടപെടുമെന്നായിരുന്നു ധരിച്ചുവെച്ചിരുന്നത്. മൂന്നാം മഹായുദ്ധത്തിന്റെ കെടുതിയെക്കുറിച്ചു വികാരക്ഷോഭത്തോടെയാണ് രമയോടു പറയുന്നത്: "ഇന്ത്യക്കാർ വെന്തുനീറി ചാവാൻ പോവുകയാണ്. വറുതിക്കാലമാണ് വരുന്നത്. യുദ്ധത്തിന്റെ പാർശ്വഫലങ്ങളായി കരിഞ്ചന്തയും പൂഴ്ത്തിവയ്പുമാണ് ഇന്ത്യയിൽ നടക്കുക." തന്റെ വാക്കുകൾ അക്ഷരംപ്രതി വിശ്വസിച്ചു

കൊണ്ട് ക്ഷാമകാലത്തിനുവേണ്ടി ഉപ്പും മുളകും അരിയുമെല്ലാം അവൾ കരുതിവച്ചു. കള്ളന്മാർ കട്ടുകൊണ്ടുപോകുമോ എന്ന ഭയത്തോടെ അതെല്ലാം അവൾ ഒളിപ്പിച്ചുവച്ചു. മൂന്നാം മഹായുദ്ധം വന്നില്ല...

ചെഷസ്ക്യുവിനെയും ഭാര്യയെയും റുമാനിയായിൽ അവർ കൊല ചെയ്തതിനുശേഷമാണ് തന്റെ ഭ്രാന്തൻതോന്നലുകൾക്ക് എവിടെയോ ഒരു ശരിയുണ്ടെന്നു തോന്നിത്തുടങ്ങിയത്. അമ്മ മരണവെപ്രാളവുമായി കിടന്നു ഞരങ്ങുമ്പോൾ, ചിന്നിച്ചിതറുന്ന കമ്മ്യൂണിസ്റ്റ് ബ്ലോക്കുകളെക്കുറിച്ചു സങ്കടപ്പെടുകയായിരുന്നു താൻ. ഗോർബച്ചേവിനു നോബൽ സമ്മാനം പ്രഖ്യാപിച്ച ദിവസമാണ് അമ്മ ശ്വാസംമുട്ടി മരിച്ചത്. പ്രത്യയശാസ്ത്രങ്ങൾ തിരുകിക്കയറ്റിയ തന്റെ നോവൽരചനയെക്കുറിച്ചു കടുത്ത അവജ്ഞയും അതിനിടെ തോന്നിത്തുടങ്ങിയിരുന്നു. ജീവിതത്തിന്റെ അർത്ഥശൂന്യതയെക്കുറിച്ചു വേവലാതിപ്പെട്ടുകൊണ്ട് എഴുതിയതത്രയും താൻ പിച്ചിച്ചീന്തിക്കളഞ്ഞു. പിന്നീട് രമയോടു തനിക്കു പറയാതിരിക്കാനാവില്ലായിരുന്നു: “രമേ, നീയ്യ് പൊയ്ക്കോ.”

ഒരുപക്ഷേ, തനിക്കപ്പോൾ ഭ്രാന്തുതന്നെയായിരിക്കണം. ഒരിക്കൽ...

വിദേശവാസം കഴിഞ്ഞു തിരിച്ചെത്തുന്ന യെത്സിനെക്കുറിച്ചായിരുന്നു ചിന്ത. യഥാർത്ഥത്തിലുള്ള യെത്സിൻ തന്നെയാണോ തിരിച്ചുവന്നത് എന്നായിരുന്നു തന്റെ സംശയം. പരിശീലിപ്പിക്കപ്പെട്ട ഒരു ഡമ്മിയാണെങ്കിലോ അയാൾ? ഒരു റിമോട്ട് കൺട്രോളർകൊണ്ടു ചലിപ്പിക്കാവുന്ന പാവയാണെങ്കിലോ അയാൾ? കെട്ടുകഥകൾ മെനഞ്ഞുകൊണ്ടു കുട്ടികളെ താൻ ഭയപ്പെടുത്തിയിരുന്നു. കുട്ടികൾക്കു ചിരിവരും. തനിക്കു കലശലായി ദേഷ്യവും വരും. ഈ ഭ്രാന്തനച്ഛൻ എന്തൊക്ക്യാ പറേണത്?

പിന്നീട് രമയോടു തനിക്കു പറയാതിരിക്കാനാവില്ലായിരുന്നു: “പൊയ്ക്കോ, കുട്ട്യോളേംകൊണ്ടു പൊയ്ക്കോ.”

അന്ന് ഏഴുവയസ്സു മാത്രമാണ് തന്റെ രണ്ടാമത്തെ മകൻ നിഷിലിന്റെ പ്രായം. ഒരു ദിവസം അവൻ രമയ്ക്ക് ഒരുപിടി വെള്ളിനാണയങ്ങൾ സമ്മാനിച്ചു. പടിക്കലെ ജഹാംഗീർമാവിൽനിന്നു പെറുക്കിക്കൂട്ടിയ പഴുത്ത മാങ്ങകൾ ഒരനാഥക്കുട്ടിയെപ്പോലെ വഴിയിലിരുന്ന് അവൻ വിൽക്കുകയായിരുന്നു. ഒരു തമാശയ്ക്കായിരിക്കും വഴിപോക്കൻ അവനു കാശു കൊടുത്തിട്ടുണ്ടാവുക. മകന്റെ തെരുവുകച്ചവടം കൂടിയായപ്പോൾ തനിക്ക് എല്ലാം മതിയായി.

“പൊയ്ക്കോ.” രമയോടു തനിക്കു പറയാതിരിക്കാനാവില്ലായിരുന്നു.:

“പൊയ്ക്കോ രമേ... നീയ് പൊയ്ക്കോ...”

യുദ്ധത്തിൽ ഇറാക്ക് പിന്മാറിയെങ്കിലും നട്ടുച്ചയ്ക്കുപോലും രാത്രിയുടെ ഇരുട്ടുമൂടുന്ന പുകപ്രളയങ്ങളോടെ, ആകാശംമുട്ടെ പടർന്ന്, എണ്ണപ്പാടങ്ങൾ കത്തിക്കാളുകയായിരുന്നു. അന്നെപ്പോഴോ ഒരുറക്കത്തിൽ ആകസ്മികമായി താനൊരു സ്വപ്നം കണ്ടു. എവിടെയോ ഉള്ള ഏതോ ഒരു രാജ്യത്തെ സ്വർണമിനാരങ്ങളുള്ള ഒരു പള്ളിയിലെ മുക്രിയായി

താൻ വാങ്കുവിളിക്കുന്നു; അല്ലാഹ് അക്ബർ... അസാധാരണമായ ഒരു മിസ്റ്റിക് അനുഭൂതിയിൽ പിന്നീടു ദിവസങ്ങളോളം താൻ നിശ്ശബ്ദനായി കഴിച്ചുകൂട്ടി. അങ്ങനെയിരിക്കെ ഒരു കമ്പിശിപായിയുണ്ട് ഒരു ദിവസം കടന്നുവരുന്നു. കുവൈറ്റിലേക്കു പുറപ്പെടാനുള്ള സന്ദേശമായിരുന്നു അയാളുടെ കൈയിൽ.

ഓടിക്കിതച്ചു പോസ്റ്റാഫീസിലെത്തിയപ്പോൾ തന്റെ വെപ്രാളവും കിതപ്പും കണ്ടുകൊണ്ടു പുച്ഛഭാവത്തിലായിരുന്നു കമ്പിയാഫീസർ ചോദിച്ചത്: "എന്തൂട്ട് കണ്ടിട്ടാ കുവൈത്തില് പോണത്?" സഹപ്രവർത്തകരുടെ നേരെ നോക്കി കഷണ്ടിത്തലയ്ക്കുമീതേ ഒരു വട്ടപ്പൂജ്യം വരച്ചു കൊണ്ട് അയാൾ കുലുങ്ങിച്ചിരിച്ചു. എത്ര ചിന്തിച്ചിട്ടും തനിക്കു മനസ്സിലാവുന്നില്ല. എവിടെച്ചെന്നാലും ഒരു കോമാളിയെപ്പോലെ താൻ പരിഹസിക്കപ്പെടുന്നത് എന്തുകൊണ്ടാണ്?

സേവിങ്സ് അക്കൗണ്ടിൽ നിക്ഷേപിക്കുന്നത് കഥയ്ക്കു പ്രതിഫലമായി കിട്ടുന്ന തുച്ഛമായ സംഖ്യകളാണ്. പേർഷ്യൻ അത്തറിന്റെ കുമുകുമാ ഗന്ധങ്ങൾക്കിടയിൽ, ആയിരങ്ങളുടെയും പതിനായിരങ്ങളുടെയും കനത്ത തുകയുടെ കാത്തിരിപ്പുകൾക്കു മുന്നിൽ, ഒരാൾ അതീവ പ്രതീക്ഷയോടെയാണ് കുത്തിയിരിക്കുന്നത്. തന്റെ ടോക്കൺ നമ്പർ വിളിക്കുന്നതു കാതോർത്തിരിക്കുകയാണ്. ചിലർ കൗതുകത്തോടെ, മറ്റു ചിലർ പുച്ഛത്തോടെ, വേറെ ചിലർ സഹതാപത്തോടെ അയാളെ നോക്കുന്നു. കാഷ്യറുടെ "എത്ര?" എന്ന ചോദ്യത്തിനുള്ള മറുപടി വിവർണമായ മുഖത്തോടെയാണ് അയാൾക്കു പറയേണ്ടിവരിക. നിസ്സാരമായ നൂറോ ഇരുനൂറോ രൂപയ്ക്കുവേണ്ടി നെഞ്ചുരുകിയുള്ള അയാളുടെ കാത്തിരിപ്പ് ഓർക്കുമ്പോൾ... ഇപ്പോൾ ചിരിയാണു വരുന്നത്. ആരുടേയും പരിഹാസച്ചിരി തനിക്കു സഹിക്കാനാവില്ല. അക്കൂട്ടത്തിൽ സ്ത്രീകളും കൂടിയുണ്ടെങ്കിൽ ഭ്രാന്തനായിപ്പോകും. കണ്ണിൽ ചോരയില്ലാതെ നേർക്കു നേരെ നോക്കി പരിഹസിക്കുക... അഹങ്കാരമാണത്...

ചങ്ങല പൊട്ടിക്കുന്ന ഭ്രാന്തൻ രാമേട്ടനെപ്പോലെയാണ് മനസ്സ്....

ഇത്രയൊക്കെ വേദനിക്കുന്ന ഒരു മനസ്സുണ്ടായിട്ടും രമയെ കുത്തിനോവിച്ച് എഴുതാൻ എങ്ങനെയാണു മനസ്സുണ്ടായത്? തലയ്ക്കു തീപ്പിടിച്ചുകഴിഞ്ഞാൽ ലക്കും ലഗാനുമില്ലാതെയാണ് അവൾക്കെഴുതുക. നിലതെറ്റിയ ഒരു വാക്കു മതി, തന്റെ മേൽ അത് ആഘാതങ്ങളുടെ തീക്കനലുകളാണ് കുമിഞ്ഞിടുന്നത്.

കുറേനേരമായല്ലോ താനിങ്ങനെ കുത്തിയിരിക്കാൻ തുടങ്ങിയിട്ട്...

നൈറ്റ് ഡ്യൂട്ടി കഴിഞ്ഞുവന്നു പല്ലുപോലും തേക്കാതെയുള്ള ഇരിപ്പാണ്. ഒരു നശിച്ച പേനയും പിടിച്ചു കുറേനേരമായി ഇങ്ങനെ ഒരർത്ഥവുമില്ലാതെ ആധികൊണ്ടു വേവുന്നു. പേനത്തുമ്പിൽ നിന്നു വാക്കുകൾ ഊർന്നുവീഴാത്തവിധം മനസ്സു പിണങ്ങിനിൽക്കുന്നു. അവൾ വാശിക്കാരിയാണ്. ഇങ്ങനെ താനുംകൂടി പിണങ്ങിയാലോ...

ഒരെഴുത്ത് വിപിൻമോനുകൂടി എഴുതിയാലോ?

ഒരു ഹൃദയാഘാതത്തിന്റെ വേദനയോടെയാണ് ഓർത്തുപോയത്. കൈക്കുഞ്ഞായിരിക്കുമ്പോഴും മനുഷ്യരെയെല്ലാം ദീനമായ ഒരു ചിരിയോടെ സ്വാഗതം ചെയ്യുമായിരുന്നു അവൻ. ഈ പാവം കുഞ്ഞിനെയാണ് ഒരിക്കൽ താൻ... കഷ്ടം, ഭ്രാന്തുതന്നെയായിരുന്നു തനിക്ക്. ഇഴഞ്ഞുനീന്തുന്ന പ്രായത്തിലുള്ള കുഞ്ഞിനെയാണ് പൈശാചികമായി താൻ ആക്രമിച്ചത്. ഒന്നര വയസ്സു പ്രായമുള്ള കുഞ്ഞിന്റെ കരണത്തു മുതിർന്ന മനുഷ്യന്റെ കൈകൊണ്ടു കനത്ത ഒരു പ്രഹരം ഏല്പിക്കുക. ന്യായീകരിക്കാമോ ഇത്? രാത്രി മുഴുക്കെ ഭയപ്പാടോടെ കുഞ്ഞു വാവിട്ടു കരഞ്ഞുകൊണ്ടിരുന്നു. മഴയും തോരാതെ പെയ്തിരുന്നു. രമ ഭദ്രകാളിയെപ്പോലെയാണ് അന്ന് അലറിത്തുള്ളിയത്. “ദുഷ്ടാ!” അവൾ വിളിച്ചു. മഷിക്കുപ്പിയോളം വിലപിടിപ്പുള്ള ഒരു വസ്തുവിനെക്കുറിച്ച് അറിയാത്ത അച്ഛൻ, ഒരു ഭ്രാന്തനച്ഛൻ, ഇഴഞ്ഞുനീന്തുന്ന കുഞ്ഞിക്കൈകൾ തറയിൽ വീണുടച്ച മഷിക്കുപ്പിയുടെ നഷ്ടത്തിൽ തിരിച്ചറിവില്ലാത്ത കുഞ്ഞിന്റെ കരണത്ത് ഊക്കോടെ പ്രഹരിക്കുന്നതിന്റെ ക്രൂരത... ഏതുതരം മനുഷ്യത്വമാണിത്? ഓ, ഒരെഴുത്തുകാരൻ... മണ്ണാങ്കട്ടയാണ് നിന്റെ കിരാതഭാവനയിൽനിന്നു ജനിക്കുന്നത്... മണ്ണാങ്കട്ട...

അവൾ എന്തുചെയ്യുകയായിരിക്കും ഇപ്പോൾ?

അവിടെ സമയം മൂന്നരയാകുന്നു. ഇവിടെ രണ്ടുമണി.

മഴ പെയ്യുന്നുണ്ടാകും. തോരാമഴയത്തു കാറ്റത്തു മുറ്റത്തെ സപ്പോട്ട മരം ജന്നൽപ്പാളികളിൽ തലതല്ലുന്നുണ്ടാകും. അടുക്കളപ്പാത്തികൾ പൊട്ടിച്ചോരുന്നുണ്ടാകും. തവളകൾ ‘പെക്കോം പെക്കോം” കരയുന്നുണ്ടാകും. മണ്ണട്ടകളും ചീവീടുകളും ചെവിടടയ്ക്കുന്ന ഒച്ചയിൽ മൂളുന്നുണ്ടാകും.

ഒരു കാറ്റ്, ഗൃഹാതുരത്വത്തിന്റെ ഒരു കാറ്റ്, പൊടുന്നനെ മനസ്സിലേക്കു കടന്നുവരുന്നു. ഈറൻകാറ്റിന്റെ കുളിർമ്മയിൽ ഒരു യാത്രാവേശത്തിന്റെ താളവുംകൊണ്ട് എവിടേക്കോ ഒരുങ്ങിപ്പുറപ്പെടുന്ന ഗൃഹാതുരത്വത്തിന്റെ മനസ്സ്...

കഴിഞ്ഞ തവണ വീട്ടിലേക്കുള്ള വഴിയിൽവെച്ച് സൗദാമിനിയുടെ ആത്മഹത്യയാണ് തനിക്കു സ്വാഗതമോതിയത്. ഓരോ തവണ നാട്ടിൽ ചെല്ലുമ്പോഴും ആരെങ്കിലും ആത്മഹത്യ ചെയ്ത വാർത്തകളായിരിക്കും കേൾക്കുക. ബിരുദധാരിണിയാണ് സൗദു. കുട്ടികളെ കിണറ്റിലെറിഞ്ഞാണ് അവൾ കൊന്നത്. ചാഴിപ്പൊടിയിൽ മണ്ണെണ്ണ കലർത്തിക്കഴിച്ച് അവൾ കിണറ്റിലേക്കു ചാടി മരിച്ചതാണ്. പുതിയ സാരി വാങ്ങുന്നതിനെച്ചൊല്ലി, പണയപ്പെടുത്തിയ സ്വർണപ്പണ്ടങ്ങളെച്ചൊല്ലി, നിസ്സാരമായ വാക്കുതർക്കങ്ങളിലാകും എല്ലാം തുടങ്ങുക. വെട്ടിത്തിളങ്ങുന്ന കൊട്ടാരപ്രതാപങ്ങൾക്കു കീഴെ പിച്ചച്ചട്ടിയിൽ ജീവിക്കുന്ന പാവങ്ങൾക്കു നേരെ,

വിഷംപുരട്ടിയ വാക്കുകളുടെ വെടിയുണ്ടകളാണ് പിന്നീട് അപ്രതീക്ഷിത മായി പാഞ്ഞുവരുന്നത്. മതിയല്ലോ, എടുത്തുചാടി ഒരാത്മഹത്യയ്ക്ക് ഒരുമ്പെടാൻ...

ആത്മഹത്യ!

ആത്മപുച്ഛത്തിന്റെ ചിരിയാണ് ഇപ്പോഴതോർക്കുമ്പോൾ...

രമ കണ്ടുനിൽക്കേയാണ് ഉറക്കഗുളികകൾ താൻ വാരിവിഴുങ്ങിയത്. അവൾ കണ്ടില്ലായിരുന്നെങ്കിൽ മരിച്ചുപോകുമായിരുന്നു. വേണ്ട, ഇനി അതിനെക്കുറിച്ച് ഓർക്കരുത്...

ആകാശത്തിലാണിപ്പോൾ മനസ്സ്.

ചിറകുവിരിച്ചു പറക്കുകയാണ്.

വിമാനം മേഘങ്ങൾക്കു മുകളിലാണ് ഊളിയിട്ടു പോകുന്നത്. കീഴോട്ടു നോക്കിയാൽ മേഘസമുദ്രങ്ങളുടെ അനന്തമായ കാഴ്ച യാണ്. വെളുത്തു നുരച്ചു പൊങ്ങിയുയരുന്നു മേഘങ്ങൾ... മേഘ ങ്ങളുടെ താഴ്‌വാരങ്ങൾ... മേഘങ്ങളുടെ നദികൾ... മേഘങ്ങളുടെ ഉൾക്കടലുകൾ!

ഭൂമിക്കു മുകളിലുള്ള മേഘങ്ങളല്ല, ആകാശത്തു കീഴോട്ടു നോക്കു മ്പോൾ കാണുന്നത്. മേഘങ്ങൾ ദിവ്യമായ ഒരനുഭൂതിയാണ്.

വീട്ടിലേക്കു ചെല്ലുമ്പോൾ വാതിൽക്കൽ കാത്തുനിൽക്കുന്ന രമയോട് ആദ്യം എന്താവും പറയുക? സന്തോഷംകൊണ്ട് അവളുടെ കണ്ണുകൾ നിറയുന്നുണ്ടാകും. അവളുടെ കൈത്തണ്ടയിൽ മെല്ലെ തടവിക്കൊണ്ടു താൻ ചോദിക്കും: "ക്ഷീണിച്ചിട്ടുണ്ടോ ഞാൻ രമാ?"

രാത്രി ഉറങ്ങാൻ കിടക്കുമ്പോൾ രമയെ തന്നോടു ചേർത്തുകിടത്തി ക്കൊണ്ടു പറയും, "ഒരു മാസമല്ലേ ലീവുള്ളൂ? എന്നോട് പിണങ്ങരുത് കേട്ടോ. വെറുതെ അതുമിതും പറയണ്ടാ, ട്ടോ."

തിരിച്ചുപോക്കിനെക്കുറിച്ച് ഓർക്കുമ്പോൾ മനസ്സിൽ ഒരു കൊള്ളി യാൻ മിന്നും. അനിശ്ചിതത്വത്തിന്റെ വേദനിക്കുന്ന അതിരുകളെക്കുറിച്ച് രമയോട്...

വെറുതെ അവളെ സങ്കടപ്പെടുത്തുന്നതെന്തിന്? തിരിച്ചുചെല്ലു മ്പോൾ കമ്പനിയിൽ ജോയിൻ ചെയ്യാനാവുമോ എന്നുപോലും പറയാ നാവില്ലല്ലോ. ആരെയും ഏതു സമയത്തും പിരിച്ചുവിടാം. ഒരു കാരണവും വേണ്ട. ഒന്നും അവളോടു പറയണ്ട. ഉള്ളിലടക്കിയ കരച്ചിലുമായി മുഖം തിരിച്ചു കിടക്കുമ്പോൾ രമയ്ക്കു ദേഷ്യം വരികയാവും. വന്നിട്ട് ഇങ്ങനെ നിസ്സംഗനായി കിടക്കുക. നീണ്ട മാസങ്ങളുടെ വിരഹവേദന യിൽ അവൾക്കതു സഹിക്കാനാവില്ല. അവളുടെമേൽ നനുത്ത ഒരു സ്പർശത്തോടെ കൈവച്ചുകൊണ്ടു താൻ പറയും: "പറയാനൊ ത്തിരി കാര്യങ്ങളുണ്ട്. എല്ലാം പറയാം ട്ടോ. ഇപ്പോഴൊന്നും ചോദി ക്കണ്ട..."

അടുത്ത നിമിഷം അവൾ തന്റെ നെഞ്ചത്തു മുഖം അമർത്തി ക്കരയുകയാവും. “പോകണ്ടാന്നുപറയാൻ പറ്റ്വോ? എന്തെങ്കിലും വഴീ ണ്ടെങ്കില് പോകണ്ടാന്നേ ഞാൻ പറയ്യ്യാ....”

ആര് ആരെയാണ് ആശ്വസിപ്പിക്കേണ്ടത്?

രമ ഭ്രാന്തൻ രാമേട്ടന്റെ ഭാര്യയെപ്പോലെ തടിച്ചിട്ടുണ്ടാവും. തനി ക്കവളെ കടിച്ചുതിന്നാനാവും തോന്നുക. പക്ഷേ...

തളരുകയാണ്, തളരുകയാണ്...

വയ്യ. എപ്പോഴായാലും രമയോട് അതു പറയേണ്ടിവരും. “വയ്യ, ഇനി റിസ്കെടുക്കാൻ എനിക്കു വയ്യ. രമയ്ക്കറ്യാമോ. ഞാൻ ഇഞ്ചിഞ്ചായി മരിച്ചുകൊണ്ടിരിക്കുകയാണ്...” എത്ര കാലമായി ഞാനൊരു പുസ്തകം വായിച്ചിട്ട്! പത്രങ്ങൾ കാണാറില്ല. ആഴ്ചപ്പതിപ്പുകൾ കാണാറില്ല. പുതിയ എഴുത്തുകാരെക്കുറിച്ച് എനിക്കൊന്നുമറിയില്ല... ആരെങ്കിലും നാട്ടിൽ എന്നെ ഓർക്കുന്നുണ്ടോ, എന്തോ...

■

വസ്തുതകൾ ഏതു വിധത്തിലും ആകാം

ഒരു വിരാമചിഹ്നം കടന്നുവരും. മനഃശാന്തിയെ കടിച്ചുപിടിച്ചു തിന്നും. ഉള്ളിലൊരു കഫക്കെട്ട് ഉരുണ്ടുകൂടും. ചുമ, ചുമ... വൃത്തികെട്ട ചുമയുടെ പിടിയിലേക്ക്...

ഘൊലാൽ.. ഘൊലാൽ...

വൈറ്റമിൻ ഗുളികകൾ സ്ഥാനത്തും അസ്ഥാനത്തുമാണ് വാരിവിഴുങ്ങുക. തോന്നുംപടിയാണ് കഫ് സിറപ്പ് മോന്തിക്കുടിക്കുക. പുകവലിയും കൂടിയാകുമ്പോൾ അയാൾ ചെന്നെത്തുക അസഹ്യമായൊരു പനിച്ചൂടിലേക്ക്...

പനിച്ചൂടിന്റെ ആധിക്യത്തിൽ ചുരുണ്ടുകിടക്കുമ്പോൾ വിചിത്രമായ ഓർമ്മകളിലേക്കാവും വഴുതിവീഴുക. അയാളുടെ അബോധമനസ്സ് പോയ കാലത്തിന്റെ പൊട്ടും തരിയുംകൊണ്ട് കളിക്കാൻ തുടങ്ങും.

ഭ്രാന്തൻ ശങ്കുണ്ണിയുടെ ഓർമ്മ പൊടുന്നനെ ഉള്ളിലേക്കിറങ്ങിവരുന്നത് ഏതോ ലക്ഷണക്കേടുപോലെയാണ്. കാറ്റിന്റെ ഓർക്കസ്ട്രയിൽ ചവറുകൂനകൾ പറന്നുകളിക്കുന്ന വൃശ്ചികമാസത്തിലാണ് ശങ്കുണ്ണ്യേട്ടന് ഭ്രാന്തിളകുക. മണ്ഡലകാലത്തിന്റെ വിശുദ്ധിയിലേക്ക് ശങ്കുണ്ണ്യേട്ടൻ സമ്മാനിക്കുന്നത് നല്ല തെറിപ്പാട്ടുകളാണ്. ചപ്പുചവറുകൾ തുന്നിക്കെട്ടിയണിഞ്ഞുകൊണ്ട് “തിന്തകത്തോം തക തിന്തകത്തോം” എന്ന മട്ടിൽ ഒരു കാവടിയാട്ടത്തിന്റെ തകൃതിതാളത്തോടെയാണ് കാറ്റിനോടൊപ്പം ശങ്കുണ്ണ്യേട്ടൻ ഇടവഴികളിൽ ഓടിനടക്കുക.

അന്ന് നട്ടുച്ചപ്പകലുകൾക്ക് ഒരു പൊന്നിൻനിലാവിന്റെ നിറമായിരുന്നു. കടലിനക്കരെനിന്ന് പേർഷ്യയിൽ പോയി വന്നവർ കൊണ്ടുവന്ന പൊന്നിൻനിലാവായിരുന്നു അത്. ശങ്കുണ്ണ്യേട്ടൻ പൊന്നിൻനിലാവിനോട് പിണങ്ങി. കലശലായി പിണങ്ങി. ഒരു പേർഷ്യക്കാരനെ കണ്ടാൽ ഭീകരമായൊരലർച്ചയോടെയാണ് ശങ്കുണ്ണ്യേട്ടൻ അയാളുടെ മേൽ ചാടിവീഴുക. ഒരു ഒജീനുമ്മയെയും വഴിയോരക്കാഴ്ചയായി അക്കാലത്ത്

കാണാമായിരുന്നു. ചപ്രത്തലമുടി. തീക്കണ്ണുകൾ. കല്ലും മണ്ണും മുടിയുമൊക്കെയുള്ള ഒരു മിശ്രിതമാണ് വറവുചട്ടിയിലിട്ട് ഒജീനുമ്മ വറുത്തു തിന്നുന്നത്.

മലായിക്കാരൻ കുഞ്ഞാലിയാണ് മറ്റൊരോർമ്മ. കാഴ്ചയിൽ വളരെ സുമുഖൻ. ചാർമിനാർ സിഗരറ്റ് പുകച്ചുകൊണ്ട് സ്വർണവാച്ച് കെട്ടിയ കൈവീശി ഗമയോടെയുള്ള നടത്തം. പൊലീസുകാർക്ക് പേടിയാണ് കുഞ്ഞാലിയെ. കുന്നംകുളം അങ്ങാടിയിൽ വച്ച് തല്ലിക്കൊന്നു കുഞ്ഞാലിയെ. തമ്പുരാൻപടിയിലെ ഏതോ വലിയ വീട്ടിലെ പെണ്ണിനെ കുഞ്ഞാലി ബലാത്കാരം ചെയ്തിട്ടുണ്ടത്രേ. “അമ്മേ” എന്നു വിളിച്ചു കരയുന്ന കുഞ്ഞിന്റെ മുന്നിൽവച്ച് തള്ളയെ ബലാത്കാരം ചെയ്തത് ദൈവം പൊറുത്തില്ല. കുഞ്ഞാലിയെ കൊന്നുമലർത്തി വായിലേക്ക് ആരോ ‘ശ്രേ’ എന്ന് മൂത്രമൊഴിച്ചുകൊടുത്തു. ഇതൊക്കെ എന്തിനാണിപ്പൊ ഓർക്കുന്നത്?

ഓർമ്മകൾ ഒരടുക്കും ചിട്ടയുമില്ലാതെയാണ് തോന്നിയപാടേ കടന്നു വരുന്നത്.

വെണ്ണീറു കുമിഞ്ഞുകിടക്കുന്ന അടുക്കളപ്പിന്നാമ്പുറത്തെ മുറ്റം. അതിരുവരമ്പത്തെ പേരമരം. തെക്കേ മുറിയിലെ നിഗൂഢമായ ജന്നൽപ്പഴുതുകൾ. മാട്ടം കെട്ടിത്താഴ്ത്തിയ കുളവാഴകൾ നിറഞ്ഞുകിടക്കുന്ന കുണ്ടൻകുളമാണ് ജന്നൽപ്പഴുതിലൂടെ നോക്കിയാൽ കാണുക. വേലക്കാരി കാർത്തു വിസ്തരിച്ചു കുളിക്കുന്നത് ഈ കുണ്ടൻകുളത്തിലാണ്.

മഴക്കാറിന്റെ മൂടിക്കെട്ടിലിനു മുന്നിൽ ചീറിയടിക്കുന്ന തണുപ്പൻ കാറ്റത്ത് കാർത്തുവിന്റെ കാൽപ്പെരുമാറ്റങ്ങൾക്ക് ഒരീണവും താളവുമുണ്ടാകും. ഒളിച്ചുനോട്ടക്കാരൻ നോക്കിക്കണ്ടോട്ടെ എന്ന മട്ടാണവൾക്ക്. തടിച്ചികാർത്തുവിന്റെ വിചാരം സുന്ദരിപ്പട്ടം കിട്ടിയ രംഭയാണ് എന്നാണ്. നാണംകെട്ട ഏർപ്പാടിന് പാൽക്കാരൻ ശേഖരേട്ടനെ നോക്കിക്കോട്ടെ. ഒരിക്കൽ കണ്ടതാണ്, പുലർച്ചയ്ക്ക് തൊഴുത്തിലെ ചാണകത്തിൽ കിടന്ന് ശേഖരേട്ടന്റെ കൂടെ-ന്റമ്മേ! ഭയങ്കരിയാണ് കാർത്തു! ആരോ പറഞ്ഞല്ലോ കാർത്തു ഇപ്പോൾ ദുബായിലോ ഷാർജയിലോ ആണെന്ന്! ഭർത്താവ് മുനിസിപ്പാലിറ്റി ഡ്രൈവറാണത്രെ. ഫ്രിഡ്ജും ടി.വിയും എ.സിയുമൊക്കെയുള്ള ഫ്ളാറ്റിൽ ശരീരമിളകാതെ തിന്നുകൊഴുത്ത് തടിച്ചിട്ടുണ്ടാകും കാർത്തു! അവളെ ഒരു നോക്ക് കാണാനെന്താണ് മാർഗ്ഗം? പണ്ടേ ഭദ്രകാളി! ഭദ്രകാളി മൂത്താലെങ്ങനെയുണ്ടാകും? ന്റമ്മേ!

വീട്ടിലെ പൂമുഖത്തിണ്ണയിൽ ചാരിയിരുന്നാൽ എണ്ണാഴിക്കാരുടെ അടുക്കളപ്പുറമാണപ്പുറത്ത് കാണുക. ഒഴുക്കിനെതിരെയാണ് എണ്ണാഴിക്കാരുടെ സഞ്ചാരം. പഴയ കൂട്ടുകുടുംബത്തിന്റെ രീതികൾ ഇപ്പോഴും കടുകിട തെറ്റിക്കാതെ കൊണ്ടുനടക്കുന്നു. കുടുംബംവക ക്ഷേത്രത്തിൽ

കുംഭഭരണിക്ക് കൃത്യമായി ഉത്സവം നടക്കുന്നു. കൊല്ലത്തിലൊരിക്കൽ കിഴക്കേ മുറ്റത്ത് സർപ്പക്കളത്തിനുള്ള പന്തൽ കെട്ടുന്നു. എങ്ങനെ യെങ്കിലും കർമ്മങ്ങൾ ചെയ്തുതീർക്കുക. അത്രയ്ക്കേയുള്ളൂ. പണ്ടത്തെ ഇമ്പമോ രസമോ ഇല്ല. താലപ്പൊലിക്ക് പണ്ടത്തെ തലയെടുപ്പില്ല. ഝടേ യെന്ന് ഓടിച്ച് നടകയറുകയാണ്. എട്ടും പൊട്ടുമറിയാത്ത കൊച്ചുകുട്ടി കളെയാണ് സർപ്പക്കളത്തിൽ തുള്ളാനിരുത്തുന്നത്. ഒന്നിലും പണ്ടത്തെ ഒരു സുഖവും രസവും ഇല്യാണ്ടായി.

പൂമുഖത്തിണ്ണയിലിരുന്ന് സദാനേരവും എണ്ണാഴിയിലേക്ക് നോക്കി യിരിക്കുന്നത് ഒരു ചീത്ത സ്വഭാവമായി മാറിയിരുന്നു. എണ്ണാഴിക്കാരുടെ ശീലങ്ങൾക്ക് കുറച്ച് മാറ്റങ്ങളുണ്ടായിട്ടുണ്ട്. പെണ്ണുങ്ങൾ സാരിയിലേക്ക് കൂടുമാറി. കല്യാണം കഴിച്ചുകൊണ്ടുവന്ന ഒരുത്തിമാത്രം മാക്സിയിൽ വലിയ ഗമയിലാണ്. എണ്ണാഴിപ്പറമ്പിലേക്ക് നോക്കിയിരുന്നാൽ പോയ കാലത്തിന്റെ ഏതോ മധുരസ്മരണയിലേക്ക് അറിയാതെ ലയിച്ചിരുന്നു പോകും. ചിലപ്പോഴൊക്കെ അയാൾ വിചാരിക്കുമായിരുന്നു. എണ്ണാഴി യിലാണ് ജനിച്ചിരുന്നതെങ്കിൽ എത്ര നന്നായിരുന്നു എന്ന്! വല്യമ്മ, ഇളേമ്മ, ഏട്ടത്തി, ചേച്ചി, അനിയത്തിമാർ. ഇവർക്കിടയിൽ ഒരു കണ്ണ നുണ്ണിയായി കഴിയുക എത്ര രസമായിരിക്കും. ശാസിക്കാനും അംഗീകരി ക്കാനും തലോടാനും എത്രയെത്ര പേരാണ്. വല്യച്ഛൻ, ചെറിയച്ഛൻ, വല്യേട്ടൻ, കുഞ്ഞേട്ടൻ... പെണ്ണായിട്ടാണ് അവിടെ ജനിക്കുന്നതെങ്കിൽ വലിയ കുഴപ്പമാകും. തീണ്ടാരിയായാൽ അടുക്കളപ്പുറത്തേക്ക് കടന്നു വരാത്ത പെണ്ണുങ്ങളാണ്. ഒരാൺകുട്ടിയായി എണ്ണാഴിയിൽ ജനിക്കണം. വലിയ സായ്പാണെന്നാ എണ്ണാഴിയിലെ പുഷ്പാംഗദന്റെ വിചാരം. ഗോപിക്കുറിയിട്ട് ഗമയോടെ കൈവീശിയുള്ള ഒരു നടത്തമുണ്ട്. ഒരിക്കലെ പ്പോഴോ വായനശാലയിൽ വച്ച് തീപറക്കുന്ന കണ്ണുകളോടെയാണ് പുഷ്പാംഗദൻ പറഞ്ഞത്: “കാക്ക കണ്ടറിയും കൊക്ക് കൊണ്ടറിയും.” പിന്നെയും പറയുകയാണ്: “ഇവിടെ ജീവിക്കാനുള്ള അർഹത നിങ്ങൾക്കില്ല. പോയി റഷ്യയിൽ ച്ചെന്ന് ജീവിക്ക്.”

ഛെ! അന്യരുടെ രഹസ്യങ്ങളിലേക്ക് നോക്കിയിരിക്കുക! ചീത്ത സ്വഭാവമാണ്. പാരമ്പര്യസ്രോതസ്സുകളിൽനിന്ന് എന്തെല്ലാമോ ചീത്ത ത്തരങ്ങൾ രക്തത്തിലലിഞ്ഞുചേർന്നിട്ടുണ്ടാകും. അച്ഛാച്ഛനെ ഓർത്തു. വക്കാണം മൂത്താൽ അച്ഛാച്ഛൻ അമ്മമ്മയെ വിളിക്കുന്നത് ‘കുഴലൻകാളി’ എന്നാണ്. വെറുതെയല്ല തന്റെ ചോരയിലിങ്ങനെ...!

മുഖം ഒളിച്ചുവയ്ക്കാനാവോ? ആരുമറിയാതെ, ഓരോര വിക്രസ്സു കൾ കാട്ടിക്കൂട്ടുമ്പോൾ അസ്വാഭാവികതയുടെ ഭാവപ്പകർച്ചകളാണ് മുഖത്തേക്ക് കടന്നുവരിക! ചൈതന്യവും വിശുദ്ധിയും മുഖത്തുനിന്ന് ചോർന്നുപോകും. ഭയമായിരുന്നു ആദ്യമാദ്യം ആളുകളെ നേരിടാൻ! ആളുകൾക്ക് ഒരു വിചിത്രജീവിയെ കണ്ടതുപോലെയായിരുന്നു.

പരിഹാസച്ചിരികൾക്കു മുന്നിൽ തലതല്ലിക്കരയാൻ തോന്നും. ഇതൊക്കെ വർഷങ്ങളായി അനുഭവിച്ചുകൊണ്ടിരിക്കുന്ന മാനസിക സംഘർഷ ങ്ങളാണ്. ആൾക്കൂട്ടത്തിന്റെ രീതികളുമായി ഇപ്പോൾ എങ്ങനെയൊ ക്കെയോ പരുവപ്പെട്ടിരിക്കുന്നു!

ഇപ്പോൾ എല്ലാം മനസ്സിലായി. ആദർശത്തിന്റെ ഒരു പൊയ്മുഖം മാത്രം വച്ചു പിടിപ്പിച്ചാൽ മതി. മാന്യതയുടെ മുഖാവരണം മാത്രം മതി. പോസ് ചെയ്താൽ മാത്രം മതി. പിടികൊടുക്കരുതെന്നേയുള്ളൂ. എന്തെന്ത് ക്രൂരകൃത്യങ്ങളും ചെയ്യാം. തെളിവുകൾ അവശേഷിക്കരുത്. ചതിയും വഞ്ചനയും അതിജീവനത്തിന്റെ ഭാഗമായി മാറുകയാണ്. അതിജീവി ക്കുന്നവൻ ജയിച്ചു. എങ്ങനെയും പണമുണ്ടാക്കുക. ആസനത്തിലെ ആൽമരത്തിലും കറൻസിനോട്ടുകൾ കായ്ച്ചുകൂടെന്നില്ല. ഹാ, സായുജ്യം! ഭ്രാന്തൻ ശങ്കുണ്ണ്യേട്ടനു ബുദ്ധിയുണ്ട്, വെറുതെയല്ല പേർഷ്യക്കാരനെ കാണുമ്പോൾ ഭീകരമായൊരലർച്ചയോടെ ശങ്കുണ്ണ്യേട്ടൻ ചാടിവീഴുന്നത്!

"ഉണ്ണ്യേ" എന്നു വിളിച്ച് ഒരു പൂച്ചയെപ്പോലെ പാത്തും പതുങ്ങി യുമാണ് ശങ്കുണ്ണ്യേട്ടൻ തന്റെയരികെ വന്നുനിൽക്കുക! ഒരു ഉണ്ണിയോട് പറയാൻ പാടില്ലാത്തതാകും ശങ്കുണ്ണ്യേട്ടൻ ചെവിയിൽ പറഞ്ഞുതരുന്നത്. മൂത്രമൊഴിച്ചത്രേ ശങ്കുണ്ണ്യേട്ടന്റെ വായിലേക്ക്. അതും ഒരു പെണ്ണ്. മാവിൻകൊമ്പത്തു കേറിനിന്നുകൊണ്ട്. പെണ്ണെന്നു പറഞ്ഞാൽ ശങ്കുണ്ണ്യേട്ടന്റെ ഭാര്യയാണോ? ഭാര്യയെന്നല്ലാതെ വേറൊരു ചിന്ത ശങ്കുണ്ണ്യേട്ടനില്ല. ഭ്രാന്തിന്റെ രഹസ്യംതന്നെ ശങ്കുണ്ണ്യേട്ടന്റെ ഭാര്യയാണ്. ശങ്കുണ്ണ്യേട്ടന്റെ ഭാര്യയെ സുഖിപ്പിക്കുന്നത് പട്ടാളക്കാരൻ വാസ്വേട്ടനാണ്. പെണ്ണിപ്പോൾ വാസ്വേട്ടന്റെ കൂടെയാണ് സ്ഥിരതാമസം. വായിലേ ക്കാണോ മൂത്രമൊഴിക്കുന്നത്? നട്ടഭ്രാന്തുതന്നെ...

ഒരു വെള്ളിയാഴ്ച പതിവുപോലെ വീട്ടിലേക്ക് വിളിച്ചപ്പോഴാണറി യുന്നത്, ശങ്കുണ്ണ്യേട്ടൻ ചത്തെന്ന്! പട്ടിണിക്കോലമായി വഴിയിൽക്കിടന്ന് ചത്തെന്ന്!

ഓരോ വിധി!

ഓർക്കാൻ പേടിയുള്ളത് തനിക്കിപ്പോൾ ഒരേയൊരു കാര്യമാണ്. വരും കാലത്തിന്റെ വരുമെന്നുറപ്പുള്ള ഭീകരമായ അത്യാഹിതങ്ങൾ! കുട്ടികളെ ക്കുറിച്ചോർക്കുമ്പോഴാണ് ഭയം തോന്നുന്നത്. കുട്ടികളേ, ഓടിക്കോ! ലോകത്തിന്റെ വേഗതയ്ക്കൊപ്പം ഓടിയില്ലെങ്കിൽ മറ്റൊരാൾ നിങ്ങളെ ചവിട്ടിമെതിച്ചുകൊണ്ട് കടന്നുപോകും. നിൽക്കരുത്! ഒരു നിമിഷംപോലും അമാന്തിച്ചു നിൽക്കരുത്! ശ്വസിക്കുന്ന ഉച്ഛ്വാസവായുവിന്റെ സ്വാതന്ത്ര്യം പോലും തട്ടിപ്പറിച്ചുകൊണ്ടുപോകും. പരാജയഭീതിയിലേക്ക് കാലിടറി വീഴുന്നവനൊരിക്കലും ഭൂതകാലമുണ്ടാകില്ല. ഭാവികാലവുമില്ല. തീർന്നു! തലച്ചോറിന്റെ വള്ളി പൊട്ടിയാൽ മതി! തീർന്നു! ഡും...

തിന്തകത്തോം തക തിന്തകത്തോം...

ശങ്കുണ്ണ്യേട്ടനായി മാറും.

ദിവസവും രാത്രി കണ്ണടച്ചു കിടക്കുമ്പോൾ പ്രാർത്ഥിക്കുന്നു: ദൈവമേ, എന്റെ ദൈവമേ!

പരിഹസിക്കേണ്ട! ഇളകിമറിയുന്ന മനസ്സിന്റെ പ്രക്ഷുബ്ധതയ്ക്ക് പ്രാർത്ഥന വലിയൊരു പരിഹാരമാണ്. പ്രവൃത്തിദോഷമാണെല്ലാറ്റിന്റെയും കാരണം. പ്രവൃത്തിദോഷമുണ്ടെങ്കിൽ പ്രാർത്ഥന അനിവാര്യമാണ്. ഉറക്കമുണർന്നെണീക്കുന്നത് ഏതോ ശവപ്പെട്ടിയിൽനിന്നാണെന്ന തോന്നൽ ഈയിടെയായി കലശലായിട്ടുണ്ട്. പുലർച്ചയ്ക്ക് അലാറം കേട്ടുണരുന്നത് ശ്മശാനത്തിലെ പ്രേതാത്മാവ് ഉയിർത്തെണീക്കുന്നതുപോലെ! രണ്ടു കോമ്പല്ലുകൾകൂടി മുളച്ചുവന്നിരുന്നെങ്കിൽ ഡ്രാക്കുളയെപ്പോലെ...

എങ്ങോട്ടോ ഓടിപ്പോകണമെന്ന തോന്നൽ, ഏതോ കാടിന്റെ ഈറനണിഞ്ഞ പ്രശാന്തതയിലെവിടെയെങ്കിലും മറഞ്ഞിരിക്കണമെന്ന തോന്നൽ ഈയിടെയായി കലശലായിട്ടുണ്ട്.

മടുത്തു!

തലച്ചോറിന്റെ ശൂന്യതയിൽ കടുത്ത നിസ്സംഗതയിൽ തന്നാലാകാത്ത പണി കടിച്ചുപിടിച്ചുകൊണ്ട് ചെയ്തുതീർക്കുമ്പോൾ മുഖപ്പകർച്ചയിലേക്ക് ഏതോ കത്തിവേഷക്കാരന്റെ രൗദ്രതയും അമർഷവുമാണ് ഇറങ്ങിവരിക. എല്ലാരും തന്നിൽനിന്ന് അകന്നുപോയെന്നൊരു തോന്നൽ. തന്നെയാർക്കും വേണ്ടെന്നൊരു തോന്നൽ. ഓർമ്മിക്കാനോ സ്നേഹിക്കാനോ ആരുമില്ലെന്നൊരു തോന്നൽ... പ്രലോഭിപ്പിക്കാനെന്തെങ്കിലും വേണ്ടേ? ആശിക്കാനെന്തെങ്കിലും വേണ്ടേ?

ഒരു യുവാവിന്റെ സ്വപ്നങ്ങളാണോ മധ്യവയസ്കനായ ഒരാൾക്കുണ്ടാവുക? ക്ഷതം തട്ടിയ ഓർമ്മകളിൽനിന്ന് വമിക്കുന്നത് ചീഞ്ഞ നാറ്റമാണെന്ന തോന്നലാണിപ്പോൾ. വെറുപ്പാണ്. ചിലതരം ഓർമ്മകളോട് വലിയ വെറുപ്പാണ്. നിവൃത്തികേടിന്റെ ചലമാണത്. ഇല്ല! ആരോടും മത്സരത്തിനില്ല. ഇല്ല! പകരത്തിനു പകരം എന്ന ദുഷ്ടബുദ്ധിയില്ല. മനുഷ്യസഹജമായ പരിഗണനകൾ ആരിൽനിന്നും പ്രതീക്ഷിച്ചിട്ട് കാര്യമില്ല. കൊടുത്തതൊന്നും തിരിച്ചുകിട്ടുമെന്ന പ്രതീക്ഷയില്ല. എവിടെയോ വച്ച് വായിച്ച ഒരോർമ്മയാണ്- 'I raised you when you were young. Be merciful to me when I am old."

വീട്ടിലേക്ക് തിരിച്ചെത്തി കുരയ്ക്കാൻപോലും ശേഷിയില്ലാത്ത ഒരു പാണ്ടൻനായയായി ഒരു മുക്കിൽ ചുരുണ്ടുകൂടി കിടക്കുമ്പോഴത്തെ ഒരവസ്ഥ! ഈശ്വരാ! ഗതികെട്ട ഒരാളുടെ ആക്രാന്തംപിടിച്ച നെടുനെട്ടോട്ടത്തിനിടയിൽ എവിടെയെല്ലാം ചെന്നുകയറി? ഓഫ്ഷോറിലെ കടൽത്തിരകൾക്കു മീതെയുള്ള പ്ലാറ്റ്ഫോമുകൾ, ലേബർ ക്യാമ്പുകൾ...

നട്ടപ്പാതിരായ്ക്ക് 'ഇത് നട്ടപ്പകലാണ്' എന്ന് തലകുലുക്കി സമ്മതിച്ചു. ഒരു കുള്ളനെപ്പോലെ ചുരുങ്ങിച്ചുരുങ്ങിയില്ലാതായിക്കൊണ്ട് എല്ലാതരത്തിലുള്ള സ്വഭാവക്കാരെയും സന്തോഷിപ്പിച്ചു. തനിക്കെത്രയും വേണ്ടപ്പെട്ടവരിൽനിന്നുപോലും 'നട്ടെല്ലില്ലാത്ത മനുഷ്യൻ' എന്ന് പരിഹാസവിളി! എന്തൊരു ഭയങ്കര മറവി! കണ്ടു പരിചയിച്ച അയൽപക്കത്തെ കൊച്ചുകുട്ടികളെയാണ്, അവർക്ക് മീശയും താടിയും വളരുമെന്നറിയാതെ, പണവും അധികാരവും സ്വന്തമാകുമെന്നറിയാതെ 'സാറേ' 'ചേട്ടാ' എന്നെല്ലാം വിളിച്ച്...

മറവി ഒരർത്ഥത്തിൽ വലിയൊരു അനുഗ്രഹമായി മാറി. ജീവിതത്തിന്റെ നാണക്കേടിനെക്കുറിച്ചോർത്ത് ആത്മഹത്യ ചെയ്യാതെ രക്ഷപ്പെട്ടു! അയാൾ രക്ഷപ്പെട്ടു! ഇപ്പോൾ ഒരേയൊരു വിഷാദചിന്ത മാത്രമാണ് അയാളെ അലട്ടിക്കൊണ്ടിരിക്കുന്നത് - അമ്മ! അമ്മയെ ഉത്കടമായ ആവേശത്തോടെ അയാൾ സ്നേഹിച്ചുതുടങ്ങുകയായിരുന്നു. ഭാര്യയെക്കാളേറെ ഈ ലോകത്തുള്ള ആരെക്കാളുമേറെ. അമ്മയെ സ്നേഹിച്ചുതുടങ്ങുകയായിരുന്നു. പക്ഷേ...

പക്ഷേ അമ്മ തെക്കേപ്പറമ്പിലെ ശവക്കുഴിയിലെ അസ്ഥിമാടമായെന്നു മാത്രം. അസ്ഥികൂടം മിണ്ടുമോ?

ഒരുമ്മ നൽകാൻ... അമ്മയെ കെട്ടിപ്പിടിച്ച് ഒരുമ്മ നല്കാൻ... എന്തൊരാശയായിരിക്കുന്നു! അമ്മയെ തൊട്ടതായിപ്പോലും ഓർമ്മയില്ല. തൊട്ടുവന്ദിച്ചുകൂടേ? ഷോക്കടിക്കുമോ? ഒരു സമ്മാനവും അമ്മയ്ക്ക് വാങ്ങിക്കൊടുത്തിട്ടില്ല. എങ്ങനെ ഓർക്കാൻ? എസ്റ്റാബ്ലിഷ്മെന്റിനെതിരെയുള്ള കലാപം' എന്നൊക്കെയാണ് അന്ന് വീമ്പിളക്കി നടന്നിരുന്നത്. ദൈന്യതയോടെ ചെന്നകപ്പെട്ടത് ഒരെലിക്കെണിയിലേക്ക്. ചെങ്കൊടിയെ സ്നേഹിക്കുന്ന ഹൃദയംകൊണ്ട് അബ്സ്ട്രാക്റ്റ് എക്സ്പ്രഷനിസ്റ്റ് എക്സിസ്റ്റൻഷ്യലിസ്റ്റ് എന്നൊക്കെയാണ് വാതോരാതെ പറഞ്ഞുനടന്നിരുന്നത്. വഴി പിഴച്ചതറിയാതെ! സൈക്കഡെലിക് അനുഭൂതി! തേങ്ങാക്കുല!

അച്ഛന്റെ മരണം വിതച്ച കൊടുംശൂന്യതയും പ്രാരബ്ധങ്ങളും അമ്മയെ ഇഞ്ചിഞ്ചായി കൊന്നു. സ്നേഹത്തിനുവേണ്ടി അമ്മ അഗാധമായി ദാഹിച്ചിരുന്നു. പൊട്ടക്കണാദിമകൻ അമ്മയ്ക്ക് സമ്മാനിച്ചത് കുത്തുവാക്കുകളുടെ കൂമ്പാരം മാത്രം. അമ്മ അണിഞ്ഞൊരുങ്ങാൻ പാടില്ല. നോക്കണേ, അബ്സ്ട്രാക്റ്റ് എക്സ്പ്രഷനിസ്റ്റ് ആരാധകന്റെയൊരു ഉള്ളിലിരിപ്പ്. അമ്മ കരഞ്ഞിട്ടില്ലാത്ത ദിവസങ്ങൾ അപൂർവ്വമായിരുന്നു. ചക്കയെന്നു പറഞ്ഞാൽ മാങ്ങയെന്നു കേൾക്കുന്ന മകൻ! വാക്കുകളുടെ അർത്ഥവ്യാപ്തിയെക്കുറിച്ച് ചിന്തിക്കാനുള്ള പക്വതയില്ലാത്ത മകൻ! ഏതുനേരവും അമ്മയോട് അയാൾ ഏറ്റുമുട്ടി. എന്തും അമ്മ സഹിക്കുന്നത് ഉള്ളിന്റെയുള്ളിൽ വലിയ സ്നേഹമായതുകൊണ്ടാണ്. ഒരു

ദിവസം പഴയ ആൽബം വെറുതെ മറിച്ചുനോക്കുകയായിരുന്നു. അപ്പോഴാണ് കണ്ടത്...

കരഞ്ഞുപോയി.

ഈശ്വരാ, ഇത്രമാത്രം അമ്മ വികാരംകൊള്ളണമെങ്കിൽ...

ഒരു നിധി കണ്ടെത്തിയതുപോലെ ആൽബത്തിൽനിന്ന് പ്രത്യേകം എടുത്തുമാറ്റിയ ആ ഫോട്ടോയിൽ എത്രതന്നെ നോക്കിയിരുന്നിട്ടും മതിയായില്ല. അമ്മ ഉറവുപൊട്ടിയ വികാരമൂർച്ഛയുടെ സായുജ്യത്തോടെ നിൽക്കുന്നു! പകുതി കൂമ്പിയ കണ്ണുകളോടെ സാഫല്യത്തോടെ അമ്മ നിൽക്കുന്നു!

അമ്പലനടയിൽ നിൽക്കുന്നത് ഞാനാണ്. താലികെട്ടിന്റെ ചടങ്ങ്. വധുവിന്റെ കുനിഞ്ഞ തല. ജീവിതസാഫല്യം നേടിയ സായുജ്യത്തോടെ പൂജാരിയുടെ തൊട്ടടുത്ത് അമ്മ. ഏതോ അപാരനിർവൃതിയിൽ ലയിച്ച്...

ഒരിക്കൽ അമ്മ പറഞ്ഞതായോർക്കുന്നു: മരണവേദനയാണ് അമ്മ അനുഭവിച്ചതെന്ന്! അത്ര കഠിനമായിരുന്നു അമ്മ അനുഭവിച്ച ഗർഭവേദന. രോഹിതിനെ പ്രസവിക്കുമ്പോഴും രോഹിണിയെ പ്രസവിക്കുമ്പോഴും ഇത്രയ്ക്ക് വേദന അറിഞ്ഞിട്ടില്ലെന്ന്! എന്നെ മുലയൂട്ടാനും അമ്മയ്ക്ക് പേടിയായിരുന്നു എന്ന്! കടിച്ചുപിടിച്ച് ചപ്പിവലിക്കുന്ന ഒരാർത്തിപ്പണ്ടാര മായിരുന്നു എന്ന്! മകന്റെ ജന്മരഹസ്യങ്ങൾ അമ്മയ്ക്കല്ലാതെ ഈ ലോകത്ത് മറ്റാർക്കാണറിയുക? എനിക്കെന്നെ അറിയാവുന്നതിനേക്കാൾ എന്നെ അമ്മയ്ക്കാണറിയുക. എത്ര വേദനിപ്പിച്ചിട്ടും അമ്മ ശപിച്ചില്ല. വെറുത്തില്ല.

ഈയിടെ രോഹിതിന്റെ ഫ്ളാറ്റിൽ ചെന്നപ്പോൾ രോഹിത് പറയുക യാണ്: "നിങ്ങളാരാ ഹേ! നിത്യവസന്തകാമുകനോ? നിങ്ങൾക്കെത്ര വയസ്സായി!" അവൻ പറയുകയാണ്. പ്രായത്തിനൊത്ത പക്വതയില്ലെന്ന്! മരിക്കുന്നതുവരെ അമ്മയും കരുതിയത് അമ്മയ്ക്ക് ചെറുപ്പമാണെന്നാ യിരുന്നു. ഇടയ്ക്കിടെ അമ്മ വിളിച്ചുപറയും: "എനിക്ക് അത്ര പ്രായമൊന്നു മില്ല." അന്നതൊക്കെ കേൾക്കുമ്പോൾ ഉള്ളിൽ നുരച്ചുപൊങ്ങുന്ന അരിശ ത്തോടെയാണ് അമ്മയോട് കുത്തുവാക്കുകൾ പറയുക:

മൂന്നുനാലു മാസം കൂടുമ്പോഴാണ് ഓഫ്ഷോറിൽ നിന്ന് കരയിലെ ത്തുന്നത്. നേരെ ദുബായിലുള്ള രോഹിതിന്റെ ഫ്ളാറ്റിലേക്ക്. ആഹ്ലാദം തിരതല്ലുന്ന മനസ്സിൽ വിസ്മയവും കൗതുകവും തിരതല്ലുകയാവും. പരോളിലിറങ്ങുന്ന തടവുപുള്ളിയുടെ ആഹ്ലാദമൂർച്ഛ. തന്റെ പെരുമാറ്റ ത്തിലെവിടെയോ കാര്യമായ തകരാറുണ്ടെന്നാണ് രോഹിത് പറയുന്നത്.

ഫ്ളാറ്റിൽ വച്ച് പരിചയപ്പെടുത്തിയ ഗുജറാത്തി പെൺകുട്ടിയോട് പ്രായത്തിന്റെ പക്വതയോടെ പെരുമാറിയില്ല എന്ന്! അവൻ പറഞ്ഞതി ലെവിടെയോ ഒരു ദുഷിച്ച അർത്ഥം ഒളിഞ്ഞിരിക്കുന്നുണ്ട്. മകളാണ് എന്ന്!

പെണ്ണല്ലെന്ന്! ഉള്ളിലെ കരച്ചിൽ അണപ്പല്ലുകൊണ്ട് കടിച്ചമർത്തിക്കൊണ്ട് പറഞ്ഞു: "ഞാനായിട്ടെന്ത് പോസ് കാണിക്കണം?" ഓ, മനസ്സിലായി! രോഹിതിന്റെ ഫ്ളാറ്റിൽ ഇങ്ങനെയൊന്നും പോര. സ്റ്റാറ്റസ് കീപ് ചെയ്യണം! അവന്റെ മസ്തിഷ്കമടക്കം അവന്റെ ഭാര്യയുടെ റിമോട്ട് കൺട്രോളിലാണ്.

പാവം, രോഹിത്!

"ഞാനിപ്പോഴും ചെറുപ്പമാണ്."

"നല്ല ചെറുപ്പം!"

രോഹിതിന്റെ പരിഹാസച്ചിരി.

ദാഹമാണ്, സ്നേഹത്തിനുവേണ്ടിയുള്ള ദാഹമാണ്. കൊതിയാണ്. സ്നേഹസ്വരങ്ങളുടെ ശാസനകൾ കേൾക്കാൻ കൊതിയാണ്...

തെറ്റുകുറ്റങ്ങൾ ചൂണ്ടിക്കാണിച്ച് അധികാരസ്വരത്തോടെയുള്ള എടാ വിളി! അവകാശസ്വരത്തോടെയുള്ള എടാ വിളി!

കേൾക്കാൻ കൊതിയാകുന്നു.

എത്ര പരിതാപകരമാണ് '൦' വട്ടത്തിലേക്കുള്ള ഈ ചുരുങ്ങിക്കൂടൽ! ന്യൂക്ലിയർ കുടുംബം വലിയൊരു ദുരന്തമാണ്. "മോള് വ്യസനിക്കേണ്ട. ഉള്ളിലുള്ളതൊക്കെ അവൻ വിളിച്ചുപറയുമെന്നേയുള്ളൂ. ഒരെടുത്തുചാട്ടക്കാരനാണ്. നിന്നോടുള്ള സ്നേഹാധിക്യംകൊണ്ടാ അവനിങ്ങനെ ഭ്രാന്ത് പറയുന്നത്! ഉള്ളിന്റെയുള്ളിൽ ആളൊരു ശുദ്ധനാ!" - വ്യാകുലപ്പെട്ട് മോന്ത വീർപ്പിച്ചിരിക്കുന്ന ഭാര്യയെ സാന്ത്വനപ്പെടുത്താൻ തലനരച്ച മുത്തശ്ശിയുണ്ടോ? അമ്മയുണ്ടോ? '൦' വട്ടത്തിലേക്ക് സർവ്വതും ചുരുങ്ങിപ്പോയിരിക്കുന്നു. വല്യേട്ടൻ, കുഞ്ഞേട്ടൻ, ഏട്ടത്തി, കുഞ്ഞേച്ചി പോയവരൊക്കെ പോയവരാണ്. അവകാശവീതങ്ങൾ വെട്ടിമുറിച്ചു വാങ്ങിയിട്ട് എവിടേക്കോ ചിന്നിച്ചിതറി പോയിരിക്കുന്നു! ഹായ്, എണ്ണാഴിയിലാണ് ജനിച്ചിരുന്നതെങ്കിൽ എത്ര നന്നായിരുന്നു!

സുഖമാണോ? ആരെങ്കിലും തന്നെക്കുറിച്ച് അന്വേഷിക്കാനുണ്ടോ?

അമ്മ എഴുതാറുണ്ടായിരുന്നു. ഒരു കവിത വായിക്കുന്ന സുഖമാണ് അമ്മയുടെ കത്തുകൾ വായിക്കുമ്പോൾ. വീട്ടിലന്ന് വൈദ്യുതിയെത്തിയിട്ടില്ല. ഒരു ചിമ്മിനിവിളക്കിന്റെ അരണ്ട പ്രകാശത്തിൽ കൂനിക്കൂടിയിരുന്നുകൊണ്ടാകും അമ്മ എഴുതുന്നത് - മിക്കപ്പോഴും എന്തെങ്കിലും ദുഃസ്വപ്നം കണ്ടതിനെക്കുറിച്ചാകും അമ്മയെഴുതുക: "നീയാരുടെകൂടെയോ മത്സരിച്ചു നീന്തുന്നതും നടുക്കയത്തിൽപ്പെട്ട് അവശനായി..."

സ്നേഹാർദ്രമായ ഒരു കുശലാന്വേഷണം കാതിൽ പതിഞ്ഞിട്ട് ഏറെക്കാലമായി. ആളുകളെ വെറുതെ ശല്യപ്പെടുത്താനും വേദനിപ്പിക്കാനുമാണത്രേ ഞാൻ ടെലിഫോൺ ചെയ്യുന്നതെന്ന്! പഞ്ചാരവാക്കുകൾ

വിളമ്പുന്ന ആരുടെയെങ്കിലും കാന്തികവലയത്തിൽ അവൾ അകപ്പെട്ടു പോയോ, എന്തോ! അവൾക്കറിയില്ല, പഞ്ചാര പറയാൻ കഴിയുന്ന മാനസികാവസ്ഥയല്ല തന്റെ ജോലിസ്ഥലത്തുള്ളത് എന്ന്! ഇഞ്ചിഞ്ചായി ഞാനെന്നെ കൊന്നുതിന്നുകയാണ്...

ഇന്നുവരെ സമനിലയോടെ അവൾക്കെഴുതിയിട്ടുണ്ടോ? എഴുതിയ വസാനിപ്പിക്കുന്നത് അർത്ഥം വച്ച വരികളും കുത്തുവാക്കുകളും കൊണ്ടാകും. മരിച്ചാൽ മതിയെന്ന തോന്നലാണെന്ന് അവൾ മറുപടി യെഴുതും. പിടഞ്ഞുപിടഞ്ഞു കരഞ്ഞിട്ടുണ്ടാകും. ഈയിടെയായി ആർക്കും കത്തുകളെഴുതാറില്ല. അവൾക്കിപ്പോൾ ആശ്വാസമായി ക്കാണും. മനഃസമാധാനമായിക്കാണും.

സെൽഫോൺ സ്വന്തമാക്കിയശേഷം തോന്നുമ്പോഴൊക്കെ വിളിയോടു വിളിയായിരുന്നു. ബാധകേറിയ അലർച്ചകൾ കേട്ടുകേട്ട് അവൾക്കു മടുത്തുകാണും. പെട്ടെന്ന് പൊട്ടിക്കരയാറുണ്ടായിരുന്ന അവൾക്കിപ്പോൾ എന്തുതന്നെ കേട്ടാലും കരച്ചിൽ വരാറേയില്ല. ഒരേ ആവർത്തനങ്ങൾ കേട്ടുകേട്ട് അവൾക്ക് ചെവി തഴമ്പിച്ചിരിക്കുന്നു! "ഞാനിവിടെ സുഖിച്ചു രമിച്ചു നടക്കാണെന്നാണോ നിന്റെ വിചാരം? ഹെന്റെ ജീവിതം നായ നക്കി. അറ്യോ? പേർഷ്യക്കാരൻ... മണ്ണാങ്കട്ട! സുഖിക്കുന്നത് നാട്ടിലുള്ളോരാണ്. മനസ്സിലാവില്യ, മനസ്സിലാവാത്തത് നിന്റെ കുഴപ്പമല്ല. നമ്മുടെ നാടിന്റെ കുഴപ്പമാണ്..."

വിരൽത്തുമ്പൊന്നിളക്കിയാൽ ഒരു നിമിഷാർദ്ധംകൊണ്ട് ഭാര്യ യുടെ ശബ്ദം ആത്മാവിലേക്ക് പ്രകമ്പനം കൊള്ളിച്ചുകൊണ്ടെത്തും. മുറിയുടെ ഏകാന്തതയിൽ ഉരുത്തിരിയുന്ന മാനസികാവസ്ഥകൾ പല തരത്തിലാണ്. അങ്ങനെയല്ല, ഇങ്ങനെയല്ല, സോറി, മാപ്പ്... അറിയാതെ വീണുപോയ ഒരു പൊട്ടവാക്കിന്റെ അനുബന്ധമായി എത്ര തവണയാണ് അവളെ വിളിച്ച് ശല്യപ്പെടുത്തുക! കനത്ത തുകയാണ് സെൽഫോണിനു വേണ്ടി വെറുതെ പാഴായിപ്പോകുന്നത്! "കുറച്ചു പൈസ അയച്ചു തരുന്നുണ്ടെന്നുവച്ച് എന്തെല്ലാം കേൾക്കണം!" എത്ര അസാധാരണമായ വാക്കുകൾ! അവളിങ്ങനെ പറയുമോ? "കുറച്ചു പൈസ" എന്ന പ്രയോഗം സഹിക്കണില്യ. എന്തോ കുഴപ്പമുണ്ട്. വീട്ടിലെ സാഹചര്യങ്ങൾക്ക് എന്തൊക്കെയോ വ്യത്യാസങ്ങളുണ്ടായിട്ടുണ്ട്. ആധിയായി! സംശയ ങ്ങളായി!

ഭ്രാന്തൻ ശങ്കുണ്ണ്യേട്ടന്റെ തിന്തകത്തോം പൊടുന്നനെ തന്റെ കാലു കളിലേക്ക്...

മനസ്സ് നൂലുപൊട്ടിയ പട്ടമായി ആകാശത്തിന്റെ അനന്തതയിൽനിന്ന് താഴേക്ക് കുത്തനെ കുത്തനെ....

എന്തും അമിതമായാൽ ആപത്താണ്. അടുപ്പം അമിതമാകുന്നതും വിനാശകരമാണ്. വളരെയേറെ ബുദ്ധിമുട്ടേണ്ടിവന്നില്ല. അനാവശ്യമായ

ചിന്തകൾ മനസ്സിൽനിന്ന് എങ്ങനെയൊക്കെയോ എടുത്തുകളഞ്ഞു. പകരമായെന്തെങ്കിലും പ്രതീക്ഷിക്കാതെ ഭാര്യയെ ചുമ്മാ സ്നേഹിച്ചു കൂടെ? തന്റെ മക്കളുടെ വാഴ്ത്തപ്പെട്ട അമ്മയായി ചുമ്മാ സ്നേഹിച്ചു കൂടെ? അത്രയുമായപ്പോൾ ഭാര്യയെക്കുറിച്ച് കാണാറുള്ള ദുഃസ്വപ്നങ്ങളെല്ലാം അയാളുടെ ഹൃദയത്തിൽനിന്ന് ഒഴിഞ്ഞുപോയി. അവൾ സ്വതന്ത്രയായി വിലസട്ടെ. സ്നേഹത്തിന്റെ പരമാനന്ദം അവളെനിക്ക് സമ്മാനിക്കുന്നത് സ്വാതന്ത്ര്യത്തിന്റെ ചെപ്പിൽനിന്നാണെങ്കിലോ? സുഖശാന്തി! എങ്കിൽ അങ്ങനെയാകട്ടെ...

വിചിത്രമായൊരു ദുഃസ്വപ്നം ഇപ്പോഴും ചിലപ്പോഴൊക്കെ ഉറക്കത്തിലേക്ക് കടന്നുവരാറുണ്ട്. തനിക്ക് മുഖപരിചയമില്ലാത്ത ഏതോ ഒരുത്തനോട് ഇഷ്ടക്കൂടുതലിന്റെ പാരമ്യത്തിലാണ് അവൾ കെട്ടിപ്പിടിച്ചുകിടന്ന് ശൃംഗരിക്കുന്നത്. വികാരപാരമ്യത്തിൽ ഒരു ചുണ്ടെലിയെപ്പോലെയാകും അവൾ ചുണ്ടുകൾ കൂർപ്പിക്കുക. വികാരവിഭ്രാന്തി അണപൊട്ടിയൊലിക്കുമ്പോൾ മുഖത്ത് കുഞ്ഞിനെ മുലയൂട്ടുന്ന അമ്മയുടെ ഭാവമാണവൾക്ക്. ഉമ്മകൾക്കു പിറകെ ഒരുപാടുമ്മകൾ! തനിക്കു മാത്രമുള്ളത് മറ്റാർക്കെങ്കിലും കൊടുക്കുന്നത് സ്വപ്നമാണെങ്കിൽപ്പോലും... സഹിക്കാനാവില്ല. ഞെട്ടിയുണർന്ന് വിയർത്തൊലിച്ച് കടുത്ത ശ്വാസംമുട്ടലിന്റെ വിമ്മിട്ടത്തോടെ വെളിച്ചമാകുന്നതുവരെ കഴിച്ചുകൂട്ടും. പള്ളിയിലെ വാങ്കുവിളി കേൾക്കുന്നതുവരെ ഇരുന്നു കഴിച്ചുകൂട്ടും. അന്നത്തെ ദിവസം ഉള്ളിലൊരു പിശാച് കുടിയിരിക്കുന്നതുപോലെയാണ് ഡ്യൂട്ടിക്ക് ഡ്രസ് ചെയ്തു പോവുക. ചുട്ടുപഴുത്ത ഓവനിൽ കൈവച്ച് അശ്രദ്ധകൊണ്ട് പൊള്ളലുകൾ ഏറ്റുവാങ്ങും. ബുദ്ധിശൂന്യതയുടെ പിരിമുറുക്കത്തോടെ വീട്ടിലേക്ക് വിളിച്ച് ഭ്രാന്തൻ ജല്പനങ്ങൾ വിളിച്ചുകൂവുകയും ചെയ്യും. “ഹലോ...” തന്റെയുള്ളിലെ പിശാചിന്റെ ശബ്ദം ഞൊടിയിടകൊണ്ട് അവൾ തിരിച്ചറിയും. “എന്താ?” അവളുടെ ശബ്ദംതന്നെ മാറിയിട്ടുണ്ടാകും. ഒരകൽച്ചയുണ്ടാകും. ഭയങ്കരി! അവളുടെ ഒച്ചയുടെ അകൽച്ചയ്ക്കുള്ള കാരണം തിരഞ്ഞുകൊണ്ട് മനസ്സ് കലുഷമാവുകയും വായിൽ തോന്നിയതൊക്കെ വിളിച്ചുപറയുകയും ചെയ്യും.

“സ്നേഹിക്കുന്നവരെ വേദനിപ്പിക്കുന്നത് ഒരു ഹോബിയാണ് നിങ്ങൾക്ക്.” ഒരിക്കൽ അവളെഴുതിയിരുന്നു: “വെറുപ്പിക്കരുത്. വെറുത്തു കഴിഞ്ഞാൽ എന്നെക്കൊണ്ടൊന്നും ആവില്ല. ഒരു ശവത്തെയാകും സ്വന്തമാക്കാൻ കിട്ടുക. ജീവനുള്ള ശവത്തെയാകും...”

മുടി വഴഞ്ഞിട്ടിടത്ത് സുമംഗലിയുടെ കുങ്കുമം പൂശുന്നത് എന്തുകൊണ്ടാണാവോ നിർത്തിക്കളഞ്ഞത്! അവളെ കുറ്റപ്പെടുത്താനുള്ള അർഹതയുണ്ടോ തനിക്ക്! നാക്ക് പുഴുത്തുപോകും. തന്റെയെല്ലാ ഇഷ്ടാനിഷ്ടങ്ങൾക്കും സ്നേഹപൂർവ്വം പിന്തുണ നൽകിയ വ്യക്തിയാണ്

അവൾ! മറ്റുള്ളവർ എന്തുതന്നെ കുത്തിച്ചോദിച്ചാലും അവൾ ചിരിക്കുകയേയുള്ളൂ. ആളുകൾക്ക് പറഞ്ഞുചിരിക്കാനല്ലേ! അല്ലാതെ നമ്മളെ സഹായിക്കാനാണോ? പുകവലിക്കല്ലേ, മദ്യപിക്കല്ലേ എന്നെല്ലാം കേണപേക്ഷിച്ചുകൊണ്ട് പൊട്ടിപ്പൊട്ടിക്കരയുക! മധുവിധുകാലത്തിന്റെ വലിയ വിസ്മയങ്ങളിലൊന്നായിരുന്നു അത്. വരണ്ടുകിടക്കുന്ന ഒരു മരുഭൂമിയിലേക്കാണ് സ്നേഹത്തിന്റെ നീർച്ചാലുകൾ അവൾ വെട്ടിക്കീറിയത്. കൂടുതൽ അടുത്തിടപഴകുന്തോറും കൂടുതൽ കൂടുതൽ ആർത്തിയായിരുന്നു. തന്റെ വിയർപ്പിന്റെ ഗന്ധംപോലും അവളുടെ വിയർപ്പിന്റെ ഗന്ധമായി മാറി. സമ്പർക്കാധിക്യംകൊണ്ട് വിഷയാസക്തി കൂടിക്കൂടി വന്നു. രോഗം രൂഢമായിത്തീർന്ന് മനസ്സിനെ ഇട്ട് മഥിക്കുന്ന ഒരേയൊരു ചിന്ത മാത്രം അവശേഷിച്ചു. പെണ്ണെന്ന ഒരേയൊരു ചിന്തമാത്രം. ജീവിതമല്ലേ! അഷ്ടിക്ക് വക കാണണ്ടേ? പ്രിയങ്കരമായ വിഷയങ്ങളിൽ മുഴുകിക്കൊണ്ടുള്ള ഭോഗാലസമായ ജീവിതം മൃഗവികാരങ്ങളെ കൂടുതൽ കൊഴുപ്പിക്കുകയല്ലാതെ! അധഃപതനത്തിന്റെ മൂഢബുദ്ധിയിലേക്കുള്ള പ്രയാണത്തിൽ എന്തൊക്കെ നെറികേടുകളാണ് കാട്ടിക്കൂട്ടിയത്! എന്തൊക്കെ വിനകളാണ് വരുത്തിവച്ചത്! ജീവിതത്തെ നയിക്കുന്നത് വികാരതൃഷ്ണകളല്ലെന്നും സാമ്പത്തികശാസ്ത്രമാണെന്നും കൊണ്ടറിഞ്ഞു പഠിച്ചു. ഭാര്യയെയും കുഞ്ഞുങ്ങളെയും പോറ്റാനുള്ള വകയില്ലാത്ത ഒരാൾക്ക് ലൈംഗികാവകാശങ്ങളില്ല. പേർഷ്യൻ സുഗന്ധങ്ങൾ അലയടിക്കുന്ന വെയിലിന്റെ പളപളപ്പിൽ എത്രത്തോളമെന്നു വച്ചിട്ടാണ് സ്നേഹവും ആദരവും നിലനിർത്തുക? അത് നഷ്ടപ്പെട്ടുപോയോ എന്ന വേവലാതിയിൽ തന്റെ മനസ്സിന്റെ സമനിലയപ്പാടെ തെറ്റിപ്പോയിട്ടുണ്ടാകും. പേർഷ്യൻ സാരികളോട് ഭാര്യയ്ക്ക് വലിയ ഭ്രമമായിരുന്നു. പേർഷ്യൻ അത്തറുകൾ അവൾക്ക് ജീവനായിരുന്നു. ജീവിതത്തിന്റെ ഭ്രമാത്മകമായ ഇത്തരം പ്രലോഭനങ്ങൾക്കിടയിൽ ഭ്രാന്തൻ ശങ്കുണ്ണ്യേട്ടന്റെ തിന്തകത്തോം തന്റെ കാലുകളിലേക്ക് അരിച്ചുകയറുന്നുണ്ടായിരുന്നു. എന്തിനുമേതിനും പിന്നെ സംശയമായി. പകയായി. നിസ്സാരകാര്യങ്ങൾക്ക് വാക്കേറ്റമുണ്ടാകും. അടുക്കളപിന്നാമ്പുറത്തെ വെളിച്ചം രാത്രിയിൽ ഓഫ് ചെയ്തതെന്തിനാണ്? ഈ ചെരിപ്പടയാളം ആരുടേതാണ്? ആരാണിവിടെ വന്നുപോയത്? നികൃഷ്ടഭാവനകളാണ് തന്റെ തലച്ചോറിലേക്ക് ഏതു നേരവും കടന്നുവരുന്നത്.

സെൽഫോൺ വലിയ അപകടകാരിയാണ്. അവളുടെ ശബ്ദത്തിന്റെ നേരിയ വ്യത്യാസങ്ങൾ മനസ്സിൽ വലിയ ഓളങ്ങളാണുണ്ടാക്കുന്നത്. ആരാണവിടെ ചിരിച്ചത്? ആരുമില്ലെന്നോ! നുണ!

ഏതോ ഒരിംഗ്ലീഷ് ചലച്ചിത്രത്തിന്റെ ഓർമ്മ – ആരുടെയോ കരവലയത്തിൽ അമർന്നു നിന്നുകൊണ്ട് ഭർത്താവിനോട് ഫോണിൽ ശൃംഗരിക്കുന്ന ഭാര്യ...

ജോലിസമയത്ത് വീടിനെക്കുറിച്ച് ഓർക്കാനുള്ള നേരമില്ല. തിരക്കു പിടിച്ച ഓട്ടമാണ്. സ്വപ്നങ്ങളെയും സ്മരണകളെയും കുഴിവെട്ടി മൂടിയിട്ടുള്ള ഓട്ടമാണ്. അവളുടെ പ്രിയപ്പെട്ടവൻ മരിച്ചുപോയി. ഇത് വേറെ ഏതോ ഒരാളാണ്. നാടുകടത്തപ്പെട്ട അടിമയുടെ നാണംകെട്ട വിധേയത്വത്തോടെ എങ്ങോട്ടോ കിതച്ചുകൊണ്ടോടുകയാണ്. അവളുടെ കത്തുകൾ വരുമ്പോൾ ആഹ്ലാദത്തിനുപകരം കടുത്ത അങ്കലാപ്പാണനുഭവപ്പെടുക. ഭാര്യയെ പിരിഞ്ഞിരിക്കാൻ തനിക്കു കഴിയില്ല. ഇപ്പോൾ ഒരു കടലിന്റെ അക്കരെയും ഇക്കരെയുമായി പരസ്പരം അകന്നുപോയിരിക്കുന്നു. കത്തുകൾ വായിക്കുമ്പോൾ കൈകാലുകൾ വിറയ്ക്കുകയാണ്. ഭയസംഭ്രമങ്ങൾകൊണ്ട് തൊണ്ട വരളാൻ തുടങ്ങും. ഏതൊരവസ്ഥയിലാണ് ഭാര്യയെ വീട്ടിൽ തനിച്ചാക്കിയിരിക്കുന്നത്? മക്കൾ സ്കൂളിലേക്കു പോയാൽ വീട്ടിലാരുമില്ല. അവളൊറ്റയ്ക്ക്. പകൽ മുഴുവനും അവളൊറ്റയ്ക്ക്. വീടിന്റെ പരിസരങ്ങൾ തീർത്തും സുരക്ഷിതമാണെന്ന് പറയാനാവില്ല. അയാളെ കൊച്ചാക്കുകയും പരിഹസിക്കുകയും ചെയ്യുന്ന ആളുകൾ. ചുറ്റുവട്ടത്തുള്ളവരുമായി അവൾക്ക് ഒരു സമ്പർക്കവുമില്ലായിരുന്നു. ഇപ്പോഴായി അതങ്ങനെയല്ല. തന്റെ കുടുംബത്തിന്റെ രഹസ്യങ്ങളെക്കുറിച്ച് അറിയേണ്ടതും അറിയാൻ പാടില്ലാത്തതുമെല്ലാം ഇപ്പോൾ അവൾക്കറിയാം. തന്നോടുള്ള മതിപ്പ് എത്രത്തോളം ഇപ്പോൾ അവൾക്കുണ്ടാകുമെന്ന് ഈശ്വരനേ അറിയൂ. ചിലപ്പോഴൊക്കെ വീട്ടിലുണ്ടാകില്ല അവൾ. ദിവസം മുഴുക്കെ സെൽഫോൺ ഞെക്കി നോക്കിയാലും മറുപടി കിട്ടില്ല. ഏതോ ബന്ധുവിന്റെ കല്യാണമായിരുന്നു എന്നൊക്കെയാവും? ഭർത്താവ് പേർഷ്യക്കാരനാണ്. അവളുടുക്കുന്ന സാരികളിൽ ഏറെയും താൻ കണ്ടിട്ടുള്ളതല്ല. തന്റെ അസാന്നിധ്യത്തിലാണ് അവളിപ്പോൾ ഏറെയും അണിഞ്ഞൊരുങ്ങുന്നത്. ഈശ്വരാ! ഒരാൾക്കൂട്ടത്തിന്റെ നടുക്ക് ഒറ്റയ്ക്ക് തന്റെ ഭാര്യയെ തനിച്ചാക്കിക്കൊണ്ട്...

ഓർക്കരുത്!

പറമ്പ് കിളയ്ക്കാൻ. വേലികെട്ടാൻ. മോട്ടോർ നന്നാക്കാൻ. കക്കൂസ് കോരാൻ - പലമാതിരി പണികൾക്ക് പണിക്കാർ വീട്ടിലേക്കു വന്നുപോകുന്നുണ്ടാകും. പൊട്ടമനുഷ്യരും കൂട്ടത്തിലുണ്ടാകും. സാധനങ്ങൾ വാങ്ങാൻ അവൾ ഒറ്റയ്ക്കാണ് ഓട്ടോറിക്ഷയിൽ പോകുന്നത്. ഡോക്ടറെ കാണാൻ ഒറ്റയ്ക്ക്. അങ്ങാടിയിലെ ആൾക്കൂട്ടത്തിനിടയിലും അവളൊറ്റയ്ക്ക്. വീട്ടിൽ താനുള്ളപ്പോൾ അവളൊറ്റയ്ക്ക് എങ്ങോട്ടും പോയിട്ടില്ല.

അവളുടെ കത്തുകൾ കൈയിൽ കിട്ടുമ്പോഴായിരിക്കും ഇത്തരത്തിലൊക്കെ ഓർത്തുപോവുക. അടുത്തപടി വേറെയേതോ ഒരാളായി ഓടാനുള്ള തയ്യാറെടുപ്പിലായിരിക്കും. ഓടിക്കൊണ്ടിരുന്നേ മതിയാകൂ. സർവ്വതും വിസ്മരിച്ചുകൊണ്ടുള്ള ഓട്ടമാണ്. മനസ്സിലൊരിടത്തും പിന്നീട് ശല്യപ്പെടുത്തുന്ന ഓർമ്മയായി ഭാര്യ കടന്നുവരില്ല. മറ്റൊരെഴുത്ത് വരുന്നതുവരെ ഭാര്യയെ ഓർക്കില്ല. ഓർക്കരുത്!

അവളാഘോഷിക്കട്ടെ! അവളുടെ സ്വാതന്ത്ര്യം ആഘോഷിക്കട്ടെ!

ആരാണ് പറഞ്ഞത്? സ്നേഹത്തിന്റെ ചേതോഹാരിത അറിയണമെങ്കിൽ സ്വാതന്ത്ര്യം അനിവാര്യമാണെന്ന്! കല്ലും മണ്ണുമല്ല. ജീവനുള്ള ഒരു വ്യക്തിയാണ്. ഉടമസ്ഥാവകാശം പ്രഖ്യാപിക്കാൻ ഭാര്യ വസ്തുവകകളുടെ കൂട്ടത്തിലുള്ള വെറുമൊരു സാധനമല്ല. വിളിപ്പേരുകൾ കൊള്ളാം. സാധനം! ചരക്ക്! സ്ത്രീയെ തരംതാഴ്ത്തുന്നവൻ ഒരിക്കലും അവളാരാണെന്നറിയാൻ പോകുന്നില്ല. അറിയാത്ത വാതിലുകളുണ്ട്. സ്നേഹത്തിന്റെ അനന്തസാധ്യതകളുടെ വാതിലുകൾ! വാതിലുകൾക്കു പിറകിൽ പിന്നെയും വാതിലുകൾ! അവൾക്ക് സ്വാതന്ത്ര്യം നൽകുക, സ്നേഹത്തിന്റെ അതിശയിപ്പിക്കുന്ന പ്രചണ്ഡമായ പ്രതികരണം അറിയണമെങ്കിൽ... ഹൃദയത്തിലേക്ക് പുഴയായൊഴുകി വരുന്ന ഇണയുടെ സ്നേഹവാത്സല്യം അറിയണമെങ്കിൽ...

സ്നേഹത്തിന്റെയും സ്വാതന്ത്ര്യത്തിന്റെയും സൗന്ദര്യം ഒരുമിച്ചു കാണാൻ കഴിയുക. വലിയൊരു സാഫല്യമാണത്. മടുപ്പില്ല, വെറുപ്പില്ല, എത്ര തുറന്നാലും പിന്നെയും പിന്നെയും വാതിലുകൾ...

രണ്ടു വ്യക്തികളുടെ ചേതോഹാരിതകൾ തമ്മിലാണ് സർപ്പങ്ങളെപ്പോലെ ഇണചേരുന്നത്. ഒന്നായലിഞ്ഞുചേർന്ന് ഒരൊറ്റ ശരീരമായവശേഷിക്കുമ്പോൾ ചെന്നെത്തുന്നത് ഔന്നത്യത്തിന്റെ ഈശ്വരാനുഭൂതിയിലേക്ക്! സർവ്വത്ര കൃഷ്ണമയം!

അവൾ സ്വാതന്ത്ര്യം ആഘോഷിക്കട്ടെ!

മനസ്സിന്റെ കൂടു തുറന്ന് ഒരു കിളിയെ വിഹായസ്സിലേക്ക് പറത്തിവിട്ടു. ഇപ്പോൾ എത്ര സുഖം! മനോഹരമായ സ്വപ്നങ്ങൾ സുഖശാന്തിയുടെ നിദ്രയിലേക്ക് കടന്നുവരാൻ തുടങ്ങി. ഓർമ്മയുടെ ഓളങ്ങളിൽ ഇപ്പോൾ തെളിഞ്ഞുവരുന്ന ഒരേയൊരു മുഖമേയുള്ളൂ – അമ്മ മാത്രം! അമ്മ മാത്രം!

ഘെലാൽ... ഘെലാൽ...

വൃത്തികെട്ടൊരു ചുമയിലേക്ക്...

ഈയിടെയായി ആരുടെയും 'കാളുകൾ' വരാറില്ല. 'നിനക്ക് സുഖമാണോ?' എന്ന് സ്നേഹാർദ്രമായ ശബ്ദത്തിൽ ആരെങ്കിലും ചോദിക്കാൻ കൊതിയാകുന്നു. പേഴ്സിനോട് ചേർന്ന് വിരലോളം നീളമുള്ള കൊച്ചുപുസ്തകം മേശവലിപ്പിലുണ്ട്. നിറച്ച് ഏഴെട്ടുവർഷത്തെ പഴക്കമുള്ള ടെലഫോൺ നമ്പറുകളാണ്. തേയ്മാനം വന്ന ആ കൊച്ചു പുസ്തകം ഈയിടെയായി മറിച്ചുനോക്കാറില്ല. ഒരുവക സംഭ്രാന്തിയാണ്! എത്രയോ വട്ടം വിളിച്ചതുകൊണ്ടായിരിക്കണം ചില നമ്പറുകളെഴുതിയ ഏടുകൾ മുഷിഞ്ഞു ചുളിഞ്ഞിരിക്കുന്നു. തിരക്കുപിടിച്ച ലേബർ ക്യാമ്പിലെ ടെലഫോൺ ബൂത്തുകളായിരുന്നു അന്നത്തെ ഒരേയൊരു

ആശ്രയം. കൈയിലുള്ള നമ്പറുകളിൽ ആരെയും വിളിച്ചാൽ ഇപ്പോൾ കിട്ടില്ല. ഏറെപ്പേരും നാട്ടിലേക്ക് ചേക്കേറിയിരിക്കുന്നു! ചിലർ അകാല ത്തിൽ മരിച്ചുപോയിരിക്കുന്നു! പലരുടെയും നമ്പറുകളും കോഡുകളും മാറിയിരിക്കുന്നു!

ഉറങ്ങാനുള്ള സമയമായോ? സമയമേറെയായിക്കാണും. നട്ടപ്പാതിര യാണ്. നേരത്തെ ഉറങ്ങിയില്ലെങ്കിൽ ശവപ്പെട്ടിയിലെ ഡ്രാക്കുളയായി ട്ടാകും ഉണർന്നെണീക്കുക. മുഖത്ത് ഒരു പ്രേതാത്മാവിന്റെ ഭീകരത യാകും ഉരുണ്ടുകൂടി വരിക. ഉറക്കച്ചടവിന്റെ കണ്ണുമിഴിയാത്ത അസഹ്യത യോടെ ഈ ലോകത്തെയപ്പാടെ പ്രാകിക്കൊണ്ട്...

ഇരമ്പുന്ന ശൂന്യതയിൽ കണ്ണുകൾ താനേ തളർന്ന് കൂമ്പിപ്പോകുന്നു.

മരണം സുഖകരമായ ഉറക്കമാണോയെന്നറിയില്ല. ഉറക്കം പൊടു ന്നനെ കൺപോളകളിലേക്ക് തൂങ്ങിവരുമ്പോൾ സുഖകരമായ വിസ്മൃതി യാണനുഭവപ്പെടുക. ഈയിടെയായി അത്യന്തം സുന്ദരമായ സ്വപ്ന ങ്ങളാണ് കാണുന്നത്. ദുഃസ്വപ്നങ്ങൾ കാണാറേയില്ല. അജ്ഞാതമായ ഏതോ ഉറവിടത്തിൽനിന്ന് ദുരൂഹമായ ആജ്ഞാശക്തിയോടെ ആരോ എങ്ങോട്ടോ മാടിവിളിക്കുന്നുണ്ടെന്നു തോന്നും. ബാല്യത്തിന്റെ നിഷ്കള ങ്കതയിലേക്ക്. ഓർമ്മയിലുള്ള നാട്ടിൻപുറത്തേക്ക്, ഒരു മടങ്ങിപ്പോക്കി നുള്ള ആഗ്രഹമാണ് മനസ്സു നിറയെ. പോയ കാലങ്ങൾ തിരിച്ചുവരില്ലെ ന്നറിഞ്ഞിട്ടും വൃഥാ പഴയ കാലത്തിലേക്ക് ഒരു തിരിച്ചുപോക്കിനുള്ള ആഗ്രഹം കലശലായിരിക്കുന്നു....

കഴിഞ്ഞ തവണ നാട്ടിലേക്കുള്ള പോക്കിൽ എണ്ണാഴിക്കാരുടെ മുറ്റത്ത് ഒരു കൈകൊട്ടിക്കളി കണ്ടു. സങ്കടകരമായ ഒരു ഓണമായിരുന്നു അത്. പത്തു സെന്റിൽ മാടം കെട്ടിക്കഴിയുന്ന ദൈന്യതയുടെ കോലങ്ങളെ എണ്ണാഴിയിലെ തടിച്ചിപ്പെണ്ണുങ്ങൾ കൂലിക്കെടുത്തിരിക്കുന്നു. കോലംകെട്ട വരുടെ കൈകൊട്ടിക്കളി! കാഴ്ചക്കാരായി നോക്കിയിരിക്കുക മാത്രം ചെയ്യുന്നു എണ്ണാഴിയിലെ തടിച്ചിപ്പെണ്ണുങ്ങൾ...

മുണ്ടും ഒന്നരയും ഇപ്പോഴും ഉപേക്ഷിച്ചിട്ടില്ലാത്ത എണ്ണാഴിയിലെ യശോദേട്ത്തിക്ക് ഒരു സാത്വികഭാവം വന്നുചേർന്നിരിക്കുന്നു. കാവി മുണ്ടാണിപ്പോൾ ഉടുക്കുന്നത്. എപ്പോഴും “നാരായണ നാരായണ” എന്ന് ഉരുവിട്ടുകൊണ്ട് ഒരു നിശ്ശബ്ദജീവിയായി യശോദേട്ത്തി ജീവിക്കുന്നു! ഹൃദയം പറിച്ചെടുത്തു കൊണ്ടുപോകുന്ന തുറന്ന ചിരി ഇപ്പോൾ അവരുടെ മുഖത്ത് കാണാനേയില്ല. എന്തോ ഒളിപ്പിച്ചു വയ്ക്കുന്നതു പോലെ വിഷാദംകൊണ്ട് വാടിയ മുഖത്തോടെയാണ് അവർ തന്റെയടു ത്തേക്ക് വന്നത്. എന്തോ പറയാനായി അവർ വെമ്പുകയായിരുന്നു. ഒരു വീർപ്പുമുട്ടൽ... ഒരു നിശ്ശബ്ദത...

ചെറിയൊരു ഭാവപ്പകർച്ച മുഖത്ത് വന്നെങ്കിലും സാത്വികഭാവം കൈവെടിഞ്ഞില്ല അവർ! പിന്നെ, എടുത്തെറിഞ്ഞതുപോലെയാണ്

അവർ ചോദിച്ചുതുടങ്ങിയത്: "ഭാര്യയെ കുത്തുവാക്കുകൾകൊണ്ട് വേദനിപ്പിച്ച് ആശ്വാസം കണ്ടെത്തുന്നത് ഒരു സുഖമായി, അല്ലേ?" ഉള്ളിലിരമ്പുന്ന ഭീകരമായ നിശ്ശബ്ദതയിലേക്ക് അവരുടെ രണ്ടാമത്തെ ചോദ്യവും കടന്നുവരുന്നു: "കാര്യങ്ങളുടെ കിടപ്പ് മനസ്സിലാകാതെ അതുമിതും മനസ്സിൽവച്ച് അവളോട് പറയുന്നതിൽ എന്താണ് അർത്ഥമുള്ളത്?"

പെട്ടെന്ന് എന്തുകൊണ്ടോ ഞാൻ മരിച്ചവരെക്കുറിച്ച് മാത്രം ഓർക്കാൻ തുടങ്ങി. ഓർക്കുകയല്ല, ഞാനെന്റെ കൺമുന്നിൽ കാണുന്നതുപോലെ, അത്യാഹിതമരണങ്ങളുടെ ദൃശ്യങ്ങൾ ഓരോന്നായി കാണാൻ തുടങ്ങി. എന്റെയീ മസ്തിഷ്ക്കം വല്ലാത്ത ഒരു സാധനമാണ്. ചില ഓർമ്മകൾ അത് ഓർമ്മഫയലുകളിൽ അതിനിഗൂഢമായി ഒളിപ്പിച്ചുവെയ്ക്കും. ആഴത്തിൽ ചിന്തിക്കേണ്ടതായ പല കാര്യങ്ങളും സംഭവങ്ങളും ഓർമ്മഫയലുകളുടെ ചുവപ്പുനാടയിൽ മാറാല പിടിച്ചുകിടക്കുകയാവും. അതൊന്നും തിരഞ്ഞുപിടിക്കാനുള്ള ക്ഷമ മസ്തിഷ്ക്കം കാണിക്കുകയില്ല. മസ്തിഷ്ക്കം പൂഴ്ത്തിവെച്ച ഓർമ്മകൾ എത്ര ശ്രമിച്ചാലും അത്ര എളുപ്പത്തിലൊന്നും ഓർമ്മകളിലേക്ക് വിട്ടുതരികയില്ല. വേണ്ട, മരണവിലാപങ്ങളുടെ ദൃശ്യങ്ങളെക്കുറിച്ച് അടുത്ത കഥയിലാകട്ടെ, ഇപ്പോൾ ഓർക്കണ്ട! ഉറക്കം വരുന്നു...

ഉറക്കം വരുന്നു. എനിക്കറിയാം, ഇതൊന്നുമല്ല സത്യം. ഇതൊന്നുമല്ല സത്യം...

ഗുഡ്നൈറ്റ്! ഉറക്കത്തിലേക്ക് ചാഞ്ഞുവീഴുമ്പോൾ മനസ്സിലിരുന്ന് ആരോ പാടുന്നു:

"കവിളത്തെ കണ്ണീർ കണ്ട്...
മണിമുത്താണെന്നു കരുതി...
വിലപേശാനോടിയെത്തും വഴിയാത്രക്കാരാ.
വഴിയാത്രക്കാരാ‍ാ!"

■

എന്റെ കഥകളിലൂടെ...

എഴുതാതെ പോയ എന്റെ ചക്കരപ്പന്തൽ എന്ന നോവലിന്റെ ആമുഖമാണിത്. പണിപ്പുരയിലിരിക്കുന്നതേയുള്ളൂ ആ നോവൽ. കഥാസാഹിത്യത്തിന്റെ ഭാഗമായും ഈ ആമുഖത്തെ കാണാവുന്നതാണ്. വായിച്ചു നോക്കുക.

ഞാൻ ജനിച്ചുവളർന്ന ഒരു കാലഘട്ടത്തിൽ അന്ന്, സ്ത്രീയെക്കുറിച്ച് പറയുന്നതെന്തും തീർത്തും മ്ലേച്ഛമായ ഒരു കാര്യമാണെന്ന ധാരണയുണ്ടായിരുന്നു. സ്ത്രീയെക്കുറിച്ചുള്ള പരികല്പനകൾ സാഹിത്യത്തിലും അത്തരത്തിലുള്ളതായിരുന്നു. പ്രേമിക്കുക എന്നത് ഒരു പിന്തിരിപ്പൻ ആശയമാണെന്ന് കരുതിയിരുന്നു.

പുതിയൊരു ലോകത്തിനുവേണ്ടി ക്രൂരമായ തടവറപീഡനങ്ങൾ സഖാക്കൾ സഹിച്ചുവെങ്കിലും സ്ത്രീയോടുള്ള അവരുടെ നിലപാടിന്റെ സ്വരൂപം തീർത്തും പിന്തിരിപ്പനായിരുന്നു. ഒളിവുജീവിതങ്ങളിൽ സ്ത്രീകൾ നൽകിയ പങ്കാളിത്തത്തെക്കുറിച്ചോ, സഹനങ്ങളെക്കുറിച്ചോ അക്കാലത്ത് വേണ്ടത്ര പരാമർശിക്കപ്പെടാതെയും പോയിരുന്നു.

ജന്മിമാരുടെ പറമ്പുകളിലാണ് അക്കാലത്ത് ഭൂരിപക്ഷം പേരും ചെറ്റ വച്ച് കുടിപ്പാർപ്പുകൾ നടത്തിയിരുന്നത്. പെൺശരീരങ്ങൾ ഒരു വസ്തുവോ സാധനമോ മാത്രം. ജന്മിമാർക്ക് തട്ടിക്കളിക്കാം. ഉടുവസ്ത്രമഴിക്കാം. ജന്മിമാരുടെയും ഗുണ്ടകളുടെയും സർക്കാരിന്റെയും പിൻബലത്തോടെയുള്ള കാവൽപട്ടികൾ മാത്രമായ പൊലീസിൽനിന്ന് സാധാരണക്കാർക്ക് ഒരു നീതിയും ലഭിച്ചിരുന്നില്ല. ജന്മിയുടെ കള്ളക്കേസിൽ അകപ്പെട്ടാൽ അകപ്പെട്ടതുതന്നെ. പൊലീസ് ഇടിച്ചുചമ്മന്തിയാക്കി കെട്ടിത്തൂക്കിയിട്ടാൽ ആരും ചോദിക്കാനില്ല. പ്രസവിച്ചുകിടക്കുന്ന പെണ്ണിനെവരെ അവർ ലോക്കപ്പിലിട്ട് പീഡിപ്പിച്ചിരുന്നു. അവിഹിതഗർഭത്തിന്റെ പേരിൽ സ്ത്രീകൾ പുഴയിലോ കുളത്തിലോ ചത്തുപൊങ്ങും. കൊന്നുതള്ളിയതാണെന്ന് ആരും ഓർക്കില്ല. പ്രസവവേദനയുടെ കരച്ചിൽ മരണവിലാപം പോലെ ഉയർന്നുപൊങ്ങും. വീടിന്റെ ഇറയത്തുതന്നെ അടിമുണ്ടഴിച്ച് പെണ്ണുങ്ങൾ മൂത്രിക്കും. ഒരു തോർത്തുമുണ്ട് മാത്രമുടുത്ത്

പുഴയിലും കുളത്തിലുമൊക്കെ കുളിക്കും. ഉടുത്തുമാറാൻ വേറെ വസ്ത്രങ്ങൾപോലും ഉണ്ടാവില്ല. ഈറനുടുത്തുതന്നെ അടുക്കളജോലികൾ ചെയ്യും. മഴ പെയ്താൽ ചോരുന്ന വീടുകൾ. ഈറനുടുത്ത്, തണുത്തു വിറച്ച്...

പുരുഷന്റെ ക്രൂരമായ വസ്ത്രാക്ഷേപങ്ങളെക്കുറിച്ച് മറുത്തൊരു വാക്കില്ല. ഇല്ലായ്മകളുടെ നൊമ്പരത്തീയ്യുകൾ ഉള്ളിൽ പേറിക്കൊണ്ട് ഒത്തുതീർപ്പോടെ അവർ പുരുഷന് കീഴടങ്ങി. അവർക്കു ശബ്ദമില്ല. ഒച്ചപോലും കേൾപ്പിക്കാത്ത, ഭൂമിയെ വേദനിപ്പിക്കാത്ത നടത്തം. കലഹങ്ങളും സ്പർദ്ധയും ഇല്ലാതിരിക്കാൻ വീട്ടിലെ ആൺപ്രജകളുടെ തോന്ന്യാസങ്ങൾപോലും സഹിക്കും. ഭർത്താവിന്റെ ജീവൻ രക്ഷിക്കാൻ ജന്മിയുടെ കുടിലതന്ത്രങ്ങൾക്കുമുന്നിൽ കണ്ണീരോടെ വഴങ്ങിക്കൊടുക്കും. അയാൾ അവളെ പിച്ചിക്കീറി ചമ്മന്തിയാക്കിയാലും അപരാധിയായി മുദ്ര ചാർത്തുന്നത് സ്ത്രീയെ ആയിരിക്കും. ഇരുട്ടിൽ പാത്തും പതുങ്ങിയും അവളുടെമേൽ പുളിച്ചുനാറിയ ലൈംഗികപ്രയോഗങ്ങൾക്ക് വന്നാലും അവൾക്ക് മിണ്ടാനാകില്ല. ചെറിയ വീടാണ്. ചെറ്യച്ഛൻ, വല്യച്ഛൻ, വല്യമ്മമാർ, ഇളേമ്മമാർ, എല്ലാരുമുണ്ടാകും. ശബ്ദമുണ്ടാക്കിയാൽ എല്ലാവരും ഉണരും. പിന്നെ ഭീകരമായ പലതും സംഭവിക്കും. കൂട്ടനിലവിളികൾ മുഴങ്ങും. മാനഹാനികൊണ്ട് ആൺകുട്ടികൾ തൂങ്ങിച്ചാവും. അതുകൊണ്ട് ഗർഭിണിയായാലും അവൾ ആളെ പറയില്ല. ചവിട്ടും തൊഴിയുംകൊണ്ട് ഒരു കൂറത്തുണി പോലെ അവൾ ഒരു മൂലയിൽ ചുരുണ്ടുകിടക്കും. തീരെ ഗതികെട്ടാൽ അവൾ മച്ചിന്മേൽ കെട്ടിത്തൂങ്ങി ചാവും.

1950-60കളിലെ യുവാക്കൾ പരസ്ത്രീകളെ പ്രാപിക്കുന്നവരാണ്. വേല, പൂരം ഇത്യാദികളിൽ രാത്രിമറവുകളിൽ രതിനിശ്വാസങ്ങളുടെ ഒച്ചകൾ കേൾക്കാമായിരുന്നു. കമിതാക്കൾ വളരെ പെട്ടെന്ന് തങ്ങളുടെ ഇംഗിതങ്ങൾ സാധിച്ചെടുക്കുമായിരുന്നു. എവിടെയെങ്കിലും ഒരു ചെറിയ മറ. അത് തൊടിയിലാകാം. കുളക്കരയിലെ ഇരുളിലാകാം. പശുത്തൊഴുത്തിലാകാം. അനന്തമായ പാടത്തിന്റെ വരമ്പിലെവിടെയെങ്കിലുമാകാം. പകൽനേരങ്ങളിലുമാകാം. നാട്ടിൻപുറത്തിന്റെ വിമൂകമായ നിശ്ശബ്ദതയിൽ ലൈംഗികാവശ്യങ്ങൾക്കുള്ള ഭാഗങ്ങൾ മാത്രം നീക്കിക്കാണിച്ചു കൊടുക്കുമായിരുന്നു. ഒരു ചാത്തൻകോഴി ഭോഗം. അക്കാലത്തെ കഥകളിലെ മിക്കവാറും സമാഗമദൃശ്യങ്ങൾ ഈവിധമൊക്കെ ഉള്ളതായിരുന്നു. "സേതൂന് സേതൂനോട് മാത്രേ ഇഷ്ടംള്ളോ!" എം.ടിയുടെ 'കാല'ത്തിലെ ഒരു രംഗം വളരെ പ്രഖ്യാതമാണല്ലോ.

അക്കാലത്ത് നിലാവുള്ള രാത്രിയിൽ പ്രേമസമാഗമങ്ങൾ വെളിപറമ്പുകളിലാണ് ഏറെയും നടന്നിട്ടുണ്ടാവുക. രാക്കിളി കരച്ചിൽ അകമ്പടിയുണ്ടാകും. വൈദ്യുതിയില്ലാകാലത്തിന്റെ ആകാശനീലിമയിലെ അപാരതയിൽ മേഘങ്ങൾക്കിടയിലൂടെ ഊളിയിടുന്ന ചന്ദ്രനെയും

നക്ഷത്രങ്ങളെയും കാണാം. കമിതാക്കളുടെ അനുസ്യൂതമായ തേങ്ങലും കിന്നാരങ്ങളും... "ഈ നശിച്ച നാട്ടിൽനിന്ന് നമുക്ക് എങ്ങോട്ടെങ്കിലും ഓടിപ്പോകാം ചേട്ടാ..." സ്നേഹത്തിനുണ്ടോ തൊട്ടുകൂടായ്മയും അതിരുകളും? ഊരുവിലക്കിനു മുന്നിലും അവർ ദൃഢമായ ആലിംഗനത്തിലാണ്. പ്രേമക്കുളിരിലും അതേ നിറനിലാവ്. പ്രതീക്ഷകളുടെ കാല്പനിക നിലാവ്. അകലെയെവിടെയോ അവരെ മാടിവിളിക്കുന്ന നഗരത്തിന്റെ ആരവങ്ങൾ. തലങ്ങും വിലങ്ങും മിന്നാമിനുങ്ങുകൾ. മോഹിപ്പിക്കുന്ന ഒരു നിലാവുപുഴയിലൂടെ അക്കരേക്ക് അവർ ഒരു തോണി തുഴഞ്ഞു പോകുന്നു. എത്ര മനോഹരമായ ഒരു ദൃശ്യശകലം...!

ലൈംഗികതയെ ഒഴിവാക്കാനാവാത്ത ഒരു പീഡാനുഭവം മാത്രമായി സ്വീകരിച്ച്, ഒരു ശവശരീരംപോലെ നിശ്ചലവും യാന്ത്രികവുമായി സ്ത്രീകൾ കിടന്നുകൊടുത്തു. നല്ല വസ്ത്രങ്ങൾ, വിശപ്പടക്കാൻ ആഹാരം, വേറെ ഒരാഗ്രഹവും മോഹവും സ്വപ്നവും അവർക്കില്ലായിരുന്നു. മാധവിക്കുട്ടി പറഞ്ഞതുതന്നെ. ഇന്ത്യൻ സ്ത്രീക്ക് ലൈംഗികത എന്നാൽ 'like a gloomy game' ആണ്. വിഷാദത്തോടെ കളിച്ചു തീർക്കേണ്ട ഒരു കളി. ലൈംഗികതയുടെ വ്യത്യസ്ത പാഠങ്ങൾ അവൾ അറിഞ്ഞിട്ടുണ്ടാവുക മുതലാളിമാരിൽനിന്നും ജന്മിമാരിൽ നിന്നുമായിരിക്കും. ഭാര്യമാരുടെ പൂർണ നഗ്നശരീരം ജീവിതത്തിലൊരിക്കലും കണ്ടിട്ടില്ലാത്തവിധം നിഷ്കളങ്കരായ കൃഷിക്കാരായിരുന്നു ഞങ്ങളുടെ നാട്ടിലെ ഭർത്താക്കന്മാർ. ഇരുട്ടിൽ തഴുകിയറിയുന്ന അടിമുണ്ടിന്റെ ചുക്കിച്ചുളിഞ്ഞ മാർദ്ദവങ്ങളായിരുന്നു അവർക്ക് ഭാര്യമാരുടെ നഗ്നശരീരങ്ങൾ... അരക്ഷിതമായ ചുറ്റുപാടുകളും സ്വകാര്യമില്ലായ്മയും ഭയവും! ആസ്വാദ്യജനകമായ ഒരു ലൈംഗികാനുഭൂതിക്കു പകരം കെട്ട മുട്ടനാറ്റമുള്ള ഒരു ശൂശൂ... സമഭാവനയോടെ സ്ത്രീയും പുരുഷനും മത്സരിച്ചു മുന്നേറുന്ന ലൈംഗിക ക്രീഡകളുടെ ആനന്ദം അവർക്ക് അറിയില്ലായിരുന്നു... തന്റെ ദേഹത്ത് അധിനിവേശം നടത്തുന്ന ലൈംഗികപങ്കാളിയെ ഒന്നു കെട്ടിപ്പിടിക്കുകയോ ചുംബിക്കുകയോപോലും ചെയ്യാതെ വെറുപ്പോടെയാകും സ്ത്രീകൾ കിടന്നുകൊടുക്കുക. അവൾക്ക് താൻ കഠിനമായി അപമാനിക്കപ്പെട്ടു എന്ന വിചാരമാണുണ്ടാവുക. തന്റെ ശരീരത്തെ ക്രൂരമായി പിച്ചിക്കീറിയെന്നും താൻ പരിതാപകരമായി അവഹേളിക്കപ്പെട്ടുവെന്നും അവൾ സങ്കടപ്പെടും. വിഷാദക്കടലിൽ നീറി നീറിയെരിഞ്ഞുകൊണ്ട് തന്റെ പാപപങ്കിലമായ ശരീരത്തെ അവൾ ഇഞ്ചിഞ്ചായി കൊല്ലും. ഭ്രാന്തിയെപ്പോലെ മുടിയഴിച്ചുതുള്ളും. പെപ്പർട്രേഡിന്റെ കൂടെ വന്ന അറബികളും പറങ്കികളും എന്തുമാത്രം നമ്മുടെ സ്ത്രീകളെ ക്രൂരമായി വ്യഭിചരിച്ചിരുന്നു.... വൈദേശികാധിപത്യം പുതിയ തരം ലൈംഗിക അഭിനിവേശങ്ങൾക്കു രൂപംകൊടുത്തു. ഉപരിവർഗഘടനയിലെ ലൈംഗിക ഭാവനകൾ പതുക്കെപ്പതുക്കെ തൊഴിലാളി സ്ത്രീകളിലേക്കും പകർന്നു

കിട്ടി. രഹസ്യമായ ഉള്ളറിവുകൾ അവർ കാത്തുസൂക്ഷിച്ചു. കൂത്തിച്ചി മോൻ, നായിന്റെ മോൻ തുടങ്ങിയ വാക്കുകൾ... അടിയാള സ്ത്രീസമൂഹങ്ങളുടെ പരിസരത്തുനിന്ന് നിരന്തരമായി നമ്മൾ കേട്ടുകൊണ്ടിരിക്കുന്ന ഈ വാക്കുകൾക്ക് അർത്ഥമെന്താണ്? മിക്കവാറും ഒരു ജന്മിയോ നാട്ടുപ്രമാണിയോ ആയിരിക്കും ഇക്കഥയിൽ കഥാപാത്രങ്ങൾ. തന്റെ മൃഗവികാരങ്ങൾക്ക് വഴങ്ങാത്തവൾ കൂത്തിച്ചി. ജന്മിക്ക് അടിയാളസ്ത്രീയിൽ പിഴച്ചുണ്ടായവൻ ജാരസന്തതി, നായിന്റെ മോൻ. ചരക്ക്, സാധനം തുടങ്ങിയ പേരുകൾ സ്ത്രീവർഗത്തിനുമേൽ വച്ചുകെട്ടിയ പുരുഷാധിപത്യത്തിന്റെ ഭാവന എത്ര വിചിത്രമാണ്! പണ്ട് ഏറ്റവും മ്ലേച്ഛമായി സ്ത്രീകളെ കണ്ടിരുന്നവരിൽ നമ്പൂതിരിമാരാണ് മുൻപന്തിയിൽ. ഇല്ലത്തുള്ള സ്ത്രീകളെയും അവർ കീഴാളപ്രകൃതരായിതന്നെയാണ് കണ്ടിരുന്നത്. ചരിത്രത്തിന്റെ ശവക്കുഴി മാന്തിയാൽ ഇതിന്റെ ഹേതുക്കളായ സത്യങ്ങൾ ഒരുപക്ഷേ നമുക്കു കണ്ടെത്താൻ കഴിഞ്ഞേക്കും. സഖാക്കളുടെ പഴയ ഒളിവുജീവിതകഥകളിൽപോലും സ്ത്രീയെ ഒരു വിപ്ലവപ്രതിച്ഛായയിൽ പ്രതിഷ്ഠിക്കാൻ എന്തുകൊണ്ട് കഴിയാതെപോയി എന്നത് സങ്കടകരമായ ഒരു ചോദ്യംതന്നെയാണ്.

ഒരു നൂറ്റാണ്ടിനു മുമ്പുതന്നെ ബംഗാളിൽ പക്ഷേ സംഗതികൾ നേരെ തിരിച്ചായിരുന്നു. വിഭൂതിഭൂഷൺ ബന്ദ്യോപാധ്യായ സ്ത്രീവിമോചന സംബന്ധിയായി ധാരാളം കഥകളെഴുതി. സമാനമായ സാമൂഹികാന്തരീക്ഷം കേരളത്തിലുണ്ടായിട്ടും അത്തരത്തിലൊരു ചിന്ത മലയാള സാഹിത്യത്തിൽ ഉരുത്തിരിഞ്ഞു വന്നതേയില്ല. നിലം ഉഴുത്, വിത്ത് വിതയ്ക്കേണ്ട ഒരു സാംസ്കാരികപ്രക്രിയ ഇവിടെ നടന്നില്ല. പൊതുബോധത്തിന്റെ നിഷ്ക്രിയമായ ഈ ശൂന്യതയിൽ പെണ്ണുടലുകളുടെ അർത്ഥധ്വനിയെതന്നെ വികൃതവും ബീഭത്സവുമായ ഭാവനകളിലേക്കും സങ്കല്പങ്ങളിലേക്കും തരംതാഴ്ത്തുകയും ചെയ്തു. നമ്മുടെയൊക്കെ പൊതുബോധത്തിലും പെണ്ണുടലുകൾ നഗ്നമായ ഒരു ലൈംഗികവസ്തു മാത്രമായി നിലനിൽക്കുന്നു. സിനിമ, സാഹിത്യം, കല, പരസ്യങ്ങൾ എല്ലാംതന്നെ ഈയൊരു പൊതുബോധത്തെയാണ് നിരന്തരം പുഷ്ടിപ്പെടുത്തിക്കൊണ്ടിരിക്കുന്നത്. ഇത്തരമൊരു പൊതുസാഹചര്യത്തിൽ ജീവിച്ചുവളർന്ന ഒരു തലമുറയുടെ ഭാഗമെന്ന നിലയിൽ ഞാനെന്നെത്തന്നെ പോസ്റ്റുമോർട്ടം ചെയ്യുന്ന കൃത്യമാണ് ചക്കരപ്പന്തൽ. ഇത് എന്റെ കഥയെന്നതിനേക്കാളേറെ നിങ്ങളുടെയെല്ലാം കഥയാണ്.

ലോകത്താകെ വ്യാമോഹം പിടികൂടിയ കാലമായിരുന്നു എഴുപതുകൾ. ഞാൻ ജനിച്ചത് തീപ്പൊരികൾ പാറുന്ന ആ കാലത്തിന്റെ ഹൃദയത്തിലാണ്; വിപ്ലവവ്യാമോഹങ്ങളെല്ലാം ഇപ്പോൾ കെട്ടടങ്ങിയിരിക്കുന്നുവെങ്കിലും. പാലത്തിനടിയിലൂടെ ഒരുപാട് വെള്ളം ഒഴുകിപ്പോയി. ലൂപ്പുകൾ ധരിച്ച നമ്മുടെ അമ്മമാരിൽ നിന്ന് ഒരുപാട് സംഭവങ്ങളിലൂടെ വർഷങ്ങൾ നെഞ്ചത്തടിച്ചു കരഞ്ഞുകൊണ്ട് മണ്ണടിഞ്ഞുപോയി. സ്റ്റാലിനും

ക്രുഷ്ചേവും മാവോയും എല്ലാം പോയി. ചാരുമജുംദാറെ പൊലീസ് തടവറയിലിട്ടു കൊന്നു. ചത്തുപോയവർക്കൊപ്പം പിന്നെയും ജീവന്റെ അനേകം മുളകൾ പൊട്ടിമുളച്ചു വളർന്നു. എനിക്കു വയസ്സായി. ഇതിനിടെ നിരവധി ആശയങ്ങൾ ജനിക്കുകയും മരിക്കുകയും ചെയ്തു. കോർപ്പറേറ്റ് ലോകത്തിന്റെ പുതിയ നാടുവാഴികളും പൊലീസ് ഗുണ്ടകളും പഴയ കാലത്തിന്റെ പുതിയ പകർപ്പുകളോടെ, പഴയ കാലത്തിന്റെ നന്മകളെ ചവിട്ടിമെതിച്ചുകൊണ്ട് പുതിയ തിന്മകളുടെ കോമ്പല്ലുകളിൽ രക്തദാഹ വുമായി ഉയർത്തെഴുന്നേൽക്കുന്നു!

ചക്കരപ്പന്തലിൽ ഫെമിനിസ്റ്റ് കഥാപാത്രമായ ശ്രീലത സ്ത്രീസമത്വ ത്തിനുവേണ്ടി വായിട്ടടിക്കുമ്പോഴും എത്ര ഭയങ്കരമായാണ് അവൾ ലൈംഗികമായി ഉപയോഗിക്കപ്പെട്ടത്! പണ്ട് ജന്മിമാരും ഗുണ്ടകളും സ്ത്രീയെ അപമാനിക്കാനായി കുനിച്ചുനിർത്തിയത്, ശുക്ലവിസർജ്യങ്ങൾ കഴിപ്പിച്ചത്, ഇതൊക്കെ പുതിയ കാലത്തിന്റെ കമിതാക്കൾ തങ്ങളുടെ പരമാനന്ദ ക്രീഡാനുഭവമാക്കിയിരിക്കുന്നു. അവർ കളിക്കുകയാണ്. കള്ളനും പൊലീസും. യജമാനനും അടിമയും. ഹർഷോന്മാദത്തിന്റെ ഭീകരമായ ചിന്നംവിളി! ഓരോ ലൈംഗികവൃത്തിയും അതിക്രൂരമായ ഭവനഭേദങ്ങളെപ്പോലെ ആയിരിക്കുന്നു. അവർ പല പോസുകളിൽ അവളെ തിരിച്ചും മറിച്ചും കിടത്തി. അവളെ ഒരു മധുരപലഹാരവണ്ടിയെ പ്പോലെ ആഘോഷിച്ചു. സങ്കല്പിക്കാനാവാത്തവിധം നൊമ്പരങ്ങളുടെ ചോരപ്പകർച്ചകൾ പകർന്നുതന്നുകൊണ്ട്. അവർ പൊടുന്നനെ അപ്ര ത്യക്ഷരാവുകയും ചെയ്തു. എഴുപതുകളിലെ ഒരു സ്ത്രീക്കും സങ്കല്പി ക്കാൻപോലും കഴിയാത്തവിധം മൃഗീയബലാത്കാരങ്ങൾ. ഒരു മൂർച്ച യുള്ള കത്തിമുനയായി അവളുടെ ഉടൽരഹസ്യങ്ങളിലേക്ക് തുളച്ചു കയറുകയാണ്. ഉടൽദാഹങ്ങൾ, തീജ്വാലകളായി കത്തിപ്പടരുന്ന പെൺവാണിഭക്കവലകൾ.

വേദനകൊണ്ട് അരക്കെട്ട് ചൂളംവിളിക്കുമ്പോഴും ശ്രീലതയ്ക്ക് അവൾ അകപ്പെട്ട കോർപ്പറേറ്റ് മാഫിയകളിൽനിന്ന് തലയൂരാൻ കഴിയുന്നില്ല. അവളുടെ സുഹൃത്ത് മീര ചക്രപാണി പറഞ്ഞത്, പ്രഥമ രാത്രിയിൽ തന്നെ അവളെ അധരസുരതത്തിന് ഭർത്താവ് നിർബന്ധിച്ചുപോലും! വിവാഹവസ്ത്രങ്ങൾ ധരിപ്പിച്ച്, കിലോകണക്കിന് സ്വർണാഭരണ ങ്ങളെല്ലാം എടുത്തണിയിച്ച്...

സമൂഹത്തിലെ പൊതുദൃശ്യങ്ങളിലേക്ക്, ഒരുപക്ഷേ ആവശ്യത്തിലേറെ വർണങ്ങൾ തേച്ചുപിടിപ്പിച്ച്, അതിഭാവുകത്വത്തോടെ ഞാൻ കടന്നു ചെന്നിട്ടുണ്ടെങ്കിൽ വായനക്കാർ പൊറുക്കുക. പ്രേമാഭ്യർത്ഥന നിരസിച്ച തിന്റെ പേരിൽ പെട്രോളൊഴിച്ച് നടുറോഡിൽ പെൺകുട്ടിയെ തീയിട്ടു കൊല്ലുക, ആസിഡെറിഞ്ഞുകൊണ്ട് നിസ്തുലമായ ഒരു പെൺമുഖത്തെ വിരൂപപ്പെടുത്തുക തുടങ്ങിയ വീരകൃത്യങ്ങളോടെ മുന്നേറുന്ന ഈ

ലോകത്തിന്റെ മൃഗമനുഷ്യരുടെ മുന്നിൽ, പങ്കുവയ്ക്കാൻ ഇനിയൊന്നും ബാക്കിയില്ലാത്തവിധം ലൈംഗികകേളികളിൽ ആവോളം മുങ്ങി, "എടാ നീയെന്നെ മറക്കെടാ" എന്നാണ് ഒരു പെൺകുട്ടി തന്റെ വിവാഹക്ഷണക്കത്ത് നീട്ടിക്കൊണ്ട് തന്റെ ലൈംഗികപങ്കാളിയോട് ദീനമായി അപേക്ഷിക്കുന്നത്! നിഷ്കളങ്കമായ ഒരു കാർഷികസംസ്കാരത്തിൽനിന്ന് നമ്മുടെ കാലം എത്ര പൊടുന്നനെയാണ് ഒരു കോർപ്പറേറ്റ് കാലത്തിന്റെ കുത്സിതമാർഗങ്ങളിലേക്ക് മുങ്ങിത്താഴ്ന്നുപോയിരിക്കുന്നത്! ബസ്സിൽ വച്ചുപോലും യുവതികൾ പിച്ചിച്ചീന്തപ്പെടുന്നു. എട്ടും പൊട്ടുമറിയാത്ത ബാലികമാർ സെക്സ് വാണിഭത്തിന്റെ ഏറ്റവും മുന്തിയ ചരക്കുകളാണുപോലും... ഉടൽദാഹങ്ങൾ തീജ്വാലകളായി കത്തിപ്പടരുന്ന പെൺവാണിഭക്കവലകൾ...

"എന്റെ വസ്ത്രധാരണം എന്റേതു മാത്രമാണ്. എന്റെ തെരഞ്ഞെടുപ്പിന്റെ, ഇഷ്ടത്തിന്റെ ഭാഗമാണ്. മറ്റുള്ളവർക്കിതിലെന്താണ് കാര്യം? എന്റെ ശരീരം എന്റേതാണെന്നതുപോലെ എന്റെ വസ്ത്രങ്ങളും എന്റേതാണ്. എന്നെ എനിക്കിഷ്ടമാണ് എന്നതുപോലെ എന്റെ ശരീരത്തേയും ഞാനിഷ്ടപ്പെടുന്നു. എനിക്കിഷ്ടമുള്ള നിറങ്ങൾ, ഡിസൈനുകൾ, എന്റെ ശരീരം, എല്ലാം എന്റെ ആശയാഭിലാഷങ്ങളുടെ കൂടി ആവിഷ്കാരമാണ്. അതിൽ കടന്നുകയറാൻ ആർക്കാണ് അധികാരം? ഞാനനുവദിക്കാത്തിടത്തോളം എന്റെ ലോകത്തിന്റെ അതിർത്തിലംഘനം നടത്താൻ ആർക്കും അധികാരമില്ല. ഞാനനുവദിക്കുന്നിടത്തോളം, എന്റെ ഇഷ്ടത്തിനൊപ്പമല്ലാതെ നിങ്ങൾക്ക് എന്നെ കവർന്നെടുക്കാനാവില്ല." ഇക്കഥയിലെ മീര ചക്രപാണി എത്ര ഭയങ്കരമായാണ് അനിൽ പഹാഡിയയുടെ ഡിന്നർ പാർട്ടിയിൽ പൊട്ടിത്തെറിക്കുന്നത്!

മദ്യപിച്ച് ബോധഹീനയായ മീര ചക്രപാണി ഗ്രാൻഡ് ഹോട്ടലിൽ അനിൽ പഹാഡിയുടെ മുറിയിൽ ക്രൂരമായി ബലാത്സംഗം ചെയ്യപ്പെടുന്നു. രക്തവാർച്ചയിൽ അവശയായ അവളെ ഡോക്ടർ മാത്തുർ ആണ് പരിശോധിക്കുന്നത്. യോനിദ്വാരത്തിൽ ഏതോ ഉപകരണം വച്ച് ഡോക്ടർ പരിശോധിക്കുന്നു. ചുകന്ന ക്യാൻവാസിൽ ഒരുപാട് വേരുകൾ കുഴഞ്ഞുമറിഞ്ഞുതൂങ്ങിനിൽക്കുന്നതിന്റെ ഒരു മനോഹരചിത്രം അയാൾ കമ്പ്യൂട്ടറിന്റെ സ്ക്രീനിൽ അവൾക്കു കാണിച്ചുകൊടുക്കുന്നു...

അവളുടെയുള്ളിൽ ഒരു വികാരവിസ്ഫോടനത്തിന്റെ തിരമാലകൾ കുതിച്ചുയർന്നു. "ഡോക്ടർ..." അവൾ പറഞ്ഞു, "അവർ സന്തോഷിക്കുകയാണ് ഡോക്ടർ. എന്താണ് സന്തോഷം? മദ്യം കഴിക്കുക, പെണ്ണിനെ ഭോഗിക്കുക, ഹാ, അവർ സന്തോഷിക്കുകയാണ് ഡോക്ടർ... വലിയ കൊട്ടാരങ്ങൾ പണിയുന്നത്, കാറും പത്രാസുമായി നടക്കുന്നത്... പെണ്ണിനെ വേട്ടയാടിപ്പിടിക്കുന്നത്..."

അവൾ ഉന്മാദിനിയെപ്പോലെ പൊട്ടിച്ചിരിച്ചു.

ഇടയ്ക്കിടെ ഇക്കഥയിലേക്ക് എഴുത്തുകാരന്റെ ആത്മനിവേദനങ്ങൾ കടന്നുവരുന്നു. ഒരെഴുത്തുകാരന്റെ ഏറ്റവും വലിയ ആഹ്ലാദവും വിഷാദവും എഴുത്താകുന്നു.

എഴുത്തുകാരന്റെ ടീനേജ് കാലങ്ങളിൽ അയാൾ വായിച്ച ചില അമേരിക്കൻ ഇംഗ്ലീഷ് തെറിപ്പുസ്തകങ്ങൾ. മദ്രാസിലെ പാരീസ് കോർണറിൽനിന്ന് അയാൾ വിറയ്ക്കുന്ന കൈകളോടെ കണ്ടെടുത്ത മഞ്ഞപ്പുസ്തകങ്ങൾ. പിന്നെയൊരിക്കൽ ബോംബെയിലെ കൊളാബ യിൽനിന്നും ഉന്നതകുലജാതരുടെ രഹസ്യവായനയ്ക്കുള്ള കിത്താബു കൾ. അതിൽ പിതാവും മാതാവും മക്കളുമെല്ലാം ചേർന്ന് ഒരു മുറിയിൽ കൂട്ടമായി രതിലീലകളിലേർപ്പെടുന്ന ഹൃദയസ്തംഭനമുണ്ടാക്കുന്ന രചന കൾ വായിച്ചതോർക്കുന്നു. കൊച്ചുപുസ്തകങ്ങളിലധികവും ആന്റിമാരുടെ കഥകളാണ്. കൗമാരപ്രായക്കാരെ പരിശീലിപ്പിച്ചെടുത്താൽ അത് സുരക്ഷിതമായ ഒരു ലൈംഗിക മാർഗമാണെന്ന ആപ്തവാക്യവും കൊച്ചുപുസ്തകങ്ങൾ ഉദ്ബോധിപ്പിച്ചിരുന്നു.

വൃദ്ധജനങ്ങൾ വലിയ ശല്യക്കാരാണെന്ന് മീര ചക്രപാണിയും പറയു ന്നുണ്ട്. ചെറുപ്പക്കാരെ തീർത്തും വിശ്വസിക്കാമെന്നും ഒരിക്കലും വൃദ്ധന്മാരെ വിശ്വസിക്കരുതെന്നും പറയുന്നു.

എഴുത്തുകാരന്റെ കണ്ടെത്തലുകൾ തീർത്തും രസാവഹമാണ്. നമ്മുടെ വികസനങ്ങൾ മറ്റെന്തിലും ഏറെ പിറകിലാണെങ്കിൽപോലും മനുഷ്യശരീരങ്ങൾക്ക് ഒരു വികസിതരാജ്യത്തിന്റെ അദ്ഭുതകരമായ മട്ടും ഭാവവും ഉണ്ടെന്ന് അയാൾ കണ്ടെത്തുന്നു. വികസിതരാജ്യങ്ങളോടൊപ്പം ഇവിടെയും മനുഷ്യശരീരങ്ങൾ കൊഴുപ്പിലും മജ്ജയിലും വീർത്തുകെട്ടി നിൽക്കുകയാണ്. വികസിത രാജ്യങ്ങളിലെ മാനസികപ്രശ്നങ്ങൾ, ആരോഗ്യപ്രശ്നങ്ങൾ നമ്മുടെ നാട്ടിലും ഭീകരമായി കൊടികുത്തി വാഴുക യാണ്.

ഗർഭപാത്രം എടുത്തുകളയുന്നവരുടെ കൂട്ടത്തിൽ അവിവാഹിത കളായ പെൺകുട്ടികൾപോലും ഉൾപ്പെടുന്നു. കൗമാരപ്രായത്തിലേ പ്രായ പൂർത്തിയെത്തുന്ന പെൺകുട്ടികൾ. കുട്ടികളിലും രതിമോഹങ്ങൾ പൂത്തു പുഷ്പിച്ചു നിൽക്കുന്നു. അച്ഛനും സഹോദരനുംകൂടി എന്നെ പീഡിപ്പി ക്കുന്നു എന്നു കരയുന്ന ഒരു പെൺകുട്ടിയുടെ കദനകഥ ഈയിടെ നമ്മൾ പത്രത്തിൽ വായിച്ചതാണ്.

മൊബൈൽ ഫോൺ വ്യാപകമായതോടെ, ഇടനിലക്കാരനില്ലാതെ തന്നെ വേശ്യത്വം സാധ്യമായി. അപരിചിതരുടെ കൂടെയുള്ള വേർപിരിയാ നാകാത്ത ബന്ധങ്ങൾക്ക് ഫെയ്സ്ബുക്ക് ഒരു മൂകസാക്ഷിയായി നില കൊണ്ടു. ഒരു കഥയുടെ ഇതിവൃത്തത്തെയും കടന്ന് നമ്മളറിയാത്ത ദുരൂഹബന്ധങ്ങൾ... അജ്ഞാതസഞ്ചാരങ്ങളുടെ തേർവാഴ്ചകൾ...

ഭർത്താവ് ഗൾഫിൽ കിടന്നു കഷ്ടപ്പെട്ടു സ്വരൂപിച്ച സ്വർണാഭരണങ്ങളുമായി അവൾ രഹസ്യകാമുകന്റെ കൂടെ മുങ്ങുന്നു. ആറേഴ് വയസ്സായ മകളെ, പ്രസവിച്ച അമ്മതന്നെ തന്റെ രഹസ്യകാമുകന് വിട്ടുകൊടുക്കുന്നു. ബാലികമാരെയും നിഷ്കളങ്കരായ യുവതികളെയും മൊബൈൽ ചിത്രങ്ങൾ കാണിച്ച് ഭീഷണിപ്പെടുത്തി നിർബാധം ദുരൂഹതയുടെ ചുവന്ന തെരുവിലേക്ക് ആട്ടിത്തെളിയിക്കുന്നു. സ്കൂളിൽ പോകുന്ന പോക്കിൽ റെയിൽവേ സ്റ്റേഷനിൽ പോയി തീവണ്ടിപ്പാളത്തിലെടുത്തു ചാടി ചിന്നിച്ചിതറിയ പെൺകുട്ടിയുടെ നിഗൂഢരഹസ്യം എന്താവും? അവളെ റെയിൽപ്പാളത്തിലേക്കു തള്ളിയിട്ടുകൊന്നതോ, ആത്മഹത്യ ചെയ്തതോ? "എന്റെ മകൾ പിഴച്ചു" എന്നു പറഞ്ഞുകൊണ്ട് ഒരച്ഛൻ പാലത്തിനു മുകളിൽ നിന്ന് പത്തു വയസ്സുള്ള ഒരു പെൺകുട്ടിയെ പുഴയിലെറിഞ്ഞുകൊന്നതും കഥയാണ്. ഒരു പ്രൈമറി സ്കൂൾകുട്ടി തന്റെ കൂടെ സ്കൂളിൽനിന്നു വരുന്ന വഴിക്ക് സഹപാഠിയായ പെൺകുഞ്ഞിനെ ഒരു പൊട്ടക്കുളത്തിലേക്ക് ഉന്തിയിട്ടു കൊന്നു. അവൻ തുണിയുരിഞ്ഞു കളിക്കാം എന്ന് അവളോടു പറഞ്ഞത്രേ... അച്ഛനോടു പറയുമെന്ന് അവൾ ഭീഷണിപ്പെടുത്തിയത്രേ... ഇക്കാലത്ത് ലൈംഗിക കാര്യങ്ങളിൽ ജന്മനാ തന്നെ ധാരണയുള്ളവരാണ് കുട്ടികൾ എന്നത് പുതിയ ആഗോളീകരണ കാലത്തിന്റെ തിരിച്ചറിവുകളായി നമ്മൾ കാണണം. അംഗൻവാടിയിലെ വിശ്രമസമയത്ത് ഒരു പെൺകുഞ്ഞിന്റെമേലെ നിത്യേന കയറിക്കിടക്കുന്ന ഒരാൺകുഞ്ഞിനെ എന്തുചെയ്യണമെന്ന ചോദ്യം അംഗൻവാടി ടീച്ചർ എഴുത്തുകാരനോട് ചോദിക്കുന്നു. വെറും നിഷ്കളങ്കമായ ഒരു പ്രിമിറ്റീവ് വികാരമാണതെന്ന് എഴുത്തുകാരൻ അംഗൻവാടി ടീച്ചറെ ബോധ്യപ്പെടുത്തുകയും ചെയ്യുന്നു. ഒളിച്ചുകളിക്കുന്നതിനിടയിൽ അമ്മ വന്നപ്പോൾ ആ ആൺകുട്ടി വല്ലാതെ ഭയപ്പെട്ട് കൂടെയുള്ള പെൺകുഞ്ഞിനെ അലമാരയിൽ അടച്ചുപൂട്ടി. പെൺകുഞ്ഞിന്റെ മരണത്തിനാരാവും ഉത്തരവാദി?

ഇപ്പോഴിതാ ഞങ്ങളുടെ നാട്ടിൽ ഒരു പെൺകുട്ടി ദേഹത്ത് മണ്ണെണ്ണയൊഴിച്ച് തീയിൽ ഇഞ്ചിഞ്ചായി വെന്തുനീറിയൊടുങ്ങിയിരിക്കുന്നു. പതിന്നാലോ പതിനഞ്ചോ വയസ്സായ ഒരു പെൺകുട്ടി. പ്രായപൂർത്തിയായിട്ടില്ല എന്നത് ഒരു സാങ്കേതിക കാര്യം മാത്രമാണ്. ഒരു ഒത്ത സ്ത്രീയുടെ ഹോർമോൺ പ്രസരണം അവളുടെ ശരീരത്തിൽ നിറയുന്ന പ്രായമാണത്. വീട്ടിലാരുമില്ലാത്ത നേരത്ത് അവളുടെ കൂടെ അടച്ചിട്ട വീടിനകത്ത് ഒരു പയ്യനെ കണ്ടെത്തിയെങ്കിൽ നാട്ടുകാർ വട്ടംകൂടി നിന്ന് അവളെ ചോദ്യം ചെയ്യേണ്ട കാര്യമെന്താണ്? ഒരു പെൺകുട്ടി ഏറ്റവും വിലമതിക്കുന്നത് അവളുടെ മാനാഭിമാനത്തെയാണ്. എരിഞ്ഞുകത്തുന്ന അവളുടെ ശരീരം ഈ കാട്ടുനായ്ക്കൾ വെറുതെ നോക്കിനിൽക്കുക മാത്രം ചെയ്തു. ഈശ്വരാ, എന്താണ് നമ്മുടെ സാംസ്കാരിക അഭ്യുന്നതിയുടെ കാഴ്ചപ്പണ്ടാരങ്ങൾ...?

കുട്ടികൾ അച്ഛനമ്മമാരോട് സംസാരിക്കാൻ വിമുഖത കാണിക്കുന്നു. യാഥാർത്ഥ്യങ്ങൾ അവർ ആരോടും പറയാതെ മറച്ചുവയ്ക്കുന്നു. രക്ഷിതാക്കളെയും ബന്ധുക്കളെയും അധ്യാപകരെയും അവർക്കു ഭയമാണ്. ഈ ലോകം, രക്ഷപ്പെടാൻ വഴിയില്ലാത്ത ഒരു തടവറയാണ് എന്ന ബോധ്യത്തിലാണ് അവർ ഭയന്നുജീവിക്കുന്നത്. നേരിയ ഒരു പ്രകോപനം പോലും അവർക്കു സഹിക്കാനാവാത്ത വലിയ ആഘാതമായിരിക്കുന്നു. അവരുടെ മൗനഭാഷണങ്ങളിൽ നിഗൂഢതകൾ തിളച്ചുമറിയുന്നു. ഓരോ വീടും പുറമേക്ക് എത്ര മനോഹരം...! ഭംഗിയുള്ള ഗേറ്റുകൾ, പൂമുഖത്തിന്റെ ഗാംഭീര്യമാർന്ന എടുപ്പുകൾ. അകത്ത് സാന്ദ്രവിഷാദങ്ങളുടെ കനൽക്കട്ടകൾ എരിഞ്ഞുപുകയുകയാണ്.

ഈയിടെ ഒരു സുഹൃത്തിന്റെ കൂടെ കാറിൽ സഞ്ചരിക്കവേ, വിസ്താരമുള്ള കോൾപ്പാടങ്ങളുടെ ഒരറ്റത്ത് വിചിത്രമായ വാസ്തുശില്പമാതൃകയിലുള്ള കൊട്ടാരസദൃശമായ ഒരു വീട് കണ്ടു. ഞാനേറെ നേരം ഒരു കലാവസ്തു കാണുന്ന കൗതുകത്തോടെ കണ്ണെടുക്കാതെ വർണജാലകങ്ങളുടെ ഭംഗി നോക്കി നിന്നു. പൊടുന്നനെ എന്റെ മനസ്സിലേക്ക് ഒരു വിഷാദം ഇരച്ചുകയറി. വെറുതെ ഞാനെന്റെ നെഞ്ചത്ത് ഒരു കുരിശു വരച്ചു.

“എത്രയോ നീണ്ട വർഷങ്ങൾ ഞാൻ ജീവിതം മറന്നുകൊണ്ട് ഗൾഫിൽ ജീവിച്ചവൻ സുഹൃത്തെ, ഒരുപക്ഷേ നമ്മൾ പരസ്പരം പരിചിതരായിരിക്കാനും വഴിയുണ്ട്. ഈ വീട് എന്റെ സ്വപ്നസാഫല്യമായിരുന്നു. ഈ വീട് ഇപ്പോൾ ഒരു പ്രേതനിലയംപോലെ ശൂന്യമാണ്.” ആരോ എന്നോട് സംസാരിക്കുന്നതായി അനുഭവപ്പെട്ടു. എന്തായിരിക്കും ആ വീട്ടിനുള്ളിൽ സംഭവിച്ചിരിക്കുകയെന്ന് ഓർത്തു വിഷമിച്ചിരിക്കുമ്പോൾ സുഹൃത്ത് പറഞ്ഞു, “അച്ഛന് ഹൃദയസ്തംഭനം. അമ്മ ആത്മഹത്യ. ഏകനായ മകനും ഈയിടെ കെട്ടിത്തൂങ്ങി ചത്തു.” സുഹൃത്ത് വിശദാംശങ്ങളിലേക്കു കടന്നു: “അച്ഛനും അമ്മയും രതിമൂർച്ഛയിൽ കാട്ടിക്കൂട്ടുന്നതൊക്കെ മോൻ മൊബൈലിൽ എടുത്ത് ഗൂഗിളിൽ കയറ്റി വിട്ടു...”

അതു കേട്ടപ്പോൾ ശരിക്കും എന്റെ ഹൃദയം മുറിഞ്ഞു. ചോരയിറ്റിറ്റു വീഴാൻ തുടങ്ങി. എന്തൊക്കെ സ്വപ്നങ്ങൾ നെയ്ത് പണിതതാകാം ആ വീട്? എത്രയോ നീണ്ട കാത്തിരിപ്പുകൾക്കുശേഷം വിശ്രമജീവിതത്തിനായി അയാൾ നാട്ടിൽ വന്നതാകാം. മകനെക്കുറിച്ചുള്ള ഞെട്ടിക്കുന്ന യാഥാർത്ഥ്യങ്ങൾ ആ പിതാവിന് ഉൾക്കൊള്ളാൻ കഴിയുന്നതിലുമപ്പുറത്താകാം. തൃശൂർക്കാരനായ ആ പിതാവിന്റെ ജീവചരിത്രം തീർച്ചയായും എഴുപതുകളുടെ കലാലയങ്ങളുടെ വിപ്ലവവസന്തത്തിൽ നിന്ന് തുടങ്ങിയതാകും. മിക്കവാറും കേരളവർമ്മ കോളേജിൽ പഠിച്ചിട്ടുണ്ടാവും. കോവിലനും പട്ടത്തുവിള കരുണാകരനുമായിരിക്കും ഇഷ്ടപ്പെട്ട എഴുത്തുകാർ. സാംസ്കാരികവേദിയുടെ പ്രേരണയും പ്രസക്തിയുമൊക്കെ

അയാൾ വായിച്ചിരിക്കും. സഫലമാകാത്ത ഒരു കോളേജ് പ്രേമത്തിന്റെ നൈരാശ്യത്തിൽ അയാൾ കള്ളലോഞ്ച് കയറി ഗൾഫിലേക്കു പോയി, സമ്പന്നനായ ശേഷം തന്റെ പൂർവകാമുകിയെ വിവാഹം കഴിച്ചതാകും. കടമ്മനിട്ടയെയും സിവിക് ചന്ദ്രനെയുമൊക്കെ അയാളുടെ ഭാര്യയ്ക്കും അറിയാമായിരിക്കും. ഗൾഫ് പ്രവാസത്തിന്റെ വെള്ളിയാഴ്ചകളിൽ സുഹൃദ്സദസ്സുകളിൽ അയാളുടെ ഭാര്യ എത്ര ഹൃദ്യമായാവും ആ പാട്ട് പാടിയിരിക്കുക! "കൊഴിഞ്ഞ പീലികൾ പെറുക്കിയെടുക്കും കൂട് കെട്ടും ഹൃദയം..."

ഒരു നീർപ്പോളയുടെ മിടിപ്പിന്റെ താങ്ങിലാവും നാട്ടിൽ തിരിച്ചെത്തിയ ഗൾഫുകാരന്റെ ജീവിതം. താങ്ങാനാവാത്ത തിരിച്ചറിവുകൾ അയാളെ എന്നെന്നേക്കുമായി ശവക്കുഴിയിലേക്കു തള്ളിയിടും. അമ്മമാർ മക്കളെ ക്കുറിച്ച് ഏറെയൊന്നും കുട്ടികളുടെ അച്ഛന്മാരോട് പറയാറില്ല. കാറും വെൺമാടവും ബാങ്ക് ബാലൻസുമുണ്ടായാൽ എല്ലാമായി എന്ന വിശ്വാസ ത്തിനു മുകളിലാണ് ഇടിവാൾപോലെ പൊടുന്നനെ ദുരന്തങ്ങൾ പൊട്ടി വീഴുന്നത്. വിശ്വാസങ്ങളുടെ ആധാരശിലകളെല്ലാം വിണ്ടുപൊളിഞ്ഞു വീഴുകയാണ്. എത്ര ജുഗുപ്സാവഹമാണ് അച്ഛന്റെയും അമ്മയുടെയും കിടപ്പറയിലേക്ക് മകൻ ഒളിഞ്ഞുനോക്കുന്നത്! ഏറെനാൾ ആ മകൻ അതു തുടർന്നിട്ടുണ്ടാവണം. ആനന്ദം, സംതൃപ്തി... എന്താണ് ഇതിന്റെ യൊക്കെ ആത്യന്തികമായ വിശകലനം? ഉടൽരഹസ്യങ്ങളുടെ ഉന്മാദം, പഞ്ചനക്ഷത്രഹോട്ടലുകളിലെ ബുഫേ, വിലയ്ക്കെടുക്കാവുന്ന സുന്ദരി മാർ, പുതിയ ബ്രാൻഡ് കാറുകൾ, മാംസപുഷ്പങ്ങളുടെ അലതല്ലുന്ന ആഘോഷങ്ങൾ, വിരൽത്തുമ്പുകളുടെ ചലനങ്ങളിൽ, മാതൃത്വത്തിന്റെ ഉടൽരഹസ്യങ്ങളിൽ പുത്രവാത്സല്യങ്ങൾ സർപ്പനാക്കുകളെപ്പോലെ പുളയുന്നത്... കാലത്തിന്റെ പുതിയ ഈഡിപ്പസ് നാടകങ്ങളെഴുതാൻ ഇനിയും ഒരു ഷേക്സ്പിയർ ജനിക്കാത്തതെന്താണ്? ഒരു മറയുമില്ലാത്ത ഈ ലോകം, രഹസ്യങ്ങളെല്ലാം മലർക്കെ തുറന്നുവച്ച്, ഉടൽമാംസങ്ങളെ സൂപ്പർമാർക്കറ്റിലെ കാഴ്ചവസ്തുക്കളാക്കി വില്പനയ്ക്ക് വച്ചിരിക്കുന്നു. Everything for SALE. ഉന്മാദലഹരിയുടെ കലാശംചവിട്ടൽ, പിന്നെ തല വെട്ടിപ്പൊളിക്കുന്ന കൊടുംശൂന്യതയുടെ മുഴക്കത്തിൽ ലഹരിമരുന്നു കൾക്കുവേണ്ടിയുള്ള പരക്കംപാച്ചിൽ, ഉടൽമാംസങ്ങളുടെ തൃഷ്ണകളിൽ സൈക്കഡെലിക് മായക്കാഴ്ചകളുടെ ആനന്ദലഹരിയിൽ ആർദ്രത വറ്റി വരണ്ട മനുഷ്യത്വത്തിന്റെ അവശേഷിപ്പുകൾ മയക്കിക്കെടുത്തിയവർ, ചോരചവയ്ക്കുന്ന മൃഗവാസനയുടെ ബീഭത്സമായ ഓരിയിടലുകൾ, പ്രത്യയശാസ്ത്രം, തത്ത്വചിന്ത, കാല്പനിക ഭാവനകൾ, അനന്തനീലിമ യിലെ നക്ഷത്രങ്ങൾ, വഴിയോരക്കഫേയിലെ ഏകാകിനിയായ പെൺകുട്ടി, വിശുദ്ധപ്രണയത്തിന്റെ നിഷ്കളങ്കമിഴികൾ, അനശ്വര പ്രണയത്തിന്റെ രക്തസാക്ഷിത്വങ്ങൾ, കടൽനിലാവിന്റെ വെട്ടിത്തിള ങ്ങുന്ന ചക്രവാളസീമകൾ, സൂഫിസത്തിന്റെ വിഭൂതിമന്ത്രണങ്ങൾ...

ഒന്നുമില്ല. ഒന്നുമില്ലൊന്നുമില്ല. ഇരുൾ തുരങ്കത്തിലെവിടെയോ... ചത്തു മലച്ച ശവക്കണ്ണുകളുള്ള ചെറുപ്പക്കാരുടെ ഘോഷയാത്ര...

അയ്യന്തോളിലൂടെ കടന്നുപോകുമ്പോഴൊക്കെ ഞാനൊരു ചെറുപ്പക്കാരനെ കാണാറുണ്ടായിരുന്നു. വിചിത്രമായ ഉടയാടകൾ ധരിച്ച് ആരേയും കൂസാതെ അയാൾ എങ്ങോട്ടോ നടന്നുപോകുന്നു. ബനിയൻ ധരിച്ച് ടൈ കെട്ടുക, ബർമുഡ ധരിച്ച് കോട്ടും കൗബോയ് ഹാറ്റും, കഴുത്തിൽ കടുംചുകപ്പ് കല്ലുമാലകൾ, കാലിൽ തള, സ്വർണച്ചങ്ങല കൈയിൽ, ഇടതുകാലിലും വലതുകാലിലും രണ്ടു തരത്തിലുള്ള ഷൂസുകൾ, ഉറക്കം തൂങ്ങുന്ന തടിച്ച കൺപോളകൾ... ഒരു വിചിത്ര സ്വഭാവമുള്ള മനുഷ്യൻ. ഷാമ്പൂ തേച്ച് തിളങ്ങുന്ന സമൃദ്ധമായ മുടി. ബോഡിസ്പ്രേയുടെ പൗരുഷം തുളുമ്പുന്ന രൂക്ഷഗന്ധം. അമേരിക്കൻ സ്ലാങ്ങിലുള്ള ഇംഗ്ലീഷ്. വിചിത്രമായ വേഷങ്ങൾ ധരിച്ചിട്ടുണ്ട് എന്നല്ലാതെ ഒരു ഭ്രാന്തന്റെ ഭാവപ്രകടനങ്ങളൊന്നുമില്ല. തേച്ചുമിനുക്കിയ വൃത്തിയും വെടുപ്പുമുള്ള വേഷം. എന്നെ കാണുമ്പോഴൊക്കെ അയാൾ ഒരു സൗഹൃദബന്ധം ഇച്ഛിക്കുന്നതുപോലെ ശാന്തമായി നോക്കിനിൽക്കും. ഏതോ ഒരു അധൈര്യംകൊണ്ടെന്നപോലെ വളരെ വേഗം ഞാനയാളെ കടന്നുപോകും.

കളക്ടറേറ്റിനു മുന്നിലുള്ള സഹൃദയനായ ഒരു ചായക്കടക്കാരനാണ് എനിക്ക് അയാളുടെ കഥ പറഞ്ഞുതന്നത്. അയാൾ നിയമബിരുദധാരിയാണ്. സ്വന്തമായി ഒരു ഫ്ളാറ്റിന്റെ ഉടമ. വീടും കാറുമുണ്ട്. പടിഞ്ഞാറെക്കോട്ടയിൽ കോടിക്കണക്കിന് വിലയുള്ള ഭൂമിയുടെ ഏക അവകാശി. വലിയ പ്രാക്ടീസുള്ള വക്കീൽ ആയിരുന്നു. അച്ഛൻ ഇൻകംടാക്സ് ഓഫീസർ. റിട്ടയർ ചെയ്തു. ചങ്ങമ്പുഴയുടെ വലിയ ആരാധകൻ. കവിസദസ്സുകളിൽ സ്വന്തം കവിത ചൊല്ലും. വേണ്ടത്ര സമ്പാദ്യമുണ്ടായിരുന്നിട്ടും അല്ലലില്ലാത്ത സുഖജീവിതമായിരുന്നിട്ടും ഒരു നാൾ അയാളുടെ അച്ഛൻ ആത്മഹത്യ ചെയ്തു. കെട്ടിത്തൂങ്ങി ചത്തു. അമ്മയും മകനും ദുഃഖങ്ങളൊക്കെയും പങ്കുവച്ച് ജീവിച്ചു. ആഹ്ലാദങ്ങളും ഉന്മാദലഹരികളും അവർ പങ്കുവച്ചു. അച്ഛന്റെ തൂങ്ങിമരണത്തിന്റെ തലേന്നാൾ അച്ഛൻ കിടപ്പുമുറിയിലിരുന്ന് പാടിയ പാട്ടുകൾ, ചങ്ങമ്പുഴക്കവിതകളുടെ തേങ്ങിക്കരയുന്ന വരികൾ, മകൻ കേൾക്കെ പലവട്ടം അമ്മ ചൊല്ലി കേൾപ്പിച്ചു. (ദൈവമേ, ഏതായിരിക്കും ആ വരികൾ? എന്തായിരിക്കും ആ വരികൾ? "ക്ഷിതി നരകസമാനമായി ധർമ്മച്യുതിയുടെ ചൂടിലെനിക്ക് വീർപ്പുമുട്ടി... മൃതിയണവതിനാശയായി... പക്ഷേ മുതിരുകയില്ലിവനാത്മഹത്യ ചെയ്യാൻ..." എന്നായിരിക്കുമോ? അതോ, "കിന്നരനായിപ്പിറന്നവനാണ് ഞാൻ, എന്നെ പിശാചാക്കി മാറ്റി ലോകം" എന്നായിരിക്കുമോ?)

ചായക്കടക്കാരന്റെ കഥ കേട്ട് പെട്ടെന്ന് എനിക്ക് ഒപ്പം പഠിച്ച വിലാസിനിയെ ഓർമ്മവന്നു. ചിരിവന്നു. അതൊരു വെറും ചിരിയല്ല.

കരച്ചിൽ വരുന്നതിനുമുമ്പേയുള്ള അപൂർവതരം ഒരു ചിരി. വിലാസിനിയുടെ ഭർത്താവും കെട്ടിത്തൂങ്ങി ചത്തതാണ്. പിന്നീട് അവൾക്കെന്താണ് സംഭവിച്ചതെന്ന് അറിയില്ലായിരുന്നു. അയ്യന്തോളിലേക്കു കുടിയേറ്റം നടത്തുന്നതിനു മുമ്പ്, എന്റെ നാട്ടുകാരിയായിരുന്നു. വിലാസിനിയുടെ ചെറുപ്പകാലത്തെ ബ്ലാക്ക് ആന്റ് വൈറ്റ് ഫോട്ടോകൾ അവളുടെ പഴയ ആൽബത്തിൽ മകൻ കണ്ടിട്ടുണ്ടാകും. വിളറി വെളുത്ത ദാവണിയുടുത്ത ഒരു നാടൻ പെൺകുട്ടി. ഉജ്ജ്വലമായ രണ്ട് തിളങ്ങുന്ന കണ്ണുകൾ. അന്നത്തെ ശോഷിച്ച പെൺകുട്ടിയുടെ രൂപം നോക്കി മകൻ അദ്ഭുതപ്പെട്ടു കാണും. അമ്മയുടെ മുഖച്ഛായപോലും തിരിച്ചറിയാനാകാത്തവിധം മാറിയിരിക്കുന്നു. കവിളുകൾ ഓറഞ്ചുപോലെ ചുകന്നു തുടുത്തു. അമ്മ കൊഴുത്തു തടിച്ചു.

ഒരു ഭർത്താവ് ഒരിക്കലും പറയാൻ പാടില്ലാത്തവിധം അസാധാരണമായ ഒരു കുറ്റാരോപണമായിരിക്കും അച്ഛൻ അമ്മയോടു പറഞ്ഞിട്ടുണ്ടാവുക. അവന്റെ അച്ഛൻ കാണാൻ പാടില്ലാത്തതെന്തോ കണ്ടിട്ടുണ്ടാകും. നാണമില്ലേ മനുഷ്യാ, സ്വന്തം മകനെക്കുറിച്ചിങ്ങനെ... അമ്മയുടെ വാക്കുകൾക്കു മുന്നിൽ അച്ഛൻ തകർന്നുതരിപ്പണമായിട്ടുണ്ടാകും. നാണംകെട്ട്, അസ്തിത്വം നഷ്ടപ്പെട്ട് വിധിയുടെ കഴുക്കോലിൽ അച്ഛൻ തൂങ്ങി. അച്ഛന്റെ മരണം മകന്റെ മനോഹരമായ ഒരു സ്വപ്നമായിരുന്നു എന്നുകൂടി സങ്കല്പിച്ചാലോ? അവന്റെ അന്തരാത്മാവിൽ അവനത് കൊച്ചുനാളിലേ ആഗ്രഹിച്ചതായിരുന്നെങ്കിലോ? ഏതൊരു ഉന്മാദലഹരിക്കും ആത്യന്തികമായ അർത്ഥത്തിൽ ഒരതിരുണ്ട്. സ്വർഗംതന്നെ നരകമായി മാറും. പറുദീസസ്വപ്നങ്ങളുടെ ഉത്തുംഗപ്രാപ്തി എന്നാൽ മഹാനരകമെന്നും അർത്ഥമുണ്ട്. അത് വിത്തുകൾ മുളപ്പിക്കും. വിളവെടുക്കും. മഹാദുരന്തങ്ങളുടെ വിളവെടുപ്പായിരിക്കും. ഭർത്താവിനെ വെട്ടിനുറുക്കി ചാക്കുസഞ്ചികളിലാക്കി, കാറിന്റെ ഡിക്കിയിലിട്ട്, കാമുകന്റെ കൂടെ, ആർത്തിപിടിച്ച കാമകേളികളുടെ ഹോട്ടൽമുറികളിൽനിന്ന് ഹോട്ടൽമുറികളിലേക്കുള്ള സഞ്ചാരംപോലും അവൾക്ക് ഒരു സ്വപ്നാടനംപോലെ ആയിരിക്കും. പ്രസവിച്ച മകന്റെ മുന്നിൽ ഒരു തേവിടിശ്ശിയാവുക എന്നാൽ മരണമണി മുഴക്കങ്ങളുടെ വിലാപമായിരിക്കും അത്! താത്കാലിക വിഭ്രമങ്ങൾക്കപ്പുറത്ത് പൊടുന്നനെ ഒരു മഹാനരകത്തിന്റെ വാതിൽ തുറക്കപ്പെടുകയാണ്.

ലൈംഗികവിഭ്രാന്തിയുടെ ചില നേരങ്ങളിൽ ദുരന്തപീഡയുടെ ഒരു പിശാചുബാധയുണ്ടാകും. ഒരു നിമിഷംപോലും പിന്നെ പിടിച്ചുനിൽക്കാനാവില്ല. മരണത്തിലേക്ക് എടുത്തുചാടും. മരണത്തെ നീട്ടിവച്ചാലും മരണം പല്ലിളിച്ച് അവളെ പിന്തുടരും. ഉറക്കത്തിലും ഉണർച്ചയിലും ഏതു നേരവും മരണം അവളെ മാടിവിളിച്ചുകൊണ്ടിരിക്കും. കുറ്റബോധം അവളുടെമേൽ പുളയുന്ന വിഷപ്പാമ്പുകളായി ചുറ്റിപ്പിണയും. കുട്ടിച്ചാത്തന്മാർ അവൾക്കുമുന്നിൽ കരണംമറിഞ്ഞുകൊണ്ട് തുറിച്ചുനോക്കി ഇളിച്ചു

കാണിക്കും. ജീവിതമെന്ന വിഴുപ്പലക്കി, തേച്ചുവെളുപ്പിച്ച് നേടിയെടുത്ത ഇക്കണ്ട സ്വപ്നങ്ങൾ, വീട്, കാറ്, ബാങ്ക് ബാലൻസ്...

"**ക**ടിച്ചു കീറുന്ന മൃഗങ്ങൾ എവിടെയെങ്കിലും വന്നുചാടും. വീട്ടിൽ നിന്നിറങ്ങിയാൽ ജീവനോടെ തിരിച്ചുവരുമെന്ന് ഉറപ്പില്ലാത്ത ഒരവസ്ഥ പ്രാക്തനകാലത്തിന്റെ ഒരു ശാപമായിരുന്നു. അമ്പും വില്ലും എപ്പോഴും കൈയിലുണ്ടാകണം. പൊന്തയ്ക്കുള്ളിൽ പുലിയുണ്ടാകും. നരിയുണ്ടാകും. കടുവയുണ്ടാകും. കാലമെത്ര കഴിഞ്ഞുപോയിട്ടും മനുഷ്യന്റെ ഭീതിയൊഴിഞ്ഞില്ല. വീട്ടിൽ നിന്നിറങ്ങിയവൻ തിരിച്ചുവരുമെന്ന് ഈ ആധുനികലോകത്തും ഉറപ്പില്ല. കടിച്ചുകീറാൻ ചാടിവീഴുന്നത് മനുഷ്യമൃഗങ്ങളാണ്. മനുഷ്യമൃഗങ്ങൾ..."

ചക്കരപ്പന്തൽ എന്ന നോവൽ നിങ്ങളുടെ എല്ലാ പിന്തുണയും പ്രതീക്ഷിച്ചുകൊണ്ട് സഹൃദയപക്ഷം സമർപ്പിക്കുന്നു.

■

www.ingramcontent.com/pod-product-compliance
Lightning Source LLC
LaVergne TN
LVHW100821051026
849519LV00006B/2139